प्रकाशनपूर्व प्रशंसा

या पुस्तकामुळे भारतीय स्वातंत्र्यलढ्यातील महत्त्वाच्या निर्णायक दशकांचा परामर्श घेणाऱ्या चरित्र साहित्यामध्ये मोलाची भर पडली आहे.

प्राध्यापक जोआकिम ऑएस्टरहेल्ड
इतिहासकार आणि दक्षिण आशियावरील अभ्यासाचे विशेषज्ञ,
हम्बोल्ट युनिव्हर्सिटी ऑफ बर्लिन, जर्मनी

नेताजींच्या नातपुतणी आपले वडील अमिय यांच्या नजरेतून भारतीय स्वातंत्र्यलढ्यातील बोस बंधूंच्या योगदानाची कथा सांगतात. यासाठी, त्यांनी आपल्या वडिलांसोबत वर्षानुवर्षे केलेल्या प्रदीर्घ चर्चांचा आधार घेतला आहे ज्यामुळे भारतीय स्वातंत्र्य इतिहासाविषयी त्यांचा स्वतःचा असा दृष्टिकोन आकारास आला आहे. या पुस्तकातून बोस कुटुंबाच्या अंतर्गत वर्तुळाचे अनुभव, आकलन आणि विश्लेषण यांविषयी मिळणारी वेधक मर्मदृष्टी हा या सर्वांचा परिपाक आहे.

डॉ. जॅन कुहमन
इतिहासकार आणि नेताजींचे अभ्यासक

सुभाष चंद्र आणि शरद चंद्र या भारतीय देशभक्तीच्या दोन तळपत्या ताऱ्यांची गाथा सत्याहूनही अधिक सत्य आहे. बोस कुटुंबातील सदस्य असलेल्या माधुरी यांनी एकाच वेळी आकर्षक, पण हृदयस्पर्शी पद्धतीने ही गाथा नोंदवली आहे. त्यांच्या कथनशैलीमुळे ही प्रेरणादायी गाथा अधिक वजनदार झाली असून अमियनाथ बोस यांच्या व्यक्तिगत आठवणींमुळे त्याला अधिकच सौंदर्य प्राप्त झाले आहे. या सुंदर पुस्तकातून उलगडणारी कथा ही खरंच स्वातंत्र्योत्तर नव्या भारताचा अमूल्य ठेवा आहे.

न्यायमूर्ती एम. एन. वेंकटचल्लया
भारताचे माजी सरन्यायाधीश

माधुरी बोस यांनी भारतीय स्वातंत्र्यलढ्यातील पैलूंवर नव्याने प्रकाश टाकला आहे. त्यांनी सांगितलेली कथा आणि त्यामध्ये सामावलेला नवा आशय हा भारत, तसेच भारताबाहेरील अभ्यासकांसाठीही मौल्यवान ठरेल. या पुस्तकामुळे भारतीय स्वातंत्र्य चळवळीतील गुंतागुंत आणि या चळवळीतील काही प्रमुख व्यक्तींचे भिन्न दृष्टीकोन याचेही पुन्हा एकदा स्मरण होते.

जॉन मॅकार्थी
ऑस्ट्रेलियाचे भारतातील माजी उच्चायुक्त (२००४–२००९)
ऑस्ट्रेलियन इन्स्टिट्यूट ऑफ इंटरनॅशनल अफेअर्स या संस्थेचे राष्ट्रीय अध्यक्ष

D9900537

बोस बंधू

आणि भारतीय स्वातंत्र्य

बोस बंधू

आणि भारतीय स्वातंत्र्य

मर्मबंधातल्या आठवणी

माधुरी बोस

SAGE | bhasha

Los Angeles | London | New Delhi
Singapore | Washington DC | Melbourne

Originally Published in English by
SAGE Publications India Pvt Ltd as *The Bose Brothers and Indian Independence: An Insider's Account*

⑤SAGE | **bhasha**

SAGE Publications India Pvt Ltd
B1/I-1 Mohan Cooperative Industrial Area
Mathura Road, New Delhi 110 044, India
www.sagepub.in

SAGE Publications Inc
2455 Teller Road
Thousand Oaks, California 91320, USA

SAGE Publications Ltd
1 Oliver's Yard, 55 City Road
London EC1Y 1SP, United Kingdom

SAGE Publications Asia–Pacific Pte Ltd
3 Church Street
#10–04 Samsung Hub
Singapore 049483

Published by SAGE Publications India Pvt Ltd, Translation Project Coordinated by TranslationPanacea, Pune.

ISBN: 978-93-859-8533-1 (PB)

Translator: Sanket D. Lad, Journalist
SAGE Team: Sumona Kundu, Vishakha Dinkar Shirke

जीवनभर बोस बंधूंच्या कार्याचा ध्वज तोलून धरणाऱ्या
माझ्या वडिलांना

Thank you for choosing a SAGE product!
If you have any comment, observation or feedback,
I would like to personally hear from you.

Please write to me at **contactceo@sagepub.in**

Vivek Mehra, Managing Director and CEO, SAGE India.

Bulk Sales

SAGE India offers special discounts
for purchase of books in bulk.
We also make available special imprints
and excerpts from our books on demand.

For orders and enquiries, write to us at

Marketing Department
SAGE Publications India Pvt Ltd
B1/I-1, Mohan Cooperative Industrial Area
Mathura Road, Post Bag 7
New Delhi 110044, India

E-mail us at **marketing@sagepub.in;**
sagebhasha@sagepub.in

Get to know more about SAGE

Be invited to SAGE events, get on our mailing list.
Write today to **marketing@sagepub.in**

This book is also available as an e-book.

अनुक्रमणिका

छायाचित्रे आणि पत्रांची यादी

छायाचित्रे

पत्रे

प्रस्तावना

या पुस्तकामुळे भारतीय स्वातंत्र्य चळवळ आणि त्यातील शरद आणि सुभाष या शक्तिशाली बोस बंधूंची भूमिका यावर आधारित साहित्यामध्ये मोलाची भर पडली आहे. हे पुस्तक अत्यंत वाचनीय आहे; अनेकजण ते संपूर्ण वाचल्याशिवाय खाली ठेवू शकणार नाहीत.

या पुस्तकांमध्ये नेत्यांच्या ज्या व्यक्तित्वांवर प्रकाश टाकण्यात आला आहे, ती खासगी आहेत. खरेतर खासगीपेक्षा आंतरिक हा शब्द अधिक योग्य ठरेल. कारण, येथे इतर गोष्टींबरोबरच सुभाषचंद्र बोस यांनी वयाच्या विशीत, तिशीत आणि चाळिशीत केलेले आंतरिक विचार आपल्याला वाचावयास मिळतात. या विचारांचे आदानप्रदान त्यांनी आपल्यापेक्षा आठ वर्षांनी ज्येष्ठ असलेले बंधू शरद, तसेच १७ वर्षांनी कनिष्ठ असलेले आणि आपल्या काकांशी एकनिष्ठ असलेले शरद यांचे सुपुत्र अमियनाथ यांच्याशी केलेले आहे.

सुभाष यांच्या अमियकडून नक्कीच खूप अपेक्षा होत्या. १९३३ मध्ये अमियनाथ यांना लिहिलेल्या एका महत्त्वाच्या पत्रामध्ये सुभाष यांनी त्यावेळी १८ वर्षांचा असलेल्या आपल्या पुतण्याला उत्तुंग उंची गाठण्यास सांगितले असून ती कशी गाठावी, हेसुद्धा समजावले आहे. त्याने कठोर परिश्रम करावेत, परंतु इतरांची सेवा करण्याचा व इतरांसाठी प्राणार्पण करण्याचा उद्देश बाळगावा, असे सुभाष चंद्र म्हणतात. उद्धटपणा हे घोर पातक असून महान लोक हे आत्मविश्वासपूर्ण व उद्धटपणापासून मुक्त असल्याचेही सुभाषबाबू नमूद करतात. जीवनाचे प्रमुख तत्त्व 'देणे' हे असून 'घेणे' नाही व आपल्याशी कपटीपणे वागणाऱ्या लोकांना केवळ प्रेमानेच जिंकून घेता येते, असेही सुभाष यांनी म्हटले आहे.

हा उल्लेखनीय सल्ला पाळणे तितकेच आव्हानात्मक असून अमियनाथ यांनी खंबीरपणे स्वतःला त्या योग्य बनवल्याचेही येथे नमूद करावे लागेल. आपले वडील शरद आणि आजोबा जानकीनाथ यांच्याप्रमाणेच अमियनाथ हेसुद्धा एक यशस्वी वकील बनले. धाडसी, आत्मविश्वासपूर्ण आणि आपल्या देशाच्या स्वातंत्र्यासाठी कटिबद्ध असलेल्या अमिय यांनी दुसऱ्या महायुद्धातील बहुतांश वर्षे इंग्लंडमध्ये घालवली. त्या काळात ते एप्रिल १९४१ ते फेब्रुवारी १९४३ दरम्यान जर्मनी येथे वास्तव्यास असलेल्या सुभाषकाकांसोबत गोपनीयरीत्या संपर्क ठेवून होते.

स्वातंत्र्यानंतर काही वर्षांनी अमियनाथ यांनी लोकसभेत (काँग्रेसचे विरोधक म्हणून) प्रवेश केला आणि त्यानंतर त्यांनी रंगून येथे भारतीय राजदूत म्हणून काम पाहिले. तेथे ब्रह्मदेशाचे महान नेते आंग सान यांचे कुटुंबीयही नेताजींचे प्रशंसक होते.

अमियनाथ यांच्या कन्या माधुरी यांनी या मौल्यवान पुस्तकाची निर्मिती केली आहे. त्यांनी हे पुस्तक लिहिले आहे, असे म्हणण्याऐवजी निर्मिती केली, असे म्हणण्यामागे दोन कारणे आहेत. पहिले म्हणजे या पुस्तकामधील वाक्ये केवळ माधुरी यांच्या लेखणीतून आली नसून अमियनाथ, त्यांचे वडील शरद, तसेच सुभाष यांची वाक्ये येथे उद्धृत करण्यात आली आहेत. दुसरे म्हणजे या पुस्तकाच्या रचनेमध्ये निर्मात्याची दृष्टी दिसते. पुस्तकाची सुरुवात अमियनाथ यांच्या आपले वडील व काकांसोबत असलेल्या नात्यांचे ओझरते दर्शन घडवण्यापासून होते व सुभाष, शरद आणि अमियनाथ यांच्या मृत्यूने पुस्तकाचा शेवट होतो. यामधील प्रकरणांमध्ये दोन असामान्य बंधूंनी आपला आनंद, सुखसोयी व आपले संपूर्ण जीवन त्यांना प्रिय असणाऱ्या मातृभूमीचे स्वातंत्र्य आणि एकात्मतेसाठी वाहिल्याची हेलावून टाकणारी कथा असून बहुतांश वेळा ही कथा अमियनाथ यांच्या शब्दांमध्ये सांगण्यात आली आहे.

अखेरीस एकीकरणाचे ध्येय पूर्ण होऊ शकले नसले, तरी बोस बंधूंच्या प्रयत्नांअभावी हे ध्येय अपूर्ण राहिले, असे नाही. १९४७ मध्ये भारतीय उपखंडाच्या पश्चिम प्रांताची फाळणी होणे अटळ असले, तरी पूर्वेचा संपूर्ण बंगाल एकत्र राहावा, यासाठी शरद बोस यांनी कसोशीने केलेल्या प्रयत्नांमागील विचार पोहचवणे, हे सुद्धा या पुस्तकाचे एक बलस्थान आहे.

कलकत्त्यामधील सुभाषचंद्र बोस यांच्या निकटवर्तीयांच्या गुप्त जाळ्यामधे असे मित्र होते जे ब्रिटिश पोलिसांनी सुभाष चंद्राविषयी बाळगलेल्या कागदपत्रांचे सबंध संच चोरून त्यांना पाहण्यासाठी उपलब्ध करून द्यायचे, हे या पुस्तकांच्या पानांमध्ये वाचून अनेकांना आश्चर्य वाटेल. १९३९ च्या उन्हाळ्यामध्ये सलग सात रात्री सुभाष व त्यांचे पुतणे अमिय यांनी एलिसियम रो येथील (आताचा लॉर्ड सिन्हा मार्ग) गुप्तचर खात्याच्या मुख्यालयातून गोपनीयरीत्या त्यांच्या एल्गिन मार्गावरील घरी आणण्यात आलेली कागदपत्रे अभ्यासली आणि पहाटेपूर्वी गुप्तचर खात्यामधील कपाटांच्या योग्य खणांमध्ये गुपचूप पोहचवलीसुद्धा. सुभाष यांच्या वर्तुळामधील कोण खबरी आहे, याविषयीची माहिती या कागदपत्रांमध्ये होती. जानेवारी, १९४१ मध्ये कलकत्त्यामधील गृहकैदेतून निसटून सुभाष यांनी अफगाणिस्तान आणि तेथून पुढे जर्मनी गाठले, त्या वेळी त्यांना या कागदपत्रांमधील माहितीचा खूप उपयोग झाला.

म्हणजेच, एकीकडे साम्राज्याच्या भक्कम तटबंदीला भेगा पडल्या होत्या, तर दुसरीकडे साम्राज्याच्या शत्रूने मात्र उपयुक्त हस्तक बागळले होते.

सुभाष यांचा ऑगस्ट, १९४५ मध्ये हवाई अपघातामध्ये मृत्यू झाल्याचे वृत्त समजताच त्यांच्या कुटुंबियांना बसलेला धक्का व या वृत्ताविषयीचा त्यांचा अविश्वास या पुस्तकामध्ये

मांडण्यात आला आहे. त्याचप्रमाणे, सुभाष यांनी ऑस्ट्रियाच्या एमिली शेंक्ल यांच्याशी विवाह केला असून त्यांना तिच्यापासून अनिता नावाची मुलगी आहे, हे समजल्यानंतर कुटुंबियांना वाटलेले आश्चर्य व आनंदही येथे नमूद केला आहे. एमिली शेंक्ल या सुभाष यांच्या सचिव व दुभाषी म्हणून काम करत असताना अमियनाथ यांची १९३७ मध्ये युरोप येथे शेंक्ल यांच्याशी झालेली भेटही आपल्याला येथे समजते.

साहजिकच पुस्तकामध्ये बोस बंधूंचे गांधींशी असणारे मतभेद प्रामुख्याने मांडण्यात आले आहेत. बोस बंधू किंवा गांधी यांच्यापैकी कोणीच भारताला मिळणारी न्यूनतेची वागणूक किंवा देशाचे अंकित असणे सहन करू शकत नव्हते. तथापि, गांधींनी स्वातंत्र्यासाठी बंदूक व बॉम्बचा वापर करण्यास विरोध केला. ब्रिटिशांनी १८५७ मध्ये भारतातील सशस्त्र बंड दडपल्याने अशाप्रकारचा विरोध कसा मोडून काढावा, हे त्यांना माहीत होते. त्याऐवजी अहिंसक मार्गांनी विरोध करून ब्रिटिशांना निष्प्रभ करता येईल, असे गांधींना वाटत होते. त्याहीपेक्षा एकदा भारतीय स्वातंत्र्यलढ्यामध्ये हिंसेला अधिमान्यता मिळाली, तर सशस्त्र भारतीय आपल्या देशबांधवांविरुद्धच बळाचा वापर करतील आणि महिला, दुर्बल, अंध व समाजाच्या खालच्या स्तरातील जनतेला त्याचे दुष्परिणाम सहन करावे लागतील, अशी गांधींना भीती होती.

गांधींनी १९२० मध्ये पुकारलेल्या असहकाराच्या चळवळीमुळे त्यावेळी इंग्लंडमध्ये आयसीएस परीक्षा देण्यासाठी गेलेल्या सुभाष यांच्यामध्ये नवी चेतना निर्माण झाली. या परीक्षेत उल्लेखनीय यश मिळवूनही पुढे त्या क्षेत्रातील कारकीर्दीचा त्याग करून सुभाष यांनी स्वतःला देशाच्या स्वातंत्र्यलढ्यामध्ये झोकून दिले.

तथापि, १९२० च्या दशकात स्वातंत्र्यलढ्याचे अग्रणी असलेल्या गांधींचे काही निर्णय सुभाष यांना मान्य नव्हते. त्याचप्रमाणे, अहिंसा हे तत्त्व स्वीकारण्याबाबतही आपले दुमत असल्याचे त्यांनी स्पष्ट केले होते. स्वातंत्र्यासाठी लष्करी उठाव करण्याची योग्य संधी मिळाली, तर सुभाष तो करणार होते.

गांधी आणि सुभाष यांच्यामध्ये १९३९ मध्ये झालेले मतभेद सर्वज्ञात आहेत. या पुस्तकामध्ये ते विस्तृतरीत्या मांडण्यात आले आहेत. हे मतभेद असूनही १९४० च्या दशकात ब्रह्मदेशाच्या युद्धभूमीवरून प्रक्षेपित झालेल्या नेताजींच्या भाषणांमध्ये त्यांनी गांधींचा उल्लेख राष्ट्रपिता असा केला आहे.

तत्पूर्वी, जून, १९४० मध्ये गांधी आणि नेताजी यांची अखेरची प्रत्यक्ष भेट झाली. या भेटीवेळी (गांधींच्याच शब्दांत सांगायचे झाल्यास) सुभाष यांनी 'काँग्रेस समितीला जे साध्य करण्यात अपयश आले, ते आपल्या पद्धतीने करून दाखवेन', असे गांधी यांना सांगितले होते. त्यावर 'माझ्या जीवनकाळामध्ये जर या योजनेतून स्वराज्य प्राप्त झाले, तर तुला पहिली अभिनंदनाची तार माझ्याकडून येईल', असे उत्तर गांधींनी दिले होते (हरिजन, १३ जुलै, १९४०).

त्यामुळे या दोघांमध्ये तीव्र मतभेदांपलीकडे असलेल्या सोबतीची वीण या पुस्तकातून उलगडते. त्याचप्रमाणे गांधी आणि बोस या दोघांमध्येही स्वतंत्र भारतामध्ये राष्ट्राचा चेहरा धर्मनिरपेक्ष असण्याबाबत आणि हिंदू-मुस्लिम ऐक्याच्या आवश्यकतेबाबत एकवाक्यता असल्याचेही या पुस्तकातून अधोरेखित होते.

मात्र, प्रत्येकजण या धर्मनिरपेक्षता व ऐक्याच्या या रोपट्याचे संवर्धन करत नाही किंवा त्यांनी ते केले नाही. जे लोक नेताजींच्या नेतृत्वाखाली आझाद हिंद सेनेमधून एकत्र लढले, तेच १९४७ मध्ये द्वेषाच्या विषवल्लीला बळी पडले, हे दुर्दैवी आहे. १९४७ मध्ये दोन्ही धर्मांमध्ये माजलेल्या दुफळीत बेभान झालेल्या कत्तलखोरांमध्ये दुर्दैवाने आझाद हिंद सेनेच्या जवानांचा, तसेच ब्रिटिश साम्राज्यातील भारतीय सैन्यांतून मुक्त झालेल्या जवानांचा समावेश होता, हे आपण सर्व जाणतोच.

सर्वसमावेशक राष्ट्र आणि समाजाविषयी सुभाष आणि शरद यांना वाटणारी चिंता आजच्या भारत आणि दक्षिण आशियासाठी किती आवश्यक होती, याचीही महत्त्वपूर्ण आठवण माधुरी बोस यांचे हे पुस्तक करून देते. हीच चिंता महात्मा गांधींनाही होती.

आधीच नमूद केल्याप्रमाणे मे, १९४७ आणि त्याच्या आसपासच्या काळामध्ये शरद बोस यांनी भारत आणि पाकिस्तान या दोन्ही देशांमध्ये समाविष्ट नसलेल्या 'संयुक्त बंगाल'साठी केलेले भगीरथ प्रयत्न हासुद्धा या पुस्तकाचा महत्त्वाचा भाग आहे. पंडीत जवाहरलाल नेहरू आणि सरदार वल्लभभाई पटेल यांचा या प्रस्तावाला पूर्णपणे विरोध होता. त्याचप्रमाणे, बंगालच्या दोन्ही भागांमधूनही या प्रस्तावास अनेकांचा विरोध होता. विशेषतः श्यामाप्रसाद मुखर्जी हे बंगालच्या विभाजनाबाबत आग्रही होते. तरीही, एका टप्प्यावर गांधी आणि जिना हे दोघेही शरद यांच्या प्रस्तावास पाठिंबा देतील, असे वाटत होते. नंतर, मात्र गांधींनी माघार घेतली आणि शरद यांची निराशा झाली.

गांधी यांनी शरद यांच्या प्रस्तावास पाठिंबा दिला असता, तर आपल्याला १९४७ मध्ये 'संयुक्त बंगाल' पाहायला मिळाला असता का? हा प्रश्न स्वाभाविक असला, तरी त्याचे स्पष्टपणे उत्तर देता येत नाही. कारण १९४७ मध्ये गांधीचा शब्द काँग्रेसमध्ये प्रमाण मानला जात नव्हता, हे त्याच वर्षी एप्रिलमध्ये दिसून आले. त्या वेळी गांधी यांनी देशाची फाळणी टाळण्यासाठी जिनांच्या नेतृत्वाखाली नवी दिल्लीमध्ये सरकार स्थापन करण्याचा प्रस्ताव मांडला होता आणि तो काँग्रेसने तातडीने फेटाळून लावला होता.

काँग्रेसने १९३७ मध्ये झालेल्या प्रांतीय निवडणुकीवेळी उत्तर प्रदेश मंत्रिमंडळामध्ये मुस्लिम लीगसह सत्ता वाटून घेण्यास नकार दिला होता. त्याचवेळी भारताची फाळणी अटळ आहे, हे अमियनाथ यांनी ओळखल्याचे या पुस्तकात काही वेळा नमूद करण्यात आले आहे. इतरांकडूनही अशाचप्रकारे युक्तिवाद मांडण्यात येत असला, तरी त्याआधी एक वर्ष १९३६ मध्ये पंजाबमधील युनियनिस्ट पक्षाचे नेते फझली हुसैन आणि सिकंदर हयात खान

यांच्याकडून जिना यांना दुय्यम वागणूक मिळाली, तेव्हाच जिना हे धर्माचा किंवा फुटिरतावादी मार्ग पत्करतील, याची चाहूल लागली होती.

मे, १९३८ मध्ये काँग्रेस पक्षाचे तत्कालीन अध्यक्ष असलेल्या सुभाष बोस यांनी काँग्रेस आणि मुस्लिम लीग यांच्यातील मदभेद दूर करण्याच्या प्रयत्नांतून जिना यांच्याशी चर्चा केली होती. बोस हे 'दुसऱ्याचे मत ऐकून घेणारे' होते, हे माहीत असल्यामुळेच गांधी यांनी या चर्चेसाठी प्रोत्साहन दिले. 'इतरांना ज्यामध्ये अपयश आले, ते करण्यास बोस यशस्वी होतील', असे गांधी यांना वाटले होते. तथापि, बोस आणि जिना यांच्यातील चर्चाही निष्फळ ठरली.

माधुरी बोस यांनी फाळणीच्या इतिहासाशी संबंधित प्रश्न सोडवण्यासाठी किंवा त्यांची उत्तरे देण्यासाठी हे पुस्तक निर्माण केलेले नाही. मातोश्री, वडील, आजोबा, आजी आणि आजेकाका यांच्याविषयी वाटणाऱ्या प्रेमानेच त्यांना हे पुस्तक लिहिण्यासाठी प्रवृत्त केले. त्याचप्रमाणे वडील अमियनाथ यांच्या आठवणी व त्यांनी बोस बंधूंचे केलेले मूल्यमापन याचे दस्तावेजीकरण व्हावे व ते अधिकाधिक लोकांपर्यंत पोहचावे, हे पटल्यामुळेच माधुरी यांनी हे पुस्तक निर्माण केले.

माधुरी यांनी ज्या वेळी मला या पुस्तकासाठी प्रस्तावना लिहिण्याबाबत विचारले, त्यावेळी मी भारावून गेलो. माझ्या सुदैवाने १९६० आणि १९७० च्या दशकांमध्ये माझी काही वेळा अमिय बाबूंशी भेट झाली होती. त्याहीपूर्वी मी अकरा वर्षांचा असताना नवी दिल्लीमध्ये मला एका संस्कृतपठण स्पर्धेचे पारितोषिक शरद बाबू यांच्या हस्ते मिळाले होते. हा १९४६ सालचा अखेरचा काळ होता व शरद बाबू त्या वेळी नेहरू, पटेल व इतर नेत्यांसोबत स्वातंत्र्यापूर्वी स्थापन करण्यात आलेल्या हंगामी सरकारचे सदस्य होते.

त्या प्रसंगी केलेल्या भाषणादरम्यान शरद बाबू यांनी 'आयडियाज् हॅव लेग्ज' या पुस्तकाचा उल्लेख केला होता. ही संकल्पना नावीन्यपूर्ण वाटल्याने या पुस्तकाचे नाव माझ्या लक्षात राहिले. त्यानंतर काही दशकांनी माझी या पुस्तकाचे लेखक आणि ज्यांना मी कधीही विसरू शकणार नाही, असे इंग्रजी साहित्यिक पीटर हॉवर्ड यांच्याशी भेट झाली.

सुभाष बाबूंना मी कधी भेटू शकलो नाही. तथापि, भारतावर प्रेम करणारे आणि भारतासाठी सदैव महानतेची मनीषा बाळगणारे, म्हणून ते माझ्या मनात व हृदयात कायमचे घर करून आहेत.

या पुस्तकातून बोस बंधू आणि अमिय बाबू यांच्या होणाऱ्या दर्शनामुळे सुभाष यांनी आपल्या पुतण्यावर केलेल्या संस्काराप्रमाणेच आपल्या सर्वांनाही 'उत्तुंग उंची' गाठण्याची प्रेरणा मिळावी, ही सदिच्छा.

राजमोहन गांधी

ऋणनिर्देश

शरदचंद्र बोस आणि त्यांचे प्रिय कनिष्ठ बंधू सुभाषचंद्र बोस या भारताच्या महान बोस बंधुंविषयीचे हे पुस्तक म्हणजे, आवडीने केलेल्या प्रदीर्घ परिश्रमांचे फलित आहे. शरद यांचे सुपुत्र व सुभाष यांचे पुतणे असलेले माझे वडील अमियनाथ बोस यांच्याकडूनच मला या परिश्रमांसाठी प्रेरणा मिळाली. आपल्या तारुण्यात अमिय यांनी भारताच्या इतिहासातील अनेक महत्त्वाच्या घटनांमध्ये या दोघांसोबत काम केल्याने आपल्या वडील व काकांच्या प्रचंड धकाधकीच्या आयुष्याचे ते थेट व विश्वासार्ह साक्षीदार होते.

अमिय यांनी बोस बंधूंशी संबंधित दस्तावेज मोठ्या उत्साहाने जमवले व सुरुवातीच्या काळात सांभाळलेही होते. त्यामुळेच भारतीय उपखंडाच्या स्वातंत्र्याच्या प्रदीर्घ लढ्यातील बोस बंधूंच्या योगदानाचे बखरकार म्हणून काम करण्यासाठी जणू काही अमिय यांची नेमणूक करण्यात आली होती. सुदैवाने अमियनाथ आणि ज्योत्स्ना बोस यांच्या खासगी संग्रहातील लेख, व्याख्याने, टिपणे, चरित्र इत्यादींचा समृद्ध ठेवा त्यांनी आपल्या सर्वांसाठी ठेवला असून हे पुस्तक या संचयावरच आधारलेले आहे. www.TheBoseLegacy.com या केवळ बोस बंधूवर आधारित साहित्याला वाहिलेल्या संकेतस्थळावरून हा ठेवा देशातील, तसेच जागतिक स्तरावरील अधिकाधिक वाचकांपर्यंत पोहोचवण्यात येणार आहे.

या पुस्तकाची लेखिका या नात्याने बोस बंधूंनी स्वतः केलेल्या लेखनाप्रति कृतज्ञता व्यक्त करणे आणि त्याची प्रशंसा करणे हे काहीसे असाधारण असले, तरी ते तितकेच अपरिहार्य असल्याचे मी मानते. *'दि इंडियन स्ट्रगल'* हा ग्रंथ दुसऱ्या महायुद्धापर्यंतच्या दोन दशकांतील भारतीय स्वातंत्र्यलढ्याचा राजकीय इतिहास मांडणारा सर्वोत्तम ग्रंथ नसला, तरी तो सर्वोत्कृष्ट ग्रंथांपैकी एक आहे, हे सुरुवातीलाच नमूद केले पाहिजे. हा ग्रंथ सुभाष चंद्र यांनी प्रथमतः १९३४ मध्ये लिहिला व त्यामध्ये १९२० ते १९३४ या कालखंडाचा परामर्श घेण्यात आला होता. त्यानंतर १९३४ ते १९४२ चा काळही त्यामध्ये समाविष्ट करण्यासाठी १९४० च्या दशकाच्या सुरुवातीला त्याचे पुनर्मुद्रण करण्यात आले. या पुस्तकामध्ये माझे वडील अमियनाथ यांना जेथे आवश्यक वाटेल, तेथे त्यांनी घटनांची पार्श्वभूमी सांगण्यासाठी *दि इंडियन स्ट्रगल* या ग्रंथाचा सढळ हस्ते आधार घेतल्याचे वाचकांच्या लक्षात येईल. त्यामुळेच अमिय यांनी पुढाकार घेऊन १९४८ आणि १९५३ मध्ये आपल्या देखरेखीखाली

बंगालीमध्ये प्रथमच पुस्तकरूपात या ग्रंथाचा दोन भागांमधील अनुवाद प्रकाशित करणे, हा योगायोग नव्हता.

शरद यांचीही लेख, भाषणे, जाहीरनामे, वृत्तपत्रीय अग्रलेख, संसदीय चर्चा, पत्रे आदी स्वरूपातील लेखनसंपत्ती विपुल आहे. यापैकी बहुतांश साहित्य कलकत्त्यामधील नेताजी भवन येथे १९५२ मध्ये स्थापन करण्यात आलेल्या दि शरद बोस अकादमीने प्रकाशित केले आहे. यांमध्ये *'सिलेक्टेड स्पीचेस अँड रायटिंग्ज ऑफ शरदचंद्र बोस १९४७–१९५०'* (१९५४) *(शरदचंद्र बोस यांची निवडक भाषणे व लेख)* आणि *'शरदचंद्र बोस कॉमेमोरेशन व्हॉल्युम'* (१९८२) (शरदचंद्र बोस स्मरणग्रंथ) आदी ग्रंथांचा समावेश आहे. यातील तिसरा खंड २००१ मध्ये *'इंटरप्रिटिंग अ नेशन'* या नावाने प्रकाशित झाला असून प्रसिद्ध साहित्यिक व अभ्यासक प्राध्यापक अंजन बेरा यांनी कलकत्त्यामधील नेताजी इन्स्टिट्यूट ऑफ एशियन स्टडिज या संस्थेसाठी त्याचे संकलन व संपादन केले आहे. या खंडांमधूनही मला पुस्तकाच्या तयारीसाठी उपयुक्त माहिती मिळाली.

आपले वडील आणि काका यांच्याविषयीची व्याख्याने आणि समालोचनादरम्यान अमिय नेहमी त्यांनी लंडनमधील 'इंडियन ऑफिस लायब्ररी अँड रेकॉर्ड्स' या संस्थेतून मिळवलेल्या साहित्याचे संदर्भ द्यायचे. या साहित्यामध्ये लंडनमधील ब्रिटिश सरकारने, तसेच पारतंत्र्यकाळात भारतामधील ब्रिटिश इंडिया सरकारने तयार केलेल्या गुप्तचर अहवालांचाही समावेश होता.

शरद आणि सुभाष यांच्याशी संबंधित या विविध कागदपत्रांमधील तपशील येथे बहुतांशवेळा मूळ स्वरूपातच नमूद करण्यात आले आहेत. याद्वारे हे दोघे बंधू कसा विचार करत व मांडत होते, तसेच इतर लोक त्यांच्याविषयी काय विचार करत होते, हे वाचकांना समजू शकेल. ही कागदपत्रे पुरवणाऱ्या स्रोतांची नावेही त्या त्या ठिकाणी नमूद केली आहेत.

दिवंगत प्राध्यापक प्रशांत घोष यांचेही मी या ठिकाणी आभार मानू इच्छिते. शरदचंद्र बोस यांच्या पूर्ण न होऊ शकलेल्या चरित्रासाठी घोष यांनी सुरुवातीच्या टप्प्यात माझ्या वडीलांसोबत काम केले होते. त्या चरित्रासाठी त्यांनी १९३० सालातील काही महत्त्वाचे पत्रव्यवहार बंगालीतून इंग्रजीमध्ये अनुवादित केले होते. ही पत्रे त्या वेळी कुमारवयात असलेल्या अमिय यांनी व्यक्तिशः सुभाष यांच्याकडून क्रांतिकारी नेते बरीन घोष यांच्यापर्यंत पोहचवली होती. त्या मौल्यवान पत्रांच्या अनुवादाचे खर्डे अमियनाथ यांनी जपून ठेवले होते आणि हे अनुवाद या पुस्तकात संपूर्णपणे तसेच समाविष्ट करण्यात आले आहेत.

बऱ्याच वर्षांपासून सुरू असलेल्या या पुस्तकाच्या तयारीसाठी हातभार लावणाऱ्या अनेक लोकांची मी ऋणी आहे. त्याची सुरुवात प्रचंड प्रमाणात असलेल्या लेखी साहित्याच्या

संग्रहाचे डिजिटायझेशन करण्यापासून आणि ध्वनिमुद्रित साहित्याचे लेखी स्वरूपात रूपांतर करण्यापासून होते. या कष्टप्रद प्रक्रियेला सुरुवात करण्यासाठी कथकली मुखर्जी माझ्यासोबत होत्या. गेली काही वर्षे मेहनतीने डिजिटायझेशनचे काम पूर्ण करणाऱ्या सोमेंद्र नारायण घोष आणि जया मुखर्जी यांचे मी आभार मानू इच्छिते. ब्रिटिश गुप्तचर खात्याच्या अहवालांचा गोषवारा तयार करण्याचे काम हाती घेतलेल्या मधुमिता दासगुप्ता यांचेही आभार. जयंती नियोगी यांनी तळटिपा देण्याच्या थकवणाऱ्या कामामध्ये आपुलकीने मला मदत केली, त्याबद्दल मी त्यांची ऋणी आहे. माझा पुतण्या अनिर्बन रे याने पुस्तकामध्ये वापरलेल्या छायाचित्रांचा दर्जा उंचावण्यासाठी परिश्रम घेतले.

माझे अनेक वर्षांपासूनचे मित्र राजू रामन यांचेही मी आभार मानू इच्छिते. त्यांनी केवळ सुभाष यांनी अमिय यांना पाठवलेली पत्रे बंगालीतून इंग्रजीमध्ये अनुवादितच केली नाहीत, तर गरज भासेल, तेव्हा तत्परतेने सल्ला व पाठिंबा दिला. दिल्लीमधील नेताजी मिशन आणि www.subhaschandrabose.org या वेबसाइटचे काम पाहणारे चंद्रचूड घोष हे सुभाष यांच्याविषयी अधिकारवाणीने बोलू शकतात. सुभाष यांचे जीवन व त्यांच्या कार्याशी संबंधित अनेक पैलूंविषयी, त्याचप्रमाणे त्यांच्याबद्दल लिहिण्यात आलेल्या ग्रंथाविषयी त्यांनी दिलेली माहिती, तसेच माझ्याकडील माहितीला त्यांनी दिलेला दुजोरा महत्त्वपूर्ण ठरला.

या पुस्तकाचे हस्तलिखित काळजीपूर्वक वाचून त्याविषयी मौल्यवान सूचना, तसेच संपादकीय टिप्पणी करणाऱ्या माझ्या काही 'प्रथम वाचकां'चीही मी ऋणी आहे. कलकत्त्यामधील मॉडर्न हायस्कूलच्या माझ्या आवडत्या शिक्षिका चंदा बोस यांनी इतिहासाचे महत्त्व माझ्या मनावर बिंबवले आणि सुप्रिया भट्टाचार्य यांनी माझ्यामध्ये इंग्रजी भाषेविषयी प्रेम रुजवले. तूपसी रे आणि सारा अधिकारी या माझ्या मैत्रिणी, माझ्या वडिलांनी आपल्या आयुष्यातील अनेक महत्त्वाच्या अनुभवांबाबत ज्यांच्याशी चर्चा केली, ते कौटुंबिक मित्र कृष्णो डे या सर्वांची मी आभारी आहे.

दूर ऑस्ट्रेलियातील मित्र जॉन मॅकार्थी (ऑस्ट्रेलियाचे भारतातील माजी उच्चायुक्त), पीटर आणि शर्मिन मॅक्कोल, ॲलन आणि शेरील स्वान, एलिझाबेथ हॅटी आणि कॉलिन यांचेही आभार मानायला हवेत. मॅक्लेन यांनी अंतिम हस्तलिखित संपूर्ण वाचून काढले आणि त्याबाबत स्वारस्यपूर्ण, वस्तुनिष्ठ व विचारपूर्वक टिप्पणी केली.

जगभरामध्ये विखुरलेल्या माझ्या मित्रांनी या सर्व वर्षांत लेखनाच्या प्रगतीविषयी आणि हे पुस्तक कधी प्रकाशित होईल, याविषयी सातत्याने विचारणा करणे सुरू ठेवले. विशेषतः लंडनमधील त्रिशा ॲब्रिस डेनिंग (हिच्या घरी मी एकदा तासन्‌तास माझी कागदपत्रे स्कॅन करत होते व माझ्या कामात व्यत्यय येऊ नये, म्हणून ती त्या वेळी कोठेतरी बाहेर गेली होती!) आणि ट्रॅसी अल्टवेट-मोए यांनी सातत्याने त्यांना या पुस्तकाविषयी असलेल्या उच्च

अपेक्षा व्यक्त केल्या होत्या. आता तयार झालेल्या पुस्तकामुळे त्यांचा अपेक्षाभंग होणार नाही, अशी मी आशा करते.

सूर्य आणि चंद्र हे माझे दोन भाऊ या पुस्तकाच्या प्रक्रियेमध्ये जवळून सहभागी होते आणि ते सातत्याने मला प्रोत्साहन आणि पाठिंबा देत होते. बोस बंधूंच्या भविष्यवेधी दृष्टीचा प्रभाव आमच्या वडिलांच्या आयुष्यावर पडला असल्याने अनेकवेळी अमिय यांच्या जीवनामधील महत्त्वाच्या प्रसंगाचे तपशील निश्चित करण्यासाठी मला माझ्या बंधूंची मदत झाली. लॉर्ड माउंटबॅटन यांनी ऑक्टोबर, १९७६ मध्ये लंडन येथे माझ्या वडिलांची भेट घेतली, त्या वेळी सूर्यही त्यांच्यासोबत होता. या भेटीनंतर दोघांमध्ये झालेला पत्रव्यवहार या पुस्तकात देण्यात आला आहे. बोस बंधूंशी संबंधित ऐतिहासिक नोंदींबाबत करण्यात आलेल्या विपर्यास उघड करण्यासाठी आणि सुभाष यांच्याविषयीची कागदपत्रे प्रसिद्ध करण्यासाठी सध्या सुरू असलेल्या एकत्रित चळवळीमध्ये सहभागी असल्याने चंद्राचे नाव गेल्या काही वर्षांमध्ये चर्चेत आले आहे. आतापर्यंत भारतात सत्तेवर आलेल्या सरकारांनी ही कागदपत्रे अट्टाहासाने गोपनीय ठेवली आहेत.

या सर्व प्रवासामध्ये माझी आई ज्योत्स्ना हिचा मला खंबीर पाठिंबा होता. माझ्या वडिलांचे २७ जानेवारी, १९९६ रोजी अकस्मिक निधन झाल्यानंतर आपल्या पतीचा हा अमूल्य ठेवा काळजीपूर्वक जपून ठेवण्याची प्रत्यक्ष जबाबदारी तिने उचलली. या सर्व माहितीवर आधारित पुस्तक लिहिण्याचा माझ्या वडिलांचा कायम मनोदय होता आणि त्यांनी त्यासाठी खूप वेळ आणि उर्जा खर्च केली होती. त्यांच्यानंतर हे पुस्तक लिहिणे ही वारसाहक्काने माझी जबाबदारी असल्याची जाणीव आई मला सतत करून देत होती. माझी स्वतःची कारकीर्द आणि त्यानिमित्त करावा लागणारा प्रवास या कारणांमुळे हे पुस्तक तयार होण्यासाठी बराच काळ लागला. १ मार्च, २०१५ रोजी माझ्या आईचे निधन झाले. त्यामुळे ती या पुस्तकाची प्रकाशित प्रत पाहू शकली नाही. तरीही तिने या पुस्तकाचे अंतिम हस्तलिखित वाचून त्याबाबत आपली संपूर्ण पसंती व्यक्त केली होती, ही बाब माझ्यासाठी दिलासादायक आहे.

परिचय

भारताच्या महान स्वातंत्र्यलढ्याविषयीच्या इतिहासाचे पहिले धडे मला माझे वडील अमियनाथ बोस यांच्याकडून मिळाले होते. अमिय हे ब्रिटिशकालीन भारतामध्ये १९४७ साली स्वातंत्र्य मिळण्यापूर्वीच्या काही गदारोळाच्या दशकांमध्ये वाढले होते. ब्रिटिश काळातील वेगळीच कलाटणी देणाऱ्या कथा आणि भारताचे प्रमुख राष्ट्रीय नेते, स्वातंत्र्यसेनानी आणि क्रांतिकारी यांच्या दृष्टिकोनातून आपल्या इतिहासातील संस्मरणीय घटनांचे वृत्तान्त असलेले हे धडे ऐकताना लहानपणी मी रंगून जायचे. या इतिहासकालीन घटनांचे कथन हे इतके प्रत्यक्षदर्शी आणि प्रत्ययकारी असायचे की मी स्वतंत्र आणि दुर्दैवाने फाळणी झालेल्या भारताच्या काळात जन्माला येऊनही हे प्रसंग व ही व्यक्तिमत्त्व माझ्यासमोर साक्षात जिवंत व्हायची.

माझे बालपण दक्षिण कलकत्त्यामधील १, वूडबर्न पार्क येथील घरात एकत्र कुटुंबपद्धतीत गेले. हे भव्य तीन मजली घर माझे आजोबा शरदचंद्र बोस यांनी १९२८ मध्ये आपले कौटुंबिक निवासस्थान म्हणून बांधले होते. ३८/२ एल्गिन मार्गावर असलेल्या आमच्या वडिलोपार्जित घरापासून (सध्याचे नेताजी भवन) हे घर हाकेच्या अंतरावर होते. या १, वूडबर्न पार्क येथील घरात (आता हे घर शरद बोस भवन म्हणून ओळखले जाते आणि सरकारच्या मार्गदर्शनाखाली येथे नेताजी इन्स्टिट्यूट ऑफ एशियन स्टडीज् ही संस्था चालवण्यात येत आहे.) शरद आणि सुभाष हे प्रसिद्ध बोस बंधू भारतीय स्वातंत्र्यलढ्याच्या महत्त्वाच्या कालखंडामध्ये एकत्र राहिले व त्यांनी येथून काम केले.

आठवड्यातील कामकाजांच्या दिवशी माझे वडील कलकत्ता उच्च न्यायातील खटले आणि संध्याकाळी घरी आपल्या पक्षकारांसोबतच्या चर्चा यांमध्ये व्यस्त असायचे. सार्वजनिक आणि राजकीय घडामोडींतील सततच्या सहभागामध्ये त्यांच्या बराचसा वेळ व्यापला जात असे. त्यामुळे सामान्यतः आठवड्याच्या अखेरीस शांत संध्याकाळी त्यांना आराम करण्यासाठी, वाचण्यासाठी (ते खूप अधाशी वाचक होते) आणि त्यांच्या मुलांशी म्हणजेच मी व माझे दोन भाऊ सूर्य आणि चंद्र यांच्याशी गप्पा मारण्यासाठी वेळ मिळत असे.

माझ्या वडिलांकडे कथाकथनाचे, किंबहुना 'चालताबोलता इतिहास' उभा करण्याचे उल्लेखनीय कौशल्य होते. त्यांची स्मृती विलक्षण होती आणि ते ज्या अचूकपणे व नेमकेपणाने घटना व त्यांच्या तारखा सांगत त्यामुळे आम्ही प्रभावित होत असू. त्यांची

विनोदबुद्धीही उत्तम होती. त्यांच्या बालपणीचे किस्से, झोपेत चालण्याची सवय असलेले त्यांचे एक तऱ्हेवाइक काका किंवा एका कौटुंबिक विवाहसोहळ्यावेळी घडलेला गमतीदार प्रसंग, अशा गोष्टी त्यांच्याकडून ऐकताना आम्ही हरखून जात असू.

आपल्या स्वातंत्र्यलढ्यातील महान घटनांच्या प्रवासानंतर नेहमी कोंडी करणाऱ्या किंवा मागे घेऊन जाणाऱ्या घटना यायच्या आणि त्यापुढील टप्पा हा फाळणीच्या संकटमय शोकांतिकेचा असे. रात्रीच्या जेवणापर्यंत हा प्रवास सुरू राहात असे. रात्रीचे जेवण हे नेहमी बरोबर ९ वाजता व्हायचे आणि आई ज्योत्स्ना (पूर्वाश्रमीच्या घोष) त्यावेळी टेबलाच्या मुख्य आसनावर असायची. माझ्या आईचे कुटुंब हे मूळचे पूर्व बंगालमधून आलेले होते व त्यामुळे फाळणीच्या यातना व ससेहोलपट तिला चांगलीच माहिती होती. कधीतरी ती वरिष्ठ सरकारी नोकर असलेले तिचे वडील, आई आणि भावडांसोबत संपूर्ण बंगालमधील पर्यटन केल्याच्या आनंदी दिवसांविषयी, तसेच ढाका शहराच्या वेशीवर बुरीगंगा (गंगा नदीचे जुने पात्र) नदीकाठी असलेल्या त्यांच्या घरामध्ये घालवलेल्या सुट्ट्यांविषयी आठवणी सांगत असे.

माझ्या आई-वडिलांचा विवाह ७ मार्च, १९४८ रोजी झाला. त्यांचा विवाहसोहळा हे आनंददायी औचित्य होते आणि शरद व विभावती यांच्या नियोजन व देखरेखीखाली आठवडाभर आनंदोत्सव साजरे करण्यात येत होते. १ वूडबर्न पार्क येथील घर हे दिव्यांच्या रोषणाईने आणि फुलांच्या सजावटीने झगमगले होते आणि सनईचे पवित्र सूर आसमंतात भरून राहिले होते. सुभाष यांच्या बेपत्ता होण्याने आणि त्यानंतरच्या फाळणीच्या शोकांतिकेमुळे शरद यांच्या घरावर आलेली दुःखाची अवकळा काही काळासाठी नाहीशी झाली होती. विवाहसोहळ्यानंतर लगेचच पुन्हा राष्ट्रीय घटनांनी केंद्रस्थान पटकावले.

शरद आणि विभावती कुटुंबप्रमुख असलेल्या या मोठ्या आणि सदैव व्यस्त असणाऱ्या घराशी जुळवून घेण्यास माझ्या आईला फारसा वेळ लागला नाही. त्याचवेळी अमिय व ज्योत्स्ना यांचे खासगी घरही सक्रिय सार्वजनिक जीवनाचे केंद्रस्थान बनले होते. फाळणीनंतर आता पूर्व पाकिस्तानच्या सीमेवरून येणारे निर्वासितांचे लोंढे व यांसारख्या इतर परिणामांना तोंड देण्यासाठी, तसेच विभक्त बंगालमध्ये शांतता व एकोपा नांदावा, यासाठी शरद यांचे सुरू असलेले अयशस्वी प्रयत्न आईने जवळून पाहिले आहेत. २० फेब्रुवारी, १९५० रोजी शरद यांचे निधन होण्यापूर्वी काही तास त्यांनी बंगालच्या एकीकरणासाठी जाहीर आवाहन करून बंगालची फाळणी रद्द करण्याच्या अखेरच्या निकराच्या प्रयत्नाचीही आई साक्षीदार होती.

आईसाठी तिचे सासरे शरद हे भारतीय इतिहासाची दिशा बदलू शकरणारे सार्वजनिक जीवनातील अत्यंत आदरणीय व्यक्तिमत्व आणि राष्ट्रीय नेते होते, त्याचबरोबर ते एक कुटुंबवत्सल व्यक्ती आणि नातवंडांवर खूप प्रेम करणारे आजोबाही होते. आईच्या नजरेत सासू विभावती या सुंदर व सौम्य स्वभावाच्या होत्या, तसेच त्यांच्याठायी प्रचंड मानसिक

सामर्थ्य व स्थितप्रज्ञताही होती. त्यांच्या जीवनकाळामध्ये नेहमीच त्यांच्यावर सामर्थ्य आणि स्थितप्रज्ञतेची कसोटी पाहणारे प्रसंग आले होते.

वडील शरद आणि सुभाषकाका यांच्या दाट प्रभावाखाली वाढलेले अमिय हे लहान वयापासूनच त्या काळी सुरू असलेल्या राष्ट्रीय चळवळीचे बारकाईने निरीक्षण करत होते. वूडबर्न पार्क येथील घरच १९२० आणि १९३० च्या दशकांमध्ये भारतीय राष्ट्रीय काँग्रेसच्या अनेक महत्त्वाच्या बैठकांचे ठिकाण होते. या घरी महात्मा गांधी, जवाहरलाल नेहरू व यांसारख्या इतर नेत्यांचे अतिथी म्हणून वास्तव्य होते. गांधी यांनी माझी आजी विभावती यांना २९ जुलै, १९४२ रोजी पत्र लिहिले होते.

प्रिय भगिनी,

मी मनोरंजन बाबू यांच्यासोबत पाठवलेला संदेश तुम्हाला मिळाला असेल, अशी आशा करतो. राजकीय मतभेदांमुळे वैयक्तिक आपुलकी व जिव्हाळा कमी होत नाही, असे मी म्हटले तर तुम्ही माझ्यावर विश्वास ठेवाल. तुमचे संपूर्ण घर माझ्या दिमतीस हजर होते आणि तुम्ही व तुमच्या कुटुंबातील सर्वांनी मला जे अविस्मरणीय प्रेम व जिव्हाळा दिला आहे, त्यानंतर मी तुमच्या कुटुंबाचाच एक सदस्य बनलो आहे.

तुम्हाला लवकरच शरद बाबू यांच्याकडून चांगली बातमी ऐकायला मिळेल, अशी मी आशा करतो.

तुम्हा सर्वांना प्रेम,

एम. के. गांधी

माझ्या वडिलांची राजकीय उमेदवारीतील जडणघडणीची वर्षे बोस बंधूंसोबत गेली असल्याने गांधी, नेहरू, वल्लभभाई पटेल यांसारख्या काँग्रेसच्या दिग्गज नेत्यांशी त्यांचा थेट संपर्क आला होता आणि त्या वेळपर्यंत ते सर्वांना ओळखू लागले होते. राष्ट्रीय स्तरावरील प्रमुख नेत्यांसोबत खूप लवकर संपर्क आल्यामुळे त्यांना भविष्यामध्ये स्वातंत्र्यापूर्वी आणि स्वातंत्र्यानंतरही राजकारण आणि मुत्सद्देगिरीत भूमिका निभावताना चांगले स्थान प्राप्त होऊ शकले.

वडील आमच्याशी अनेक विषयांवर बोलायचे, परंतु बऱ्याचदा १९२० च्या दशकाच्या सुरुवातीस गांधी आणि देशबंधू चित्तरंजन दास (सी. आर. दास) यांच्या उदयानंतर भारतीय राष्ट्रीय चळवळीमध्ये झालेले नाट्यपूर्ण बदल हे त्यांच्या बोलण्याचा केंद्रस्थानी असत. याच काळामध्ये गांधी यांनी सुरू केलेल्या असहकार चळवळीमुळे राष्ट्रवादी महत्त्वाकांक्षा जागृत झाल्याने शरद आणि सुभाष यांनी त्यामध्ये सक्रिय सहभाग घेतला. बोस बंधूंविषयी वडील सखोल व्यक्तिगत आकलन आणि जवळीक असल्याप्रमाणे बोलायचे. ही जवळीक केवळ मुलगा व पुतण्या असल्यामुळे नव्हती, तर पुढे मोठेपणी बोस बंधूंचा विश्वासू सहकारी,

राजकीय जोडीदार आणि वैयक्तिक दूत म्हणून काम करताना वडिलांना आलेल्या अनुभवांतून ही जवळीक व आकलन निर्माण झाले होते.

आपले नामांकित वडील आणि प्रतिष्ठित काकांविषयी बोलताना स्वतंत्र, अखंड आणि समाजवादी भारतामध्ये सामाजिक ऐक्य प्रस्थापित करण्यासाठी त्यांनी आयुष्यभर वाहिलेली निष्ठा माझे वडील अधोरेखित करायचे. शरद किंवा सुभाष यापैकी कोणाही एकट्याला समजून घेणे आणि त्यांचा अभ्यास करणे शक्य नाही, कारण त्यांची तत्त्वे, त्यांची भविष्यवेधी दृष्टी आणि त्यांची ध्येय ही मिळतीजुळती, परस्परपूरक आणि एकमेकांना बळ पुरवणारी होती, याचा अमिय आवर्जून उल्लेख करायचे.

सुभाष यांच्या जयंतीनिमित्त २३ जानेवारी, १९७६ रोजी कलकत्त्यातील नेताजी भवन येथे आयोजित केलेल्या व्याख्यानामध्ये वडिलांनी या दोन भावांमधील असामान्य नातेसंबंधांचे एकूण महत्त्व विषद केले आहे:

> शरदचंद्र बोस यांना समजून घेतल्याशिवाय सुभाषचंद्र बोस यांचे जीवन व कार्य यांचे संपूर्ण आकलन होऊ शकणार नाही. त्या दोघांचा स्वतंत्र व अखंड भारताविषयीचा दृष्टिकोन सारखाच होता, त्यांनी बहुसंख्य किंवा अल्पसंख्याकांच्या जातीयवादाविरोधात कोणतीही तडजोड न स्वीकारणारी ठाम भूमिका घेतली होती आणि दोघांचाही समाजवादाच्या तत्त्वांवर अढळ विश्वास होता.
>
> माझ्या वडिलांचे मित्र आणि सहकारी काली प्रसाद खैतान हे शरदचंद्र बोस अकादमीने ६ सप्टेंबर, १९५३ रोजी नेताजी भवन येथे आयोजित केलेल्या स्मृती व्याख्यानामध्ये म्हणाले होते, 'शरद हे वाघाच्या काळजाचे मनुष्य होते. शरद यांनी सुभाष यांना घडवले व सुभाष यांनी शरद यांना घडवले. या अभिमानास्पद आणि अविचल बोस बंधूंनी ज्या भारतास स्वतंत्र करण्यासाठी प्रयत्न केले, त्या भारताच्या आणि बंगालच्या अंतःकरणामध्ये ते सदैव जिवंत राहतील.'

भारतीय स्वातंत्र्यलढ्याच्या सुरुवातीचा मागोवा घेताना वडील १८५७ च्या सशस्त्र क्रांतीपर्यंत मागे जायचे. त्या वर्षी ब्रिटिश सत्तेविरोधात लष्करी फौजांनी पहिले बंड पुकारले होते. ब्रिटिशांनी दहशतीचा अवलंब करून हे बंड दडपले. त्यानंतर १८८५ मध्ये झालेला काँग्रेसचा जन्म, एकीकडे सुशिक्षित भारतीय व दुसरीकडे ब्रिटिश साम्राज्य यांच्यामधील केवळ नागरी व राजकीय संवादाचे व्यासपीठ या काँग्रेसच्या सुरुवातीच्या भूमिकेपासून ते नेमस्त आणि जहाल या दोन्हीप्रकारच्या राष्ट्रवाद्यांना एकत्र आणून अधिक संवैधानिक बदल व शासनामध्ये अधिक स्वायत्तता मागणारी एक महत्त्वाची जनाधारित संघटना म्हणून ओळखली जाण्यापर्यंतच्या टप्प्याटप्प्याने होत गेलेल्या प्रवासचेही वर्णन वडील करायचे. यामध्ये लोकमान्य बाळ गंगाधर टिळक यांचा उल्लेख करायला वडील कधीही विसरायचे

नाहीत. टिळक यांनी सर्वप्रथम 'स्वराज्य हा माझा जन्मसिद्ध हक्क आहे आणि तो मी मिळवणारच!', ही प्रसिद्ध घोषणा देऊन एकोणीसाव्या शतकामध्ये स्वराज्याचा (संपूर्ण स्वातंत्र्य) पुरस्कार केला होता.

एकोणीसाव्या शतकाच्या अखेरच्या दशकापासून सक्रिय असलेल्या भारतातील क्रांतिकाऱ्यांच्या योगदानाबद्दलही वडील बोलायचे. यापैकी बरेच क्रांतिकारी बंगालमधील होते आणि पहिल्या महायुद्धादरम्यान क्रांतिकारी चळवळ चेतवण्याचे त्यांचे प्रयत्न त्यांच्यापेक्षा सरस असणाऱ्या ब्रिटिश फौजांनी चिरडून टाकले होते. शरद आणि सुभाष यांना वूडबर्न पार्क येथील घरात भेटावयास येणाऱ्या क्रांतिकाऱ्यांविषयीच्या बालपणीच्या आठवणीही वडील जागवायचे.

१९३० मध्ये चितगाव शस्त्रागारावर हल्ला चढवणाऱ्या सूर्या सेन यांच्या स्मृतींना उजाळा देताना, 'एक शांत आणि साधा माणूस. त्यांच्यात इतकी धग होती अशी कल्पना कोणी केली असती!', असे अमिय सांगायचे. सुभाषकाकांनी १९३० मध्ये कधीतरी क्रांतिकारी नेते अरविंद घोष यांचे बंधू व सहकारी बरीन घोष यांच्यापर्यंत एक प्रदीर्घ व व्यक्तिगत पत्र (हे पत्र तिसऱ्या प्रकरणामध्ये देण्यात आले आहे.) स्वहस्ते पोहचवण्यास अमिय यांना सांगितले होते. त्यावेळच्या त्यांची उत्तेजनाही अमिय कथन करायचे.

सी. आर. दास यांना काँग्रेस नेते म्हणून महत्त्व प्राप्त झाले आणि त्यानंतर त्यांनी जानेवारी, १९२३ मध्ये मुख्य काँग्रेसमधून बाहेर पडून स्वराज्य पक्षाची स्थापना केली व लोकप्रियता आणि सामर्थ्य मिळवले, तेव्हा माझे वडील खूप लहान होते. सी. आर. दास यांचा उल्लेख नेहमीच बोस बंधूंचे राजकीय गुरु असा केला जातो. त्यांच्या अकाली निधनाविषयी शोक व्यक्त करताना सुभाष यांनी 'देशबंधूंचे सार्वजनिक जीवन हे एखाद्या उल्केप्रमाणे होते आणि त्यांच्याकडे सामर्थ्याची समृद्धी असतानाच त्यांनी या जगाचा निरोप घेतला', असे म्हटले आहे.

शरद बोस यांच्या वडिलोपार्जित घराशेजारीच असलेल्या ३८/१, एल्गिन मार्ग येथील घरात झालेल्या स्वराज्य पक्षाच्या बैठकांवेळच्या देशबंधूंच्या अगदी सुरुवातीच्या आठवणी वडील सांगायचे. स्वराज्य पक्षाच्या अशाच एका बैठकीवेळी मोतीलाल नेहरू, हकीम अजमल खान, जे. एम. सेनगुप्ता यांच्यासह नव्या पक्षाचे सर्व आघाडीचे नेते व इतर काही जण एका खोलीत जमले होते. सेनगुप्ता खूर्चीवर रेलून सिगार ओढत होते व त्यांनी मोतीलाल नेहरू व इतर उपस्थित लोकांची दखलही घेतली नाही. त्यानंतर काही वेळातच शरद पायऱ्या चढून वर आले आले आणि त्यांनी 'कर्ता (प्रमुख) आले आहेत!', असे सांगितले. त्यानंतर देशबंधूंनी खोलीमध्ये प्रवेश केला, तसे सेनगुप्ता तातडीने खुर्चीतून उठून उभे राहिले व त्यांनी आपली सिगार विझवली. आता खोलीतील सर्वांचे लक्ष देशबंधूंवर होते आणि बैठकीला तातडीने सुरुवात झाली.

१९३३ पासून वडील कलकत्ता विद्यापीठातील स्कॉटिश चर्चेस कॉलेजमध्ये पदवीचा अभ्यास करत होते. येथे त्यांनी कलकत्ता विद्यापीठ विद्यार्थी संघटना स्थापन करण्यामध्ये महत्त्वाची भूमिका बजावली. या संघटनेचे पहिले अध्यक्ष या नात्याने १९३७ च्या सुरुवातीस वडिलांनी विद्यापीठातील दरभंगा हॉल येथे हिंदू-मुस्लिम ऐक्य या विषयावर व्याख्यान देण्यासाठी महंमद अली जिना यांना आमंत्रित केले होते. जिना या व्याख्यानादरम्यान दोन्ही समाजातील ऐक्य आणि परस्परसामंजस्य यांची बाजू घेऊन बोलले व त्यांच्या बोलण्यातून कुठेच पुढे येणाऱ्या प्रलयाची चाहूल लागली नाही, असे वडिलांना आठवते.

मार्च, १९३७ मध्ये माझे वडील केंब्रिज विद्यापीठामध्ये इकॉनॉमिक ट्रायपॉसचा (केंब्रिज विद्यापीठाअंतर्गत घेतली जाणारी पदवी परीक्षा) अभ्यास करण्यासाठी आणि 'बॅरिस्टर ॲट लॉ' या पदवीकरिता पात्र ठरण्यासाठी इंग्लंडला रवाना झाले. तेथे राहूनही भारतातील स्वातंत्र्य चळवळीला पाठिंबा देण्यासाठी ते कार्यरत होते. डिसेंबर, १९४४ मध्ये अखेर भारतात परतण्यापूर्वी सात वर्षांहून अधिक काळ इंग्लंडमध्ये केलेल्या वास्तव्यात त्यांनी ब्रिटिश संसद सदस्य, कला व सांस्कृतिक मंडळे, विविध क्षेत्रातील नामांकित व्यक्ती आणि ग्रेट ब्रिटनमधील सर्वसामान्य नागरीक यांच्यामध्ये भारतीय स्वातंत्र्यासंबंधीचा प्रचार करण्यासाठी बराच वेळ व परिश्रम खर्ची घातले.

इंग्लंडमधील वास्तव्याची अखेरची तीन वर्षे आणि भारतात परतल्यानंतरही अमिय यांनी दक्षिण भारतातील एका कोपऱ्यात कैदेत असलेल्या वडील शरद यांच्या सुटकेसाठी अविरत प्रयत्न केले. अखेर सप्टेंबर १९४५ मध्ये शरद यांची सुटका करण्यात आल्यानंतर अमिय नेहमीच आपल्या वडिलांसोबत होते. आझाद हिंद सेनेतील (आयएनए) परतलेल्या सैनिकांच्या यातना, कसोट्या व त्यानंतरच्या उलथापालथीच्या काळात, स्वातंत्र्य व फाळणीसंदर्भातील महत्त्वाच्या वाटाघाटींमध्ये, त्याचप्रमाणे सुभाष यांच्या ऑगस्ट १९४५ मध्ये बेपत्ता होण्याच्या हृदयद्रावक घटनेच्या पार्श्वभूमीवर अमिय यांनी सदैव आपल्या वडिलांची साथ दिली.

शरद यांचे सर्वतोपरी प्रयत्न, अढळ निष्ठा व दूरदृष्टी इतके सगळे असूनही ते भारताची आणि विशेषतः बंगालची फाळणी रोखू न शकल्याविषयी बोलताना माझ्या वडिलांच्या तीव्र भावनांना नेहमी वेदनेचा डंख असे. त्याचप्रमाणे शरद यांनी आयुष्यभर जातीयवादाच्या कर्दनकाळाविरुद्ध दिलेला लढा, तसेच काँग्रेस १९४७ मध्ये सत्तेवर आल्यापासून चिकटलेल्या भ्रष्टाचार, घराणेशाही व पक्षपातीपणा यांविरुद्ध निर्भिडपणे उठवलेला आवाज याबद्दलही ते बोलत असत.

शरद यांचे फेब्रुवारी, १९५० मध्ये अचानक व अकाली निधन झाल्यानंतर वडिलांनी काही मित्र, कुटुंबीय व सहकाऱ्यांच्या मदतीच्या जोरावर बोस बंधूंचा वारसा अधिक बळकट करण्याचे कार्य हाती घेतले. बोस बंधूंच्या दूरदृष्टीनुसार आणि आशियातील प्रादेशिक ऐक्य

व परस्पर सहकार्याच्या त्यांच्या स्वप्नानुसार भारताची पुनर्बांधणी होऊ शकेल, या आशेने वडिलांनी हे कार्य सुरू केले होते. शरद यांनी कैदेतून सुटल्यानंतर ३८/२, एल्गिन मार्ग येथील बोस यांच्या वडिलोपार्जित घरामध्ये वस्तु संग्रहालय आणि संशोधन व समाज केंद्र स्थापन करण्यासाठी आवश्यक पावले उचलून आपल्या इतर भावांकडून त्याचा ताबा मिळवला आणि आपल्या प्रिय भावावरून त्याचे 'नेताजी भवन' असे नामकरण केले.

शरद यांच्या योजना प्रत्यक्षात आणण्याच्या प्रयत्नांचा एक भाग म्हणून १९५२ मध्ये शरद बोस अकादमीची स्थापना करण्यात आली. ही संस्था नेताजी भवनची प्रमुख कार्यकारी संस्था होती. माझ्या वडिलांनी या अकादमीच्या सरचिटणीसपदाचा कार्यभार स्वीकारला. त्यानंतर लागलीच त्यांनी बोस बंधूंच्या कार्याशी संबंधित ब्रिटन, जर्मनी, इटली, जपान या देशांत तसेच भारतामध्ये सरकारी आणि खासगी संग्रहामधील कागदपत्रे, पत्रव्यवहार, छायाचित्रे, चित्रफिती आदी साहित्याचा परिश्रमपूर्वक शोध घेऊन ते मिळवण्यासाठी प्रयत्न सुरू केले. हा प्रचंड आणि मौल्यवान संग्रह नेताजी भवन येथे ठेवण्यात आला आहे.

त्याचबरोबर अकादमीतर्फे शरद आणि सुभाष यांचे लेखन, व्याख्याने व पत्रसंग्रह प्रकाशित करण्याचा उपक्रम सुरू करण्यात आला. बोस बंधूंचे जीवन व त्यांचे कार्य मांडणारी छायाचित्रांची प्रदर्शनेही अकादमीतर्फे आयोजित करण्यात आली.

भारतीय स्वातंत्र्यलढ्यातील बोस बंधूंच्या भूमिकेविषयी वडिलांनी भारतात, तसेच भारताबाहेरही विपुल प्रमाणात व्याख्याने दिली. राष्ट्रीय एकात्मतेपुढील आह्वाने, भारतात स्थापन करण्यात आलेल्या अंशतः संघराज्य व्यवस्थेतील अंगभूत समस्या, दक्षिण आशियाई ऐक्याचे ध्येय आदी तत्कालीन भारतीय रूचीच्या विषयांचा समावेशही त्यांनी आपल्या व्याख्यानांमध्ये केला.

या पुस्तकातील मजकूर हा प्रामुख्याने माझ्या वडिलांचे प्रकाशित व अप्रकाशित साहित्य, त्यांनी भारतात, तसेच भारताबाहेर दिलेली अनेक व्याख्याने, खासगी पत्रव्यवहार, वैयक्तिक नोंदवह्या, अनुभवसंग्रह, त्याचप्रमाणे अमियनाथ व ज्योत्स्ना बोस यांच्या खासगी संग्रहामध्ये त्यांनी जपून ठेवलेली शासकीय कागदपत्रे व अहवाल यांमधून घेण्यात आला आहे.

इतक्या वर्षांमध्ये माझ्या वडिलांसोबत झालेल्या सखोल चर्चांमधून भारतीय स्वातंत्र्याच्या इतिहासाविषयीच्या माझ्या आकलनामध्येही भर पडत गेली आणि या पुस्तकाच्या लेखनामध्येही ती उतरली आहे. माझ्या वडिलांनी इतिहास जसा जवळून पाहिला, या प्रक्रियेमध्ये त्यांनी जसा सहभाग घेतला आणि स्वातंत्र्य मिळाल्यानंतर घडलेल्या घटनांचे विश्लेषण व अन्वयार्थ त्यांनी जसा लावला, तशाचप्रकारे तो कथन करण्याचा मी प्रयत्न केला आहे.

या सर्व बाबींची संगतवार मांडणी करणे व त्याचे संपादन करणे हे आव्हानात्मक होते. माझ्या वडिलांच्या वैयक्तिक संग्रहातील बऱ्याचशा साहित्याच्या अनुपलब्धतेमुळे हे काम

अधिकच कठीण बनले. हे साहित्य त्यांनी 'नेताजी भवन'मधील संग्रहात जमा केले होते व अनेक दशके हे साहित्य सहजपणे उपलब्ध होत नव्हते.

हे पुस्तक म्हणजे बोस बंधूंचे चरित्र नाही. किंबहुना, १९२० च्या दशकाच्या सुरुवातीपासून पुढील तीन दशके शरद व सुभाष यांना केंद्रस्थानी ठेवून इतर महत्त्वाच्या व्यक्तींच्या भूमिकांबाबत माझ्या वडिलांचा दृष्टिकोन, मर्मदृष्टी आणि त्यांचे विश्लेषण यावर हे पुस्तक संपूर्णपणे आधारलेले आहे. अशाप्रकारे माझ्या वडिलांच्या नजरेतून बोस बंधू व त्यांनी केलेल्या वाटचालीचे हे वर्णन, त्यांच्याविषयीचे आणि त्यांनी घेतलेल्या भूमिकेविषयीचे औत्सुक्य पुन्हा जागृत करण्यात स्वतःचे महत्त्वाचे योगदान देईल, अशी मी आशा करते. त्यांच्या निष्ठेची, निःस्वार्थीपणाची आणि त्यागाची ही कथा तरुणांसाठी, तसेच येणाऱ्या पिढ्यांसाठी मार्गदर्शक ठरेल. माझ्या वडिलांनी ही ज्योत तेवत राहण्यासाठी आणि इतरांनाही असेच कार्य करण्याची प्रेरणा मिळण्यासाठी आपल्या वैशिष्ट्यपूर्ण मार्गांनी प्रयत्न केले आहेत.

'हे पुस्तक आताच का?' असा प्रश्न वाचक उपस्थित करू शकतात. बोस बंधू आणि त्यांनी आयुष्यभर ज्याप्रति निष्ठा वाहिली आणि ज्यासाठी लढा दिला त्या तत्त्वांचे संदर्भ आजही कायम आहेत किंबहुना वाढले आहेत, हे या प्रश्नाचे एक उत्तर आहे. त्याचप्रमाणे काळाच्या ओघात व चुकीचे अर्थ लावले जाण्याच्या कायमच्या धोक्यामुळे बोस बंधूंचा वारसा क्षीण होणार नाही अथवा बिघडणार नाही, याची दक्षता घेणे महत्त्वाचे आहे.

'बोस बंधू आणि अमि' या पहिल्या प्रकरणामध्ये अमिय यांच्या बालपणापासून ते एक जबाबदार तरुण होण्यापर्यंतचा त्यांचा प्रवास, तसेच त्यांना मिळालेले प्रेम, पाठिंबा आणि मार्गदर्शन इत्यादींची झलक पाहायला मिळते. त्यांचे वडील शरद आणि काका सुभाष हे त्यांच्यावर लादलेल्या दीर्घकालीन अनुपस्थितीमुळे शारीरिकदृष्ट्या दूर असले, तरी या जडणघडणीत त्यांचा मध्यवर्ती सहभाग होता. अमिय यांचे वडील व काका हे कारागृहात किंवा गृहकैदेत असल्यामुळे कलकत्त्यापासून दूर असले, तरी कुमार अवस्थेतील व नंतर तरुणपणीच्या अमियचे काळजीपूर्वक पालनपोषण करण्याच्या त्यांच्या कार्यात कधीही खंड पडला नाही. अमिय यांच्या निधनानंतर अनेकांनी त्यांच्याविषयी गौरवोद्गार काढले होते. त्यापैकी कलकत्ता उच्च न्यायालयाचे तत्कालीन मुख्य न्यायाधीश म्हणाले होते, 'दिवंगत शरदचंद्र बोस आणि नेताजी सुभाषचंद्र बोस यांच्यासारख्या प्रतिष्ठितांच्या कुटुंबातून आलेल्या अमिय यांनी केवळ देशभक्तीमध्येच नव्हे, तर आपल्या मनाच्या व बुद्धीच्या असामान्य गुणांनीही आपल्या कुटुंबातील वरिष्ठांशी बरोबरी साधली.' अमिय यांनी आपले वडील व काकांकडून खरीखुरी प्रेरणा घेतली होती आणि आयुष्यभर त्यांनी बोस बंधूंची तत्त्वे व आकांक्षांच्या पातळीवर खरे उतरण्याचा प्रयत्न केला.

'मंडालेची वाट' हे दुसरे प्रकरण शरद आणि सुभाष यांनी आरंभलेल्या भारतीय स्वातंत्र्याच्या प्रदीर्घ प्रवासामध्ये वाचकांना सहभागी करून घेते. प्रथमतः १९१८ मध्ये

सुभाष यांच्याहून आठ वर्षांनी मोठ्या असलेल्या शरद यांनी गांधींपासून प्रेरणा घेऊन विस्तारत गेलेल्या काँग्रेस चळवळीमध्ये सहभाग घेतला व त्यानंतर १९२१ मध्ये सुभाष यांनी लंडनहून परतल्यानंतर हाच मार्ग धरला. त्या काळात बोस बंधू बंगालचे प्रभावशाली नेते सी. आर. दास यांच्याकडे नेतृत्व व प्रेरणास्थान म्हणून पाहात होते. बोस बंधूंपैकी लहान भावाला दूर ब्रह्मदेशातील मंडाले येथील कारागृहात जानेवारी १९२५, ते मे १९२७ दरम्यान तुरुंगवास भोगावा लागला, त्या घटनांची मालिका या प्रकरणात पाहायला मिळते. मंडाले तुरुंगात असताना सुभाष यांनी आपले मुक्त विचार कागदावर उतरवले होते. या लेखनाला ते *'पेबल्स ऑन दि सी शोअर'* (विचारांचे सागरगोटे) असे म्हणत. यातून वाचकांना तरुण सुभाषच्या मनामध्ये डोकावण्याचीही संधी या प्रकरणामध्ये मिळते. या प्रकरणामध्ये सुभाष यांना मंडालेला हलवण्यापूर्वी ब्रह्मपूर कारागृहात ठेवले असताना त्यांनी आपल्या मनातील विचारांच्या वहीत केलेल्या नोंदीही समाविष्ट करण्यात आल्या आहेत.

'स्वराज्याची साद, स्वराज्याला नकार' या तिसऱ्या प्रकरणाच्या शीर्षकात सुचवल्याप्रमाणेच येथे प्रामुख्याने १९२० व १९३० च्या दशकामधील स्वातंत्र्य चळवळीतील चढउतारांचा तिच्या अनेक कंगोऱ्यांसह परामर्श घेण्यात आला आहे. एकीकडे गांधी आणि सत्याग्रह चळवळीतील त्यांच्या अनुयायांमधील बेबनावाला सुरुवात आणि दुसरीकडे बोस बंधू आणि त्यांच्या डाव्या विचारांच्या समर्थकांचा ब्रिटिशांचे साम्राज्य संपुष्टात आणण्याबाबतचा अधिक कणखर व क्रांतिकारी दृष्टिकोन वाचकांना सहज समजून घेता येऊ शकेल. हिंदू आणि मुस्लिम यांच्यामधील धार्मिक फुटीची चिन्हेही या प्रकरणामध्ये वाचकांना ओळखता येतील. याच फुटीची परिणती अखेरीस भारतीय उपखंडाच्या फाळणीमध्ये झाली.

'बोस बंधू आणि गांधी : विभक्त वाटा' हे चौथे प्रकरण गांधी आणि बोस बंधुंमध्ये वाढत असलेल्या राजकीय आणि तात्त्विक मतभेदांवरील पडदा दूर करते. या मतभेदांमुळे गांधींच्या मार्गापासून फारकत घेणे अटळ असल्याचा उल्लेख शरद यांनी केला आहे आणि गांधीनी स्वतःही 'आपल्याला यापुढे वेगळ्या नावांमधून प्रवास करावा लागेल,' असे म्हटले आहे. या प्रकरणामध्ये अमिय यांनी विशेषतः १९३७ सालातील परिस्थिती आणि पुर्नगठित केलेल्या १९३५ च्या भारत सरकार कायद्यानुसार त्या काळात घेण्यात आलेल्या राष्ट्रीय व प्रांतिक निवडणूका यांचे संदर्भ देऊन फाळणीचे भूत हे १९३० च्या दशकापासूनच मानगुटीवर होते, हा या पुस्तकाच्या केंद्रस्थानी असलेला सिद्धान्त अधोरेखित केला आहे. गांधी आणि त्यांच्या काँग्रेस हायकमांडने संयुक्त सरकारचे तत्त्व आणि हे सरकार अस्तित्त्वात येण्याच्या शक्यतेला उत्तेजन देण्याचे नाकारून जिना आणि उदयास येत असलेल्या मुस्लिम लीगचा अखंड भारतावरील विश्वास व निष्ठा जिंकण्याची संधी गमावली, याचीही माहिती या प्रकरणामध्ये वाचकांना मिळते.

'फाळणीचे कडू औषध' या पाचव्या प्रकरणामध्ये वाचकांना फाळणीच्या बाजूने आणि विरुद्ध सुरू असलेला प्रचार, तसेच फाळणीची लाट उलट्या दिशेने फिरवण्याचे शरद यांचे निकराचे प्रयत्न जाणून घेता येतील. शरद यांनी आपल्या देशवासीय स्त्री-पुरुषांना फाळणीमुळे येणाऱ्या प्रलयाची पुनःपुन्हा दिलेली पूर्वसूचना आणि त्यांना ठाम राहून ऐक्य टिकवण्यासाठी दिलेले प्रोत्साहन आपल्याला या प्रकरणात पाहायला मिळते. याच आशयाचा संदेश सुभाष यांनी आग्नेय आशियातील जंगलांमधून प्रसारित केला होता. तथापि, तो संदेश बहुतेकांनी ऐकला नाही आणि ऐकलेल्यांनी तो निश्चितच मनावर घेतला नाही.

'स्वतंत्र आणि संयुक्त बंगाल' या सहाव्या प्रकरणामध्ये भारतीय उपखंडाच्या फाळणीविरुद्ध लढलेल्या युद्धात झालेला दुष्प्राप्य पराभव आणि शरद यांचे आपल्या प्रिय भावाशिवायच बंगालला वाचवण्यासाठी केलेले अखेरचे प्रयत्न वाचायला मिळतात. दुर्दैवाने हे प्रयत्न अपुरे ठरले आणि त्यांसाठी खूप उशीर झाला होता. कलकत्त्यामध्ये त्यापूर्वीच १९४६ साली झालेल्या मोठ्या प्रमाणावरील कत्तल्लींचा फटका बंगालला बसला आणि अनेकांनी खिन्नपणे वर्तवलेल्या अंदाजांनुसार स्वातंत्र्य आणि फाळणीच्या वेळी त्याची पुनरावृत्ती (कलकत्त्यामध्ये) झाली नसली, तरी यांमुळे बंगालमधील हिंदू व मुस्लिम समाजांमधील परस्पर विश्वासाला मोठा तडा गेला. जिनांनी संयुक्त बंगालसाठी पाठिंबा दर्शवल्यानंतरही एकच भाषा, एकच संस्कृती आणि समान इतिहास असलेल्या बंगालच्या जनतेत पडलेली दरी सांधता आली नाही. २० फेब्रुवारी, १९५० रोजी निधन होईपर्यंत शरद यांचा पुन्हा एकदा बंगाली जनतेला एकत्र आणण्याच्या मार्गांचा शोध सुरू होता, परंतु ते होणारे नव्हते.

अखेरीस उपसंहारामधे बोस बंधूंचा वारसा, तसेच त्यांच्या मार्गदर्शनाखाली वाढलेल्या अमिय यांनी आपल्या वडील व काकांची दूरदृष्टी व आकांक्षा यांची जाणीव ठेवण्यासाठी आणि ही ज्योत विझू न देण्यासाठी आयुष्यभर दाखवलेली निष्ठा वाचकांना विचारप्रवृत्त करतात. या अखेरच्या प्रकरणामध्ये सुभाष यांनी दुसऱ्या महायुद्धाच्या महासंकटाचा भारतीय स्वातंत्र्यासाठी फायदा करून घेण्याकरीता युरोप व आशिया या दोन्ही ठिकाणी केलेल्या भगीरथ प्रयत्नांचा शोधही थोडक्यात घेण्यात आला आहे. त्याचबरोबरीने दुसऱ्या महायुद्धाची अखेर होत असताना सुभाष यांच्या बेपत्ता होण्याचे गूढ आणि त्यामुळे झालेली हानीही टिपण्यात आली आहे. सुभाष यांच्या अनुपस्थितीमध्ये शरद यांचा बोस बंधूंच्या स्वप्नातील स्वतंत्र, समाजवादी भारतासाठी प्रचार सुरू ठेवण्याचा निश्चय आणि शरद यांच्या अकाली निधनामुळे निर्माण झालेली खिन्नता व पोकळी याची आठवणही या प्रकरणात वाचकांना करून देण्यात येते. काळाचा ओघ पाहिल्यास भारताच्या दुर्दैवाने बंगालच्या सर्वोत्कृष्ट द्रष्ट्या व राष्ट्रीय नेत्यांच्या दीर्घ परंपरेमध्ये आजमितीस शरद आणि सुभाष हे अखेरचे होते.

1

बोस बंधू आणि 'अमि'

ट्रेनमधून,
५.२.३२

प्रिय अमि,

काकांनी तुला कालच्या घडामोडींबद्दल सांगितले असेलच. मात्र, त्यामुळे अजिबात घाबरून जाऊ नकोस. तू चांगला मुलगा बनण्याचा प्रयत्न कर आणि आपल्या अभ्यासाकडे नीट लक्ष दे. तसेच तुझी आई आणि आजी-आजोबांचीही काळजी घे. तू, मीरा, नेरू, गीता, बुई आणि पुतुल यांना माझे आशिर्वाद आहेत.[१]

तुझा प्रेमळ,
एस. सी. बोस

फेब्रुवारी, १९३२ च्या सुरुवातीस, एरवी किरकोळ वाटणाऱ्या दिवशी शरद यांच्या या संक्षिप्त आणि अनपेक्षित पत्रातून, आपल्या जवळच्या कुटुंबियांचा 'अमि' असलेल्या अमियला ब्रिटिश सरकारने अचानकपणे आपल्या वडिलांना केलेली अटक आणि त्यांच्या तुरुंगवासाची शक्यता याविषयी समजले. त्यावेळी अवघ्या सोळा वर्षांचा असलेला अमि मॅट्रिकच्या परीक्षेला बसण्याची तयारी करत होता.

शरद त्यावेळी एका कायदेशीर खटल्यानिमित्त कलकत्त्यापासून दूर, झारिया या तत्कालीन बिहारमध्ये व आता झारखंडमध्ये असलेल्या कोळसा खाणींच्या शहरात होते. तेथून कलकत्त्याला परतण्याऐवजी शरद यांना ब्रिटिश कारागृहाकडे जाणाऱ्या ट्रेनमध्ये चढावे लागले. १८१८ मध्ये, म्हणजेच शंभरहून अधिक वर्षांपूर्वी जारी केलेल्या वटहुकुमातील तिसऱ्या नियमान्वये क्रांतिकाऱ्यांशी संबंध ठेवल्याच्या आरोपांवरून त्यांना अटक करण्यात आली होती. या वटहुकुमानुसार सरकारला प्रतिबंधात्मक कारवाई म्हणून कोणत्याही व्यक्तीस सुनावणीशिवायच अटक करण्याचे अधिकार होते.

शरदचंद्र बोस हे एक प्रख्यात बॅरिस्टर, भारतीय राष्ट्रीय काँग्रेसचे प्रमुख सदस्य आणि एका मोठ्या परिवाराचे कुटुंबप्रमुख होते. त्यांना सात मुले होती व त्यांना अटक झाली, त्यावेळी

---

[१] अमिय यांची भावंडे.

त्यांच्या पत्नी विभावती या गर्भवती होत्या. वृद्ध आई-वडिलांची, तसेच विस्तारित कुटुंबाचा भाग असलेल्या त्यांच्यावर अवलंबून असलेल्या अनेक नातलगांची जबाबदारीही त्यांच्यावर होती. त्यांना प्रथमच अटक करण्यात आली होती आणि ब्रिटिशांचे अचानक उचललेले हे पाऊल धक्कादायक मानले जात होते. कारण शरद यांना अटक केल्याच्या व्यक्तिगत आणि राजकीय परिणामांची ब्रिटिशांना कल्पना होती. शरद स्वतः अशा घटनांसाठी तयार असोत वा नसोत, मुलगा अमिला पाठवलेल्या त्यांच्या पत्रामध्ये तरी कोठे त्यांना मनस्ताप झाल्याचे जाणवत नाही. त्यांच्यासाठी ही अटक म्हणजे कर्तव्याचाच एक भाग होती व ओढावलेल्या संकटामध्येही त्यांनी मनाचा तोल ढळू दिला नव्हता.

तरुण अमिच्या दृष्टीने मात्र त्याच्या वडिलांची अटक अगदी नको त्या वेळीच झाली होती. तरीही अमिने आपल्या वडिलांच्या सूचनेचे पालन करून आयुष्यातील पहिल्या महत्त्वाच्या परीक्षेवर लक्ष केंद्रित केले. त्याचवेळी अमि आपली आई आणि आजी-आजोबांची काळजी घेण्यासाठी व त्यांना आधार देण्यासाठी शक्य ते सर्व करत होता.

अमि अगदी लहान असल्यापासूनच शरद त्याची मदत घेत होते आणि त्याच्या वयाच्या मुलांच्या आवाक्याबाहेर असलेल्या जबाबदाऱ्या व कामे त्याच्यावर सोपवत होते. वडिलांनी मुलावर खूप लहान वयात टाकलेल्या या विश्वासाचे रूपांतर कालांतराने एका प्रगल्भ नात्यामध्ये झाले. त्यामुळे अमिय हा वडिलांचा विश्वासू, मध्यस्थ, वैयक्तिक दूत आणि राजकीय मित्र बनला.

शरद यांच्या अटकेच्या सुमारे महिनाभर आधीच २ जानेवारी, १९३२ रोजी त्यांचे लहान भाऊ आणि अमिचे काका, म्हणजेच रंगाकाकाबाबू असलेल्या सुभाष यांना याच कायद्याच्या आधारे सारख्याच आरोपांवरून कलकत्त्यामध्ये अशाच प्रकारे अटक करण्यात आली होती. त्यामुळे शरद आणि सुभाष या बोस बंधूंना मध्य भारतातील सेओनी आणि जबलपूर येथील कारागृहांमध्ये पुढील काही महिने एकत्र घालवणार होते. दुर्दैवाने त्या वर्षाच्या मध्यात दोन भावांची रवानगी वेगवेगळ्या तुरुंगामध्ये करण्यात आल्याने त्यांची ताटातूट झाली. शरद हे सुमारे साडेतीन वर्षे २६ जुलै, १९३५ पर्यंत पोलिसांच्या ताब्यात राहणार होते. त्यापैकी अखेरची दोन वर्षे त्यांना हिमालयाच्या पायथ्याशी असलेल्या दार्जिलिंगजवळील कुर्सेओंगमधील गिड्डापहार येथील त्यांच्या बंगल्यामध्ये स्थानबद्ध करण्यात आले होते.

सुभाष यांची रवानगी प्रथम १९३२ साली जुलैच्या मध्यात दक्षिण भारतातील मद्रास सुधारगृहामध्ये करण्यात आली होती. त्यानंतर, दीर्घ व सततच्या आजारपणामुळे त्यांना ८ ऑक्टोबर, १९३२ रोजी उत्तर भारतातील उत्तर प्रदेशमधील भोवाली येथे असलेल्या किंग एडवर्ड आरोग्यभवन येथे हलवण्यात आले व तेथेच कैदेत ठेवण्यात आले. या वर्षाअखेरीपर्यंत सुभाष यांचे मोठे भाऊ व ख्यातनाम हृदयरोगतज्ज्ञ डॉ. सुनील बोस

यांच्यासह बंगाली डॉक्टरांचा गट आणि ब्रिटिश वैद्यकीय अधिकारी यांना सुभाष यांच्या आरोग्यास असलेल्या धोक्याची पुरेशी जाणीव झाली. ह्या दोघांचे एकमत होणे ही अनपेक्षित युती होती. सुभाष यांचा आजार क्षयरोग असावा, असा संशय होता. त्यांच्यावर पुढील उपचार व उपचारानंतरची सुश्रुषा युरोपमधील सौम्य तापमानामध्ये केली जावी, अशी शिफारस या युतीने केली. युरोपमध्ये या आजारावरील उपचारासाठी अद्ययावत वैद्यकीय सुविधाही उपलब्ध होत्या.

आपली स्थिती सुधारत नसल्याचे आणि भारतात असेपर्यंत कैदेतून सुटका होण्याची कोणतीही आशा नसल्याचे लक्षात आल्याने सुभाष यांनी युरोपमधील हद्दपारी स्वीकारण्याचा निर्णय घेतला. अर्थातच हे उपचार स्वखर्चाने करावे लागणार होते. या वेळी जवळच्या कौटुंबिक मित्रांनी युरोपपर्यंतच्या प्रवासासाठी सुभाष यांना, तसेच १ वूडबर्न पार्क येथील घरी राहणाऱ्या कुटुंबियांची व इतर अवलंबून असलेल्या लोकांची काळजी घेण्यासाठी शरद यांची पत्नी विभावती यांना आर्थिक मदत केली. शरद यांनी कैदेतून सुटका झाल्यानंतर सुभाष यांच्यासाठी घेतलेल्या कर्जाबरोबरच आपल्या मित्रांची सर्व देणी फेडली.

युरोपला जाण्यापूर्वी सुभाष यांना कलकत्त्याला येऊन कुटुंबियांना, आजारी वडील जानकीनाथ आणि आई प्रभावती यांना भेटण्याची परवानगी ब्रिटिश अधिकाऱ्यांनी हट्टीपणे नाकारली. ब्रिटनमधे प्रवेश करण्यास आवश्यक असलेली त्यांची प्रवासी कागदपत्रे हेतूपुरस्सर अवैध ठरवण्यात आली. याचा स्पष्ट अर्थ असा होता की सुभाष यांनी आपला पूर्ण स्वराज्याचा लढा ब्रिटनच्या भूमीवर सुरू करावा, हे ब्रिटिशांना नको होते. त्यामुळेच उत्तर प्रदेशातील लखनौ येथील कारागृहात काही दिवस राहिल्यानंतर सुभाष यांना पुन्हा जबलपूर येथे पाठवण्यात आले आणि तेथून २२ फेब्रुवारी १९३३ रोजीच्या ट्रेनमधून रात्रभर प्रवास करून सुभाष मुंबईला आले. त्यानंतर मुंबईहून बोटीने युरोपातील व्हिएन्ना येथे पोहोचले.

सुभाष यांच्यादृष्टीने आनंदाची बाब म्हणजे जबलपूर ते मुंबई या रेल्वे प्रवासामध्ये पुतण्या अमिला आपल्यासोबत येऊ द्यावे ही त्यांची विनंती अधिकाऱ्यांनी मान्य केली. तरुण अमिने आपले काका सुभाष यांच्यासोबत रेल्वेमधील थरारक आणि त्याचवेळी भावनिक असा तो प्रवास आठवताना अमिय लिहितात,

> उपचारांसाठी युरोपला जाण्यापूर्वी सुभाषकाकांना पुन्हा जबलपूर मध्यवर्ती कारागृहामध्ये आणण्यात आले. बोस कुटुंबातील बऱ्याच मंडळींसह मी, माझी आई विभावती, श्रीमती वासंती देवी (स्वर्गीय देशबंधू चित्तरंजन दास यांच्या विधवा) जबलपूर कारागृहामध्ये त्यांना भेटायला गेलो होतो. एका भेटीदरम्यान सुभाषकाकांनी त्यांना जबलपूरहून मुंबईला घेऊन जाणाऱ्या रेल्वेमध्ये मी त्यांच्यासोबत प्रवास करावा, अशी त्यांची इच्छा असल्याचे सांगितले. मुंबईहूनच ते पुढे युरोपसाठी रवाना होणार होते.

> २२ फेब्रुवारी, १९३३ रोजी त्यावेळी कैदी असलेले काका जबलपूरहून दुपारी तीन वाजता निघणाऱ्या बॉम्बे मेलमध्ये बसले. त्यांच्यासोबत मध्य इलाख्याचे पोलिस अधीक्षकही होते. आधीच ठरल्याप्रमाणे मीही त्या रेल्वेमध्ये चढलो. परंतु, दुसऱ्या डब्यातील माझ्या जागेवर बसलो. मध्यरात्रीनंतर काही वेळाने रेल्वे एका स्थानकावर थांबली असताना काकांसोबत असलेले पोलिस अधीक्षक अचानक माझ्या डब्यामध्ये आले. मी काकांच्या डब्यामध्ये जाऊ शकतो आणि रात्रभर त्यांच्यासोबत प्रवास करू शकतो, असे त्यांनी मला सांगितले. रात्री ते माझ्या जागेवर थांबतील, मात्र दिवस उजाडण्यापूर्वी मी माझ्या डब्यामध्ये परत आले पाहिजे, असेही ते म्हणाले. त्यानुसार मी सुभाषकाकांच्या डब्यामध्ये गेलो आणि मुंबईच्या दिशेने धावणाऱ्या त्या रेल्वेमध्ये त्यांच्यासोबत प्रवास करू लागलो. ते पोलिस अधीक्षक आयरीश होते आणि मला केवळ रात्रीपुरता आपल्यासोबत प्रवास करण्याची परवानगी देण्यासाठी काकांनी त्यांची मनधरणी केली होती, असे काकांकडूनच मला समजले.
>
> त्या रात्री सोबतीने केलेल्या त्या अविस्मरणीय प्रवासादरम्यान सुभाषकाकांनी मला त्यांच्या 'हिंदुस्तानी साम्यवादी संघ' (इंडियन सोशलिस्ट ऑर्गनायजेशन) या प्रबंधाची प्रत दाखवली. त्यांनी मद्रास तुरुंगामध्ये कैदेत असताना (१९३२च्या उत्तरार्धात) हा प्रबंध लिहिला होता. आपल्या युरोपमधील वास्तव्यादरम्यान कम्युनिस्ट इंटरनॅशनल (कॉमिन्टर्न) येथे या प्रबंधाची चर्चा करण्याचा विचार असल्याचेही त्यांनी मला सांगितले. पुढे स्वित्झर्लंड येथे सुभाषकाकांनी कॉमिन्टर्नच्या तीन प्रतिनिधींशी चर्चाही केली होती, परंतु, त्यांच्यामध्ये एकमत होऊ शकले नाही, हे मला नंतर समजले. क्लिमेन्स दत्त[२] हे या चर्चेमध्ये सहभागी झालेल्या कॉमिन्टर्नच्या प्रतिनिधींपैकी एक होते. सुभाषकाकांना भारतामध्ये सशस्त्र उठावासाठी काम करणारा समाजवादी पक्ष स्थापन करायचा होता आणि त्यासाठी त्यांना कॉमिन्टर्नकडून सहाय्य हवे होते. तथापि, हा पक्ष कोणत्याही प्रकारे कॉमिन्टर्नच्या नियंत्रणाखाली येणार नाही, हे त्यांनी अगोदरच स्पष्ट केले होते.

सुभाष २३ फेब्रुवारी १९३३ रोजी एस. एस. गँज या इटालियन जहाजातून मुंबईहून व्हेनिसला जाण्यासाठी निघाले. त्यांच्या जहाजाने बंदर सोडल्यानंतर त्यांच्यावरील अटकेची कारवाई रद्द करण्यात आली. त्यानंतर, दुसऱ्या दिवशी फ्री प्रेस इंडिया या भारतीय वृत्तसंस्थेने सुभाष यांनी भारतीय जनतेसाठी दिलेला निरोपाचा संदेश प्रसिद्ध केला होता.

> माझ्या युरोप प्रवासाच्या पूर्वसंध्येला, देशभर पसरलेला माझा मित्रपरिवाराचे व शुभचिंतकांचे, त्यांनी माझ्याविषयी दाखवलेल्या आपुलकीबद्दल मी मनःपूर्वक आभार

---

[२] क्लिमेन्स पाम दत्त यांचा जन्म १८९३ साली इंग्लंडमध्ये झाला. लंडनमध्ये पत्रकार म्हणून कार्यरत असताना त्यांनी प्रामुख्याने भारताच्या स्वातंत्र्यलढ्यावर लेखन केले. त्यांनी बंधू रजनी पाम दत्त यांच्यासह 'कम्युनिस्ट पार्टी ऑफ ग्रेट ब्रिटन' या पक्षाची स्थापना केली होती.

मानू इच्छितो. मी कमालीचा संवेदनशील असलो, तरी मित्र व शुभचिंतकांनी दिलेली मदत स्वीकारण्यास मी संकोच केलेला नाही. कारण माझा परिवार हा केवळ माझ्या रक्ताच्या नात्यांपुरताच मर्यादित नसून माझ्या देशवासियांचाही त्यामध्ये समावेश आहे, असे मी नेहमीच मानत आलेलो आहे. त्यामुळे माझे संपूर्ण आयुष्य मी देशसेवेसाठी समर्पित करण्याचे ठरवल्यानंतर माझी काळजी घेण्याचा अधिकार माझ्या नातलगांइतकाच माझ्या देशबांधवांनाही आहे. देवाने माझ्यावर अपार कृपादृष्टी दाखवावी आणि भारतीय समाजाच्या सर्व स्तरांतून मिळणाऱ्या प्रेम व आपुलकीस पात्र ठरण्याची क्षमता मला द्यावी, अशीच आशा व प्रार्थना मी करेन.

शरद आणि सुभाष यांना १९३२ च्या सुरुवातीस अटक झाली, त्या वेळी शरद यांच्या पत्नी विभावती या १, वूडबर्न पार्क येथील कुटुंबाच्या निवासस्थानी (हे घर १९२८ मध्ये बांधण्यात आले व वडील जानकीनाथ यांच्या ३८/२ एल्गिनमार्ग येथील घरापासून ते चालत जाण्याच्या अंतरावर होते.) आपल्या सहा अपत्यांसह राहात होत्या. तोपर्यंत त्यांच्या सातपैकी सहा अपत्यांचा जन्म झाला होता. याच घरामध्ये शरद यांचे प्रिय लहान बंधू व लहान मुलांचे आवडते सुभाषकाकाही राहात होते. अशोक हा मुलांमध्ये सर्वांत मोठा होता. त्याचा जन्म १३ डिसेंबर, १९११ रोजी झाला आणि तो अमियपेक्षा चार वर्षांनी मोठा होता. १९३२ सालापूर्वीच तो केमिकल इंजिनिअरिंगमधील पुढील शिक्षणासाठी जर्मनीतील म्युनिच येथे गेला होता. ६ मार्च, १९३३ रोजी सुभाषकाका व्हेनिस बंदरावर उतरले व त्यांची युरोपमधील हद्दपारी सुरू केली, त्या वेळी त्यांना घेण्यासाठी अशोक व्हेनिस बंदरावर हजर होता. सुब्राता हा मुलांमध्ये सर्वांत लहान होता व त्याचा जन्म शरद यांना कैदेत टाकल्यानंतर काही आठवड्यांनीच, २५ फेब्रुवारी, १९३२ रोजी झाला. याशिवाय शरद यांच्या अटकेवेळी अमिय (अमि) व मीरा, शिशिर (नेरू), गीता, रोमा (बुई) आणि चित्रा (पुतुल) ही त्याची पाच भावंडे घरामध्ये होती.

जानकीनाथ आणि प्रभावती हे वरचेवर १, वूडबर्न पार्क येथे राहायला यायचे. शरद यांनी नेहमीच आपल्या मात्यापित्यांची व त्यांना आराम मिळेल, ह्याची काळजी घेत असत. जानकीनाथ व प्रभावतीही अनेक वेळा त्यांचा सल्ला घेत तसेच आधारासाठी त्यांच्याकडे जात. जानकीनाथांची प्रकृती खालावल्यामुळे त्यांना आपली वकिली थांबवावी लागल्यानंतर, शरद यांनी आपल्या पालकांची, तसेच जानकीनाथांच्या आधारावर उभ्या असलेल्या अनेक सेवाभावी कार्यांचीही पूर्ण जबाबदारी उचलली.

शरद कैदेत असताना जानकीनाथ यांनी २९ जुलै, १९३३ रोजी कटक येथून त्यांना पत्र पाठवले होते.

> तुझ्या उपस्थितीने पुन्हा शांतता, सुसंवाद आणि सद्भावना निर्माण होईल, अशा दिवसाची मी वाट पाहतो आहे. सध्या यापैकी काहीच नाही. क्षमा करणे आणि विसरून जाणे हे नेहमीच सर्वार्थाने लाभदायी असते आणि जो ते करू शकत नाही, तो पराभूत असतो. आपण त्या उद्दिष्टासाठी काम करण्यास कटिबद्ध आहोत, हे मी तुला सांगण्याची गरज नाही.

अमिय आपल्या आजी-आजोबांच्या जवळचा होता. जानकीनाथांनी आपल्या आयुष्याच्या सुरुवातीस खडतर परिस्थितीमध्ये दिवस काढतानाही दाखवलेल्या दृढ निश्चय आणि चिकाटीमुळे अमिय लहानपणी खूप प्रभावित व प्रेरित झाला होता. घरच्या आर्थिक ओढगस्तीमुळे जानकीनाथांना दररोज कोडालिया या त्यांच्या मूळ गावापासून (पश्चिम बंगालमधील २४ परगणा जिल्ह्यामध्ये हे गाव आहे.) गारिया (कलकत्ता) येथील अल्बर्ट शाळेपर्यंतचा काही मैलांचा प्रवास पायी करावा लागत असे. तरीही त्यांनी चांगले गुण मिळवून शिक्षण पूर्ण केले व त्यानंतर ओडिशा येथील कटक उच्च न्यायालयामध्ये वकील म्हणून कारकिर्दीत उल्लेखनीय यश मिळवले. सर्वांत महत्त्वाचे म्हणजे जानकीनाथांचे दयाळू मन आणि उदार स्वभाव यांचा अमिवर खोल परिणाम झाला. जानकीनाथांचे हेच गुण, वडील शरद यांच्यामध्येही तसेच्या तसे उतरल्याचे अमिने पाहिले होते. कटक येथे यशस्वी वकील म्हणून कार्यरत असतानाच जानकीनाथ यांनी अनेक गरीब व गरजू विद्यार्थ्यांना मदत केली होती. कोडालिया येथे त्यांनी वाचनालय आणि दवाखाना सुरू केला. यापैकी त्यांनी सुरू केलेले वाचनालय आजही गावकऱ्यांच्या सेवेत आहे.

आजी प्रभावती ही बाहेरून फार रागीट स्वभावाची होती आणि कुटुंबात प्रचलित असलेल्या कथांनुसार तिने कुटुंबातील कर्ती स्त्री म्हणून सासरी आपल्या कडक शिस्तीने वचक निर्माण केला होता. सगळ्या नातवंडांना तिने आपल्या दराऱ्याखाली ठेवले होते. मात्र, लहान अमिविषयी तिला विशेष जिव्हाळा होता. अनेकदा पलंगावर विसावलेली अमिची मा-जननी (आजी) त्याला दुपारी गप्पा मारण्यासाठी बोलावत असे.

मागच्या पिढीच्या कथा आठवताना अनेकजण मोठ्या बोस कुटुंबामधील दैनंदिन सुखदुःखाच्या प्रसंगांविषयी सांगायचे. यामध्ये झोपेत चालणाऱ्या एका काकांची गोष्ट हमखास हशा पिकवायची. हे काका मध्यरात्री काखेत उशी घेऊन चालायला लागायचे आणि आपण शिकवणी द्यायला चाललो आहोत, असे सांगायचे. अशीच एक विनोदी कथा घरकाम करणाऱ्या एका नोकराची होती. घरातून गायब झालेल्या काही वस्तूंबाबत या नोकराला विचारले असता, तो नेहमी काहीशा संतापाने म्हणायचा, 'मी केवळ कुटुंबप्रमुखांकडूनच (प्रभावती) वस्तू उधार घेतो, इतर कोणाकडूनही नाही!'

अमियची सुरुवातीची वर्षे ३८/२, एल्गिन मार्ग येथील वडिलोपार्जित घरात विशाल कुटुंबामध्ये अनेक मोठी माणसे, काका आणि काकी, सख्खी व चुलत भावंडे यांच्यासोबत

आई-वडील आणि आजीआजोबांच्या मार्गदर्शन व देखरेखीखाली गेली. शरद आपली पत्नी व मुलांसह १ वूडबर्न पार्क येथे राहावयास गेल्यानंतर, अमि विशेषतः सुभाषकाकांच्या अधिक जवळ आला. जे त्यांच्यासोबत त्या घरात राहण्यास आले होते. त्या दिवसांविषयी बोलताना अमिय सांगतात[३],

> १९२८ पासून सुभाषकाकांना १९३२ मध्ये अटक होऊन नंतर ते युरोपला रवाना होईपर्यंत आम्ही दोघे १, वूडबर्न पार्कच्या घरातील दुसऱ्या मजल्यावरील एकाच खोलीमध्ये राहायचो. त्या दिवसांत ते राजकीय कार्यात अतिशय व्यस्त असल्याने रात्री खूप उशीरा घरी परतायचे. कधी मध्यरात्री, तर कधीही त्यानंतरही. घरी आल्यानंतर ते प्रथम आंघोळ करायचे व नंतर खोलीतील टेबलावर त्यांच्यासाठी काढून ठेवलेले जेवण घ्यायचे. त्यानंतर, ते मला उठवायचे. मध्यरात्री झोपेतून उठणे हा काही माझ्यासाठी फार आनंददायी अनुभव नव्हता, पण तरीही मी उठायचो.
>
> ते माझ्याशी अनेक घटना, लोकांविषयी बोलायचे. गांधी, नेहरू, पटेल आणि इतर नेत्यांविषयी सांगायचे. त्या वेळी या नेत्यांना मी व्यक्तीशः ओळखत नव्हतो परंतु, त्यानंतर काही वर्षांनी मी त्यांना चांगले ओळखू लागलो. त्याचप्रमाणे काका मला देशातील क्रांतिकारी नेत्यांविषयीही सांगायचे. त्यांनी मला निकुंज सेन यांच्याविषयी सांगितले होते. हे सेन नंतर माझ्या वडिलांनी प्रकाशित केलेल्या 'महाजाती' या बंगाली साप्ताहिकाचे संपादक बनले. सुभाषकाकांकडून मला देशातील राजकारण, महत्त्वाच्या व्यक्ती, राजकीय परिस्थिती यांविषयी बरेच ज्ञान मिळाले होते. १९२८ साली काँग्रेसचा वार्षिक मेळावा कलकत्त्याला झाला होता आणि त्यासाठी काँग्रेसचे गणवेशधारी स्वयंसेवक आले होते. माझे काका या प्रसंगी मुख्य सूचना अधिकारी होते. मला आठवतंय, जेव्हा सुभाषकाका गणवेश परिधान करून दुसऱ्या मजल्यावरून पायऱ्या उतरून पहिल्या मजल्यावर आले, तेव्हा माझे आजोबा व त्यांचे वडील जानकीनाथ बाहेर येऊन त्यांना म्हणाले, 'सुभाष, तू भारताचा गॅरिबाल्डी होशील, अशी मी आशा करतो!' त्यांची ही इच्छा खरंतर भविष्यवाणीच ठरली.

काँग्रेस पक्षातील डाव्या विचारसरणीच्या शाखेमध्ये शरद आणि सुभाष या बोस बंधूंचे नेता म्हणून असलेले स्थान वेगाने वाढत होते. साहजिकच १ वूडबर्न पार्क येथील घर हे लवकरच धामधुमीच्या राजकीय घडामोडींचे केंद्र बनले. बोस बंधूंनी काँग्रेसच्या अनेक महत्त्वाच्या बैठका या घरामध्ये घेतल्या आणि हे घर विविध विचारधारांचे राष्ट्रवादी नेते व स्वातंत्र्यसेनानी, तसेच बंगालमधील क्रांतिकारी यांनी सदैव गजबजलेले असायचे.

---

[३] अमियनाथ बोस यांनी २३ जानेवारी, १९९६ रोजी प्रेसिडेन्सी महाविद्यालयामध्ये दिलेल्या व्याख्यानामधून. हे अमिय यांच्या आयुष्यातील अखेरचे व्याख्यान ठरले.

बोस बंधूंना १९३२ च्या सुरुवातीच्या महिन्यांमधे झालेली अटक आणि त्यानंतरचा तुरुंगवास, यांमुळे वूडबर्न पार्कचे रूपांतर बंगाल व राष्ट्रीय राजकारणाच्या सक्रिय केंद्रामधून ते दोन्ही भावांच्या चैतन्यमय उपस्थितीला मुकलेल्या एका शांत कौटुंबिक निवासस्थानामध्ये झाले. बोस बंधूंच्या अनुपस्थितीमध्ये, आर्थिक अडचणींचा सामना करत कुटुंबाची काळजी घेण्याची व घर चालवण्याची जबाबदारी विभावती यांच्यावर येऊन पडली. विभावती यांनी स्थितप्रज्ञ राहून निर्धाराने ही जबाबदारी निभावली.

शरद तुरुंगात असल्याने कुटुंबाच्या उदरनिर्वाहासाठी जानकीनाथ यांनी पुन्हा वकिली सुरू करण्याचे ठरवले. मात्र, वृद्ध झालेल्या त्या कुटुंबप्रमुखास दुर्दैवाने ते परिश्रम सहन झाले नाहीत. ब्रिटिशांच्या हेकेखोरपणामुळे शरद आणि सुभाष यांना अटकेनंतर पुन्हा, जानकीनाथांची जिवंतपणी भेट घेताच आली नाही. कारण, २ डिसेंबर, १९३४ रोजी जानकीनाथ यांचे निधन झाले. आपल्या वडिलांची प्रकृती गंभीर असल्याचे समजल्यानंतर सुभाष ब्रिटिश अधिकाऱ्यांच्या परवानगीविनाच युरोपहून अल्प काळासाठी कलकत्त्याला आले होते. तथापि, वडिलांच्या निधनानंतर एका दिवसाने ते कलकत्त्याला पोहोचले. सुभाष कलकत्त्याला पोहोचताच त्यांच्या स्थानबद्धतेचे आदेश निघाले आणि त्यांना त्या अल्प वास्तव्यामध्ये पूर्ण वेळ ३८/२ एल्गिन मार्गावरील वडिलोपार्जित घरातच बंदिस्त राहावे लागले. कुर्सेऑंग येथे गृहकैदेत असलेल्या शरद यांनाही वडिलांच्या श्राद्धविधींकरिता थोड्या काळासाठी सुभाष व इतर भावांसोबत राहण्याची परवानगी देण्यात आली होती.

आपला राष्ट्रवादी दृष्टिकोन व तत्त्वांमुळे यापूर्वीच ब्रिटिशांच्या छळाला सामोरे जावे लागलेल्या बोस कुटुंबावर प्रभावती यांचे आदरणीय पती, तसेच सर्वांच्या लाडक्या पित्याचे व आजोबांचे छत्र हरपल्यामुळे दुःखाचे सावट पसरले होते. जानेवारी, १९३५ मध्ये ब्रिटिशांनी सुभाष यांना युरोपमध्ये परतण्यास भाग पाडले. तत्पूर्वीच, १० डिसेंबर, १९३४ रोजी शरद यांना कुर्सेऑंग येथील गृहकैदेत परतावे लागले होते. अखेर, साडेतीन वर्षांच्या स्थानबद्धतेनंतर जुलै १९३५ मध्ये शरद यांची सुटका करण्यात आली.

शरद यांनी आपल्या आयुष्यात भोगलेल्या दोन प्रदीर्घ कारावासांपैकी हा पहिला कारावास होता. त्यानंतर डिसेंबर, १९४१ मध्ये त्यांना पुन्हा अटक झाली आणि दुसऱ्या महायुद्धाच्या अखेरीस, सप्टेंबर १९४५ पर्यंत ते कैदेत होते. सुभाष यांना तर तोपर्यंत राजकीय कैदेचा बराच अनुभव होता. १९२१ ते २४ दरम्यान त्यांना इलाख्याच्या कारागृहात, तसेच बंगालमधील अलिपूर आणि ब्रह्मपूर येथील कारागृहांमध्ये थोड्या काळासाठी कैदेत ठेवण्यात आले होते. जानेवारी, १९२५ मध्ये त्यांना ब्रह्मपूर कारागृहातून उत्तर ब्रह्मदेशात असलेल्या मंडाले कारागृहात हलवण्यात आले. तेथे मे, १९२७ पर्यंत कारावास भोगल्यानंतर त्यांना

आरोग्याच्या कारणांवरून सोडून देण्यात आले आणि कलकत्त्यामध्ये ३८/१ एल्गिन मार्गावर वडिलांच्या घराशेजारीच असलेल्या मोठा भाऊ शरद यांच्या तत्कालीन निवासस्थानी राहण्याची परवानगी देण्यात आली.

सुभाष यांना ब्रिटिशांनी विविध काळामध्ये एकूण अकरा वेळा कैदेत टाकले. या सश्रम कारावासाचे परिणाम म्हणून शरद व सुभाष या दोन्ही बंधूंना आयुष्यभरासाठी आरोग्याचे गंभीर त्रास सहन करावे लागले. या दोघांच्या आरोग्याप्रति ब्रिटिशांचा दृष्टिकोन राजकीयदृष्ट्या सावधानतेचा होता, असे म्हणता येईल. तथापि, बोस कुटुंब अडचणीत किंवा अतिशय दुःखात असतानाही ब्रिटिशांनी त्यांच्या मानसिक व आर्थिक हितासाठी खूप कमी सहानुभूती दाखवली किंवा अजिबात दाखवलीच नाही.

* * *

कलकत्त्यामध्ये २० नोव्हेंबर, १९१५ रोजी अमियचा जन्म झाला, तेव्हा शरद यांनी नुकतीच कलकत्ता उच्च न्यायालयामध्ये वकिली सुरू केली होती. त्याच्या आधीच्या वर्षीच ते लंडनहून बॅरिस्टर-अॅट-लॉ ही पदवी मिळवून परतले होते. शरद हे ९ डिसेंबर, १९०९ रोजी उत्तर कलकत्त्यामधील नामांकित कुटुंबातील अक्षय कुमार आणि सुबला डे यांची मुलगी विभावतीशी विवाहबद्ध झाले होते. शरद यांचे व्यस्त व्यावसायिक व राजकीय आयुष्य, तसेच दोनवेळा त्यांना भोगावा लागलेल्या प्रदीर्घ कारावास यांमुळे या उत्कट व असामान्य सहजीवनामध्ये अनेक वादळे आली. हे एक उत्कट आणि असामान्य सहजीवन होते, ज्याचे शरद यांचे व्यग्र व्यावसायिक व राजकीय आयुष्य, तसेच दोनवेळा त्यांना भोगावा लागलेल्या प्रदीर्घ कारावास यांतून तरून जाणे निश्चित होते. दरम्यान, शरद आणि सुभाष यांच्यामध्ये असलेल्या सख्याप्रमाणेच सुभाष आणि त्यांची वहिनी विभावती यांच्यामध्येही दृढ कौटुंबिक जिव्हाळ्याचे नाते निर्माण झाले.

शरद यांच्यापेक्षा आठ वर्षांनी लहान असलेल्या सुभाष यांचा जन्म २३ जानेवारी, १८९७ रोजी झाला. १९१५ मध्ये सुभाष कलकत्ता विद्यापीठातील नामांकित प्रेसिडेन्सी महाविद्यालयामध्ये तत्त्वज्ञान विषयात ऑनर्स पदवीचे शिक्षण घेणारे एक विद्यार्थी होते. त्याच्या पुढच्याच वर्षी 'ऑटेन प्रकरण'[४] या नावाने इतिहासात प्रसिद्ध असलेल्या घटनेचा परिणाम म्हणून त्यांची महाविद्यालयातून हकालपट्टी करण्यात आली आणि त्यांच्या विद्यार्थीजीवनामध्ये एकाएकी अडथळा आला.

---

[४] फेब्रुवारी, १९१६ मध्ये प्रेसिडेन्सी महाविद्यालयातील इंग्रज असलेले इतिहासाचे प्राध्यापक एडवर्ड ऑटेन यांच्यावर हल्ला केल्याचा आरोप काही विद्यार्थ्यांवर करण्यात आला. सुभाष यांनी विद्यार्थ्यांचे प्रवक्ते होऊन त्यांची बाजू बांडली. त्यामुळे हकालपट्टी करण्यात आलेल्या विद्यार्थ्यांमध्ये त्यांचाही समावेश होता.

सुभाष यांनी जुलै, १९१७ मध्ये पुन्हा शिक्षण सुरू केले. या वेळी त्यांनी स्कॉटिश चर्चच्या महाविद्यालयामध्ये प्रवेश घेतला. स्वामी विवेकानंद हे या महाविद्यालयाचे माजी विद्यार्थी होते. पदवी शिक्षण यशस्वीपणे पूर्ण केल्यानंतर वडील जानकी नाथ आणि भाऊ शरद यांच्या पुढाकाराने सुभाष अत्यंत अवघड, पण प्रतिष्ठेच्या मानल्या जाणाऱ्या भारतीय प्रशासकीय सेवा परीक्षेचा (आयसीएस) अभ्यास करण्यासाठी व ही परीक्षा देण्यासाठी सप्टेंबर, १९१९ मध्ये साम्राज्यशाहीचे केंद्रस्थान असलेल्या इंग्लंडला रवाना झाले. ही परीक्षा ऑगस्ट, १९२० मध्ये होणार होती. त्याचवेळी ते केंब्रिज विद्यापीठामध्ये तत्त्वज्ञान विषयामध्ये पुढील शिक्षण घेणार होते.

शरद यांचा जन्म ६ सप्टेंबर, १८८९ मध्ये झाला. त्यावेळी त्यांचे पालक कटक येथे स्थायिक असल्याने त्यांचे प्राथमिक व माध्यमिक शिक्षण तेथेच झाले. १९०५ मध्ये त्यांनी कलकत्ता येथील प्रेसिडेन्सी महाविद्यालयात प्रवेश घेतला. त्यापुढे १९११ पर्यंत राजकीयदृष्ट्या अस्थिर वर्षांमध्ये त्यांनी प्रेसिडेन्सी महाविद्यालयातून १९०७ साली बॅचलर ऑफ आर्ट्स आणि १९०९ साली मास्टर ऑफ आर्ट्स ही पदवी घेतली. त्यानंतर त्यांनी कलकत्ता विद्यापीठा अंतर्गत रिपन महाविद्यालयातून १९११ मध्ये कायदा विषयातील बॅचलर्स पदवी संपादन केली.

शरद विद्यार्थी म्हणून कलकत्ता येथे शिकत असताना १९०५ ते १९११ या सहा वर्षांच्या काळात राष्ट्रवादी किंवा स्वदेशी चळवळ जोरात सुरू होती. १९०५ मध्ये बंगालची फाळणी करण्याच्या (ही फाळणी प्रशासकीय सुलभतेच्या कारणांवरून केल्याचे दाखवले जात असले, तरी वास्तविक भारतात निर्माण होत असलेल्या राष्ट्रवादाच्या लाटेचे बंगाल हे केंद्रस्थान होते व या लाटेला आवर घालण्यासाठीच हा निर्णय घेण्यात आला होता.) निर्णयामुळे या चळवळीने जोर धरला व अखेरीस हा निर्णय रद्द करून सरकारला १९११ मध्ये पुन्हा बंगालचे एकत्रीकरण करावे लागले. सुरेंद्र नाथ बॅनर्जी, आनंद मोहन बोस आणि बिपिन चंद्र पाल या नेत्यांच्या नेतृत्वाखाली सुरू असलेल्या स्वदेशी चळवळीचा शरद यांच्यावर विलक्षण प्रभाव पडला होता.[५]

आपल्या वडिलांच्या पूर्ण न होऊ शकलेल्या चरित्रामध्ये अमिय लिहितात,

> प्रेसिडेन्सी महाविद्यालयापासून जवळच असलेल्या कॉलेज स्क्वेअर येथे होणाऱ्या सुरेंद्र नाथ बॅनर्जी यांच्या सभांना आपण नियमितपणे उपस्थित राहायचो आणि त्यांच्या भाषणातून आपल्याला प्रेरणा मिळायची, असे वडिलांनी मला सांगितले होते. आपल्या भाषणाचा समारोप करताना सुरेंद्र नाथ बायरन या कवीच्या या पंक्ती उद्धृत करायचे.

---

[५] एकोणिसाव्या शतकातून विसाव्या शतकाकडे जाताना सुरुवातीच्या दशकांमधील प्रमुख भारतीय राष्ट्रवादी आणि काँग्रेसचे भारतीय नेते.

स्वातंत्र्ययुद्ध एकदा सुरू झाले,
की या युद्धात अनेकदा अपयश आले, तरी अंतिम विजय निश्चित असतो,
असे धारातिर्थी पडणाऱ्या पित्याने आपल्या मुलासाठी मृत्युपत्रात लिहून ठेवले आहे.

वडील शरद यांच्या केवळ बायरनविषयीच्याच नाही, तर मिल्टन, ब्राउनिंग, शेली आदी अभिजात इंग्रजी लेखक व कवींविषयींच्या प्रेमाचा अमिय नेहमी उल्लेख करायचे. वडिलांची अफाट स्मरणशक्ती आणि ते मिल्टनच्या *'प्रोमेथियस अनबाउंड'* मधील काव्य, किंवा शेक्सपियरचा नाटकातील संपूर्ण प्रसंग तोंडपाठ म्हणून त्यांना कसे मंत्रमुग्ध करत याचे अमिय यांना नेहमीच आश्चर्य वाटत असे.

१९११ साली कलकत्ता येथील शिक्षण पूर्ण झाल्यानंतर शरद कटकला परतले. त्या वेळी त्यांचे वडील जानकीनाथ तेथील जिल्हा न्यायालयामध्ये एक ख्यातनाम वकील होते आणि सरकारी वकील म्हणून त्यांची नियुक्ती करण्यात आली होती. शरद यांनी कायदेक्षेत्रातील आपल्या उमेदवारीला आणि वकिलीला प्रारंभ केला आणि लवकरच न्यायालयामध्ये एक वकील म्हणून त्यांच्या विशेष प्राविण्याची छाप दिसू लागली. शरद यांच्या मनात लवकरच 'बॅरिस्टर-इन-लॉ' ही पदवी मिळवण्याची महत्त्वाकांक्षा निर्माण झाल्याचे त्यांच्या वैयक्तिक रोजनिशीतील नोंदीमधून दिसून येते. (रोजनिशी लिहिण्याची ही सवय शरद यांनी तुरुंगामध्ये असतानाही विशेष करून जोपासली. या रोजनिशी लेखनामुळे त्यांचे विचार आणि त्यांच्या आयुष्यातील महत्त्वाच्या घटनांच्या परिणामांमधे डोकावण्याची संधी मिळते.)

> २२ फेब्रुवारी, १९१२– इंग्रजांची कायदेपदवी मिळवण्यासाठी इंग्लंडला जाण्याचा प्रस्ताव मी आईपुढे मांडला आहे.
>
> २३ फेब्रुवारी, १९१२– आईने माझा इंग्लंडला जाण्याचा विचार वडिलांपुढे बोलून दाखवला. वडिलांनी अद्याप त्यांचे मत व्यक्त केलेले नाही.
>
> २४ फेब्रुवारी, १९१२– सकाळी नाश्त्यावेळी वडिलांनी मी इंग्लंडला जाण्याचा विषय काढला. त्यांची त्याला संमती आहे. मी मायकेलमस टर्मसाठी (पहिले शैक्षणिक सत्र) प्रवेश घ्यावा, असे ठरले आहे.

त्यानुसार, सप्टेंबर १९१२ मध्ये शरद लंडनला रवाना झाले. तेथे दोन वर्षांपेक्षा कमी कालावधीत त्यांनी कायद्याचे औपचारिक शिक्षण आणि चेंबर ऑफ लंडन बॅरिस्टर येथील उमेदवारी पूर्ण केली. ब्रिटनमधील वास्तव्यादरम्यान शरद यांनी लंडन येथे आयुष्यातील काही हौशीही पुरवून घेतल्या. ते नाट्यगृहात गेल्याची नोंद ४ एप्रिल, १९१३ रोजी सापडते.

> रात्रीचे जेवण झाल्यानंतर ड्रूरी लेन नाट्यगृहात हॅम्लेट (फोर्ब्ज-रॉबर्टस्टन) नाटकाचा प्रयोग पाहण्यासाठी गेलो होतो. हा अनुभव खूप आनंददायी होता. मी प्रथमच नाट्यगृहात रात्री प्रयोग पाहिला. रात्री सुमारे १२ वाजता घरी परतलो आणि एक वाजता झोपी गेलो.

लंडनमध्ये असताना शरद यांना 'रॉयल कोर्ट ऑफ जस्टिस' येथे काही महत्त्वाच्या खटल्यांची सुनावणी पाहण्याची संधी मिळाली. तिथेच त्यांना इंग्लिश कायदेमंडळातील आघाडीच्या वकिलांना युक्तिवाद करताना, तसेच उलटतपासणी घेताना पाहता आले. प्रख्यात बॅरिस्टर आणि संयुक्त आयर्लंडसाठी लढणारे राजकीय नेते सर एडवर्ड कार्सन यांच्या उलटतपासणी घेण्याच्या प्रभुत्वामुळे शरद खूप प्रभावित झाले होते. शरद यांनी ब्रिटिश संसदेतील 'हाउस ऑफ लॉर्ड्स' येथे उपस्थित राहून तेथे मांडले जाणारे प्रस्ताव ऐकले, तसेच 'हाउस ऑफ कॉमन्स'ची कार्यपद्धती आणि प्रक्रियाही समजावून घेतली.

'लिंकन्स इन'ने शरद यांना २४ जून, १९१४ रोजी वकीलीची सनद प्रदान केली. त्यानंतर २२ जुलै, १९१४ रोजी ते कलकत्त्याला परतले. परतल्यानंतर २० ऑगस्ट, १९१४ रोजी त्यांनी कलकत्ता येथील फोर्ट विल्यम येथील उच्च न्यायालयामध्ये वकील म्हणून नावनोंदणी केली. त्यांनी कलकत्ता उच्च न्यायालयामध्ये वकिली सुरू केली आणि त्या काळातील आघाडीचे कायदेपंडीत असलेल्या सर नृपेंद्र नाथ सरकार यांच्या संस्थेत ते काम करू लागले.

अल्पकाळातच शरद त्यांची वकीली उत्तम चालू लागली आणि ते लवकरच कलकत्ता बारचे आघाडीचे नेते बनले. उलटतपासणी करण्याच्या कलेतील निष्णात म्हणून ते ओळखले जाऊ लागले. बार संघटनेमध्ये, तसेच खंडपीठामध्येही त्यांचे नाव सारख्याच कौतुकाने आणि आदराने घेतले जाऊ लागले. न्यायालयाला आणि न्यायदानाच्या प्रक्रियेला प्रतिष्ठा आणि सन्मान मिळवून देणारे वकील म्हणून आजही त्यांचे नाव घेतले जाते.

या काळापासून पुढील बरीच वर्षे शरद यांनी आपला वकिली व्यवसाय भक्कम करण्यावर आणि आपल्या वाढणाऱ्या कुटुंबाच्या गरजा पुरवण्यावर, लक्ष केंद्रित केले होते. तथापि, पहिल्या महायुद्धाचा बराचसा काळ राष्ट्रवादी कार्य तुलनेने थंडावलेले असताना भारतात पुन्हा एकदा स्वातंत्र्य आणि आत्मनिग्रहाची ज्योत प्रज्वलित झाली आणि स्वातंत्र्यलढ्याच्या क्षितीजावर महत्वाच्या आणि उत्साहवर्धक राजकीय घडामोडींना वेग येऊ लागला. दक्षिण आफ्रिकेतील वीस वर्षांच्या वास्तव्यानंतर गांधी १९१५ मध्ये भारतात परतले. दक्षिण आफ्रिकेमध्ये त्यांनी आपली असहकाराची कौशल्ये वापरली होती.

त्याचवेळी गांधींच्या प्रेरणेने सामान्य जनतेमध्ये पसरत असलेली कॉंग्रेस चळवळ वाढवण्यामध्ये गांधींइतकेच, बंगालमधील प्रतिष्ठित आणि आदरणीय बॅरिस्टर देशबंधू चित्तरंजन दास (सी. आर. दास) आघाडीवर होते. त्यामुळे सहाजिकच राजकीयदृष्ट्या सजग

असलेले शरद हे राष्ट्रवादी राजकारणाच्या या प्रवाहात सामील झाले आणि १९१८ मध्ये त्यांनी सी. आर. दास यांच्या नेतृत्वाखाली काँग्रेसचे सक्रिय सदस्यत्व स्वीकारले.

शरद हे कलकत्ता येथील घरी आपली वकिली कारकीर्द आणि राजकीय पटलावर वाढत चाललेला सहभाग यांमध्ये, व्यस्त असतानाच सुभाष हे केंब्रिज विद्यापिठामधील फिट्झविल्यम महाविद्यालयामध्ये उच्चशिक्षण घेत होते. याच काळामध्ये सुभाष यांनी ऑगस्ट, १९२० मध्ये आयसीएस परीक्षा दिली व ते त्यामध्ये उत्तीर्ण झाले. गुणवत्ता यादीत ते चौथ्या क्रमांकावर होते व त्यांना उमेदवारीची संधी देण्यात आली होती. मात्र, मातृभूमीवर घडणाऱ्या महत्त्वाच्या घटनांची हाक आणि एकाचवेळी 'दोन सत्तांची सेवा' करता येणार नाही, याची पटत चाललेली खात्री यांमुळे तरुण, धडाडीच्या सुभाषचा निर्णय झाला होता. अनेकांना आश्चर्याचा धक्का देत सुभाष यांनी ही सोन्यासारखी संधी नाकारली आणि गांधीच्या प्रेरणेतून सुरू झालेल्या असहकार चळवळीमध्ये सी. आर. दास आणि बंधू शरद यांच्यासोबत काम करण्यासाठी जुलै, १९२१ मध्ये सुभाष भारतात परतले.

तत्पूर्वी, सुभाष २६ जानेवारी, १९२१ रोजी शरद यांना लिहिलेल्या पत्रात म्हणतात,

> मी दुभाजकावर उभा आहे आणि आता कोणतीही तडजोड करणे शक्य नाही. एकतर मी या गंज चढलेल्या सेवेकडे पाठ फिरवावी आणि मनापासून स्वतःला देशसेवेसाठी समर्पित करावे, अन्यथा माझी सर्व तत्त्वे आणि प्रेरणा यांना तिलांजली द्यावी आणि प्रशासकीय सेवेत दाखल व्हावे. यासारखा अविचारी आणि धोकादायक प्रस्ताव ऐकून आपले बरेचसे नातलग आक्रोश करतील, याची मला कल्पना आहे. परंतु, त्यांची मते, त्यांची प्रशंसा आणि त्यांचे टोमणे इत्यादींची मला पर्वा नाही. तुझ्या तत्त्वनिष्ठेवर मात्र माझी श्रद्धा आहे आणि म्हणूनच मी तुला ही विनंती करत आहे. पाच वर्षांपूर्वी अशाच एका प्रयत्नामध्ये मला तुझा नैतिक पाठिंबा लाभला होता. त्या घटनेमुळे माझ्या आयुष्यात विपरित परिणाम ओढावले. एका वर्षासाठी माझे भविष्य अंधःकारमय आणि कोरे होते. परंतु, मी शौर्याने या परिणामांना सामोरा गेलो आणि स्वतःकडेही मी कधी त्याविषयी तक्रार केली नाही. तशाप्रकारचा त्याग करण्याचे सामर्थ्य माझ्यामध्ये होते, याचा मला आज अभिमान वाटतो. त्या घटनेची आठवण माझ्या विश्वासाला हे बळ देऊन जाते की या पुढेही भविष्यात माझ्यावर त्याग करण्याची वेळ आली, तर मी तेवढ्याच धैर्याने, धाडसाने व शांतपणे त्याला सामोरा जाईन. आता, तू मला पाच वर्षांपूर्वी आपणहून आणि उदार मनाने दिला होतास, तशाच नैतिक पाठिंब्याची अपेक्षा या नव्या प्रयत्नासाठीही मी तुझ्याकडून करू नये का?

त्यानंतर, २३ एप्रिल १९२१ रोजी केंब्रिज सोडण्यापूर्वी सुभाष यांनी शरद यांना आणखी एक प्रदीर्घ आणि अधिक विचार प्रकट करणारे पत्र लिहिले आहे. आपण केलेल्या धोकादायक

निवडीला आपल्या मोठ्या भावाचा पूर्णपणे पाठिंबा आहे, याची जाणीव ठेवून सुभाष या पत्रामध्ये त्यांच्या निर्णयाचा जवळच्या कुटुंबियांवर झालेल्या परिणामांबाबत दुःख व्यक्त करतात. कदाचित हे पत्र म्हणजे आपल्या भवितव्याविषयी लख्ख जाणीव बाळगण्याच्या दिशेने त्यांचे पहिलेच मोठे पाऊल असावे.

> सर्वांचा इतका प्रचंड आर्थिक भार तुझ्या एकट्याच्या खांद्यावर टाकणे हे आमच्या दृष्टीने अयोग्य आहे, असे मला नेहमीच वाटत आले आहे. तरीही आपल्या आर्थिक अडचणींवर मात करणारा कोणताच व्यवहार्य उपाय माझ्याकडे नाही. मी जे काही करतो, त्यासाठी मी इतर कोणापेक्षाही आई, वडील आणि तू यांच्याप्रति अधिक जबाबदार आहे, हे लपवण्याची आवश्यकता मला वाटत नाही. त्यामुळेच, मी निवडलेल्या कोणत्याही कार्यासाठी तू मला हार्दिक शुभेच्छा दिल्या असल्यास, तरी मी आईवडिलांच्या इच्छेविरुद्ध आणि तुझा सल्ला नाकारून नव्या क्षेत्रामध्ये कारकिर्दीस प्रारंभ करत आहे, अशी माझी भूमिका आहे. प्रशासकीय सेवेत दाखल होण्यास विरोध करण्याचे सर्वांत महत्त्वाचे कारण म्हणजे मला करारावर स्वाक्षरी करावी लागली असती, हे होते. या करारामुळे मला परदेशी शासनव्यवस्थेला माझी निष्ठा अर्पण करावी लागली असती आणि माझा विचार कदाचित योग्य असेल वा नसेल, पण असे करण्याचा नैतिक अधिकार मला नाही, असे मला वाटते. तडजोड करणे ही वाईट गोष्ट आहे, ती मनुष्याची मानहानी करते आणि मूळ उद्देशाला बाधा पोहचवते, असा माझा विश्वास आहे. सरकारमधून बाहेर पडणे हा सरकारराज संपवण्याचा सर्वोत्तम मार्ग आहे. ही टॉलस्टॉयची शिकवण आहे किंवा गांधी आपल्या भाषणामध्ये याचा उच्चार करतात, म्हणून मी हे म्हणत नाही, तर माझा यावर विश्वास बसलेला आहे. मला आईचे पत्र आहे. वडील आणि इतर लोक काहीही म्हणत असले, तरी महात्मांनी ज्या तत्त्वांसाठी भूमिका घेतली आहे, त्याला तिचा पाठिंबा आहे असे त्यात म्हटले आहे. तिचे हे पत्र वाचून मला किती आनंद झाला, हे मी सांगू शकत नाही.
>
> अमि कसा आहे? त्याला अजून मी लक्षात आहे का? मी परतेन, त्या वेळपर्यंत तो मोठा मुलगा झालेला असेल.

त्यानंतर काही वर्षांनी मोठ्या झालेल्या अमिय यांना सुभाषचंद्र बोस यांच्या व्यक्तिमत्वामध्ये तात्त्विक आणि वास्तववादी विचारांचा मेळ दिसून आला. त्यांच्या व्यक्तिमत्त्वातील हेच पैलू 'सुभाष – दि मॅन अॅज वुई नो हिम' या पुस्तकामध्ये मांडण्यात आले आहेत. आपले काका हे कोणतीही गोष्ट केवळ उर्मीपोटी करणाऱ्यांपैकी नव्हेत, हे अमियला माहीत होते. किंबहुना सुभाष यांची प्रत्येक कृती ही काळजीपूर्वक विचार, गंभीर चर्चा आणि तपशीलवार नियोजन यांवर आधारलेली असे. काही विशिष्ट प्रसंगांमध्ये त्यांच्यातील अध्यात्मिक आणि तपस्वी गुणांचाही प्रभाव जाणवत असे.

सुभाष यांनी विद्यार्थीदशेत कलकत्त्यामध्ये घालवलेल्या १९१३ ते १९१९ या वर्षांमध्ये त्यांच्या व्यक्तिमत्वाचा चिंतनशील पैलू क्रमाक्रमाने अधिक प्रगल्भ होत गेल्याचे अमिय सांगतात. सुभाष यांना ते घेत असलेले तत्त्वज्ञान आणि मानसशास्त्राचे शिक्षण विशेष आवडत होते आणि कान्ट, हेगेल आणि तर युरोपातील इतर तत्त्वज्ञांच्या विचारांचा ते बारकाईने अभ्यास करत होते. तत्पूर्वी, सुभाष यांचे वय केवळ १५ वर्षे असताना त्यांच्यावर रामकृष्ण परमहंस आणि त्यांचे शिष्य स्वामी विवेकानंद यांचा सखोल प्रभाव पडला. या प्रभावामुळे तरुण सुभाषमध्ये सर्वधर्मसमभावाची आवश्यकता आणि मानवी समता यांविषयी विश्वास निर्माण झाला. यांमुळे त्यांच्यातील सामाजिक सेवेच्या विचाराला प्रोत्साहन मिळाले. हा विचार पुढे आयुष्यभर त्यांच्यासोबत राहिला आणि त्यांना जेव्हा शक्य झाले तेव्हा हा विचार कृतीत उतवण्याचा त्यांनी प्रयत्न केला.

त्यानंतर लगेचच सुभाष यांनी १९१९ ते १९२१ या लंडनमध्ये घालवलेल्या वर्षांत त्यांच्या व्यक्तिमत्वातील प्रागतिक कक्षा विकासित होण्याबरोबरच त्या अधिक विस्तारल्याचे निरीक्षणही अमिय नोंदवतात. सुभाष यांचे इंग्लंडमध्ये आगमन झाले, तेव्हा युरोप नुकताच पहिल्या महायुद्धातून (१९१४–१९१८) सावरत होता. युरोपच्या राजकीय, आर्थिक आणि सामाजिक पटलावर मोठे बदल घडून येण्याचा तो काळ होता. या काळात सुभाष यांना केंब्रिज येथे आयर्लंडची क्रांतिकारी चळवळ जवळून पाहण्याची व अभ्यासण्याची संधी मिळाली. या चळवळीचा त्यांच्यावर मूलगामी परिणाम झाला. त्याचप्रमाणे, रशियन क्रांतीचा उलगडणारा इतिहास आणि तिचा ब्रिटिश अधिपत्याखालील भारतासह अन्य जगासाठी कार्य अर्थ असू शकतो, याकडेही त्यांनी काळजीपूर्वक लक्ष दिले.

त्या काळातील त्यांची पत्रे, त्यांच्या विचारांचा रोख कोणत्या दिशेने होता, हे सूचित करतात. अमिय याबाबत सुभाष यांनी केंब्रिजहून कलकत्त्यातील त्यांचा मित्र आणि समवयस्क प्रियरंजन सेन यांना १२ मे, १९२० रोजी बंगालीतून लिहिलेल्या पत्राचा विशेष संदर्भ देतात. या पत्राच्या मजकुरातून भारतीय समाजवादाचा आशय आणि आकार यांविषयी सुभाष यांचे विचार उत्क्रांत होण्यास सुरुवात झाल्याचे दिसून येते.

> तू रशियाविषयी मांडलेल्या विचारांशी मी सहमत आहे. ज्याप्रमाणे फ्रान्सने अठराव्या शतकाच्या अखेरीस आपली तत्त्वे, विचार आणि कृती यांनी जगाला प्रेरित केले, त्याचप्रमाणे विसाव्या शतकामध्ये रशिया जगाला प्रेरित करेल. तथापि, पुरेसे आर्थिक आणि राजकीय ज्ञान असल्याशिवाय आधुनिक काळातील कोणत्याही समस्येवर मात करता येऊ शकत नाही, हे वास्तव आहे. शरद चॅटर्जी यांच्या कादंबऱ्या या मानवी चारित्र्याविषयीचे त्यांचे विश्लेषण, कौटुंबिक आणि घरगुती जीवनाचे त्यांनी केलेले चित्रण यांसारख्या अनेक गोष्टींमुळे उत्कृष्ट कलाकृती ठरतात. मात्र, ज्याप्रमाणे एखाद्यास राजकीय आणि सामाजिक

समस्यांवरील उपाययोजनांचे स्वरूप इब्सेनच्या नाटकांमध्ये सापडू शकते, तशाप्रकारचे काही या कादंबऱ्यांमध्ये आहे, असे मला वाटत नाही. किंबहुना जर त्यांनी (शरद चॅटर्जी) अर्थशास्त्र आणि राजकारणाचा अभ्यास केला असता, तर त्यांच्या दृष्टीच्या कक्षा अधिक विस्तारल्या असत्या, आणि त्यांची पुस्तके इतर अनेक समस्यांसाठी उपाय सूचवू शकली असती.

तू समाजवादाविषयी पुस्तक लिहू शकतोस का? मला वाटते, 'पीपल्स बुक सीरिज' या मालिकेमध्ये या विषयावर पुस्तक आहे. अर्थात रामसी मॅक्डोनाल्ड यांनी या विषयावर लिहिलेले एक पुस्तक होम विद्यापिठाच्या वाचनालयाच्या मालिकेमध्ये आहे. मला वाटते, ज्याप्रमाणे रशियामध्ये झाले, त्याचप्रमाणे भारताची प्रगती देशातील जनतेच्या प्रयत्नामुळेच होईल. समाजवाद जनतेला त्यांचे हक्क काय आहेत आणि समाज त्यांना कशाप्रकारे या हक्कांपासून वंचित ठेवतो, हे शिकवतो. आपल्या स्वतःच्या समाजामध्येच जमीनदार आणि व्यापारी-उमराव हे मोठे शत्रू आहेत. विशेषतः जमीनदार. हे शत्रू सर्वच ठिकाणी प्रगतीच्या आड येतात, हे जगातील अनेक देशांचा इतिहास अभ्यासल्यानंतर मला पटले आहे. त्यांनी जर बदलांना इतका जोरदार विरोध केला नसता, तर फ्रेंच क्रांती किंवा बोल्शेव्हिक क्रांती इत्यादींची गरजच उरली नसती.

इंग्लंडमध्ये जमिनदारी प्रगतीच्या मार्गात उभी राहिली नाही, म्हणूनच येथे अद्याप ती इतक्या प्रमाणात अस्तित्त्वात आहे (जितकी फ्रान्स आणि रशियामध्ये आता अस्तित्वात नाही) आणि त्यामुळेच या देशात (हिंसक) क्रांती झालेली नाही. या शत्रुमुळे देशांतर्गत किती अपरिमित हानी होत आहे, याची येणाऱ्या प्रत्येक दिवसागणिक तुला जाणीव होत राहील. आपण यासाठी सज्ज राहिले पाहिजे. आणि येथील मजूर पक्षाकडून काहीही अपेक्षा ठेवण्यात अर्थ नाही. इंग्लंडमधील सर्व पक्ष सारखेच आहेत. त्यांच्यामध्ये अगदी शुल्लक मुद्द्यांवरून मतभेद आहेत. 'राष्ट्रे ही स्वतःच घडतात', हे आपले एकमेव उद्दिष्ट असले पाहिजे.

आजसाठी इतके खूप झाले. मी आता पुन्हा लिहू शकणार नाही, कारण २ ऑगस्टपासून माझी परीक्षा सुरू होत आहे. तुझ्याकडून पत्र आल्यास मला अर्थातच खूप आनंद होईल. आम्ही येथे भारतातून येणाऱ्या पत्रांची चातकासारखी वाट पाहतो.

सुभाष इंग्लंडहून भारतात परतले, ते सर्व प्रकारच्या दमनशाहीविरोधात क्रांतिकारी लढा हाच मार्ग आहे, यावर दृढ विश्वास ठेवूनच. त्याचवेळी पाश्चात्य तत्त्वज्ञानाच्या विचारांचे त्यांना स्पष्ट आकलन झाले होते व त्यावर त्यांची श्रद्धा होती. त्यांच्या विचारांचा हा विकास अर्थातच हिंदू तत्त्वज्ञान आणि धारणांची पार्श्वभूमी, तसेच त्यांना भारतात असताना मिळालेल्या शिक्षणाच्या भक्कम पायाभरणीवर उभा होता. *'ॲन इंडियन पिलग्रिम'* या आपल्या अपूर्ण राहिलेल्या आत्मचरित्रामध्ये सुभाष लिहितात – 'प्राथमिक स्तरावरील शिक्षण हे राष्ट्रीयच

असले पाहिजे आणि त्याची पाळेमुळे इथल्या मातीमध्ये असावीत. आपल्या स्वतःच्या देशाच्या संस्कृतीतूनच आपण बुद्धीसाठी खाद्य मिळवले पाहिजे.'[६]

* * *

बोस बंधूंना १९३२ पासून आपले कुटुंबीय व प्रियजनांपासून सक्तीने वेगळे राहावे लागल्यामुळे त्यांचा कुटुंबातील सदस्य, जवळचे मित्र आणि राजकीय सहकारी यांच्याशी नित्यनेमाने पत्रव्यवहार सुरू राहिला. कालांतराने यापैकी बहुतांश पत्रे प्रकाशित झाली असली, शरद आणि सुभाष यांनी अमियला पाठवलेल्या पत्रांचा संग्रह मात्र त्याला अपवाद आहे. यापैकी काही निवडक पत्रे पूर्ण व काही थोड्या स्वरूपात प्रथमच येथे देण्यात आली आहेत.

यापूर्वी सुभाष मंडाले येथे १९२५ ते १९२७ दरम्यान कैदेत असताना आणि त्यांची पत्रे तपासली जात असतानाही, दोन्ही भावांमध्ये तात्त्विक विषयांपासून ते राजकीय आणि कौटुंबिक विषयांपर्यंत सखोल पत्रव्यवहार झाला होता. मंडाले व त्यापूर्वी ब्रह्मपूर कारागृहात असताना सुभाष यांनी शरद यांना पाठवलेली पत्रे आणि त्यामध्ये सुभाष यांच्या तात्त्विक विचारांचे दिसणारे प्रतिबिंब, यांविषयी पुढील प्रकरणांमध्ये चर्चा करण्यात आली आहे.

प्रथमतः सेओनी आणि त्यानंतर इतर तुरुंगांच्या गजाआडून, तसेच स्थानबद्धतेच्या विविध ठिकाणांवरून वडील शरद आणि सुभाषकाकांनी, त्यांच्या ठायी निष्ठा असणाऱ्या आणि अर्थातच त्यांचा सल्ला ऐकण्यास उत्सुक असलेल्या, अनुक्रमे मुलाला व पुतण्याला, त्याच्या आयुष्यात पुढे येणाऱ्या आह्वानांसाठी तयार करण्याचे प्रयत्न दूर राहूनही सुरू ठेवले. ते त्याच्याकडे स्वतंत्र, अखंड आणि समाजवादी भारताविषयीचा आपला दृष्टिकोन समजून घेणारा भविष्यातील अनुयायी म्हणून पाहत होते. त्याचप्रमाणे ते तरुण अमिला आपला निकटवर्तीय समजत होते ज्याला ते आपली प्रकृती, तसेच ब्रिटिशांच्या करड्या देखरेखीखाली त्यांच्या आजारांवर केले जाणारे उपचार इत्यादीं अनेक वैयक्तिक बाबींची माहिती देऊ शकत.

अटक करून कैदेत डांबल्यानंतर सहा आठवड्यांनीही सुटकेची कोणतीही चिन्हे दिसत नसल्याचे लक्षात आल्यानंतर शरद यांनी सेओनी कारागृहातून २० मार्च, १९३२ रोजी अमियला पत्र लिहिले. यापुढील काळामध्ये लिहिलेल्या अनेक जिव्हाळ्याच्या व आधार देणाऱ्या पत्रांमधील हे पहिले होते.

प्रिय अमि,

तुझी तार मला शुक्रवारी (१८ तारखेस) दुपारी देण्यात आली. तुला परीक्षा चांगली गेली आणि घरी सर्वजण चांगले आहेत, हे वाचून मला आनंद झाला. तुझे पत्र (तू तारेमध्ये

---

[६] सुभाषचंद्र बोस, *'ॲन इंडियन पिलग्रिम'* (कलकत्ता: जयश्री पत्रिका ट्रस्ट, २०१३) १३१.

ज्याचा उल्लेख केला आहेस, ते) मला अद्याप मिळालेले नाही. पण काल (१९ तारखेस) मला तुझ्या आईने लिहिलेली दोन पत्रे मिळाली. या पत्रांवर अनुक्रमे ८ व ११ मार्च अशा तारखा आहेत. तुला इंग्रजी व गणित या विषयांची परीक्षा चांगली गेल्याचे, परंतु संस्कृतचा पेपर तितकासा चांगला न गेल्याचे ११ मार्च रोजी तुझ्या आईने पाठवलेल्या पत्रामधून मला समजले. संस्कृत विषयात चांगली कामगिरी न केल्याबद्दल मी तुला जराही दोष देणार नाही. मागील डिसेंबरपासून तुझ्या अभ्यासामध्ये अनेक व्यत्यय आणि बंधने आल्याचे मला माहीत आहे. त्यामुळेच तू संस्कृत विषयामध्ये केवळ उत्तीर्ण होण्याइतके गुण मिळवलेस, तरी त्यात समाधान मानावे, असे मला तुझ्या आईनेच सांगितले आहे.

तुला आता खूप रिकामा वेळ असेल, आणि या वेळेत तू तुझ्या आजी-आजोबांची, आईची आणि घरातील इतरांची काळजी घेशील, याविषयी मला कोणताही शंका नाही. माझ्या अनुपस्थितीत वर उल्लेख केलेल्या बहुतांश जबाबदाऱ्या साहजिकच तुझ्या खांद्यावर येऊन पडणार आहेत आणि या जबाबदाऱ्या उचलण्यास तू समर्थ आहेस, अशी मला खात्री वाटते. तुला तुझ्या भविष्यातील शिक्षणाविषयीचा विचार करण्यासाठीही आता वेळ मिळेल. तुला कला शाखेत पुढील शिक्षण घ्यायचे आहे की विज्ञान शाखेत, याविषयीचा निर्णय घेण्याची वेळ आता येऊन ठेपलेली आहे. अर्थातच, तू घाईगडबडीत निर्णय घेण्याची गरज नाही. तू स्वतः विचार करण्यासाठी वेळ घे, तसेच तुझे आजीआजोबा व आईशी यांबाबत चर्चा कर. भविष्यातील शिक्षणाविषयी तुझ्या मनात असलेले सर्व विचार त्यांच्यापुढे बोलून दाखव आणि तुझी त्यांच्याशी सविस्तर चर्चा झाल्यानंतरच मला याविषयी पत्र लिही. मला येथे तुझ्या भविष्यातील कारकिर्दीविषयी विचार करण्यासाठी पुरेसा वेळ आहे आणि एकदा मला तुझे विचार समजले की मी तुला योग्य निर्णय घेण्यासाठी मदत करू शकेन.

आता तू तुझी सुट्टी कशी घालवावीस, याविषयी एक सल्ला. मला वाटते तुझ्या रिकाम्या वेळातील काही भाग तू बंगाली व इंग्रजी या दोन्ही भाषांतील चांगले साहित्य वाचण्यासाठी द्यावास. बंगाली साहित्याविषयी सांगायचे झाल्यास मायकेल मधुसुदन दत्त यांचे 'मेघनाद बध काव्य' वाचावेस. इंग्रजी साहित्यवाचनाची सुरुवात करण्यासाठी मी तुला वॉशिंग्टन आयर्विंगचे 'रिप व्हॅन विंकल' आणि प्रोफेसर ब्लॅकि यांचे 'सेल्फ कल्चर' अशी दोन पुस्तके सुचवेन. मला वाटते ही दोन्ही पुस्तके तुला ३८/२ एल्गिन मार्गावरील घरामधील पुस्तकांच्या जुन्या कपाटामध्ये सापडतील. परंतु, ही पुस्तके तुला तेथे सापडली नाहीत, तर कृपया बुक कंपनी किंवा इतर कोणत्यातरी पुस्तकांच्या दुकानातून ती खरेदी कर. सुरुवात करण्यासाठी एवढे पुरेसे आहे.

हे सर्व करताना तुझ्या आरोग्याकडे दुर्लक्ष करू नकोस. किंबहुना पुढील तीन महिन्यांमध्ये तू अभ्यासापेक्षा अधिक लक्ष तुझ्या आरोग्याकडे दे. दिपेन बाबू यांच्या मार्गदर्शनाखाली शारीरिक व्यायाम करण्याची तुझी सवय तू सुरू ठेवली आहेस, अशी मी आशा करतो. कृपया दिपेन बाबूंना माझे प्रेम व शुभेच्छा सांग.

तुझे दादाभाई आता थोडे चालू शकतात आणि तुझ्या मेजोमामींची प्रकृतीही पूर्वीपेक्षा बरी आहे, हे तुझ्या आईच्या पत्रामध्ये वाचून मला समाधान वाटले. कृपया त्यांना शक्य तितके आनंदात ठेवण्याचा प्रयत्न कर. त्यांना तू किती प्रिय आहेस, हे तुला माहीतच आहे.

पुढील वैशाख महिन्याच्या सुरुवातीस तुझे आजी-आजोबा कदाचित पुरीला जातील. तुझी इच्छा असल्यास तू काही आठवडे त्यांच्यासोबत पुरीला समुद्रकिनाऱ्याजवळ घालवू शकतोस. तथापि, तुला आता लगेच बदल म्हणून कलकत्त्याबाहेर राहावेसे वाटत असेल, तर निश्चितपणे तसे कर. तुझ्या जेठाबाबूंनी तुला पाटण्याला बोलावले आहे आणि तुला जमशेदपूरला जाण्याची इच्छा आहे, असे मला तुझ्या आईने सांगितले. तुला जिथे जायचे असेल तिथे तुला आनंदाने पाठवण्यास तुझी आई तयार आहे.

प्रवस यांचे १५ तारखेला पाठवलेले पत्र मला आज सकाळी देण्यात आले. आपला लाडका रवी आता या जगात नाही, ही दुःखद बातमी या पत्रामधून आम्हाला समजली. मी प्रथम तुझ्या मामीला पत्र लिहिले. या क्रूर हानीनंतर तू कॉलेज स्क्वेअर येथे गेला असशील, याची मला खात्री आहे. तुझ्या आजीशी तू जाऊन बोललास, तर तिला थोडेतरी बरे वाटेल.

आमच्याविषयी लिहिण्यासारखे फारसे काही नाही. तुझे रंगाकाकाबाबू अद्यापही तशाच अवस्थेत आहेत. त्यांच्या पचनकार्यामध्ये जराही सुधारणा झालेली नाही. गेले काही दिवस तर ते केवळ दूध आणि साबुदाणा यावरच जगत आहेत. कारण हेच दोन पदार्थ त्यांच्या पचनसंस्थेला मानवतात. तथापि, जोपर्यंत आम्ही दोघे एकत्र आहोत, तोपर्यंत तू त्यांची काळजी करण्याची आवश्यकता नाही. मी बरा आहे.

मीरा, नेरू आणि गीता हे नीटपणे त्यांच्या अभ्यासाकडे लक्ष देत आहेत आणि बुई पूर्वीइतकीच धांदरट असेल, अशी मी आशा करतो. पुतुलला त्याच्या मावशीविषयी खूप माया आहे, असे मला समजले. मीरा, नेरू आणि गीता यांना आठवड्याभराने मी पत्र लिहिन, असे सांग.

तुझ्या रंगाकाकाबाबूंना वेळोवेळी पत्र लिहित राहा आणि तुझ्या भावडांनाही तसे करण्यास सांग. तुम्हा सर्वांना माझे प्रेम व आशिर्वाद.

तुझा प्रेमळ,
एस. सी. बोस.

ता. क. – तुझे वाचून झाल्यानंतर हे पत्र तुझ्या आईकडे दे.
एस. सी. बी.

त्यानंतर, ८ मे, १९३२ रोजी शरद यांनी सेओनी कारागृहातून पुन्हा आपल्या मुलाला पत्र लिहिले.

तू तुझ्या परीक्षेत प्रथम श्रेणीमध्ये उत्तीर्ण झालास, हे वाचून मला अतिशय आनंद झाला आहे आणि त्याबद्दल मी तुझे मनापासून अभिनंदन करतो. तू प्रत्येक क्षेत्रामध्ये सातत्यपूर्ण

प्रगती करावीस आणि शारीरिकदृष्ट्या, बौद्धिकदृष्ट्या आणि अध्यात्मिकदृष्ट्या विकसित व्हावेस, ही तुझ्या प्रेमळ पित्याच्या मनातील इच्छा आहे.

तू ४ मे रोजी लिहिलेले पत्र आणि प्रवसने ३ मे रोजी लिहिलेली पत्र ही दोन्हीही मला एकाच दिवशी ६ तारखेस मिळाली. तुझ्या यशाची बातमी तुम्हाला दोघांना बॅरिस्टर अॅट लॉ प्रोमाथ नाथ बॅनर्जी यांनी सांगितली, असे मला पत्रातून समजले. ही माहिती सांगितल्याबद्दल कृपया बॅनर्जी यांना माझे धन्यवाद सांग.

मला ११, १६, २२ आणि २७ एप्रिल रोजी लिहिलेली पत्र मिळाली आहेत. परीक्षेसाठी विज्ञान शाखा निवडण्याच्या तुझ्या निर्णयाला माझी संमती आहे. तुला कोणत्या महाविद्यालयात प्रवेश घ्यायला आवडेल? स्कॉटिश चर्चचे महाविद्यालय आणि आशुतोष महाविद्यालय ही दोन महाविद्यालय विचार करण्यायोग्य आहेत. माझ्यामते विज्ञान शाखेसाठी स्कॉटिश चर्चचे महाविद्यालयच अधिक चांगले आहे. मात्र, ते आपल्या घरापासून दूर आहे. पण जर आशुतोष महाविद्यालयही विज्ञान शाखेसाठी तितकेच चांगले असेल (याविषयीची अधिक माहिती तू प्रोमाथ बॅनर्जी यांच्याकडून घेऊ शकतोस.) तरतू या महाविद्यालयात प्रवेश घेऊ शकतोस. आशुतोष महाविद्यालयाबाबतीत एक जमेची बाजू म्हणजे, हे महाविद्यालय आपल्या घरापासून जवळच आहे. कृपया, या दोन्हीपैकी चांगल्या वाटणाऱ्या महाविद्यालयात वेळ न दवडता अर्ज कर. सेंट झेवियर्स महाविद्यालयाच्या कार्यकारी मंडळावर माझा विश्वास नसल्याने मी ते महाविद्यालय विचारात घेतलेले नाही.

बंगाली साहित्याविषयी विचार करता, मला वाटते की तू मधुसुदन यांच्या साहित्याचा बारकाईने अभ्यास करण्यापासून सुरुवात करावीस आणि शेवटी सध्या हयात असलेल्या साहित्यिकांचे साहित्य वाचावेस. इंग्रजी साहित्यामध्ये तुला पाय रोवायचे असतील, तर आधुनिक साहित्यिक कितीही चांगले असले, तरी तू शेक्सपियर आणि मिल्टन यांच्याकडे दुर्लक्ष करून स्वतःला केवळ या साहित्यिकां पुरते मर्यादित ठेवू नकोस. बंगाली साहित्याबाबतही ही बाब खरी आहे.

आमच्या येथील जीवन आणि आरोग्य याविषयी सांगण्याजोगी कोणतीच नवीन गोष्ट माझ्याकडे नाही. मी तीन दिवसांपूर्वीच तुझ्या आईला सविस्तर पत्र लिहिले आहे. डॉ. बी. सी. रॉय यांना सेओनी येथे येण्याचे कष्ट तुझे रंगाकाकाबाबू देऊ इच्छित नाहीत. आम्ही मध्य प्रांताच्या सरकारकडून सुभाष यांच्या एक्स-रे चाचण्या घेण्याविषयी काही आदेश मिळण्याची वाट पाहात आहोत. मध्य प्रांताच्या सरकारने सुभाष यांना संपूर्ण वैद्यकीय चाचणीसाठी कलकत्त्याला पाठवले, तर ती निःसंशय सर्वांत चांगली गोष्ट. तसे झाल्यास सुभाषला सर नीलरतन सरकार, डॉ. बी. सी. रॉय यांच्यासारख्या यापूर्वीही त्याच्यावर उपचार केलेल्या आणि त्याच्या शरीरप्रकृतीची जाण असलेल्या ख्यातनाम वैद्यकतज्ज्ञांकडून सल्ला घेता येईल. तथापि, आमच्या बाजूने आम्ही इच्छा व्यक्त करणे निरर्थक आहे. सरकारला जशा सूचना मिळतील, त्याप्रमाणेच ते कृती करतील.

तू कृपया स्वदेशी शिल्प भांडारमधून (कॉलेज मार्गावरील) पांढऱ्या बुटांच्या पॉलिशसाठी लागणाऱ्या ब्लँकोच्या काही वड्या घेऊन तुझ्या आईसोबत पाठवू शकशील का? त्याचबरोबर कृपया सुबोध ब्रदर्स दुकानात जाऊन त्यांनी मागच्या वेळी पाठवला होता, तसाच पाच पाउंड दार्जिलिंग चहा (उच्च प्रतीचा फ्लॉवरी ऑरेंज पेकोई) पाठवण्यास सांग.

बंगाल सरकारने तुझ्या मामांना इकडे येऊन आम्हाला भेटण्याची परवानगी दिली आहे, अशी मला आशा आहे. तुझी आई कोणत्या तारखेस येथे येणार आहे, हे कृपया तार पाठवून आम्हाला कळव. त्यानुसार, आमच्या भेटीच्या तारखा ठरवाव्या लागतील.

डॉइसेसन आणि दक्षिण उपनगरातील शाळांच्या उन्हाळ्याच्या सुट्या सुरू झाल्या का? मीरा, नेरू आणि गीता बऱ्या आहेत, असा मी विश्वास बाळगतो. त्यांच्याकडून बरेच दिवसांत काही खबरबात मिळालेली नाही. ते चित्रकला आणि रंगकलेमध्ये चांगली प्रगती करत आहेत, असे हरेनबाबू यांनी पाठवलेल्या पत्रामधून मला समजले. तिमाही परीक्षेतील नेरूची कामगिरी कशी आहे? कृपया त्या सर्वांना सुटीमध्ये रवींद्रनाथ यांचे गालपागुच्छा हे पुस्तक वाचण्यास सांग.

बुई आणि पुतुल हे आपल्या आईसोबत येथे येणार आहेत, असे मला समजले. पुतुल मला पूर्णपणे विसरलाच असेल की काय, अशी चिंता वाटते. येथे आमच्या संग्रहात असलेले विविध प्रकारचे पक्षी पाहून दोघेही आनंदित होतील. येथे आमच्याकडे पाच पोपट, दोन हिरवी कबुतरे, दोन साधी कबुतरे (पांढऱ्या रंगाची) आणि एक नीलकंठ नावाचा पक्षी आहे. या नीलकंठाला कालच कारागृहाच्या आवारात पकडण्यात आले आणि आम्ही त्याला पाळले आहे. मी बंगालमध्ये नीलकंठ पाहिलेला नाही. हे पक्षी खूप शुभ मानले जातात परंतु, त्यांना पाळणे अवघड असते.

तुझा प्रेमळ,

एस. सी. बोस

दरम्यान, सुभाष यांना काही महिने सेओनी येथे ठेवल्यानंतर शरद यांच्यासह जबलपूर मध्यवर्ती कारागृहामध्ये हलवण्यात आले. सेओनी येथे असताना आपली खालावत चाललेली प्रकृती आणि आपल्या कैदेबाबत असणारी अनिश्चितता या विचारांतच ते गढलेले होते. १३ जून, १९३२ रोजी तरुण पुतण्या अमिला पाठवलेल्या पत्रामध्ये त्यांनी आपली चिंता व्यक्त केली आहे.

प्रिय अमि,

मागचा काही काळ मी तुला पत्र लिहू शकलो नाही, त्याबद्दल मला क्षमा कर. तू मला पाठवलेल्या शेवटच्या पत्राचे उत्तर द्यायचे राहून गेले.

आम्हाला भेटण्याची तुझी विनंती मान्य करण्यात आली आहे आणि तसे सूचनापत्र येथे आले आहे. मात्र, अद्याप छोटोदादांच्या अर्जाबाबत कोणतीही बातमी कळलेली नाही. बहुतेक हा मुद्दा सरकार दरबारी विचाराधीन आहे.

गेल्या काही काळापासून आमची पत्रे योग्य ठिकाणी पोहचत नाही आहेत, याबद्दल मी खरंच खूप क्षमा मागतो. हे पत्रही तुझ्यापर्यंत पोहोचेल की नाही, हे मला माहीत नाही. तरीही मी हे लिहितो आहे.

वैद्यकीय तपासण्यांना ४ जून रोजी सुरुवात झाली आणि त्या ६ जूनपर्यंत सुरू होत्या. मेजदादाची मधुमेहाची चाचणी घेण्यात आली आणि इतर नियमित चाचण्यांबरोबरच रक्तातील साखरेची चाचणीही करण्यात आली. ती खूप वेदनादायी प्रक्रिया होती आणि अनेक वेळा सूया टोचून घ्याव्या लागल्या.

मला औषधी रसायने मिसळलेले जेवण दिल्यानंतर माझी क्ष-किरण चाचणी करण्यात आली. विशिष्ट कालांतराने अनेक छायाचित्रे घेण्यात आली. अशा प्रकारच्या तपासणीत ज्या प्रकारच्या चाचण्या करण्यात येतात, त्याही पार पाडल्या गेल्या.

येथील लष्कराशी संलग्न असलेल्या तीन वैद्यकीय तज्ज्ञांच्या मंडळाने आमची तपासणी केली. त्यांचा अहवाल सरकारकडे पाठवण्यात आला आहे. तथापि, या अहवालात काय आहे, याविषयी आम्हाला कोणतीही कल्पना नाही. माझ्या आजाराचे अचूक निदान झाले आहे का, याबाबत अद्यापही आम्ही अंधारात आहोत आणि अचूक निदान झाल्याशिवाय कोणतेही उपचार सुरू करता येऊ शकत नाहीत. तज्ज्ञांच्या मंडळाने केलेल्या निदानाविषयी आम्हाला माहिती द्यायला हवी होती, असे मला वाटते. कारण त्यानंतर आम्ही शास्त्रशुद्ध उपचार सुरू करू शकलो असतो आणि मी काय केले पाहिजे, कोणता आहार घेतला पाहिजे, हे मला कळले असते.

मी या तपासण्यांबाबत काहीसा निराश आहे, कारण त्यातून सर्वांत महत्त्वाचा घटक वगळण्यात आला होता, तो म्हणजे पित्ताशयाची क्ष-किरण चाचणी. मला वाटते, वैद्यकीय परिभाषेत ते त्याला कोलेसिस्टोग्राफी म्हणतात. कोलेसिस्टोग्राफी करण्यासाठी आवश्यक उपकरणे येथील ब्रिटिश लष्कराच्या रुग्णालयामध्ये उपलब्ध नव्हती. माझ्या सर्व आजारांचे मूळ हे पित्ताशयामध्ये आहे आणि कोलेसिस्टोग्राफी म्हणजेच पित्ताशयाची क्ष-किरण चाचणी करणे, हे या निदानाची पडताळणी करण्याचे पहिले पाऊल आहे, याची मला अधिकाधिक खात्री पटत चालली आहे. छिंदवाडा येथील सार्वजनिक रुग्णालयातील सर्जन कॅप्टन स्कॉट जे. एम. एस. यांनी सर्वप्रथम माझ्या पित्ताशयाचे कार्य बिघडल्याचे निदान केले होते आणि त्यांच्या या निदानाची अचूकता तपासण्यासाठी क्ष-किरण चाचणी करण्याची शिफारस केली होती. कॅप्टन स्कॉट यांनी एप्रिलमध्येच मला तपासले होते. तथापि, जोपर्यंत पित्ताशयाची क्ष-किरण चाचणी होत नाही, तोपर्यंत आपल्याला त्यांच्या निदानाची पडताळणी करता येणार नाही. आणि निदान झाल्याशिवाय पुढील उपचार सुरू करणे शक्य नाही.

आमच्या पुढील हालचालींविषयी आम्हाला कोणतीच कल्पना नाही. आम्ही केवळ आदेशाची वाट पाहत आहोत.

मी आता पूर्वीपेक्षा थोडा बरा आहे. माझ्या सध्याच्या आजाराची तीव्रतेची पातळी आता ओसरली आहे. मात्र, अद्याप मला यकृत आणि पित्ताशयाच्या ठिकाणी वेदना होतात आणि या वेदनांबरोबरच ज्वरही वाढतो. सायटिकासारखी जुनी लक्षणे अद्यापही आहेतच. हल्ली माझे वजन खूपच कमी झाले आहे. या आजारात आतापर्यंत माझे वजन एकूण ४१ पाउंडांनी घटले आहे.

तू या महिन्याच्या ७ तारखेला पाठवलेले पत्र मेजदादाला या महिन्याच्या ११ तारखेस मिळाले. तो कदाचित या आठवड्यामध्ये तुला त्याचे उत्तर पाठवू शकणार नाही.

मी तुझ्या पत्रासोबतच अक्षयलाही एक पत्र लिहित आहे. त्याला माझी मागील दोन पत्रे मिळाली नाहीत, असे मला समजले. त्याने ७ जून रोजी पाठवलेले पत्र मला मिळाले.

तुम्ही सर्वजण कसे आहात? तू स्कॉटिश चर्चेस महाविद्यालयात प्रवेश घेतलास, याचा मला आनंद झाला. ते महाविद्यालय सेंट झेवियर्स महाविद्यालयापेक्षा चांगले असेल, अशी मी आशा करतो.

सर्व लहान मुलांनी प्रेमाने पाठवलेली पत्रे मला मिळाली असल्याचे कृपया त्यांना सांग. मात्र, त्यांना पत्र लिहू शकत नसल्याबद्दल मी क्षमस्व आहे. माझ्या पत्र पाठवण्याच्या संख्येवर बंधने नसती, तर मला त्यांना पत्र लिहायला आवडले असते. त्यांना मी पाठवलेला पंतुआ (बंगाली मिठाई) आवडला, याचे मला समाधान वाटले.

ब्रिटिशांना तपासण्यासाठी सोपे जावे, म्हणून मी हेतुपुरस्सर हे पत्र इंग्रजीमध्ये लिहित आहे. घरातील लहान मुले आता पाठवतात, त्यापेक्षा अधिक पत्रे ते मला लिहू शकतात, हे कृपया त्यांना सांग.

तुझा प्रेमळ,
सुभाष

ता. क. – आपला पोपट बोलायला शिकला का?

त्यानंतर, १९३२ मधील जुलैच्या मध्यास दोन भावांना वेगळे करण्यात आले. शरद यांना तात्पुरते जबलपूर मध्यवर्ती कारागृहामध्ये ठेवण्यात आले, तर सुभाष यांना रस्त्याने व रेल्वेतून सुमारे ५०० मैल दूर असलेल्या, मद्रास सुधारगृहामध्ये हलवण्यात आले. मद्रास येथील सुधारगृहात आल्यानंतर दुसऱ्याच दिवशी १८ जुलै, १९३२ रोजी सुभाष यांनी अमिला पत्र लिहिले. या पत्रामध्येही, सुभाष स्वतःच्या व शरद यांच्या ढासळत्या प्रकृतीबाबतच विचार करत असल्याचे दिसते.

मी काल रात्री जबलपूरहून येथे आलो. १६ तारखेला सकाळी मी जबलपूरहून कारने निघालो. त्याच दिवशी संध्याकाळपर्यंत मी कारने नागपूरला पोहोचलो आणि थेट तुरुंग अधीक्षकांच्या बंगल्यावर गेलो. काही काळ विश्रांती घेतल्यानंतर मी नागपूरपासून तीन

मैलांवर असलेल्या अंजनी स्थानकात रेल्वेमध्ये चढलो, कारण रेल्वे त्या स्थानकावर थांबवली. काल रात्री मी मद्रासला पोहोचलो आणि मद्रास स्थानकापासून दोन मैल अंतरावर असलेल्या बेसिन ब्रिज येथे उतरलो. प्रथमतः मला हे सुधारगृह, म्हणजे बालगुन्हेगारांसाठी असते, तसे असेल असे वाटले होते. परंतु, हे कोणत्याही सामान्य तुरुंगाप्रमाणेच आहे.

येथपर्यंतचा प्रवास हा प्रदीर्घ आणि खूप दमवणारा होता. येथील तापमान बरेच उष्ण आहे आणि त्यांनी मला जबलपूरहून मद्रासला का आणले असेल, हेच मला समजत नाही. उर्वरित भारतामध्ये सध्या मान्सूनमुळे थंडावा असेल. मात्र, मद्रामध्ये पावसाळ्याला ऑक्टोबरमध्ये उशीरा सुरुवात होते, असे मला सांगण्यात आले. त्यामुळेच सध्या हा उकाडा जाणवत असेल. आता मी रुग्णालयात तपासणीसाठी निघालो आहे.

वैद्यकीय तपासण्या आणि रुग्णालयात उपचार घेता यावेत, यासाठी मला मद्रास सुधारगृहामध्ये हलवण्यात येत असल्याचे, मला जबलपूर येथे सांगण्यात आले होते. त्यामुळेच येथील स्थानिक सर्वसाधारण रुग्णालयामध्ये मला रुग्ण म्हणून दाखल करतील, असे वाटले होते. परंतु, येथे पोहोचल्यानंतर मला येथील रुग्णालयात दाखल करतील, याविषयी जराही खात्री वाटत नाही. मला जर रुग्णालयात दाखल करण्यात आले, तर तसे मी तुला कळवेन. कृपया मला वैयक्तिक खर्चासाठी ५० रुपये मद्रास सुधारगृह अधीक्षकांच्या नावे पाठव. त्याचप्रमाणे जबलपूरला मेजदादाच्या खात्यातही ५० रुपये जमा कर.

पी. सी. बसू जबलपूरला जाणार असल्यास, मेजदादाने आपला आहार कमी केला नाही ना, याकडे त्यांनी लक्ष द्यावे. त्याला मिळणारा ३/८/– रुपये हा भत्ता खूपच अपुरा आहे आणि त्याने ही तूट भरून काढण्यासाठी स्वतःच्या वैयक्तिक खात्यातून खर्च केले पाहिजेत. बसूंना जबलपूरला जाण्यास अवकाश असेल, तर कृपया मेजदादाला पत्र लिही किंवा मेजोबोदीदींना मेजदादाला पत्र लिहिण्यास सांग. त्यांनी आपला आहार कमी करू नये व खासगी रकमेतून खर्च करावेत, असे त्यांना सांग. सध्यातरी आमच्याकडील खासगी रक्कम जवळपास संपुष्टात आली आहे.

काल रात्री येथे पोहोचल्यानंतर मला नेहमीप्रमाणेच ज्वर चढला होता. त्याचप्रमाणे रात्री मला वेदनाही होत होत्या. माझ्या आरोग्याच्या इतर तक्रारीही तशाच आहेत.

तिकडे सर्व ठीक असेल, अशी आशा आहे.

तुझा प्रेमळ,
सुभाष

ता. क. – मी येथून पुन्हा एकदा सरकारला पत्र लिहिणार आहे आणि सर नीलरतन सरकार, डॉ. बी. सी. रॉय आणि डॉ. सुनील बोस यांना मला तपासण्याची परवानगी द्यावी, अशी विनंती करणार आहे.

एस. सी. बी.

शरद आणि सुभाष यांच्या या पत्रांमधून सुभाष यांची प्रकृती हा बोस कुटुंब व समर्थकांसाठी वाढत्या चिंतेचा विषय होता, हे स्पष्ट होते. विशेषतः शरद हे सर्वाधिक चिंतित होते, कारण कारागृहात असल्यामुळे त्यांच्या मदत करण्यावर बंधने आली होती. सेओनी येथील उप-कारागृह आणि जबलपूर मध्यवर्ती कारागृह येथे काही महिने एकत्र राहिल्यानंतर बोस बंधूंना पुन्हा एकदा वेगळे व्हावे लागले होते आणि त्यामुळे दोघांच्याही चिंतेत भरच पडली होती.

याचदरम्यान, सुभाष यांनी २८ जुलै व ८ ऑगस्ट रोजी अमियला पाठवलेल्या पत्रांमधून त्यांच्या प्रकृतीत सुधारणा होत नसल्याचे स्पष्ट होते. पुरेशा वैद्यकीय चाचण्या आणि तपासण्यांच्या अभावामुळे त्यांना आलेले नैराश्य या पत्रांमध्ये व्यक्त झाले आहे. त्याचप्रमाणे जबलपूरला असलेल्या शरद यांच्याबद्दलही त्यांना सतत चिंता वाटत होती. या सर्वांतून वेळ काढून त्यांनी आपल्या पुतण्याला चार समजुतीच्या गोष्टी सांगितल्या आहेत. (८ ऑगस्ट, १९३२)

> पुढील दोन वर्षे तुला अभ्यासावर मनापासून लक्ष केंद्रित करावे लागेल. त्यानंतरच तुला स्वतःचा कल समजू शकेल. मी तुला यापूर्वीच सांगितले आहे की तुला विज्ञान शाखेच्या विषयांमध्ये स्वारस्य वाटत नसेल, तर तू तिसऱ्या वर्षाला शाखा बदलून कला शाखेत प्रवेश घेऊ शकतोस. तुला जर ते विषय आवडत असतील, तर तू वैद्यकशास्त्र किंवा विज्ञान विषयामधील पुढील शिक्षणासाठीही प्रवेश घेऊ शकतोस. तुला गणित आवडत नसले, तरी त्यामुळे फारसा फरक पडत नाही. पुढील दोन वर्षांमध्ये इंग्रजी आणि बंगाली या भाषांच्या अभ्यासाकडे दुर्लक्ष होणार नाही, या एकाच गोष्टीची तुला काळजी घ्यावी लागेल. कारण तुझ्या स्वतःच्या संस्कृती आणि शिक्षणासाठी ते आवश्यक आहे.

या नंतर काही महिने उलटले, तरीही त्यांच्या सुटकेची कोणतीच चिन्हे दिसत नव्हती. शरद यांनी ४ ऑक्टोबर, १९३२ रोजी लिहिलेले पत्र हे बहुधा त्यांच्या पत्नी विभावती यांनी त्यांच्या जबलपूर कारागृहातील भेटी दरम्यान चोरून आणलेले असावे. हे पत्र लिहिताना ते भावनिक झाले आहेत आणि त्याच वेळी अमिला धीरही देत आहेत.

> तू २० सप्टेंबर रोजी पाठवलेले मागील पत्र मला ३० तारखेला मिळाले. (तुझ्या आईने १६ व १९ सप्टेंबर रोजी लिहिलेल्या पत्रांबरोबरच मिळाले.) तुमच्या सर्वांची ख्यालीखुशाली वाचून मला आनंद झाला.
>
> तुला जेठाबाबूंकडून माझ्याविषयीची सर्व माहिती मिळेल, त्यामुळे त्याविषयी आता लिहिण्याची गरज नाही.
>
> 'मॅम'नी तुम्हा सर्वांना काशी (वाराणसी) या पवित्र शहरात घेऊन जाण्याविषयी सुचवले आहे, हे वाचून मला समाधान वाटले. हा प्रस्ताव प्रत्यक्षात येईल आणि तुला भगवान विश्वनाथाची आरती पाहण्याची, तसेच काशीमधील प्रचंड घाट, मनमंदिर आणि इतर प्रेक्षणीय स्थळे,

सारनाथ येथील बौद्ध वैभवाचे अवशेष पाहण्याची संधी मिळेल, अशी मी आशा बाळगतो. काशी हे हिंदूंचे विशेष आवडीचे आणि आकर्षण असलेले ठिकाण आहे आणि तेथील वास्तव्याचा तुला बौद्धिक आणि अध्यात्मिक लाभ होईल, अशी मला आशा आहे.

माझ्या कैदेच्या कालावधीच्या अनिश्चिततेबाबत तू व तुझ्या भावंडांनी निराश होऊ नये. अशावेळी तू दिवंगत बाळ गंगाधर टिळक यांचे तेजस्वी शब्द नेहमी लक्षात ठेवले पाहिजेस. मुंबई उच्च न्यायालयाने टिळक यांना प्रदीर्घ कारावासाची शिक्षा सुनावल्यानंतर ते म्हणाले होते, 'मानव व राष्ट्रांच्या भाग्यावर हुकुमत गाजवणारी एक सर्वोच्च शक्ती अस्तित्वात आहे आणि जे कार्य मी हाती घेतले आहे ते मी मुक्त राहण्यापेक्षा माझ्या दुःख सहन करण्याने अधिक फोफावेल, अशी त्या नियतीचीच इच्छा असावी'. त्याचबरोबर तुला वडीलधाऱ्यांची काळजी घेणे (जवळच्या नातलगांची, तसेच कुटुंबाच्या मित्रपरिवारामधील लोकांची), तुझ्यापेक्षा लहान असलेल्यांवर प्रेम करणे आणि तुझ्याइतके सुदैवी नसलेल्यांबाबत दयाळूपणा व सहानुभूती दाखवणे, ही कर्तव्ये पूर्ण करायची आहेत, हे सुद्धा लक्षात ठेव. वर उल्लेखलेले गुण अंगी जोपासलेस, तर तुझा बौद्धिक विकास होईल आणि आत्म्याची उन्नतीही साधू शकतील. जगताना प्रत्येक क्षणी 'मानव केवळ अन्नावर जगू शकत नाही', याची जाणीव ठेवण्याचा प्रयत्न कर.

माझ्यावरील मर्यादा पाहता तुला यशासाठी आशिर्वाद देण्यास मला काहीसा विलंब होईल, असे वाटते. त्यामुळे मी तुला अगोदरच यशाच्या दिवसासाठी माझे प्रेमळ आशिर्वाद देत आहे.

तुझा प्रेमळ

एस. सी. बोस

ता. क. – कृपया मला भविष्यात पाठवशील, त्या पत्रांमध्ये या पत्राचा उल्लेख करू नकोस.

एस. सी. बी.

सुभाष यांची प्रकृती खालावून चिंताजनक बनल्यामुळे त्यांना हवापालटासाठी ९ ऑक्टोबर, १९३२ रोजी वायव्य भारतातील भोवाली येथील किंग एडवर्ड आरोग्यभवनामध्ये हलवण्यात आले. १ डिसेंबर, १९३२ रोजी सुभाष यांनी कलकत्त्यामध्ये असलेल्या अमिला थोडक्यात पत्र लिहिले आहे. या पत्राच्या सुरुवातीलाच त्यांनी मागचा काही काळ पत्र लिहू न शकल्याबद्दल दिलगिरी व्यक्त केली असून आपल्या पुतण्याच्या अभ्यासासाठी त्याला शुभेच्छा दिल्या आहेत.

दरम्यान, जबलपूर केंद्रीय कारागृहामध्ये गजांआड असतानाही शरद यांनी दूर असूनही आपल्या मुलाला पत्रांद्वारे शैक्षणिक, बौद्धिक आणि अध्यात्मिक विकासासाठी मार्गदर्शन व प्रेरणा देण्याचे प्रयत्न सुरू ठेवले. अमि आता कलकत्त्यातील स्कॉटिश चर्चेस महाविद्यालयामध्ये पहिल्या वर्षाचा विद्यार्थी होता. १ फेब्रुवारी, १९३३ रोजी त्याला लिहिलेल्या पत्रात शरद म्हणतात :

तू मागील महिन्याच्या ८ तारखेस लिहिलेले पत्र मला ११ रोजी मिळाले. तुझा अभ्यास चांगला सुरू आहे आणि तू प्रयोगशाळेमध्ये काम करण्यास जास्त उत्सुक आहेस, हे वाचून मला आनंद झाला. तुला ते जितके उत्कंठावर्धक वाटले होते, तसेच ते असेल, अशी मला आशा आहे.

तुझी आई आणि तुझ्या काकांनी पाठवलेल्या तारा मला मिळाल्याचे कृपया त्यांना सांग. त्यांचा परतीचा प्रवास सुखकर झाला आणि घरी सर्व व्यवस्थित आहेत, हे वाचून मला समाधान वाटले.

कवी मायकेल मधुसुदन दत्त यांच्या साहित्याविषयी तू काय लिहिले आहेस, हे वाचण्यास मी उत्सुक होतो. त्यांच्या लेखनातील गुणावगुणांबाबत वाचकांगणिक निश्चितच मतभेद असू शकतात. मात्र, त्यांनी मातृभाषा बंगालीला यापूर्वी परिचित नसलेल्या काव्यरचनांची ओळख करून दिली. त्यांचे हे महान योगदान सर्वजणच मान्य करतील. त्यांचे साहित्य प्रकाशित होण्यापूर्वी बंगाली भाषेत इतक्या विपुल प्रमाणात वैभव आणि सौंदर्य व्यक्त करण्याची क्षमता आहे, असा विचार केला गेला नव्हता असे मला वाटते. दत्त यांच्या मागून बंगाली भाषेत जणू गुणवत्तेचे तारांगणच फुलून गेले आणि आज जगाच्या डोळ्यासमोर काव्यात्म उंचीचे नवनवीन कळस उभे राहात असून ते कौतुकास पात्र ठरत असल्याचे आपण पाहात आहोत. या गुंगवून टाकणाऱ्या काव्यात्म उंचीने सर्वत्र अवर्णनीय आनंद आणि तृप्त करणारी आशा निर्माण केली आहे. अशावेळी या उंचीचा स्पर्श न अनुभवण्याचे करंटेपण केवळ असंस्कृत माणूसच दाखवू शकतो. मायकेल यांच्या 'मेघनाद बध काव्य' या महाकाव्यामध्ये मेघनादाच्या मृत्यूनंतर रावणाच्या पात्राच्या केलेल्या चित्रणामुळे महाकाव्याचे सौंदर्य व प्रभाव कमी होतो, या तुझ्या विधानाशी मी सहमत नाही. मी कदाचित चुकत असेन, पण कवीने त्याच्या वाचकांचे चित्त वेधून घेण्यासाठी जाणीवपूर्वक रावणाचे पात्र मानवी पातळीवर आणले आहे, असे मला वाटते. रावणाची प्रवृत्ती सात्विक नव्हे, तर आसुरी होती. त्यामुळे त्याच्यावर आनंद आणि यातना यांचा कोणताच परिणाम होत नाही (सम दुःखसुखम्) असे दाखवले जाऊ शकत नाही, हे आपण लक्षात ठेवले पाहिजे.

शेक्सपियरच्या साहित्याबाबत घाई करू नकोस. ते सावकाश व काळजीपूर्वक वाच. तरच तुला त्याने मानवी चारित्र्याचे उत्कृष्टपणे आणि जवळपास निष्ठूरपणे केलेल्या विश्लेषणाचा आनंद घेता येईल. त्या संदर्भात केवळ आणखी एका इंग्रजी कवीचा इतक्याच बारकाईने अभ्यास केला जाऊ शकतो आणि तो म्हणजे रॉबर्ट ब्राउनिंग. परंतु, सध्या तू त्याचे साहित्य वाचले नाहीस तरी चालेल.

कृपया आपल्या वाचनालयामधून मला रोमेन रोलांद यांची 'विवेकानंद' आणि 'ट्रायल ऑफ रॉजर केसमेंट' ही दोन पुस्तके पाठव आणि आर्थर अव्हलॉन यांचे 'सर्पंट पॉवर' हे पुस्तक मला पाठवण्याविषयी 'बुक कंपनी लिमिटेड' यांना आठवण कर.

सुमारे याच काळात सुभाष नाखुषीनेच युरोपमधील हद्दपारीला तयार झाले आणि २३ फेब्रुवारी, १९३३ रोजी त्यांनी भारत सोडला. मार्च महिन्याच्या सुरुवातीस व्हिएन्ना येथे पोहोचल्यानंतर शिमिदगेस, १४ येथील डॉ. फ्युअर्थ आरोग्यभवनामध्ये त्यांच्या आतड्यांच्या आजारावर उपचार सुरू झाले. तथापि, त्यांच्या प्रकृतीच्या तक्रारी त्यांना 'भारताचा अनधिकृत राजदूत' म्हणून युरोपातील शहरांच्या झंझावाती दौऱ्याला प्रारंभ करण्यापासून रोखू शकल्या नाहीत. त्यांनी १९३३–३४ या काळात प्राग, वॉर्सा, बर्लिन, जिनिव्हा, मार्सेलिस, निस, रोम, मिलान, फ्लोरेन्स, बुडापेस्ट, बेलग्रेड, झाग्रेब आदी शहरांमध्ये प्रवास केला.

युरोपमध्ये भारताविषयीची समज वाढवणे आणि भारतीय स्वातंत्र्याच्या उद्देशाचा प्रचार करणे यांमध्ये त्यांना विशेष स्वारस्य होते. ते रोम येथे झालेल्या भारतीय विद्यार्थी परिषदेमध्ये २२ डिसेंबर, १९३३ रोजी उपस्थित राहिले. त्याचप्रमाणे, मार्च, १९३४ रोजी प्राग येथे भारतीय समाज संस्थेच्या उद्घाटनप्रसंगीही ते उपस्थित होते. महानगरपालिकांच्या कारभारात स्वारस्य असल्याने त्यांनी व्हिएन्नाच्या महापौरांची भेट घेतली, तसेच त्यांनी विविध युरोपियन देशांमधील औद्योगिक वसाहतींचेही त्यांनी दौरे केले.

युरोपमधील कामांच्या धावपळीत आणि धकाधकीच्या वेळापत्रकामधूनही त्यांनी वेळ काढून दूरदेशातून आपल्या पुतण्याला सल्ला आणि प्रेरणा देण्यासाठी पत्रे लिहिली. निस येथून ३० नोव्हेंबर, १९३३ रोजी बहुतांशी बंगालीतून लिहिलेल्या पत्रामध्ये सुभाषकाकांनी पुतण्या अमियला तो 'मंगलमय काळात जन्मला असल्याबाबत' विश्वास ठेवण्यास सांगितले आहे.

तुझे २६ ऑक्टोबर रोजी लिहिलेले पत्र मिळाल्याने आनंद झाला. मी काय लिहू? मला अनेक गोष्टी लिहाव्याशा वाटत आहेत, पण मी त्या लिहू शकत नाही.

तू मंगलमय काळात जन्माला आला आहेस. तुझ्या वाढीसाठी आजूबाजूचे वातावरण पोषक आहे. तू ज्या कुटुंबात जन्मला आहेस, त्या कुटुंबाची परिस्थितीही खूपशी चांगली आहे. आम्हाला बराच संघर्ष करावा लागला व कठोर परिश्रम घ्यावे लागले. त्याची फळे तुम्हाला सर्वांना मिळत आहेत. त्यामुळेच तुझी जबाबदारी खूप जास्त आहे. आमच्या अपयशांवर तुला तुझ्या यशाचे स्मारक उभारायचे आहे.

तू महानतम लोकांची उंची गाठण्यासाठी प्रयत्न केले पाहिजेस.ही खूप अवघड कृती आहे, हे मी जाणतो. तथापि, तू कठोर परिश्रम करूनच यश मिळवायला हवेस. तू आयुष्यात सर्वोच्च महत्त्वाकांक्षा बाळग, मात्र ती महत्त्वाकांक्षा स्वार्थी असू नये. इतरांची सेवा करण्याची व इतरांसाठी प्राण देण्याची महत्त्वाकांक्षा असावी. तू अशाप्रकारची निस्वार्थी महत्त्वाकांक्षा जोपासलीस, तर तू कधीच उद्धट होणार नाहीस. उद्धटपणा हे महान पातक आहे. महान लोक हे कधीच उद्धट नसतात. ते निश्चितपणे आत्मविश्वासपूर्ण असतात. मात्र आत्मविश्वास आणि उद्धटपणा यांची बरोबरी होऊ शकत नाही.

इतरांचा नीचपणा आणि मनाचा कोतेपणा यांमुळे रागावू नकोस. नीचपणाला प्रेमानेच जिंकून घेता येऊ शकते. कोणी तुला हानी पोहचवली, किंवा तुझा अपमान केला, तर त्यांचा तिरस्कार करू नकोस. त्यांच्यावर प्रेम करणे सुरू ठेव. एके दिवशी त्यांना तुझ्या महानतेची जाणीव होईल आणि ते तुझ्यावर प्रेम करायला शिकतील.

हे जग खूप फसवे आणि नीच आहे. तथापि, जगाला नंदनवन बनवण्यासाठी आपण प्रेमाने आणि निस्वार्थीपणे सेवा केली पाहिजे. जो देशावर प्रेम करतो आणि देशाची सेवा करतो, त्याला बदल्यात नेहमी प्रेम व स्तुती मिळेलच असे नाही. बहुतेक वेळा त्याला ख्रिस्ताप्रमाणे सूळावर चढविले जाते. त्यामुळेच ख्रिस्त त्याच्या हल्लेखोरांबाबत म्हणाला होता, "हे जगत्पित्या, त्यांना क्षमा कर. ते काय करत आहेत, याची त्यांना कल्पना नाही."

तुझ्या अंतःस्थ – स्वला नंदनवन बनव. त्यानंतर, तुला कधीही दुःख सहन करावे लागणार नाही. जीवनाचे अत्यावश्यक तत्त्व हे घेणे नसून देणे आहे, हे सदैव लक्षात ठेव.

तू बंकिमचंद्र यांचे कपालकुंडल वाचले आहेस का? त्याच्या सुरुवातीसच नवकुमारचे उदाहरण आहे. प्रत्येकाने नवकुमारसारखा निस्वार्थी कार्यकर्ता बनले पाहिजे.

आजच्यासाठी इतके पुरे. देव तुझे कल्याण करो. तू नेहमी उत्तुंग शिखरे पादाक्रांत करावीस.

नेहमीच तुझा शुभचिंतक असणारा,

तुझा रंगाकाकाबाबू

त्यानंतर, महिन्या-दोन महिन्यांनी जिनिव्हा येथून २१ फेब्रुवारी, १९३४ रोजी लिहिलेल्या दुसऱ्या एका पत्रामध्ये सुभाष यांनी अमिला स्वतःचे भक्कम चारित्र्य विकसित करण्याबाबत, संकुचितपणा आणि द्वेष यावर मात करणे किती महत्त्वाचे आहे आणि त्यांचा सामना करण्यासाठी प्रेम व उदारमतवाद असणे किती आवश्यक आहे, याबाबत मार्गदर्शन केले आहे.

विज्ञानाचा अभ्यास केल्यामुळे सवयी अचूक होतात. आपल्याबाबतची एक त्रुटी म्हणजे आपण सर्वजण खूप निष्काळजी आणि सुस्त आहोत. आपल्या व्यक्तिमत्वामध्ये अचूकता आणि शिस्त नाही. यासाठी आपली शिक्षणव्यवस्था विज्ञानाधिष्ठित असणे आवश्यक आहे. मला शक्य असते, तर मी सुरुवातीपासून पुन्हा बंगाली शिकण्यास सुरुवात केली असती. मात्र, मी तत्त्वज्ञान शिकत मोठा झालो. मला जेव्हा विज्ञानाचे महत्त्व (औचित्य) लक्षात आले, तोपर्यंत खूप उशीर झाला होता. या देशामध्ये प्रत्येक लहान मूल शाळेतच उच्च विज्ञानाचे शिक्षण घेते. आपल्याकडे अशाप्रकारच्या पायाभूत सुविधा नाहीत. त्यामुळे आपण महाविद्यालयीन स्तरावर उच्च विज्ञानाच्या शिक्षणास सुरुवात करतो.

आपल्या चारित्र्याचा योग्य पाया उभारण्यासाठी आपल्याला विवेकानंद यांची शिकवण अंगिकारली पाहिजे. एकाग्रतेचा अभाव ही आपल्या चारित्र्यामधील प्रमुख त्रुटी आहे. खूप कमी वयापासूनच ध्यानधारणेचा अवलंब करून आपण एकाग्रता मिळवू शकतो.

त्याचबरोबर आपल्याकडे चिकाटी पाहिजे. एका ध्येयाशी बांधील राहण्याची चिकाटी. आपण एका तत्त्वाचा स्वीकार केला पाहिजे आणि संपूर्ण आयुष्य ते साध्य करण्यासाठी झटले पाहिजे. जर बंगाली लोकांनी एकाग्रता आणि चिकाटी आत्मसात केली आणि जर त्यांचे चारित्र्य हे तात्त्विकतेवर उभे असेल, तर त्यांच्यावर कोणीही मात करू शकणार नाही. कारण, त्या व्यतिरिक्त प्रभावी चारित्र्यासाठी आवश्यक असा प्रत्येक श्लाघ्य गुण त्यांच्याकडे आहे. जगातील संकुचित वृत्ती आणि दुर्लक्ष यांवर केवळ प्रेमानेच मात करणे शक्य आहे, हे सदैव लक्षात ठेव. यापेक्षा मोठे सत्य दुसरे काहीही नाही. जर तुला कोणाचा द्वेष करायचाच असेल, तर संकुचित वृत्ती आणि दुर्लक्ष यांचा द्वेष कर. तू संकुचित वृत्तीला संकुचित वृत्तीनेच प्रत्युत्तर देऊ शकत नाहीस. तुला प्रेम आणि उदारमतवाद यांनीच त्याचा प्रतिकार करता येईल. यामुळेच ख्रिस्ताला क्रुसावर चढवले जात असतानाही तो म्हणाला, 'हे जगत्पित्या, त्यांना माफ कर. ते काय करत आहेत, याची त्यांना कल्पना नाही', आणि गौरांग महाप्रभू यांनी म्हणून ठेवले आहे, 'तुम्ही मला भांड्याने मारले तर, याचा अर्थ असा नाही की मी तुमच्यावर प्रेम करू शकत नाही...'

देवमाणसाची तत्त्वे ही केवळ प्रदर्शनासाठी नसतात, तर ती त्याच्यामध्ये खोलवर रुजलेली असतात. केवळ भगवी वस्त्रे परिधान केल्यामुळे कोणी साधू होत नाही. आदर्श कार्यकर्ता होण्यासाठी तुम्हाला संन्यासी व्हावे लागते. प्रत्येक काळामध्ये विविध दृष्टिकोनांतून संन्यासाकडे पाहण्यात आले आहे. आजच्या काळात एखाद्या कार्यासाठी आपले जीवन समर्पित करणारा कर्मयोगी, हाच संन्यासी आहे.

मी एकदा घर सोडले होते, हे तुला माहीत आहे. तेव्हा माझ्यामध्ये आदर्श गुरुचा शोध घेण्याची तीव्र इच्छा निर्माण झाली होती. मला योग्य गुरु भेटले नाहीत. त्यामुळे मी घरी परतलो. त्या काळात मला जाणवले की जीवन (वास्तव) हे आपल्या बाहेर नसते, तर ते आपल्या सर्वांच्या आतमध्ये असते. मानवामध्ये इच्छा जागृत असतील, तर निबिड अरण्यामध्येही त्याच्या मनात त्याच्या इच्छांविषयीच विचार येतो. असे असले तरीही शांत, एकांत ठिकाणी जाणे चांगले असते, काही वेळा तर आवश्यक असते, असे मला वाटते.

यानंतर स्त्री हा विषय येतो. ब्रह्मचर्य हे दोन प्रकारचे असते. पहिले म्हणजे, तुमचे शरीर निरोगी ठेवणे. ब्रह्मचर्याची पुढील पातळी म्हणजे कोणत्याही स्त्रीबाबत वासना न बाळगणे. पहिली पातळी साध्य करणे फारसे कठीण नाही. परंतु, दुसरी पातळी अंगिकारण्यासाठी अनेक वर्षांचे प्रयत्न व शिस्त यांची आवश्यकता असते.

खरा ब्रह्मचारी होण्यासाठी दोन गोष्टी अत्यावश्यक असतात, हे मी तुला स्वतःच्या अनुभवावरून सांगतो.

१. माणसाने महान तत्त्वांचा ध्यास बाळगला पाहिजे आणि ही तत्त्वे साध्य करण्यासाठी सर्वाधिक परिश्रम घेतले पाहिजेत. त्यानंतर आपोआपच तुमचे मन इतर आसक्तींपासून दूर होऊ लागते.

२. माणसाने स्त्रीचा विचार आईच्या रूपात केला पाहिजे. किंबहुना त्याने दुर्गा किंवा काली देवीच्या रूपात स्त्रीची पूजा केली पाहिजे. या रूपांसह ध्यानधारणा केल्यामुळे आपोआपच अशी मानसिक अवस्था तयार होते की स्त्री पाहिली किंवा तिचा विचार मनामध्ये आला, तरी आईचे रूप समोर येते. यावर भर देण्यासाठीच आपल्या संस्कृतीमध्ये कुमारी पूजेसारख्या विविध पूजांची तरतूद केली आहे. कुमारी पूजेमध्ये एका तरुण मुलीला तुमच्यासमोर बसवले जाते आणि तुम्ही केवळ तुमच्या आईचा किंवा देवी मातेचा विचार करता.

हे सर्व तुला अल्पावधीत साध्य झाले नाही, तरी आशा सोडू नकोस. पुढील आयुष्यात तू विवाहबद्ध झालास, अथवा नाही झालास, तरीही आतापासून ब्रह्मचर्याचे पालन करण्यास सुरुवात कर. दररोज सकाळी व रात्री दुर्गामातेच्या प्रतिमेसमोर ध्यान केल्याने तुला निश्चितपणे मदत होईल. चंडी स्तोत्रामध्ये म्हटले आहे, 'हे देवीमाते, तुझ्या विविध प्रतिमांमध्येच सर्व ज्ञान आणि समग्र स्त्रीत्वही सामावले आहे.'

माझ्यामध्ये काही चांगले गुण असतील, तर तू त्यांचे अनुकरण करशील आणि जे काही वाईट असेल, ते सोडून देशील, अशी मी आशा करतो.

तुझा,
रंगाकाकाबाबू

दरम्यान, एप्रिल, १९३३ मध्ये शरद यांना जबलपूर मध्यवर्ती कारागृहातून कुर्सेऑंग येथील कुटुंबाच्या बंगल्यामध्ये गृहकैदेत ठेवण्यात आले. याच ठिकाणी ते जुलै, १९३५ पर्यंत नजरकैदेत होते. तेथे शरद यांच्या पत्नी विभावती व अमियची लहान भावंडे त्यांच्याबरोबर काही काळ राहण्यासाठी गेली होती. अमिय स्वतः त्या वेळी महाविद्यालयीन शिक्षणासाठी कलकत्त्यामध्ये राहिले होते. कुर्सेऑंग येथूनही शरद तरुण अमियला पत्राद्वारे मार्गदर्शन करत होते. १४ ऑक्टोबर, १९३३ आणि २८ जानेवारी, १९३४ रोजी पाठवलेल्या दोन पत्रांमधून शरद यांनी तत्त्वज्ञानापासून ते अध्यात्मापर्यंत, त्याचप्रमाणे शैक्षणिक आणि पौराणिक दृष्टिकोनांविषयी शरदला मार्गदर्शन केल्याचे दिसून येते.

शरद यांनी १४ ऑक्टोबर, १९३३ रोजी पाठवलेल्या पत्रामध्ये अमियला श्रीमद भगवद् गीतेमध्ये सांगितलेले 'केवळ कर्म करणे हा तुमचा अधिकार आहे, मात्र तुम्ही फळाची अपेक्षा करू नये. कोणतीही आशा न बाळगता केलेली कृती हीच सर्वोच्च असते', हे हिंदुत्त्वाचे सार लक्षपूर्वक अभ्यासण्याचा सल्ला दिला आहे. तुझे दैनंदिन आयुष्य तुला काय शिकवते, याचा विचार कर, असेही शरद अमियला सांगतात.

याच पत्रामध्ये अमियने काय वाचले पाहिजे, हे शरद सांगतात. एवढेच नव्हे, तर अभिजात साहित्य हे घाईगडबडीने वाचू नये, असेही शरद यांनी सांगितले आहे. तुम्ही किती वाचता, यापेक्षा तुमच्या वाचनामध्ये किती एकाग्रता आहे, यावर तुमचे ज्ञान मिळवणे अवलंबून असते.

अधाशी वाचक हे बहुतांश वेळा उथळ असतात. एखाद्याने डझनभर पुस्तके वेगाने चाळण्यापेक्षा एका चांगल्या पुस्तकाचा काळजीपूर्वक अभ्यास केल्यास त्याला अधिक लाभ होऊ शकतो.

२८ जानेवारी, १९३४ रोजी पाठवलेल्या पत्रात शरद यांनी अमियचा महाविद्यालयीन नियतकालिकामध्ये छापून आलेला लेख आवडीने वाचल्याचे सांगितले आहे. 'तू जी संकल्पना व्यक्त करण्याचा प्रयत्न केला आहेस, ती योग्य आहे', असे शरद सांगतात. आघाडीचे बंगाली शिक्षणतज्ज्ञ स्व. सर आशुतोष मुखर्जी यांनी शिक्षणव्यवस्थेमध्ये केलेल्या मूलभूत बदलांमुळे आपल्या 'भारतीय परंपरांशी एकरूप असलेला सांस्कृतिक दृष्टिकोन पुनरुज्जिवित' झाल्याचे मतही शरद यांनी नोंदवले आहे. यापूर्वी देण्यात येणाऱ्या शिक्षणाद्वारे आपल्यापैकी बहुतांश लोकांना 'केवळ उच्च प्रतीची कारकुनी करण्यासाठी आवश्यक असलेली बौद्धिक साधनेच पुरविली जात होती', अशी टिप्पणीही शरद यांनी या पत्रात केली आहे.

* * *

गांधींच्या नेतृत्वाखाली १९२० च्या दशकात जनतेच्या आधारावर नव्याने उभ्या राहिलेल्या स्वातंत्र्यलढ्याच्या टप्प्याचा लहान अमिय हा साक्षीदारही होता आणि त्यातून पुढील काही वर्षांमध्ये उदयाला आलेल्या राष्ट्रवादाचा अमियवर याचा खोलवर प्रभावही पडला होता. व्यक्ती आणि घटनांविषयीचे त्याचे सुरुवातीच्या टप्प्यातील शिक्षण, आकलन आणि ज्ञान यांवर शरद आणि सुभाष यांचा प्रचंड प्रभाव होता. वडील आणि काकांनी जगाविषयीचा त्यांचा दृष्टिकोन आणि एखाद्याने कोणत्या तत्त्वांसह आयुष्य जगावे, याविषयीचे त्यांचे विचार खूप लहान वयापासूनच अमियवर बिंबवले होते.

कलकत्ता येथे शालेय व पदवी पूर्व शिक्षण पूर्ण केल्यानंतर अमिय यांनी पुढील शिक्षणासाठी केंब्रिज विद्यापिठात प्रवेश घेतला. आपल्या वडिलांच्या पावलावर पाऊल ठेवत त्यांनी कायद्याचे शिक्षण घेतले आणि १९४१ साली लिंकन इन संस्थेने त्यांना बॅरिस्टर ही पदवी प्रदान केली. सुमारे तीन दशकांपूर्वी, जून १९१४ मध्ये लिंकन इन संस्थेनेच शरद यांना बॅरिस्टर पदवी दिली होती. अमिय यांनी त्यानंतर लंडनमधील आघाडीच्या वकिलांपैकी एक असलेल्या सर नॉर्मन बिर्केट यांच्याकडे उमेदवारीस प्रारंभ केला. दरम्यान, त्यांनी केंब्रिज विद्यापीठातूनच अर्थशास्त्रविषयामध्ये बॅचलर्स आणि मास्टर्स विशेष पदवीही मिळवली. खरेतर अमिय यांचे शिक्षण जून१९४१ मध्येच पूर्ण झाले होते व त्याच वेळी भारतात परतण्याचा त्यांचा मानस होता. तथापि, लंडनमधील ब्रिटिश अधिकाऱ्यांनी त्यांना त्यावेळी मायदेशी परतण्याची परवानगी ठामपणे नाकारली.

दुसऱ्या महायुद्धाचे लोण प्रथम युरोपमध्ये व त्यानंतर आशिया-पॅसिफिक प्रदेशामध्ये पसरल्याने अमिय यांना इंग्लंडमध्ये राहणे भाग पडले. त्यांनी आपला मोर्चा राजकीय

घडामोडींकडे वळवला आणि विशेषतः भारतीय स्वातंत्र्याच्या समर्थनार्थ त्यांनी सक्रिय चळवळ सुरू केली. दरम्यान, सुभाषकाका जानेवारी, १९४१ मध्ये कलकत्याहून परागंदा होऊन त्याचवर्षी एप्रिल महिन्यात बर्लिन येथे पोहोचले होते. तेथून त्यांनी अमियला आर्यलंडद्वारे जर्मनीत येऊन आपल्याला भेटण्याबाबत गुप्त संदेश पाठवला होता. मात्र, तेथे त्यावेळी असलेल्या परिस्थितीमुळे हे शक्य झाले नाही.

अमिय १९३७ पासून काँग्रेसचे सदस्य होते. त्यामुळे ऑगस्ट, १९४२ साली ब्रिटनमध्ये भारतीय काँग्रेस सदस्यांची समिती स्थापन करण्यामध्ये त्यांचा पुढाकार होता व या समितीचे सरचिटणीस म्हणून त्यांची निवड झाली होती. भारतीय स्वातंत्र्याच्या उद्देशाचा समितीने केलेला प्रचार आणि विशेषतः याच दरम्यान ८ऑगस्ट, १९४२ रोजी गांधींनी सुरू केलेल्या भारत छोडो आंदोलनाला (ऑगस्ट क्रांती) समर्थनार्थ समितीने केलेले प्रयत्न, यांमुळे ब्रिटनस्थित भारतीयांकडून (हिंदू आणि मुस्लिम दोन्ही समुदायांतून) समितीला व्यापक पाठिंबा मिळाला. त्याचबरोबर युद्धाचा काळ असूनही ब्रिटनमधील 'हाऊस ऑफ लॉर्ड्स' व 'हाऊस ऑफ कॉमन्स' या दोन्ही सभागृहांमधील बऱ्याच संसद सदस्यांनीही समितीला पाठिंबा दर्शवला होता.

भारतीय स्वातंत्र्यासाठी आंतरराष्ट्रीय पाठिंबा मिळवून देण्याकरिता लंडन येथे ऑक्टोबर, १९४२ मध्ये परिषदेची स्थापना करण्यामध्येही अमिय यांचा मध्यवर्ती सहभाग होता. ते या परिषदेचे उपाध्यक्ष व सचिव म्हणून काम पाहात होते.

१९४२ च्या उर्वरित महिन्यांमध्ये भारतातील ब्रिटिश सरकारने भारत छोडो आंदोलन तातडीने आणि हिंसक पद्धतीने दडपून टाकले. काँग्रेसने 'भारत छोडो'चा ठराव मंजूर केल्याच्या दुसऱ्याच दिवशी ९ऑगस्ट, १९४२ रोजी ब्रिटिशांनी गांधींसह काँग्रेसच्या सर्व महत्त्वाच्या नेत्यांना अटक करून तुरुंगात डांबले. त्यानंतर काही महिन्यांनी ९ फेब्रुवारी, १९४३ रोजी गांधी यांनी पुण्यातील कारागृहामध्ये कैदेत असतानाच सरकारवरील दबाव वाढवण्यासाठी अहिंसक शस्त्र म्हणून उपोषण करण्याचा निर्णय घेतला. त्या पार्श्वभूमीवर लंडनमधील काँग्रेस समितीने सरचिटणीस अमिय यांच्या नेतृत्वाखाली १३ फेब्रुवारी, १९४३ रोजी अमेरिकेचे राष्ट्राध्यक्ष फ्रँकलिन रुझवेल्ट यांना व्हाइटहाउस येथे खालील तार पाठवली.[७]

अध्यक्ष महोदय,
भारतीय काँग्रेसजनांच्या समितीतील ४५ सदस्य आणि इतर भारतीय समर्थकांच्या वतीने आम्ही आपल्याला ही कळकळीची विनंती करतो आहोत की आपण गांधींच्या उपोषणामुळे

---

[७] ही तार लेखिकेला न्यूयॉर्कमधील वास्तव्यादरम्यान, जुलै, २००७ मध्ये त्यांनी मेरिलँड येथील युनायटेड स्टेट्स नॅशनल अर्काइव्हजला (अमेरिकेचे राष्ट्रीय संग्रहालय) दिलेल्या भेटीत सापडली. तेथील क्रमपत्रिकेचे काळजीपूर्वक वाचन करत असताना 'बी' या आद्याक्षराखाली पहिलेच नाव लेखिकेचे वडील अमियनाथ बोस यांचे होते.

निर्माण झालेल्या समस्येत हस्तक्षेप करावा. सरकारच्या तत्त्वांनुसार आणि शासितांच्या संमतीने भारतीय राष्ट्रीय काँग्रेसच्या हाती राजकीय सत्ता सोपवून भारताचा प्रश्न तातडीने सोडवला जाऊ शकतो, असा प्रस्ताव आम्ही विचारार्थ ठेवत आहोत.

अमिय बोस, आमिर शाह, देव मोगंदर, कर्तारसिंग, पुलीन सिल.७० ऑक्सफर्ड मार्ग, लंडन डब्ल्यू-१.

या पत्रव्यवहाराचा नेमका परिणाम काय झाला हे आपल्याला माहीत नसले, तरी भारतीय स्वातंत्र्यप्रश्नी ब्रिटिशांचा हेकेखोरपणा अमेरिकेला त्याकाळी फारसा रुचलेला नव्हता, हे आता आपल्याला माहीत आहे. अमेरिकेची ही नापसंती पुढे इतकी वाढली की ब्रिटनचे पंतप्रधान चर्चिल आणि त्यांच्या मंत्रिमंडळातील काही मंत्र्यांनी पॅसिफिक युद्धविषयक जपानविरुद्धच्या खटल्याच्या मोबदल्यात भारतातील सत्ता कायम ठेवण्याचा विचार केला आहे, असे अमेरिकेला वाटत होते.

अमिय यांच्यापुरते बोलायचे झाल्यास ते भारतीय स्वातंत्र्याच्या उद्देशासाठी झटणारे ब्रिटनमधील प्रमुख नेते म्हणून ओळखले जाऊ लागले. 'शिकागो डिफेंडर' या वृत्तपत्राने आपल्या ३१ऑक्टोबर, १९४२ रोजी प्रसिद्ध झालेल्या आवृत्तीमध्ये अमिय यांच्याविषयी लिहिले आहे:

ब्रिटनच्या माहिती व प्रसारण मंत्रालयापासून हाकेच्या अंतरावर ब्रिटिशविरोधी भारतीय राष्ट्रवादी, महात्मा गांधींचे कडवे समर्थक आणि काँग्रेसपक्षातील अति उत्साही सदस्यांनी अमियनाथ बोस यांच्या नेतृत्वाखाली काँग्रेस सदस्य समिती स्थापन केली आहे. तरुण अमिय बोस हे भारतीय राष्ट्रीय काँग्रेसचे प्रसिद्ध माजी अध्यक्ष सुभाषचंद्र बोस यांचे पुतणे आहेत. सुभाष यांनी भारतातून पळ काढला असून सध्या ते हाँगकाँग, मलाया, सिंगापूर आणि ब्रह्मदेशातून पकडलेल्या भारतीय सैनिकांचे, तसेच ब्रह्मदेशातील व सयामी सैनिकांचे लष्कर उभारून भारतातून ब्रिटिशांना हाकलून देण्यासाठी जपान्यांना मदत करत असल्याचा संशय आहे. न्यू ऑक्सफर्ड स्ट्रीट येथे असलेल्या भारतीय काँग्रेस सदस्य समितीच्या मुख्यालयात संपर्क साधला असताना तरुण अमिय बोस यांनी 'भारतीय स्वातंत्र्य चळवळीच्या निर्णायक टप्प्याला आता सुरुवात झाली आहे', असे जाहीर केले. भारतातील काँग्रेसपक्षाच्या वरिष्ठ नेत्यांना 'हायकमांड' म्हटले जाते. त्यांच्याभोवती असतो, तसाच बोस यांच्याभोवती कार्यकारिणी सदस्यांचा किंवा त्यांच्याजवळच्या सल्लागारांचा घोळका होता. बोस यांनी एखाद्या प्रगल्भ राजकारण्याप्रमाणे बोलण्याचालण्याच्या लकबी आत्मसात केल्या आहेत. कृष्णवर्णीय अमेरिकन वृत्तपत्राच्या प्रतिनिधीला मुलाखत देण्यास त्यांनी आनंदाने होकार दिला. जगभरातील कृष्णवर्णीय हे आमचे मित्र आहेत. भारत केवळ स्वतःच्या स्वातंत्र्यासाठीच नाही, तर आफ्रिकन लोकांच्या स्वातंत्र्यासाठी, तसेच जगभर

विखुरलेल्या आफ्रिकन वंशाच्या लोकांच्या स्वातंत्र्यासाठीही लढत असल्याचे प्रतिपादन बोस यांनी यावेळी केले.

पुढील वर्षी म्हणजे १९४३ मध्ये बंगालमध्ये भीषण दुष्काळ पडला व त्यामध्ये कित्येक लाख लोकांना प्राण गमवावे लागले. अमिय यांनी इंग्लंडमधून दुष्काळासाठी मदतवनिधी जमवण्यामध्ये सक्रिय सहभाग घेतला. 'प्रामुख्याने बोस यांचे वैयक्तिक समर्पण व परिश्रमामुळे त्यावर्षी (१९४३) जून महिन्यात लंडनमध्ये भारतीय कलांचे प्रदर्शन आयोजित करण्यात आले. या नावाजलेल्या प्रदर्शनामध्ये चित्रे, वस्त्रे यांबरोबरच भारतीय शिल्पकलेचा मोठा संग्रह मांडण्यात आला होता. त्या काळात युद्धामध्ये होरपळलेल्या ब्रिटनमध्ये अशाप्रकारचे प्रदर्शन आयोजित करणे हे खूप मोठे यश होते', अशी प्रतिक्रिया त्यांच्यासोबत काम केलेल्या श्रीमती सेहरी साकलातवाला[८] यांनी दिली होती. अमिय यांनी लंडनमधील टागोर सोसायटीच्या सहयोगाने रवींद्रनाथ टागोर यांच्या साहित्याच्या जाहीर वाचनाचे कार्यक्रमही आयोजित केले. या प्रदर्शन व कार्यक्रमांतून जमा झालेले सर्व पैसे कलकत्ता महापौर निवारणनिधीसाठी देण्यात आले.

याच काळात जगाच्या दुसऱ्या टोकाला ब्रम्हदेशात असलेल्या अमियच्या सुभाषकाकांनी आकाशवाणीवरील भाषणांमधून वारंवार आपल्या उपाशी बांधवांसाठी तांदूळ पाठवण्याचा प्रस्ताव दिला होता. तथापि, ब्रिटिश सरकारने त्यांच्या आवाहनाला प्रतिसाद दिला नाही.

डिसेंबर, १९४४ मध्ये सुमारे सात वर्षांहून जास्त काळ मातृभूमीपासून दूर राहिल्यानंतर अमिय यांनी इंग्लंड सोडले व ते राजकीयदृष्ट्या तणावग्रस्त असलेल्या भारतात परतले. या सातवर्षांमध्ये ते केवळ एकदा जून ते ऑक्टोबर, १९३९ च्या दरम्यान भारतात आले होते. कूनूर येथे कैदेत असलेले वडील शरद, अमियने भारतात परतण्याचा काही मार्ग शोधावा, यासाठी गेला काही काळ पत्रांमधून सारखी विनवणी करत होते. तथापि, अमिय यांनी कलकत्त्यापेक्षा लंडनमध्ये राहणेच आपल्यासाठी हितावह ठरेल, असे वाटत असल्यामुळे ब्रिटिश अधिकाऱ्यांनी अमिय यांना भारतात जाण्यापासून रोखले होते. त्यामुळे अमिय हे भारतात परतू शकले, तेव्हा त्यांचे काका सुभाष हे ब्रम्हदेशातील रंगून येथे राहून हंगामी भारत सरकारचे व भारताच्या राष्ट्रीय लष्कराचे प्रमुख बनले होते, तर वडील शरद हे भारतामध्येच कैदेत होते.

युरोपमधून भारतात मुंबई येथे उतरल्यानंतर अमिय रेल्वेने ९ डिसेंबर, १९४४ रोजी कलकत्त्याच्या हावडा रेल्वेस्थानकावर पोहोचले. त्यावेळी त्यांना घेण्यासाठी आलेल्या बोस कुटुंबातील सदस्यांकडून त्यांचे स्वागत करण्यात आले. यावेळी अमिय यांना आपल्या

---

[८] सेहरी सकलातवाला या साम्यवादी राजकीय नेते ब्रिटिश संसदेचे सदस्य शापुरजी सकलातवाला यांच्या कन्या होत्या. त्यांचे अमिय आणि त्यांच्या कुटुंबियांशी आयुष्यभराचे मैत्र जुळले.

वडिलांची अनुपस्थिती प्रकर्षाने जाणवली. त्यांनी पाच वर्षांहून अधिक काळ आपल्या वडिलांना पाहिले नव्हते.

कूनूर येथील कैदेत एकाकी असलेल्या शरद यांचे अंतःकरणही आपल्या मुलाला घेण्यासाठी जाऊ न शकल्यामुळे दुःखाने जड झाले होते. आपल्या मुलाला अनेक वर्ष न पाहिल्यामुळे शरद यांनाही अमियची खूप आठवण येत होती. शरद यांनी कूनूरहून ८ डिसेंबर, १९४४ रोजी अमिय यांना पत्र लिहिले आहे.

> आज सकाळी सुमारे १०.३० वाजता येथील कैदछावणीचे प्रमुख असलेल्या विशेष अधिकाऱ्यांनी माझ्या हातात एका तारेची प्रत दिली. तू मुंबईहून या महिन्याच्या ५ तारखेस पाठवलेली ही तार आहे, असे त्यांनी मला सांगितले. ही तुझ्या तारेची मूळ प्रत आहे, की त्याचा संक्षेप आहे, ते मला माहीत नाही. काहीही असले, तरी तू सुखरूप मुंबईला पोहोचलास आणि उद्या कलकत्त्याला येणार आहेस, हे वाचून मला खूप आनंद झाला. तू पाच वर्षांनी घरी परतत असताना, तुझे स्वागत करण्यासाठी मी कलकत्त्याला धावत येऊ शकत नाही,याचे मला दुःख होत आहे. गेला काही काळ मी तुझ्या परतण्याची खूप आतुरतेने वाट पाहातो आहे. मागील महिन्यात १० सप्टेंबर रोजी मी शिशिरला लिहिलेल्या पत्राचा सारांश त्याने तुला पाठवावा, असे मी त्याला सांगितले होते. त्याने तसे केल्याचेही मला कळवले. मी तुला ८ऑक्टोबर रोजीही पत्र लिहिले होते, मात्र ते तुला मिळाले असेल का, याविषयी मला शंका वाटते. मागील महिन्याच्या सुरुवातीस 'दि हिंदू' (मद्रास आवृत्ती) हे वृत्तपत्र वाचून मला तू भारतात परत येत असल्याचे समजले आणि माझी चिंता मिटली.

हिंदुस्तान स्टँडर्ड वृत्तपत्राने १० डिसेंबर, १९४४ रोजी अमिय यांची प्रदीर्घ मुलाखत घेतली होती. या मुलाखतीत अमिय यांनी हिरीरीने काँग्रेसची बाजू मांडली होती आणि १९४२ सालातील गांधींच्या प्रेरणेने उभ्या राहिलेल्या छोडो भारत आंदोलनापासून ब्रिटनमध्ये काँग्रेसच्या कार्यासाठी पुढाकार घेतल्याचेही सांगितले. मुंबईला पोहोचल्यानंतर सर्वप्रथम अमिय यांनी साम्राज्यशाहीचे केंद्रस्थान असलेल्या लंडनमधील घडामोडींचा वृत्तान्त सांगण्यासाठी गांधींची भेट मागितली असल्याचेही त्या मुलाखतीत म्हटले होते. त्यानंतर गांधी यांनी अनेक वेळा अमिय यांची भेट घेतली. एका भेटीदरम्यान गांधी यांनी केंब्रिजमधून नुकतीच अर्थशास्त्रातील पदवी मिळवलेल्या अमिय यांना ग्रामीण भारताला वीजपुरवठा करण्यासाठी आराखडा तयार करण्यास सांगितले होते. अमिय यांनी ही विनंती मान्य केली होती.

या भेटींमध्ये अमिय यांनी गांधींचा निरोप शरद यांच्यापर्यंत पोहचवण्याचेही मान्य केले होते. शरद यांनी पुन्हा नव्याने उभ्या राहात असलेल्या काँग्रेसपक्षात आणि क्रांतिकारी बदलांपेक्षा गांधीवादी विचारांवर आधारलेल्या संवैधानिक बदलांच्या प्रक्रियेत सक्रिय भूमिका घ्यावी, असा निरोप गांधींनी दिला होता.

आपल्या वडिलांना (तसेच १९४४ च्या सुरुवातीस अटक झालेल्या लहान भाऊ शिशिर आणि दोन चुलत भावांनाही) कैदेतून सोडवणे हे अमिय समोरील तातडीचे आह्वान व चिंतेचा विषय होता. भारतीय स्वातंत्र्याच्या उद्देशासाठी अमिय यांनी ब्रिटनमध्ये हाती केलेले राजकीय कार्य, तसेच छोडो भारत आंदोलनाच्या समर्थनार्थ केलेला प्रचार यांमुळे अमिय यांचे ब्रिटिश नागरिक, ब्रिटनमधील संसद सदस्य, विशेषतः डाव्या विचारसणीच्या पक्षांचे सदस्य यांच्याशी जवळचे संबंध निर्माण झाले होते आणि अनेक प्रभावशाली व अग्रगण्य लोकांशी त्यांची मैत्री होती. आता भारतात परतल्यानंतर अमिय यांनी पुन्हा त्यांच्याशी संपर्क साधला आणि शरद यांच्या सुटकेसाठी या मित्रांकडे अविरतपणे साहाय्य मागण्यास सुरुवात केली.

दुसऱ्या महायुद्धामध्ये जपानने शरणागती पत्करल्यानंतरच आणि त्यामुळे पॅसिफिक प्रदेशातील युद्धाला १९४५ मधील ऑगस्टच्या मध्यात पूर्णविराम मिळाल्यानंतरच शरद यांची १४ सप्टेंबर, १९४५ साली सुटका करण्यात आली. हावडा स्थानकावर झालेले जंगी स्वागत स्वीकारतच ते कलकत्त्याला घरी परतले.

2

मंडालेची वाट

माझ्यासाठी राष्ट्रीय उद्दिष्ट सूर्यप्रकाशाइतके स्वच्छ आहे. ब्रिटिशांच्या नियंत्रणातून मुक्त असलेले स्वतंत्र प्रजासत्ताक राष्ट्र, हेच ते उद्दिष्ट होय. स्वतंत्र भारत हे माझ्या आयुष्याचे स्वप्न असून हे स्वप्न सत्यात उतरल्याची नोंद भारताच्या इतिहासात होईल, असा मला विश्वास आहे.

—सुभाषचंद्र बोस,
ब्रह्मपूर कारागृहात काढलेल्या टिपणांमधून, डिसेंबर, १९२४

इंग्लंडमधील केंब्रिज विद्यापीठातून १९२१ मध्ये कलकत्त्याला परतत असताना २४ वर्षीय सुभाषचंद्र बोस हे तोपर्यंत आघाडीचे राष्ट्रीय नेते बनलेल्या मोहनदास करमचंद गांधी यांना मुंबईत भेटण्यासाठी उत्सुक होते. अहिंसक मार्गाने पुकारलेल्या असहकार चळवळीमधून आता समोर आलेल्या गांधी यांच्या तत्त्वांविषयी आणि त्यांच्या कार्याविषयी अधिक जाणून घेण्यास, त्याचप्रमाणे सर्वत्र मोठ्या प्रमाणात पसरत जाणाऱ्या स्वातंत्र्यलढ्यामध्ये सहभागी होण्यास सुभाष उत्सुक होते.

या दोघांच्या भेटीमध्ये गांधी यांनी सुभाष यांना कलकत्त्याला परतण्यास सांगितले आणि बंगालमधील काँग्रेसचे प्रभावशाली नेते सी. आर. दास यांच्या कार्यात सहभागी होण्यास सांगितले. सुभाष ब्रिटनमध्ये होते त्या काळात दास यांचे बंगालमधील महत्त्व वाढले होते आणि सुभाष यांचे मोठे बंधू शरद यापूर्वीच दास यांच्यासोबत कार्यरत होते. सुभाष यांनी स्वतःही केंब्रिजहून सी. आर. दास यांच्याशी पत्रव्यवहार केला होता. या पत्रांमधून दास यांनी आतापर्यंत झालेल्या कार्याविषयी सांगितले होते, तसेच मनापासून काम करणाऱ्या कार्यकर्त्यांची वानवा असल्याबद्दल, खंतही व्यक्त केली होती.

कलकत्त्याला परतल्यानंतर सुभाष यांनी सी. आर. दास यांना भेटण्यास व काँग्रेसमध्ये सहभागी होण्यास जराही विलंब केला नाही. सुभाष यांना दास यांच्या कार्याविषयी लवकरच प्रचंड आदर वाटू लागला व त्यांनी दास यांना आपले राजकीय गुरू मानले. आपले मोठे बंधू शरद यांच्यासह सुभाष यांनी लागलीच राष्ट्रीय, प्रांतिक आणि महापालिकेच्या राजकारणामध्ये उडी घेतली. बोस बंधूंच्या आयुष्यभराच्या परस्परपूरक नात्याची ती सुरुवात होती. पुढील दशकांमध्ये त्यांच्या मार्गात आलेले अनेक कसोटीचे क्षण आणि क्लेश यातून हे नाते अधिकच गहिरे होत गेले.

सी. आर. दास यांच्या नेतृत्वाखाली भारतीय राष्ट्रीय काँग्रेसच्या अंतर्गत स्वराज्य पक्षाच्या कार्यक्रमांमध्ये बोस बंधू १९२३ पर्यंत पूर्णतः गुंतून गेले. काँग्रेसच्या १९२२ साली गया येथे झालेल्या वार्षिक अधिवेशनानंतर सी. आर. दास यांच्या नेतृत्वाखालील स्वराज्य पक्षाची स्थापना करण्यात आली. गांधींच्या नेतृत्वाखालील काँग्रेसचे प्रमुख नेते आणि अनुयायांच्या 'परिवर्तनविरोधी' म्हणून ओळखल्या जाणाऱ्या आराखड्याला आह्वान देत स्वराज्य पक्षाने आपला कृती आराखडा सादर केला होता. गांधी यांनी फेब्रुवारी, १९२२ मध्ये असहकार चळवळ स्थगित केल्यानंतर (याविषयी अधिक चर्चा तिसऱ्या प्रकरणामध्ये करण्यात आली आहे.) काँग्रेस सदस्यांनी आंतरधर्मीय ऐक्य, मानवतावादी मदतकार्य, सूतकताई आणि सूत विणणे, राष्ट्रीय शिक्षणाचा प्रसार यांसारखी विधायक कार्ये सुरू ठेवावीत, अशी काँग्रेसमधील परिवर्तनविरोधी गटाची भूमिका होती. त्याचवेळी कलकत्त्यामध्ये १९२० साली झालेल्या वार्षिक अधिवेशनावेळी राष्ट्रीय व प्रांतिक विधीमंडळावर टाकण्यात आलेला बहिष्कार या गटाला यापुढेही सुरू ठेवायचा होता.

सी. आर. दास आणि त्यांचे असंख्य अनुयायांचा दृष्टिकोन मात्र याच्या विरुद्ध होता. कारागृहात एकाचवेळी शिक्षा भोगताना झालेल्या सामूहिक चर्चेतून हा दृष्टिकोन विकसित झाला होता. त्यानुसार प्रथमतः विधिमंडळात प्रतिनिधित्व मिळवण्यासाठी निवडणूक लढवावी आणि एकदा निवडून आल्यानंतर विधिमंडळामधूनच एकत्रितपणे विरोधी भूमिकेचा प्रचार करावा, असा हा दृष्टिकोन होता. सुभाष यांनी *'दि इंडियन स्ट्रगल'* या पुस्तकामध्ये सांगितल्यानुसार गया अधिवेशनामध्ये गांधींचा पाठिंबा असलेल्या परिवर्तनविरोधी गटाला बहुमत मिळाले व महत्त्वाच्या मुद्द्यांवर त्यांच्या भूमिकेचा विजय झाला, तेव्हा काँग्रेस अध्यक्ष म्हणून आपल्याला समर्थन नसल्याचे सी. आर. दास यांना समजले.[१]

याच काळात भारतातील सर्व प्रांतांमध्ये सी. आर. दास व त्यांच्या समर्थकांच्या भूमिकेला भक्कम पाठिंबा मिळत होता. त्यामुळेच दास यांनी अध्यक्षपदाचा राजीनामा देऊन काँग्रेस अधिवेशनात बहुमताने मान्य झालेल्या ठरावांच्या विरुद्ध ज्याचा कृती आराखडा होता अशा स्वराज्य पक्षाची स्थापना केली. पंडीत मोतीलाल नेहरू (जवाहरलाल यांचे वडील) आणि वल्लभभाई पटेल यांच्यासारखे जाणकार राजकीय नेते, आणि बोस बंधू हे सी. आर. दास यांच्या अधिक सक्रिय भूमिका घेण्यास कटिबद्ध असलेल्या नव्या स्वराज्य पक्षामध्ये सहभागी झाले.

राष्ट्रीय व राजकीय विषयांनी गजबजलेल्या या काळात सी. आर. दास यांनी फॉरवर्ड पब्लिकेशन लिमिटेड या प्रकाशन कंपनीचे व्यवस्थापकीय संचालक म्हणून शरद यांची

---

[१] सुभाषचंद्र बोस यांच्या *दि इंडियन स्ट्रगल* या पुस्तकातून. (नाट्यचिंत फाउंडेशन, कलकत्ता, २००५), ११०.

नेमणूक केली. स्वराज्य पक्षाच्या अधिकृत घटक म्हणून या कंपनीतर्फे २५ ऑक्टोबर, १९२३ पासून सुरू झालेल्या *'फॉरवर्ड'* या नव्या इंग्रजी दैनिकाचे कामकाज पाहिले जाऊ लागले. (सरकारच्या मालकीच्या ईस्ट इंडिया रेल्वे कंपनीने या दैनिकाविरुद्ध दाखल केलेला अब्रूनुकसानीचा खटला जिंकल्यामुळे १९२९ पासून हे वृत्तपत्र *लिबर्टी* या नावाने प्रसिद्ध होऊ लागले.) सी. आर. दास हे या वृत्तपत्राचे पहिले संपादक होते आणि इतर नेते कारागृहामध्ये असताना सुभाष या वृत्तपत्राच्या संघटनात्मक आणि निर्मितीकार्यामध्ये मदत करत होते.

शरद आणि सुभाष या दोघांसाठी ही सी. आर. दास आणि स्वराज्य पक्षाशी मिळताजुळता असलेला आपला राष्ट्रवादी राजकीय दृष्टिकोन प्रत्यक्षात आणण्याची, तसेच त्याला अभिव्यक्ती प्राप्त करून देण्याची संधी होती. इंग्रजी भाषेची विलक्षण समज आणि लेखणीचे सामर्थ्य यांचा योग्य मेळ साधून दोन्ही बंधूनी त्यांच्या वृत्तपत्रीय व इतर लेखनातूनही मोठा परिणाम साधला. शरद यांनी यापूर्वी १४ मार्च, १९१२ रोजी *'स्टार ऑफ उत्कल'* हा लेख लिहून बिहारमधील राजकीय नेत्यांचा भ्रष्टाचाराला वाचा फोडली होती. *फॉरवर्ड* आणि नंतर *लिबर्टी* या वृत्तपत्रांशी नजीकचे संबंध आल्याने त्यांना आपले लेखनकौशल्य दाखवण्याचे आणि ते अधिक धारदार करण्याचे, त्याचप्रमाणे वृत्तमाध्यमाचा परिणामकारक वापर करून भविष्याविषयीचे धडे देण्याचे साधन मिळाले.

जनतेला प्रामुख्याने देशाविषयी माहिती देणाऱ्या आणि जनमत तयार करणाऱ्या स्वतंत्र आणि निर्भिड प्रसारमाध्यमांना विशेषतः शरद यांच्या संपूर्ण सार्वजनिक आयुष्यामध्ये महत्त्वाचे स्थान होते. त्यानंतर बऱ्याच वर्षांनी सप्टेंबर, १९४८ मध्ये म्हणजेच शरद यांच्या निधनापूर्वी एक वर्ष त्यांनी *'दि नेशन'* नावाचे स्वतःचे राष्ट्रीय वृत्तपत्र सुरू केले. कारण, तत्कालीन वृत्त माध्यमांमध्ये राष्ट्रीय राजकारणाविषयी योग्यप्रकारे व्यापक चर्चा घडवली जात नव्हती हे त्यांना कळले होते.

या काळामध्ये १९२० च्या पूर्वार्धात सुभाष यांची बंगाल प्रांतिय काँग्रेस समितीचे (बीपीसीसी) प्रसिद्धी अधिकारी म्हणून नेमणूक करण्यात आली. त्याचप्रमाणे नुकत्याच स्थापन करण्यात आलेल्या नॅशनल व्हॉलेंटियर कॉर्प्सचे (राष्ट्रीय स्वयंसेवक सेना) कॅप्टनही म्हणूनही त्यांची निवड झाली. प्रिन्स ऑफ वेल्स (हेच राजपुत्र पुढे १९३६ मध्ये किंग एडवर्ड आठवे म्हणून राजपदावर विराजमान झाले आणि दोन वर्षांतच १९३८ मध्ये त्यांनी पदत्याग केला.) यांच्या भारत दौऱ्याच्या निषेध म्हणून कलकत्त्यामध्ये १७, जानेवारी १९२१ रोजी पुकारलेला बंद यशस्वी करून दाखवण्याचे श्रेय सुभाष यांचे होते. याच बंदामुळे सुभाष यांना पहिल्यांदा अटक झाली आणि त्यानंतर १० डिसेंबर, १९२१ ते १४ फेब्रुवारी १९२२ दरम्यान ते कैदेत होते. (सुभाष यांनी या छोट्या कारावासाबद्दल 'मी कोंबड्या चोरल्या होत्या का?' अशी खुमासदार टिप्पणी केली होती.) कारागृहातून सुटल्यानंतर सुभाष यांनी

बंगालमध्ये त्या काळात आलेल्या पूरासाठी स्थापन केलेल्या उत्तर बंगाल पूरनिवारण समितीचे सचिव म्हणून काम करताना समितीला यशस्वी प्रतिसाद मिळवून देऊन आपले संघटनकौशल्य आणि निःस्वार्थीपणे काम करण्याची क्षमता याची प्रचिती घडवली.

सी. आर. दास. यांनी २४ एप्रिल, १९२४ रोजी सुभाष यांची फेररचना केलेल्या कलकत्ता महानगरपालिकेचे मुख्य कार्यकारी अधिकारी म्हणून नियुक्ती केली. दास त्यावेळी कलकत्ता महापालिकेचे महापौर होते. (फेररचना होण्यापूर्वी, महापालिकांमध्ये अध्यक्ष या एकाच पदाकडे महापौर आणि मुख्य कार्यकारी अधिकारी या दोन्ही पदांचा कार्यभार होता.) सुभाष त्यावेळी अवघ्या २७ वर्षांचे होते. या पदासाठी असलेल्या वेतनापैकी सुभाष यांनी केवळ अर्धे वेतन स्वीकारण्याचा निर्णय घेतला व सहकाऱ्यांनीही त्यांचे अनुकरण केले. याच काळात एप्रिल, १९२४ मध्ये शरद यांची महापालिकेचे आल्डरमन (ब्रिटिश प्रशासनरचनेमध्ये महापौरा खालोखाल असलेले पद, उपमहापौर) म्हणून निवड करण्यात आली. ते १९३२ पर्यंत या पदावर होते.

सुभाष यांचा मुख्य कार्यकारी अधिकारीपदाचा बंधमुक्त कार्यकाळ आणि त्यांनी केलेले प्रभावी काम अल्पायुषी ठरले. कारण या पदावर नियुक्ती झाल्यानंतर सहा महिन्यांमध्येच २५ ऑक्टोबर, १९२४ रोजी त्यांना आणि त्यांच्यासह इतर काही काँग्रेस सदस्यांना क्रांतिकारी कट रचल्याच्या आरोपावरून अटक करण्यात आली. १८१८ सालचा बंगाल वटहुकुमातील घातक तिसरे कलम व आदल्या रात्रीच व्हाइसरॉयने जारी केलेला आणीबाणीचा वटहुकूम या आधारे सुभाष यांच्यासह काँग्रेसच्या नेत्यांना अटक करण्यात आली. सुभाष व त्यांचे सहकारी अतिपूर्वेकडील बोल्शेव्हिक क्रांतीच्या हस्तकांच्या संपर्कात आहेत आणि या हस्तकांच्या मदतीने भारतात क्रांतिकारी उठावासाठी चोरून शस्त्रास्त्रे आणण्याचा त्यांचा प्रयत्न आहे, असे आरोप त्यांच्यावर ठेवण्यात आले होते.

सुभाष यांना सुरुवातीला काही काळासाठी कलकत्ता येथील अलिपूर मध्यवर्ती कारागृहात ठेवण्यात आले व त्यानंतर कलकत्त्यापासून सुमारे २०० किलोमीटर उत्तरेला असलेल्या ब्रह्मपूर कारागृहामध्ये हलवण्यात आले. तेथून २५ जानेवारी, १९२५ रोजी त्यांना ब्रह्मदेशातील मंडाले कारागृहात नेण्यात आले. ब्रिटिश सरकारला सुभाष व त्यांच्या सहकाऱ्यांविरुद्धचे आरोप न्यायालयात सिद्ध करणे शक्य नव्हते. त्यामुळे त्यांना कोणत्याही सुनावणीशिवायच कैदेत ठेवण्यात आले.

या कैदेतून त्यांची लवकर सुटकाही झाली नाही. अखेरीस १६ मे, १९२७ रोजी सुमारे अडीच वर्षे कैदेत राहिल्यानंतर सुभाष यांची प्रकृतीच्या कारणांवरून सुटका करण्यात आली आणि सुभाष कलकत्त्यामधील ३८/१ एल्गिन मार्गावरील घरात शरद व इतर जवळच्या कुटुंबियांसोबत राहू लागले. याच घरातून अडीच वर्षांपूर्वी त्यांना अटक करून कैदेत टाकण्यात आले होते.

सी. आर. दास यांचे धडाडीचे सेनापती सुभाष यांना बंगालच्या राजकीय पटलावरून बाजूला काढण्याचा, तसेच छळ व शिक्षा करून त्यांना नाउमेद करण्याचा ब्रिटिशांचा स्पष्ट उद्देश होता. मात्र, ब्रिटिशांच्या या कृत्याची परिणती अगदी वेगळी आणि त्यांच्या अपेक्षेच्या अगदी विरुद्ध झाल्याचे निरीक्षण अमिय बोस नोंदवतात.[२]

> सुभाष हे मंडालेमधून एक प्रगल्भ व मूलगामी विचारवंत होऊन परतले आणि काँग्रेस पक्षातील डाव्या विचारसरणीच्या राजकारणामध्ये मध्यवर्ती भूमिका बजावण्यास सज्ज झाले. सुभाषकाकांवर सक्तीने लादण्यात आलेल्या कैदेचा उपयोग त्यांनी चौफेर वाचन व अभ्यास करण्यासाठी, तसेच तपशीलवार टिपणे काढण्यासाठी केला. त्याचवेळी कौटुंबिक विषयांपासून ते त्यांना महत्त्वाच्या वाटणाऱ्या नागरी व राजकीय मुद्द्यांवर आप्तस्वकीय व मित्रपरिवारासोबत नियमितपणे पत्रव्यवहार करून ते कलकत्त्यामध्ये घडणाऱ्या घडामोडींबाबतही जागरूक राहिले.
>
> मंडालेमध्ये घालवलेल्या वर्षांनी सुभाष यांना भारतीय स्वातंत्र्यलढ्याची दिशा व स्वरूप, तसेच त्यामधील आपली भूमिका याबाबत सिंहावलोकन करून पुढील दृष्टिकोन विकसित करण्याची, तसेच भारताच्या सामाजिक व आर्थिक विकासाविषयी विचार करण्याची संधी दिली.

सिंहावलोकन करण्याची ही सवय सुभाष यांना सक्तीच्या कैदेमध्ये लागली आणि ही सवयच सुभाष यांच्यासाठी त्यांच्या संकल्पना विकसित होण्याची प्रक्रिया ठरली. मंडालेला येण्यापूर्वी सुभाष यांना सुमारे दोन महिने ब्रह्मपूर कारागृहात ठेवले होते, तेथे त्यांना ही सवय लागली असावी. नवसाम्राज्यवादाविरुद्ध तोपर्यंत पाहिलेल्या व अनुभवलेल्या भारतीय स्वातंत्र्यलढ्यावर आधारित सुभाष यांच्या सुप्त अवस्थेत असलेल्या संकल्पना अधिक स्पष्ट व विकसित होण्यास ब्रह्मपूर कारागृहामध्येच सुरुवात झाली.

कारागृहातील नोंदवहीमध्ये सुभाष यांनी नोंदवलेल्या निरीक्षणांमधून भारतीय समाजाचे आदर्श स्वरूप, भारतीय राष्ट्रीय काँग्रेससमोरील उद्दिष्टे आणि भारताच्या संदर्भात राष्ट्रीय चळवळीचा अर्थ यांविषयी त्यांचे विचार आकार घेत असल्याचे दिसून येते. ही वही त्यांनी अमिय यांच्याकडे सोपवली होती. ब्रह्मपूर येथील या संक्षिप्त नोंदींमधून नंतर सर्वज्ञात झालेली भारतीय युवापिढीवरील सुभाष यांची निष्ठा व श्रद्धा, तसेच बंगाली युवावर्गाच्या धाडस व त्यागाच्या दाखल्यांमुळे सुभाष यांना त्यांच्याविषयी वाटणाऱ्या आकांक्षा आकाराला येत असल्याचेही आढळते.

---

[२] *मेमरीज ऑफ अमियनाथ बोस* (अप्रकाशित, अमियनाथ आणि ज्योत्स्ना बोस यांच्या खासगी संग्रहातून)

समाजाविषयी

कुटुंब, समाज आणि राष्ट्रामध्ये प्रचलित असणाऱ्या धारणा, रूढी, कायदे, संकल्पना यांच्याशी बंडखोरी करणारी विरुद्ध मते उपस्थित करण्यासाठी खूप धैर्य लागते. आणि जेव्हा ही बंडखोर मते कृतीमध्ये बदलतात, तेव्हा आपल्या कुटुंबाचे, समाजाचे आणि राष्ट्राचे हितसंबंध व पारंपरिक घटक स्वतःच्या बचावासाठी सज्ज होऊन उभे राहतात. ही बंडखोरी मोडून काढण्यासाठी केल्या जाणाऱ्या निर्दय छळांना अंत नसल्याच्या अनेक घटना आहेत.

प्रौढ बंडखोरांचा सामना करताना कुटुंब व समाज सामान्यतः अहिंसक मार्ग अवलंबतात आणि त्यांच्याविरुद्ध बहिष्कार, समूहाने वाळीत टाकणे यांसारखी दबावतंत्रे अवलंबिली जातात. राष्ट्रे मात्र संघटित हिंसाचारावर आधारलेली असल्याने बंडखोरांविरुद्ध बळाचा वापर करतात. त्यांच्याविरुद्ध अटक, कैद किंवा देहदंडाची शिक्षा सुनावण्यात आल्यास फाशी यांसारखे मार्ग सामान्यतः अवलंबिले जातात. त्यामुळेच एखाद्या व्यक्तीने केवळ आपले मत व्यक्त करण्यासाठी आणि त्यानुसार कृती करण्यासाठी समाज व राष्ट्राचा रोष ओढावून घेण्याचे आणि अडचणींचा सामना करण्याचे धैर्य दाखवणे सोपे नसते.

वर्गरचनेत अडकून पडलेल्या समाजामध्ये किंवा राष्ट्रामध्ये...

आपण राष्ट्रीय जीवनाच्या अशा टप्प्यावर येऊन पोहोचलो आहोत, जेथे आपल्याला स्पष्ट विचार आणि धाडसी कृती करणे आवश्यक आहे. वैचारिक स्पष्टता आणि धाडसी कृतीसाठी जीवनातील वास्तवाविषयीचा अचूक दृष्टिकोन असणे अध्याहृत आहे. तथापि, बेकन ज्यांची 'मूर्ती' म्हणून संभावना करतो त्यांच्यामुळे, ज्या बौद्धिक आणि नैतिक आळशीपणाला भारतीय जवळपास नेहमी बळी पडतात त्यामुळे आणि ज्या कायदा आणि सुव्यवस्थेच्या टांगत्या तलवारीची दहशत सदैव आपल्या मनात जागृत असते त्यामुळे वास्तवाविषयीचे अचूक भान बाळगणे पहिल्यांदा वाटते तितके सोपे नाही.

युगानुयुगांच्या गुलामगिरीमुळे निर्माण झालेली भीती आणि भेकडपणा यातून आपण एक देश म्हणून वेगाने बाहेर पडत आहोत, हे वास्तव मान्य केले तरी, जर आपल्याकडे ठाम मते मांडण्याचे धाडस असते, तर ग्रेट ब्रिटनमधील आणि जगातील लोकांना आपल्या मनातील आंतरिक इच्छा आणि महत्त्वाकांक्षा यांविषयी वेगळेच तपशील ऐकायला मिळाले असते, हे म्हणण्यात काही अर्थ नाही. जेव्हा दोन्हीपैकी बलवान पक्ष हा सूडभावनेने छळ करण्याची शक्यता असते, तेव्हा प्रामाणिक मते सांगितली जात नाहीत आणि त्यानुसार कृती करणे, तर फारच दुर्मिळ असते. विशेषतः राजकीय क्षेत्रामध्ये हे खरे ठरते. तथापि, सामाजिक गटांची प्रगती ही प्राथमिकतः सुस्पष्ट विचार आणि धाडसी कृती यांवर अवलंबून असते आणि जीवनातील वास्तवाचे अचूक भान असल्याशिवाय स्पष्ट विचार आणि धाडसी कृती करणे शक्य नाही.

विचारातील आणि कृतीतील निर्भिडपणा हा माझ्यासाठी जीवनातील सर्वोच्च गुण आहे.

त्यामुळेच अचूक दृष्टिकोन असण्याची आपल्याला सर्वाधिक गरज आहे. आपण वस्तुस्थितीला, केवळ खासगी जीवनातीलच नव्हे, तर सार्वजनिक जीवनातील वस्तुस्थितीलाही सामोरे गेले पाहिजे. मानवी प्रवृत्तीच्या घटकांचा अभ्यास केला गेला पाहिजे. जागतिक इतिहासाचे पाठ वेचले पाहिजेत आणि भारतीय इतिहासाचा उद्देश शोधला पाहिजे. श्रीयुत अरविंद घोष हे राजकीय पटलावर असताना बंगालच्या युवकांवर त्यांचा इतका प्रभाव असण्याचे रहस्य काय, हे मला दीर्घकाळ पडलेले कोडे होते. त्यांच्या दृष्टिकोनामधील स्पष्टता आणि धाडसी विचार यांमध्येच हे गुपित दडले आहे या निष्कर्षाप्रत मी आलो आहे. 'आम्हाला ब्रिटिश नियंत्रणातून मुक्त अशी संपूर्ण स्वायत्तता पाहिजे' या वंदे मातरम् या आपल्या वृत्तपत्रातील स्तंभांमधून त्यांनी मांडलेल्या विचाराने बंगाल प्रांतातील युवकांच्या मनामध्ये स्फुल्लिंग चेतवले. या संकल्पनेची भव्यताच संपूर्ण भारतातील युवावर्गाला नाही, तरी बंगालमधील युवावर्गाच्या कल्पनाशक्तीला भुरळ घालण्यासाठी पुरेशी होती. त्यांच्यारूपाने देशबांधवांना एक धाडसी विचार करणारा, स्पष्ट दृष्टी असलेला आणि आपल्या वक्तव्याबाबतचे पूर्ण भान बाळगणारा माणूस सापडला. अरविंद हे निःसंशय द्रष्टे नेते होते, पण त्यांची दूरदृष्टी ही त्यांच्यासाठी वास्तवाइतकीच खरी होती. स्वतंत्र भारत ही संकल्पना त्यांच्यासाठी दैनंदिन जीवनातील इतर कोणत्याही वास्तवापेक्षा खरी होती.

काँग्रेसविषयी

भारतीय राष्ट्रीय काँग्रेस सद्यस्थितीत वैचारिक धुक्यामध्ये चाचपडत आहे. काँग्रेस सदस्य म्हणून आपण कशाविषयी आंदोलन करत आहोत, हेच आपल्याला माहीत नाही. उदारमतवादी पक्षाबाबत मात्र मी असे म्हणणार नाही. 'साम्राज्याअंतर्गत स्वतःचे सरकार' हे भारतातील उदारमतवादी पक्षाने स्वतःसाठी निश्चित केलेले उद्दिष्ट आहे. स्वतंत्र भारताचे स्वप्न पाहण्याचे व ते प्रत्यक्षात आणण्याची महत्त्वाकांक्षा बाळगण्याचे धैर्य किंवा क्षमता उदारमतवादी पक्षामध्ये नसेल, परंतु, त्यांचे ध्येय निःसंशयपणे स्पष्ट आणि निश्चित आहे. काँग्रेस पक्षाने त्यांच्यापुढे एक पाऊल टाकले आहे. काँग्रेस पक्षाने ब्रिटिश साम्राज्यशाहीशी संलग्न राहिल्याने येणारी बंधने झुगारली आहेत. मात्र, स्वराज्य म्हणून आपल्याला काय अभिप्रेत आहे, हे अद्याप काँग्रेस पक्षाने निश्चित केलेले नाही आणि स्वराज्य शब्दाचा आपापला अर्थ लावण्याची मुभा पक्षाने प्रत्येक काँग्रेस सदस्याला दिली आहे.

माझ्यासाठी राष्ट्रीय उद्दिष्ट हे सूर्यप्रकाशाइतके स्वच्छ आहे. ब्रिटिश नियंत्रणातून मुक्त असा स्वतंत्र प्रजासत्ताक भारत देश हेच ते उद्दिष्ट होय. व्यक्तिसापेक्ष भावना, मानवी प्रवृत्तीचा अभ्यास आणि माझ्यासमोर आलेल्या इतिहासाचे धडे स्पष्टपणे या एकाच उद्दिष्टाकडे निर्देश करतात. स्वतंत्र भारत हे माझ्या आयुष्याचे स्वप्न आहे आणि भारताच्या इतिहासामधील ती एक वस्तुस्थिती बनेल, असा मला विश्वास वाटतो.

राष्ट्रीय चळवळ

बंगालला आज खऱ्या राष्ट्रीय चळवळीची गरज आहे. राष्ट्रीय म्हणजे राजकीय चळवळ असे मला अभिप्रेत नाही. कारण बंगालमध्ये आताही राजकीय चळवळ अस्तित्वात आहे. त्याचप्रमाणे परकीयंच्या विरुद्ध केला जाणारी हिंसात्मक देश चळवळही मला अभिप्रेत नाही. कारण, भारतीय मनोवृत्तीला ही चळवळ अद्यापही अपिरिचित वाटते. राष्ट्रीय चळवळ म्हणजे आपल्या सामाजिक व सामूहिक जीवनाच्या सर्व क्षेत्रांवर परिणाम करणारी आणि आपल्या समाजातील प्रत्येक घटकाला सामावून घेणारी चळवळ मला अभिप्रेत आहे. आपल्या सामूहिक जीवनामध्ये आपल्याला सुधारणावादाची, खरेतर नवसुधारणावादाची गरज आहे. काव्य, संगीत, साहित्य, चित्रकला, शिल्पकला, इतिहास यांसारख्या क्षेत्रांमध्ये, तसेच आपल्या सामाजिक, धार्मिक आणि व्यावसायिक आयुष्यामध्ये नवनिर्मितीची चेतना कार्यरत होणे आवश्यक आहे. समाजाने संकुचित वृत्ती आणि विषमता सोडून दिली पाहिजे. दुराभिमान आणि अंधश्रद्धा यांपासून धर्म मुक्त झाला पाहिजे. भारतीय व्यावसायिक समाज हा आत्मभान असलेली आणि सार्वजनिक हेतूने कार्यरत असलेली एक निरोगी संस्था म्हणून विकसित झाला पाहिजे. सांस्कृतिक कार्यक्षेत्रामध्ये आपल्याला शास्त्रीय संशोधनाची वृत्ती असलेले आणि खऱ्याखुऱ्या निर्मितीक्षम गुणवत्तेची देणगी लाभलेले अभिजात कवी, चित्रकार, शिल्पकार, इतिहासकार, तत्त्वज्ञ, अर्थतज्ज्ञ हवे आहेत. त्यानंतरच भारत सांस्कृतिक व वैज्ञानिक क्षेत्रामध्ये जगातील विद्वान समुदायामध्ये स्वतःचे स्वतंत्र स्थान निर्माण करू शकेल.

बंगाली युवावर्गाविषयी

बंगाली युवावर्गा इतकी मलीन प्रतिमा असलेला प्राणी या पृथ्वीवर दुसरा नसेल. सरकार बंगाली युवकांकडे संभाव्य अराजकतावादी म्हणून पाहते आणि हा युवावर्ग वयाच्या तिशीत आला, तरी त्यांच्या पालकांच्या दृष्टीने तो अद्याप बाल्यावस्थेतच असतो. युरोपिय प्राध्यापकवर्गाच्या नजरेत हे वाया गेलेले तरुण असून ते केवळ सदैव पालकांच्या निगराणी खालीच राहण्यास योग्य असल्याचे या प्राध्यापकांचे मत आहे. बंगाली युवक हा अनेक बाबतींत अपयशी असला, तरीही त्याच्या अंतरंगात मानवी स्वभाववैशिष्ट्यांमधील काही चांगले गुण आहेत. बंगाली युवावर्गाची क्षमता आणि त्याचे भवितव्य यावर व्यक्तिशः माझा अपार विश्वास आहे. या प्रांतामध्ये सुधारणावादी चळवळीला सुरुवात झाल्यापासून बंगाली युवकाला बऱ्याच प्रतिकूल परिस्थितींचा आणि अनेक अडथळ्यांचा सामना करावा लागला आहे. जेव्हा त्याने स्वतःला जनहिताच्या संघटनेमध्ये झोकून देण्याचा प्रयत्न केला, त्या त्या वेळी त्याला सामाजिक व राजकीय छळाला सामोरे जावे लागले आहे. ज्या उत्साही तरुणांनी ब्राह्मो समाजाची वाट धरली, त्यांना तत्कालीन समाजाने विविधप्रकारे शिक्षा केली आहे. जे तरुण संन्यासी रामकृष्ण-विवेकानंदांच्या छत्राखाली एकत्र आले, त्यांचा त्यांच्याच समाजातील लोकांनी विविध मार्गांनी छळ केला आहे. आजच्या

काळातही जे तरुण सेवाभावी अथवा राजकीय संघटनेमध्ये सक्रिय सहभाग घेत आहेत, त्यांच्यावर पोलिसांची सतत पाळत असते आणि काही वेळा त्यांनी कोणताही ठोस गुन्हा केल्याची शक्यता नसतानाही त्यांना तुरुंगात डांबले जाते. बंगाली विद्यार्थ्यांच्या त्याच्या देशातील या स्थितीची तुलना केंब्रिज विद्यापीठात पदवीचे शिक्षण घेणाऱ्या विद्यार्थ्यांच्या त्यांच्या देशातील स्थितीशी केली, तर हा मुद्दा सहज स्पष्ट होऊ शकेल.

सामाजिक आणि सरकारी छळाचा दबाव असूनही बंगाली युवावर्ग हा धैर्यशील बनत आहे, याविषयी खूप कमी जणांना जाणीव असेल. १९२१ या प्रसिद्ध वर्षाच्या सुरुवातीच्या महिन्यांमध्ये एका सकाळी हजारो बंगाली युवकांनी आपल्या पुस्तकांना सोडचिठ्ठी देण्याची अपूर्व घटना घडते, हेच बंगाली तरुणांनी मनात आणल्यास ते सार्वजनिक इच्छाशक्ती निर्माण करू शकतात, याचे द्योतक आहे.

एखादा हिमकडा कोसळल्याप्रमाणे असहकार चळवळ आली आणि सरून गेली. हजारो विद्यार्थी रस्त्यावर उतरले आणि पुन्हा आपल्या आयुष्यात परतले. परंतु, १९२१ साली ज्यांनी मूकपणे सेवेची आणि निष्कांचन अवस्थेत राहण्याची शपथ घेतली, त्यापैकी शेकडो तरुण अद्यापही त्या प्रतिज्ञेशी कटिबद्ध आहेत आणि भविष्यातही राहतील, याची अनेकांना कल्पना नाही. ते आता प्रांतातील अंधाऱ्या कोपऱ्यांमध्ये परिश्रम करत आहेत आणि कदाचित कोणीही दखल न घेताच ते मरून जातील. मात्र, त्यांच्या महान त्यागावरच भारतीय राष्ट्रवादाची इमारत उभी राहील.

बंगाली युवावर्गाला नेहमीच भावनिक म्हणून हिणवले जाते. होय, हा तरुण भावनिक आहे आणि या भावनांमध्येच त्याचा मोक्ष दडलेला आहे. भावनाविरहित माणूस हा संत असू शकतो, मात्र तो पाशवीही असू शकतो. बंगाली तरुण हा भावनिक असल्यामुळेच त्याच्यामध्ये खूप चांगल्या उर्मी आहेत आणि तो कर्तव्याच्या, प्रेमाच्या आणि त्यागाच्या हाकेला तो उस्फूर्त प्रतिसाद देऊ शकतो. मृत्यूच्या दाढेत आपली बोटे देणाऱ्या तरुणांना भरकटलेले संबोधून त्यांची निंदा करणे सोपे आहे, मात्र त्यांच्या या शौर्याचे कौतुक न करणे जास्त कठीण आहे.

बंगाली युवकाचे हृदय विलक्षण आहे. तुम्ही योग्य साद दिलीत, तर ते तुमचे गुलाम बनून राहतील. परंतु, तुम्ही चुकीचे आघात केलेत, तर त्यांचा प्रतिसाद मृत्यूइतका थंड असेल. काही सामाजिक, धार्मिक आणि राजकीय संघटनांमध्ये शेकडो तरुणांचा सहभाग असतो, तर काही संघटनांकडे कोणीच तरुण वळत नाही, हे कसे होते? याचे रहस्य बंगाली तरुणांच्या हृदयांना योग्य साद घालण्यामध्ये दडलेले आहे. विवेकानंदांना हे रहस्य माहीत होते. त्यामुळेच प्रांतातील अनेक युवकांसाठी ते आदर्शस्थानी होते आणि आजही आहेत.

सुभाष यांना २५ जानेवारी, १९२५ रोजी कोणतीही पूर्वसूचना न देता किंवा अतिशय थोडक्या सूचनेवर अचानकपणे ब्रह्मपूरहून कलकत्त्याला हलवण्यात आले. तेथे एक रात्र त्यांनी

लालबाझार पोलिस ठाण्यामध्ये घालवली. दुसऱ्या दिवशी सकाळी त्यांना जहाजातून रंगून येथे नेण्यात आले व रंगूनहून अतिशय खडतर व दमवणारा प्रवास करून त्यांना ब्रह्मदेशाच्या उत्तरेस असलेल्या मंडाले येथे नेण्यात आले. या घडामोडींमुळे सुभाष यांना आश्चर्य वाटले असले, तरी ते फारसे काही बेचैन झाले नाहीत. किंबहुना ब्रिटिश साम्राज्यवादाविरुद्ध त्यांनी सुरू केलेल्या लढ्याच्या इतिहासातील एक अटळ प्रकरण म्हणून त्यांनी याकडे पाहिले.

एक प्राचीन ब्रह्मी राज्य, हे वगळता सुभाष यांना मंडालेविषयी फारशी माहिती नव्हती. मात्र, प्रसिद्ध भारतीय क्रांतिकारी नेते लोकमान्य टिळक आणि लाला लजपत राय यांना ब्रिटिश सरकारने येथील तुरुंगात कैदेत ठेवले होते, ही बाब मात्र सुभाष व त्यांच्यासह येथे आणण्यात आलेल्या कैद्यांना लख्ख माहीत होती, अशी नोंद सुभाष यांनी 'दि इंडियन स्ट्रगल' या पुस्तकात केली आहे. आम्ही या नेत्यांच्या पावलांवर चालत आहोत, असे वाटल्याने आमच्यामध्ये काही प्रमाणात दृढ विश्वास व अभिमान जागृत झाला, असे सुभाष यांनी या पुस्तकात म्हटले आहे.[३]

सुभाष यांच्या आरोग्याच्या समस्या हे मंडाले कारागृहातील कैदेचे सर्वांत गंभीर फलित आणि अडथळा होते. या समस्यांनी सुभाष यांना केवळ त्यांच्या मंडाले येथील वास्तव्याच्या दरम्यानच त्रास दिला असे नाही, तर पुढील आयुष्यभराच्या काळात, विशेषतः ब्रिटिशांनी अनेक वेळा त्यांना कैदेत पाठवले तेव्हा या समस्या त्यांचा पिच्छा पुरवत राहिल्या. जानेवारीच्या अखेरीस मंडाले कारागृहात आल्यानंतर काही दिवसांतच, १२ फेब्रुवारी १९२५ रोजी सुभाष यांनी शरद यांना सविस्तर पत्र लिहिले. या पत्रातील विशिष्ट मजकुराला ब्रिटिशांच्या तपासणीमध्ये कात्री लागली. या पत्रामध्ये सुभाष यांनी कलकत्ता महानगरपालिकेतील बाकी राहिलेले विषय, निवडणुकीस उभे राहण्याची शक्याशक्यता, कलकत्त्यामध्ये त्यांनी उभारलेल्या कामाचे खर्च, आपली खंगत चाललेली प्रकृती आदी मुद्दे मांडले आहेत. या पत्रामध्ये आपली प्रकृती बिघडल्याबाबत आईवडिलांना कळू न देण्याची विनवणीही सुभाष यांनी शरद यांना केली आहे. ते लिहितात[४],

माझ्या आरोग्याविषयी सांगायचे झाल्यास, कैदेत असल्यापासून प्रथमच मी आजारी पडलो आहे. येथे आल्याच्या दिवसापासून मला बरे वाटत नाही आहे आणि मला सातत्याने अपचनाचा त्रास होत आहे. आमच्यापैकी बहुतेकांची स्थिती अशीच आहे. या ठिकाणचे हवामान मला कधी मानवेल, असे वाटत नाही. मंडाले हे ब्रह्मदेशातील सर्वांत निरोगी

---

३ बोस, 'दि इंडियन स्ट्रगल',१६९.

४ सुभाष यांनी शरद यांना लिहिलेल्या आजवर अप्रकाशित असलेल्या अनेक पत्रांपैकी एका पत्रातून. अमियनाथ आणि ज्योत्स्ना बोस यांच्या खासगी संग्रहातून.

कारागृहांपैकी एक मानले जाते आणि माझ्या माहितीनुसार मंडाले शहरात प्लेग आणि कांजिण्यांनी, विशेषतः प्लेगने मृत्युमुखी पडणाऱ्यांची संख्या लक्षणीय आहे. माझी माहिती खरी असल्यास मागील वर्षी येथे प्लेगमुळे तीस हजार लोक मृत्युमुखी पडले होते. – सुभाष.

मंडाले येथे त्यांची प्रकृती सुधारली नाही आणि आपल्याला आरोग्याच्या कारणांवरून बंगालला हलवावे, यासाठी सुभाष यांनी १३ जून १९२५ रोजी ब्रिटिशांना पत्र लिहिण्याबरोबरच वेळोवेळी विनंती केली. मात्र, ब्रिटिशांनी त्याकडे दोन वर्षे दुर्लक्ष केले. या कसोटीच्या आणि यातनांच्या काळामध्येही त्यांनी आपली तीक्ष्ण आणि उपहासात्मक विनोदबुद्धी गमावली नव्हती, हे त्यांच्या पत्रातून दिसून येते. २ जुलै, १९२५ रोजी त्यांनी शरद यांना पाठवलेले पत्र ब्रिटिशांच्या तपासणीतून निसटले असावे. त्यामध्ये ते लिहितात,

येथे काही दिवसांपूर्वी तुरुंग महानिरीक्षक आले होते. आहाराचे अतिसेवन, हे तर माझ्या अपचनाचे कारण नाही ना, असे त्यांनी मला विचारले. आहारभत्ता ५० टक्क्यांनी कमी केल्यानंतर हा समर्पक प्रश्न आहे, असे मी त्यांना म्हणालो. त्यांच्याविषयी कोणी काहीही म्हणाले, तरी त्यांच्या विचारांमध्ये मात्र सातत्य आहे. कारण, त्यांचा वार्षिक प्रशासकीय अहवाल नुकताच प्रसिद्ध झाला असून त्यामध्ये त्यांनी दीर्घकाळ तुरुंगवासात राहिल्याने कैद्यांची प्रकृती सुधारते, अशी टिप्पणी केली आहे. हे वाचल्यानंतर माझा स्वतःच्या डोळ्यांवर विश्वास बसत नव्हता. यावर काही वेगळी प्रतिक्रिया देण्याची गरज आहे का? मी उपचार म्हणून उपवास सुरू करावेत, असे या महानिरीक्षक महाशयांनी मला सुचवले आहे. (म्हणजे सरकारी सेवांमध्येही महात्मा गांधींचे अनुयायी आहेत तर!)

यापूर्वी, ६ मार्च, १९२५ रोजी शरद यांना लिहिलेल्या पत्रामध्ये सुभाष यांनी सुरुवातीच्या टप्प्यामध्ये तरी तुरुंगाबद्दलच्या टीकात्मक बाबी आणि त्यांच्या तुरुंगवासाची स्थिती याविषयी अगदी अल्प माहिती लिहिली आहे. अशी माहिती लिहिल्यामुळे ब्रिटिशांना हे पत्र अडवून धरण्यासाठी आयते कारण सापडेल, असे सुभाष यांना वाटत होते.

तू मला येथील सुविधांबद्दल लिहिण्यास सांगितले होतेस. मात्र, मी असे काही लिहिण्याचे धाडस मी करत नाही. कारण, तसे लिहिल्यास माझे पत्र अडवले जाईल, याची मला खात्री वाटते. तुला आश्चर्य वाटेल, पण मी काही पत्रांमध्ये माझ्या ब्रह्मपूर ते मंडाले प्रवासाच्या सुविधांचा उल्लेख केला होता. असा उल्लेख म्हणजे सरकारी कारवाईवर टीका असल्याचे समजून ती पत्रे अडवण्यात आली आहेत.

मंडालेतील तुरुंगावासाविषयी आणि तेथील परिस्थितीविषयी त्यांचे विचार लोकांसमोर येण्यासाठी पुढे बराच काळ वाट पाहावी लागली. त्यांच्या *'दि इंडियन स्ट्रगल'* या पुस्तकामध्ये एक संपूर्ण

प्रकरण (इन बर्मिज् प्रिझन) येथील तुरुंगवासासंबंधी आहे. या प्रकरणाच्या पुढील काही पानांमध्ये *'पेबल्स ऑफ दि सीशोअर'* (समुद्रकिनाऱ्यावरील सागरगोटे) या नावाने लिहिलेल्या उताऱ्यांमध्ये प्रथमच सुभाष यांनी आपले तात्त्विक विचार जाहीररीत्या प्रकट केले आहेत.

आपल्या व्यक्तिमत्वाला आणि स्वभावाला अनुसरून सुभाष यांनी आपले आजार आणि प्रकृती अस्वास्थ्याचा कामावर कोणताही परिणाम होऊ दिला नाही. कलकत्ता महानगरपालिकेतील जबाबदाऱ्या आणि तेथील कामांची आखणी, तसेच बंगाल विधान परिषदेची निवडणुकीची उमेदवारी आदी गोष्टींमध्ये ते व्यस्त होते.

सुभाष यांनी आपल्या कैदेच्या सुरुवातीच्या काही महिन्यांमध्ये अलिपूर आणि ब्रह्मपूर कारागृहातून महानगरपालिकेचे मुख्य कार्यकारी अधिकारी म्हणून करावयाची कामे सुरू ठेवली. तुरुंगाधिकाऱ्यांच्या परवानगीने पालिकेची कागदपत्रे सुभाष यांच्या विचारार्थ आणि योग्य त्या कृती व मंजुरीसाठी कोठडीत आणली जायची. दूर, उत्तर ब्रह्मदेशातील दुर्गम प्रदेशात असलेल्या मंडालेची गोष्ट मात्र वेगळी होती. त्यामुळे सुभाष यांनाही हे भौगोलिक अंतर भेदून परिणामकारक भूमिका बजावणे शक्य होत नव्हते. आधी उल्लेख केल्याप्रमाणे शरद यांना १२ फेब्रुवारी, १९२५ रोजी लिहिलेल्या पत्रात सुभाष यांनी 'येथे आल्यापासून माझा महानगरपालिकेशी सर्व प्रकारचा संपर्क तुटला आहे. येथे मला महापालिका सभांचा इतिवृतान्त व महापालिकेची अधिकृत पत्रे आदींच्या प्रतीही मिळत नाहीत', असा खेद व्यक्त केला आहे.

अर्थात त्यामुळे सुभाष यांना जवळच्या वाटणाऱ्या महापालिकेतील मुद्द्यांबाबत त्यांनी शरद यांच्याकडून पत्रांमधून माहिती घेण्यात खंड पडला नाही. यापैकीच एक विषय हा प्राथमिक शालेय शिक्षण सक्तीचे करण्याचा होता. प्रभावी राष्ट्रबांधणीसाठी प्राथमिक शिक्षण सक्तीचे असण्याचे महत्त्व त्यांनी सर्वप्रथम ओळखले होते आणि आयुष्यभरासाठी त्यांनी या विषयाचा पाठपुरावा केला. महापालिकेतील आपली ही जबाबदारी सुभाष यांनी नंतर १९३८ साली काँग्रेस अध्यक्ष या नात्याने हरिपुरा सभेमध्ये भाषण करताना राष्ट्रीय जबाबदारी म्हणून स्वीकारली. दरम्यान, ५ सप्टेंबर, १९२५ रोजी शरद यांना लिहिलेल्या पत्रामध्ये त्यांनी महानगरपालिका आणि उपमहापौरांसाठी अत्यंत आवश्यक संदेश दिला आहे.

> मला वाटते, शहरातील काही मर्यादित भागांमध्ये प्राथमिक शिक्षण सक्तीचे करणे आवश्यक आहे. १९२६ मध्ये महापालिकेच्या एक किंवा दोन प्रभागांमध्ये याची सुरुवात करता येईल. हे पाऊल निश्चितपणे आपल्याला कलकत्त्याच्या प्राथमिक शिक्षणाचा मार्गावर तर घेऊन येईलच, पण त्याचबरोबर या मार्गावरून पुढे जाण्यासाठी पुरेसा अनुभवही आपल्या गाठीशी जमा होईल.

त्यानंतर, पुन्हा ९ ऑक्टोबर, १९२५ रोजी लिहिलेल्या पत्रात ते म्हणतात,

> प्राथमिक शिक्षण सक्तीचे करण्याबाबत महानगरपालिकेला आवश्यक अधिकार मिळण्यासाठी प्रथमतः कायदा मंजूर करून घ्यावा लागेल. त्याचदरम्यान महापालिकेच्या पुढील अर्थसंकल्पापर्यंत शिक्षण विभागाने यासाठीची योजना तयार केली पाहिजे. सद्यस्थितीत सर्वाधिक साक्षर असलेल्या भागांमध्ये याचे काम सुरू करणे उचित ठरेल. कारण, जर महापालिकेस आर्थिक अडचणी असतील, तर कमीतकमी खर्चामध्ये सर्वाधिक साक्षर भागास पूर्णतः साक्षर बनवण्याचे कार्य करता येऊ शकेल.

सुभाष मंडाले कारागृहात असतानाच १९२५ च्या अखेरीस भारतातील राष्ट्रीय व प्रांतिक विधीमंडळे विसर्जित करण्यात आली आणि शरद यांच्या आग्रहामुळे सुभाष यांना बंगाल काँग्रेस पक्षाकडून उमेदवारी मिळाली. त्यानुसार सुभाष हे बंगाल विधानपरिषदेसाठी उत्तर कलकत्ता मतदारसंघातून निवडणूक लढले. त्यांनी बंगाल उदारमतवादी किंवा मवाळ पक्षाचे नेते व विद्यमान सदस्य जतिंद्र नाथ बसू यांचा पराभव केला.[५] शरद यांनी स्वतः स्वराज्य पक्षातर्फे कलकत्ता विद्यापीठ मतदारसंघातून निवडणूक लढवली आणि तेसुद्धा विजयी होऊन आपल्या अनुपस्थित लहान भावासह विधान परिषदेमध्ये गेले.

निवडणुकीत शक्तिशाली विरोधकांविरुद्ध दणदणीत विजय मिळवताना सुभाष हे प्रचार गट आणि मतदारांबाबत उदार होते. सुभाष यांच्या प्रचारासाठी प्रचारगटाने, 'त्यांना (तुरुंगातून बाहेर) काढण्यासाठी त्यांना आतमध्ये (विधान परिषदेमध्ये) प्रवेश द्या', ही आयर्लंडच्या सिन फेईन या क्रांतिकारी पक्षाची घोषणा दिली होती. (*दि इंडियन स्ट्रगल* या पुस्तकामध्ये याविषयी तिरकस टिपण्णी करताना सुभाष लिहितात, 'आयर्लंड सरकारइतका जनमताला प्रतिसाद भारत सरकारकडून मिळाला नाही. कारण विजयी ठरल्यानंतरही माझा कारावास सुरूच राहिला.')[६]

याच वेळी दूर अंतरावर असल्याने सुभाष यांना केवळ शरद यांचे सहकार्य मिळणे शक्य होते. सुभाष यांनी तुरुंगांच्या भिंतीआडून अत्यंत काळजीपूर्वक आणि प्रत्येक बारीकसारीक गोष्टीचा विचार करून, शक्याशक्यतांवर अवलंबून न राहता प्रचाराचे नियोजन त्याची अंमलबजावणी केली. त्यांनी शरद यांना २३ नोव्हेंबर, १९२५ रोजी पाठवलेल्या पत्रामध्ये नऊ मुद्द्यांची निवडणूक रणनीती सारांशरूपाने मांडली आहे.

> मी निवडणूक लढवण्याच्या निर्णयाप्रत येण्यासाठी या ना त्या कारणाने खूप विलंब झाला, त्याबद्दल मी क्षमा मागतो. आता प्रचारासाठी खूपच कमी वेळ उरला आहे आणि या मुद्द्याबाबत मी निश्चिंत आहे, असे मी म्हणणार नाही. तथापि, आपल्याला अपयशी व्हायचे नसेल, तर या अखेरच्या क्षणी आपल्याला असामान्य परिश्रम घ्यावे लागतील.

---

[५] जतिंद्र नाथ बसू हे सुद्धा प्रतिष्ठित आणि लोकप्रिय नेते होते. राष्ट्रीय कार्याप्रति त्यांचे समर्पण आणि एकनिष्ठता यांमुळे ते सर्वत्र परिचित होते.

[६] बोस, *दि इंडियन स्ट्रगल*, १७९.

मला याक्षणी सुचणाऱ्या काही मुद्द्यांचा येथे पुनरुच्चार करण्यास काही हरकत नाही, असे मला वाटते.

१. सर्वांत महत्त्वाचा मुद्दा म्हणजे संपूर्ण प्रचाराची धुरा सांभाळण्यासाठी आपल्याला केंद्रस्थानी कणखर आणि उत्साही संघटक नेमावा लागेल. मी यासाठी बाबू नलिनी राजन सरकार यांचे नाव काकांना सूचवले आहे. (काकांनी कारागृहात जाऊन सुभाष यांची भेट घेतली होती.) नलिनी बाबूंना या कामासाठी सुमारे तीन आठवड्यांचा कालावधी देणे शक्य होईल, अशी मला आशा वाटते.

२. निवडणुक मतदारयाद्यांचा प्रथम काळजीपूर्वक अभ्यास करावा लागेल आणि त्यानुसार आपल्याला योग्य दिशेने परिश्रम करता येऊ शकतील. जर बहुतांश मते कलकत्त्यामध्ये असतील, तर तेच आपल्या प्रचारकार्याचे प्रमुख स्थान असले पाहिजे. तथापि, जर बाहेरील वस्त्यांमधील मते कलकत्त्यातील मतांपेक्षा अधिक असतील, तर या भागातील संघटनावर अधिक लक्ष केंद्रित केले पाहिजे.

३. माझ्या मते आपण या बाहेरील वस्त्यांमध्ये इतर उमेदवारांपेक्षा अधिक मते मिळवू शकतो. आपली काँग्रेस पक्षसंघटना ही व्यापक असल्याने आपल्याला या वस्त्यांमधील मतांसाठी प्रचार करताना त्याचा फायदा होईल. जर आपल्याला मोठ्या संख्येने स्वयंसेवक मिळाले, तर आपण कलकत्त्यामध्ये कमी कालावधीतही अन्य कोणत्याही उमेदवारांपेक्षा अधिक सर्वंकष प्रचार करू शकतो.

४. निवडणूक प्रचारासाठी संपूर्ण प्रदेश (पश्चिम बंगाल) काही गटांमध्ये विभागला जावा आणि प्रत्येक गटाच्या प्रमुखपदी एका किंवा काही जबाबदार व्यक्तींना नेमावे. मतपत्रिका मिळाल्यानंतर जो कोणी उमेदवार सर्वप्रथम मतदारांपर्यंत पोहोचतो, त्याला उशीरा प्रचार करणाऱ्या उमेदवाराच्या तुलनेत मत मिळण्याची शक्यता अधिक असते.

५. वृत्तपत्रांमध्ये आवाहन छापल्यास स्वयंसेवकांची कमतरता जाणवणार नाही, याची मला खात्री आहे. आपल्याकडे इतका कमी वेळ असताना कार्यकर्त्यांची संघटना तयार करणे शक्य झाल्यास, ते अपेक्षेपेक्षा चांगले होईल.

६. माझ्या उमेदवारीला पाठिंबा असलेल्या काही नामवंत व्यक्तींच्या स्वाक्षऱ्यांसह आपला जाहीरनामा विविध वृत्तपत्रांमध्ये छापणे फायद्याचे ठरेल.

७. पश्चिम बंगाल मतदारसंघामधील मतदारांना माझ्या वतीने आवाहन करणारे पत्रक वृत्तपत्रांमधून वाटण्याबाबत कृपया विचार करावा. या पत्रकावर तुझी किंवा श्री. सेनगुप्ता यांची स्वाक्षरी असावी. साधारण आठवड्याभराच्या अंतराने ही पत्रके पुन्हा वाटली जावीत.

८. कोणी नामवंत व्यक्ती उपलब्ध असल्यास त्यांनी जिल्हा केंद्रांना धावती भेट द्यावी.

९. मी येथून खालील लोकांशी पत्रव्यवहार केला आहे. याबाबत तुला त्यांच्याकडून अधिक माहिती कळेलच. त्यांनी तुला त्याबद्दल सांगितल्यास त्यांनी करावयाच्या कामासाठी जर त्यांना काही पैशांची आवश्यकता असेल, तर त्यांना पैसे पाठव.

सुभाष यांनी निवडणुकीच्या कामांसाठी प्रत्येक जिल्ह्यामध्ये काही माणसे निश्चित केली होती. त्याचप्रमाणे ज्या महत्त्वाच्या व्यक्तींचा पाठिंबा मिळवायचा आहे, त्यांच्या नावांची यादीही तयार केली होती. सुभाष यांना या निवडणुकीसाठी सर्वप्रथम शरद यांच्यावर व त्यानंतर, ज्यांच्याकडे विश्वासाने महत्त्वाच्या जबाबदाऱ्या सोपवता येऊ शकतील, अशा काही महत्त्वाच्या लोकांच्या गटावर अवलंबून राहावे लागणार होते.

मंडाले येथील तुरुंगवासाच्या पहिल्याच वर्षी सुभाष यांना आणि त्याचबरोबर बंगाल व भारतालाही १६ जून, १९२५ रोजी सी. आर. दास यांच्या अचानक व अनपेक्षित निधनाच्या दुःखद संकटाला सामोरे जावे लागले. दास यांचे निधन म्हणजे केवळ एक लोकप्रिय राजकीय नेता किंवा गुरूचे हरपणे नव्हते, तर सुभाष, शरद व त्यांच्या कुटुंबीयांसाठी ही व्यक्तिगत हानी होती. ते केवळ उदात्त व समान हेतूने एकत्र आलेले राजकीय भागीदार नव्हते, तर एकमेकांविषयी सहानुभाव असलेले आणि एकमेकांना सांभाळून घेणारे व एकमेकांसाठी लढणारे खरे मित्र होते. सुभाष यांनी कुर्सेऑंगमधील गिड्डापहाड येथील शरद यांच्या टेकडीवरील बंगलीमध्ये नजरकैदेत असताना १६ जून, १९३६ रोजी सी. आर. दास यांचे चरित्र लिहिण्यास सुरुवात केली होती. तथापि, हे चरित्र पूर्ण होऊ शकले नाही.[७]

> जगभरात अन्यत्र कुठेही सार्वजनिक क्षेत्रामध्ये अभूतपूर्वरीत्या वर आलेले देशबंधूंसारखे खूप कमी लोक असतील. त्यांचे सार्वजनिक आयुष्य हे एखाद्या उल्केप्रमाणे तेजस्वी होते आणि त्यांच्याच एका देशबांधवांच्या शब्दांत सांगायचे झाल्यास, अधिकारसमृद्ध आणि यशोशिखरावर असतानाच त्यांनी आयुष्याचा निरोप घेतला. त्यांनी आयुष्यात काहीशा उशीरा राजकीय पटलावर प्रवेश केला, तथापि पहिल्या क्षणापासूनच त्यांनी देशाच्या नेतृत्वामध्ये आघाडीचा क्रमांक पटकावला. वरवर पाहणाऱ्याचा असा समज होऊ शकतो की त्यांना अचानकपणे देशवासीयांवर लादण्यात आले आणि राजकारणामधील अपरिहार्य चढणीवरून त्यांना मार्ग काढत जावे लागले नाही, या समजुतीतूनच, त्यांच्याकडील संपत्ती हा त्यांचा राष्ट्रीय नेतृत्वापर्यंत पोहोचण्याचा परवाना होता, असा विचार काही ठिकाणी निर्माण झाला आणि देशबंधूंच्या आगमनामुळे आपण दूर फेकले गेलो, असे ज्यांना वाटत होते, त्यांचा या विचाराने आणखीच जळफळाट झाला.
>
> जर १९२० पूर्वीपर्यंत देशबंधूंची ओळख केवळ एक यशस्वी वकील इतकीच असती आणि सार्वजनिक जीवनामध्ये त्यांनी कोणतीही भूमिका बजावली नसती, तर या समजुतीचे काही प्रमाणात समर्थन करता येणे शक्य होते. तथापि, प्रत्यक्षात असे नव्हते. देशबंधू हे

---

[७] सुभाषचंद्र बोस यांनी सी. आर. दास यांच्याविषयी लिहायला घेतलेल्या अपूर्ण पुस्तकाच्या 'सुरुवात' या प्रकरणातून. हे प्रकरण पश्चिम बंगाल सरकारने ५ नोव्हेंबर, १९७३ रोजी प्रकाशित केलेल्या *'आउटलाइन स्किम ऑफ स्वराज'* या पुस्तकामध्ये समाविष्ट करण्यात आले होते. पृष्ठ क्र. ७३.

आयुष्यात संथगतीने व काहीशा विलंबाने प्रगल्भ होणाऱ्या लोकांमध्ये मोडत असले, तरी त्यांची गुणवत्ता व अभ्यास बहुपेडी होता. त्यांच्या संपन्न आणि अष्टपैलू बुद्धिमत्तेचा आणि व्यक्तिमत्वाचा त्यांनी सार्वजनिक हितासाठी केलेला वापरच राजकीय नेते म्हणून त्यांच्या यशामधील महत्त्वाचा घटक ठरला.

हल्लीच्या काळामध्ये भारतात अनेक नामवंत वकील आहेत. मात्र, आपल्या व्यावसायिक कारकिर्दीद्वारे इतकी लोकप्रियता मिळवणारा दुसरा वकील सापडणे कठीण आहे. याचे कारण त्यांनी बऱ्याच राजकीय खटल्यांमध्ये बचाव पक्षाची बाजू लढवली होती. किंबहुना व्यावसायिक कारकिर्दीची सुरुवातच त्यांनी १९०९ मध्ये अलिपूर बॉम्बस्फोट कटाच्या खटल्यामध्ये अरविंद घोष यांच्या बचावात लढण्यापासून केली होती. अरविंद हे त्यावेळी बंगालमधील डाव्या विचारसरणीचे आघाडीचे नेते होते आणि संपूर्ण देशातील डाव्या नेत्यांमध्ये लोकमान्य बी. जी. टिळक यांच्या खालोखाल त्यांचे स्थान होते. त्यामुळे या खटल्याच्या सुनावणीबाबत देशभरात अभूतपूर्व कुतूहल होते आणि सर्वांच्या नजरा धडाडीचे आणि उत्साही तरुण वकील सी. आर. दास यांच्यावर खिळलेल्या होत्या. या खटल्यात अरविंद यांची निर्दोष मुक्तता करण्यात आली आणि सी. आर. दास हे वकील म्हणून प्रसिद्धीस आले. त्यानंतर सातत्याने त्यांनी राजकीय खटले लढवले आणि या खटल्यांमध्ये बचावपक्षातर्फे लढताना ते दरवेळी यशस्वी ठरले. त्यामुळे १९२० पर्यंत ते आपल्या व्यावसायिक कारकिर्दीच्या शिखरावर पोहोचले होते आणि दिवाणी व फौजदारी वकील म्हणून त्यांनी अभूतपूर्व नावलौकिक कमावला होता.

देशबंधू हे पूर्णपणे स्वयंनिर्मित व्यक्ती होते. कारण त्यांना व्यावसायिक कारकिर्दीच्या सुरुवातीलाच आत्यंतिक दारिद्र्याचे चटके सहन करावे लागले होते. त्यांच्या वडिलांवर खूप कर्ज असतानाच त्यांचे निधन झाले आणि कारकिर्दीच्या सुरुवातीस धडपडणाऱ्या दास यांच्याकडे दिवाळखोर म्हणून पाहण्यात येत होते. मात्र, पहिली कमाई होताच त्यांनी स्वेच्छेने आपल्या वडिलांच्या कर्जाची पै न् पै चुकती केली. त्यांचे उत्पन्न उत्तरोत्तर वाढत गेले, त्याचबरोबर त्यांचे खर्चही वाढले. कारण ते अविचारी वाटावे, इतक्या सढळ हस्ते दानधर्म करत होते. पूर आणि दुष्काळ यांसारख्या भारतात वरचेवर येणाऱ्या सार्वजनिक संकटांमध्ये त्यांनी आपली तिजोरी खुली केली होती. लवकरच भारतातील घराघरांमध्ये त्यांच्या दातृत्वाचे आदर्श दिले जाऊ लागले. मात्र, त्यांचे साहित्यिक कौशल्य, व्यावसायातील लौकिक आणि अनेकप्रकारे केलेला दानधर्म यापैकी कोणतीच गोष्ट त्यांच्या नंतरच्या राजकीय नेतृत्वासाठी कारणीभूत ठरली नाही. त्यांनी स्वतः सार्वजनिक हिताच्या गोष्टींमध्ये घेतलेला सहभाग व केलेल्या उमेदवारीतूनच त्यांचे राजकीय नेतृत्व उभे राहिले होते.

देशबंधू १९२० पूर्वी क्वचितच प्रसिद्धीच्या झोतात होते, ही बाब खरी आहे. कारण, त्या काळात इतर बऱ्याच राजकीय नेत्यांप्रमाणेच ते सुद्धा एकाच वेळी व्यावसायिक कारकीर्द आणि राजकारण यांमध्ये गुंतले होते. १९०७ च्या सुरत अधिवेशनामध्ये भारतीय राष्ट्रीय

> काँग्रेसमध्ये फूट पडली. परिणामी लोकमान्य बाळ गंगाधर टिळक यांच्या नेतृत्वाखालील जहाल (किंवा डाव्या विचारसरणीच्या) नेत्यांच्या गटाची काँग्रेस कार्यकारिणीतून हकालपट्टी करण्यात आली. त्या वेळी बंगालमध्ये अरविंद घोष आणि दिवंगत नेते बिपिन चंद्र पाल यांच्या नेतृत्वाखाली ही जहाल चळवळ उभी राहिली होती आणि देशबंधूंनी या दोघांसोबतही जवळून या चळवळीत सहभाग घेतला होता.
>
> १९०९ मध्ये अमलात आणलेल्या घटनात्मक सुधारणा आणि अधिकृत काँग्रेस पक्षाने या सुधारणांचे केलेले स्वागत, १९०९ मध्ये अरविंद घोष यांनी राजकारणातून घेतलेली निवृत्ती, त्यापाठोपाठ बी. सी. पाल यांनी बदललेला पक्ष आणी बी. जी. टिळक यांना झालेली कैद या सर्वांमुळे जहाल चळवळीची पीछेहाट झाली. राजकीय व्यासपीठावर स्व. सर सुरेंद्रनाथ बॅनर्जी यांसारख्या अधिकृत काँग्रेस पक्षाच्या (डाव्या विचारसरणीच्या विरोधकांनी स्थापन केलेल्या जहाल पक्षाला विरुद्धार्थी म्हणून या पक्षाला 'मवाळ पक्ष' असेही संबोधले जात होते.) नेत्यांची मक्तेदारी होती आणि देशबंधू यांनी काही काळासाठी आपले लक्ष राजकारणावरून साहित्याकडे वळवले. तथापि, १९१६ मध्ये हे चित्र पुन्हा पालटले. बी. जी. टिळक यांची कैदेतून सुटका आणि स्व. श्रीमती ॲनी बेझंट यांचा भारतीय राजकारणातील प्रवेश यांमुळे जहाल चळवळीला नवसंजीवनी मिळाली आणि यातूनच १९१६ साली भारतीय राष्ट्रीय काँग्रेसच्या बनारस अधिवेशना दरम्यान जहाल आणि मवाळ गटामध्ये पुन्हा एकदा चांगले संबंध प्रस्थापित झाले.
>
> जहाल गट १९१७ मध्ये पुन्हा सक्रिय झाला आणि बंगालमध्ये या गटाचे नेतृत्व दिवंगत नेते बी. चक्रवर्ती आणि सी. आर. दास यांनी केले. १९१७ पासून जहाल गटाच्या वर्तुळामध्ये दास हे सक्रिय कार्यकर्ते होते. काँग्रेसच्या १९१९ साली अमृतसर येथे झालेल्या अधिवेशनामध्ये दास आणि बी. चक्रवर्ती यांनी १९१९ च्या सुधारणा करण्याच्या प्रस्तावाला विरोध करणाऱ्या डाव्या गटाचे नेतृत्व केले. या सुधारणांचा प्रस्ताव दस्तरखुद्द महात्मा गांधी यांनी दिला होता आणि अखेरीस काँग्रेसने त्या सुधारणा स्वीकारल्या.

त्यानंतर बऱ्याच वर्षांनी १६ जून, १९४० रोजी सी. आर. दास यांच्या पुण्यतिथीदिनी शरद यांच्या भाषणातून अशीच आर्तता व्यक्त झाली होती. त्या वेळपर्यंत दुसऱ्या महायुद्धाने युरोपला वेढा घातला होता आणि आशिया खंडाला या युद्धाचा धोका जाणवू लागला होता. या आर्ततेतून शरद यांच्या मते अद्याप निष्क्रिय असलेल्या भारताच्या राष्ट्रवादी नेत्यांना कृतीसाठी प्रेरित करण्याचा त्यांचा प्रयत्न होता.[८]

> देशबंधू आज जिवंत असते, तर त्यांनी हा आळस आणि ही निष्क्रियता मान्य केली असती का? १९२३ मध्ये त्यांनी स्वराज्य पक्षाची स्थापना केली, त्याच वेळी त्यांनी

[८] शरदचंद्र बोस स्मरणग्रंथ खंड (प्रकाशक – दि शरद बोस अकादमी, कलकत्ता, १९८२), ३८२.

> आपल्या हातांनी काँग्रेसमधील मरगळ झटकली नव्हती का? या बंगालच्या नायकाने आपल्या असामान्य उर्जा आणि सामर्थ्याने भारताच्या राजकीय जीवनाला नव्या वाटांवर नेऊन ठेवले नाही का? मित्रांनो, त्यांच्या अस्थी जेथे चिरविश्रांती घेत आहेत, तेथे त्यांचा संदेश व त्यांच्या स्मृती जपण्यासाठी आपण जमलेलो आहोत, हे लक्षात असू द्या.

मंडाले तुरुंगातील वास्तव्याच्या दुसऱ्या वर्षामध्ये सुभाष यांनी *'पेबल्स ऑन दि सीशोअर'* चे लेखन केले. हे आपले पहिले (अप्रकाशित) पुस्तक आहे, असे सुभाष म्हणायचे. आपल्या मुक्त विचारांतून हे पुस्तक सुचल्याचे सुभाष यांनी नमूद केले होते. तथापि, त्यांची तात्त्विक, सामाजिक व राजकीय विचारसरणी विकसित होण्याच्या प्रक्रियेतील मैलाचा दगड म्हणून या पुस्तकाकडे पाहायला हवे.

सुभाष यांनी बऱ्याचदा अमिय यांच्याकडे, हस्तलिखिते, पत्रे, टिपणे व इतर कागदपत्रे जपून ठेवण्यासाठी व भविष्यात प्रकाशित करण्यासाठी दिली होती. या कागदपत्रांमध्येच एका लहानशा नोंदवहीमध्ये *'पेबल्स'* चे पहिले हस्तलिखित होते. या नोंदवहीत त्यांनी नागरिकांसाठी नव्या नैतिक प्रणालीचा आधार काय असावा व राष्ट्रभक्तीचे स्वरूप काय असावे येथपासून ते धर्मांधतेशी लढा देण्याचे आत्यंतिक महत्त्वाचे कारण, जर्मन वंश सर्वश्रेष्ठ असण्याबाबतची मिथके आणि कालानुक्रमे आशियाचा होणारा पाडाव व पुनरुत्थान येथपर्यंत विविध विषयांवर आपले विचार व सखोल चिंतन मांडून ठेवले आहे.

या हस्तलिखित खर्ड्याच्या प्रस्तावनेमध्ये सुभाष लिहितात, 'या पुस्तकासाठी हेच समर्पक शीर्षक आहे. माझ्यासमोर अद्याप शोध न घेतलेला ज्ञानाचा अथांग सागर आहे. यातील काही गारगोट्या मी इकडून तिकडून जमवल्या आहेत. समुद्रकिनारी इतस्ततः पडलेल्या गारगोट्यांप्रमाणेच हे मुक्त विचार परस्परांपासून विलग आहेत.'

'पेबल्स' मध्ये सुभाष यांनी काही तत्त्वे मांडली असून ती नव्या नैतिक प्रणालीचा आधार असू शकतात, असे त्यांनी सुचवले आहे.

१. आदर आणि आत्मसन्मान हे सर्वांपेक्षा वरचढ आहेत. तुम्ही आदराने आणि आत्मसन्मानाने जगू शकत नसाल, तर मरण पत्करावे.
२. आपले आयुष्य हे सर्वार्थाने समृद्ध करत असतानाच ते क्षणात त्यागण्याचीही तयारी ठेवावी.
३. तुमच्या कुटुंबावर स्वतःपेक्षा अधिक प्रेम करावे. तुमच्या समाजावर तुमच्या कुटुंबापेक्षा अधिक प्रेम करावे आणि तुमच्या देशावर तुमच्या समाजापेक्षा अधिक प्रेम करावे.

४. जो कोणी आपल्याला देशाबद्दल प्रेम नसून मानवता अधिक प्रिय असल्याचे सांगत असेल, तो खोटारडा आहे. तुमच्या देशाची आणि देशाच्या संस्कृतीची सेवा करा, आणि तुम्ही मानवतेचीही सेवा कराल.
५. तुमच्या देशाला तुमची गरज असताना संन्यास पत्करणे हे केवळ विश्वासघाताचे सुसंस्कृतरूप आहे.
६. आयुष्याचा त्याग करून तुम्ही दैवी जीवनाचा अनुभव घेऊ शकत नाही.
७. सत्य सुंदर आहे – सौंदर्य हेच सत्य आहे.
८. स्त्रियांना जेव्हा भेटाल, तेव्हा त्यांच्याकडे ती तुमची माता आहे अशा नजरेने पाहावे.
९. मानवाच्या आयुष्याचे नैतिक मूल्य हे बहुतांशी त्याच्या सार्वजनिक व राष्ट्रीय कर्तव्यांबाबतच्या कामगिरीवर अवलंबून असते.

* * *

राष्ट्रभक्ती आणि भारतीय राष्ट्रवादाच्या स्वरूपाविषयी ते लिहितात,

> राष्ट्रभक्तीचे स्वरूप - भारतीय इतिहासाच्या मुख्य प्रवाहात प्रत्येकाला स्वतःच्या आयुष्याची ओळख सापडावी. वैयक्तिक आयुष्य आणि राष्ट्रीय आयुष्याचे प्रांत एकमेकांत पूर्णपणे मिसळले जावेत. भारतामध्ये कोणतेही राष्ट्रीय दुःख हे प्रत्येकाला स्वतःचे दुःख वाटावे आणि राष्ट्रीय यश वैयक्तिक यश व्हावे. भारतात झालेल्या प्रत्येक आक्रमणाकडे वैयक्तिक आयुष्यावरील आक्रमण म्हणून पाहिले गेले पाहिजे. भारताला मातृभूमी मानलेले सर्वजण, तसेच भारताला आपले कायमचे घर मानणारे सर्व जण माझे बांधव आहेत. पुरी येथील भगवान जगन्नाथाचे मंदिर आणि ताजमहाल या दोन्ही वास्तूंबद्दल मला सारखाच अभिमान वाटतो. भारतात विविध राष्ट्रीयत्वाच्या आणि विविध धर्माच्या लोकांमध्ये सुरू असलेले वाद, भांडणे, कत्तली या एका कुटुंबात सुरू असलेल्या भांडणांप्रमाणे आहेत. ती भांडणे प्रगल्भतेने सोडवली जावीत. सहिष्णुता हे काही बालपणीचे गुणवैशिष्ट्य नाही लहान मुले सतत भांडणे करतात. नव्या भारत राष्ट्राचा सध्याचा काळ हा बालपणाचा आहे. त्यामुळेच आपण सामंजस्या स्वीकारत नाही आहोत. ज्याप्रमाणे रोमन कॅथलिक आणि प्रोटेस्टंट्स यांच्यातील संघर्ष संपुष्टात आले, त्याचप्रमाणे एक दिवस असा येईल, की हिंदू आणि मुस्लिम यांच्यातील संघर्षही संपुष्टात येतील. (हा उतारा प्रथम बंगालीतून इंग्रजीत अनुवादित करण्यात आला आहे.)
>
> राष्ट्रीयत्व हे अखेर संवेदनेवर आधारित असते आणि शरीराप्रमाणेच संवेदनांनाही सुसंस्कृत घडवता येऊ शकते.

* * *

भारतात सरकारमध्ये शिक्षण खात्याशी संलग्न असलेले सांस्कृतिक खाते असावे. संस्कृत, तसेच इतर भारतीय भाषा किंवा अन्य कोणत्याही भाषांमध्ये भारताविषयी लिहिलेली महत्त्वाची पुस्तके आधुनिक काळातील महत्त्वाच्या भाषांमध्ये (फ्रेंच, इंग्रजी, जर्मन, रशियन, इटालियन, चीनी आणि जपानी) अनुवादित करणे हे या खात्याचे कार्य असले पाहिजे. या पुस्तकांची जाहिरात सर्व देशांमध्ये केली जावी व त्यायोगे भारताने आपल्या संस्कृतीचा सर्वत्र प्रसार करावा.

* * *

युरोपमध्ये सरंजामशाही वरचढ झाली, त्याचवेळी तुर्कांनी युरोपवर आक्रमण करून तो जिंकून घेतला. युरोपमध्ये राष्ट्रीय भावना नावालाही अस्तित्त्वात नव्हती आणि युरोपियन समाजामध्ये वर्गभेदाची भावना प्रबळ होती. तुर्कांनी लढाऊ लोकशाही निर्माण केली आणि जवळपास 'राष्ट्रीय लष्कर' म्हणता येऊ शकेल, असे सैन्य बाळगले. भारतामध्ये जातिभेदाच्या रूपात असलेला वर्गभेद हा राष्ट्रीय भावनेपेक्षा प्रबळ असल्यामुळेच ब्रिटनला भारतावर राज्य करणे शक्य झाले. युरोपमध्ये राष्ट्रीयत्वाची लाट आल्यानंतर तुर्कांना माघार घेणे भाग पडले – त्याचप्रमाणे भारतात राष्ट्रीयत्वाची लाट आल्यास ब्रिटिशांनाही माघार घ्यावी लागेल.

आशिया आणि युरोपच्या ऐतिहासिक घडामोडींविषयी आणि हे पुस्तक लिहिण्यावेळी दोन्ही खंड ज्या स्थितीला येऊन पोहोचले होते, त्याविषयी चिंतन करताना सुभाष यांना आगामी काळामधील आशियाचा उदय आणि त्याच वेळी युरोपची पडझड दिसत होती.

आशियाने प्रथम युरोप जिंकून घेतला आणि त्यानंतर युरोपने आशिया जिंकला. ज्या विजयाला संघटनाचे आणि संस्कृतीचे पाठबळ मिळाले, तोच विजय टिकला. स्पेन जिंकून घेणारे 'मूर' हे सुसंस्कृत होते. परंतु, ते संघटनामध्ये कमी पडले. तुर्कांना संघटन आणि संस्कृतीचे पाठबळ असल्यामुळेच पूर्व आणि मध्य युरोपमधील त्यांची सत्ता दीर्घकाळ टिकली. युरोपियनांचे वाखाणण्याजोगे संघटनकौशल्य व त्याला आधुनिक विज्ञानाचा मिळालेला आधार यांमुळे त्यांचे आशियामध्ये तुलनेने अधिक काळ वर्चस्व राहिले.

तुर्कांना आलेले अपयश हे बौद्धिक आणि नैतिक अपयश होते. तुर्कस्तानने जर विज्ञानाच्या वेगाशी स्वतःला जुळवून घेतले असते, तर त्यांचे वर्चस्व आणखी काही शतकेतरी सहज अबाधित राहिले असते. परंतु, तुर्कस्तानची ज्ञानतृष्णा कमी पडली आणि धार्मिक कडवेपणामुळे बौद्धिक क्षुधा नाहीशी झाली. 'जे कुराणमध्ये नाही, ते सर्व उथळ आणि अपायकारक आहे', या मानसिकतेची भूमी आधुनिक विज्ञानाच्या विकास आणि वाढीसाठी योग्य नाही. धार्मिक कर्मठपणाला बाजूला सारल्याशिवाय इस्लाममध्ये कुठेच ही बौद्धिक क्षुधा निर्माण होणार नाही. सध्या मुस्तफा कमाल यासाठीच त्वेषाने प्रयत्न करत आहेत. त्याहीपेक्षा तुर्कस्तानने जर लोकशाही तत्त्वांचा प्रभाव ओळखला असता आणि आपल्या

साम्राज्यामध्ये राहणाऱ्या अन्य वंशांना स्थानिक स्वायत्तता बहाल केली असती, तर त्यांच्या साम्राज्याचा कालावधी आणखी वाढला असता.

युरोपचे अपयश हे बौद्धिक अपयश असणार नाही, तरीही ते नैतिक अपयश असेल. युरोपियन समाज सहजासहजी एकमेकांशी जुळवून घेणारे नाहीत आणि भविष्यात या ना त्या प्रकारे युरोपमध्ये वर्गयुद्ध भडकणार आहे. युरोपबरोबरच आशिया व आफ्रिकेच्या सामर्थ्य व प्रतिष्ठेवरही याचा परिणाम होईल. त्याचबरोबर परस्परांचा द्वेष आणि आर्थिक स्पर्धा यांमुळे युरोपमध्ये सातत्याने भ्रातृहत्या व युद्धसंहार होणार आहे. तिसरे म्हणजे, फ्रान्सप्रमाणे इतर युरोपियन देशांनी जर जन्मदरावर नियंत्रण ठेवले नाही, तर युरोपमधील प्रत्येक देशास युरोपबाहेर वसाहती वसवणे भाग पडेल. हा वसाहतवाद युरोपीय देशांमधील संघर्षास कारणीभूत ठरेल. चौथे म्हणजे युरोपमधील वाढत्या संपत्तीबरोबरच आंतरराष्ट्रीय संबंधांच्या नैतिक तत्त्वांची उपेक्षाही वाढत आहे. उदाहरणार्थ युरोपचे आफ्रिकेतील धोरण काय आहे? हे संघटित शोषण असून सर्वांत ताकदवान राष्ट्राला आफ्रिकेच्या विभाजनातील सिंहाचा वाटा मिळेल, असे हे धोरण आहे. शांतपणे सर्वत्र प्रवेश करण्याचे आणि शोषण करण्याचे हे धोरण उच्च तात्त्विक दृष्टिकोनातून पाहिल्यास नीच, घृणास्पद आणि स्वार्थी आहे आणि मांसाचा तुकडा आपल्याला मिळावा म्हणून लांडग्यांची चाललेल्या झटापटीप्रमाणे संपूर्णतः अनैतिक आहे. या स्वार्थी धोरणामुळे आज ना उद्या शोषक राष्ट्रांमध्येच आपापसांत युद्धजन्य परिस्थिती निर्माण होईल. सर्वांत शेवटचे म्हणजे युरोपमध्ये सदासर्वकाळ श्वेतवर्णीयांच्या सर्वश्रेष्ठतेचा गवगवा करून पद्धतशीरपणे आणि हेतुपुरस्सररीत्या श्वेतवर्णीय व कृष्णवर्णीय लोकांमध्ये वांशिक पूर्वग्रह पसरवण्यात येत आहेत. याचा परिणाम म्हणून युरोपच्या या वांशिक भेदाच्या विरोधात संपूर्ण आशिया एकवटेल.

युरोप आणि आशिया - वांशिक संबंध

आर्थर डे गॉबिनेऊने विषद केलेली ट्युटॉनिक वंशाची सर्वश्रेष्ठता आणि त्याला वॅग्नर, निश्चे आणि एच. एस. चेंबरलेन यांनी दिलेला पाठिंबा हे एक मिथक असून नव्याने जागृत झालेल्या जर्मनांमध्ये अभिमान व आत्मविश्वास निर्माण करण्याच्या उद्देशाने जाणीवपूर्वक या मिथकाचा प्रचार केला जात आहे. त्याचप्रमाणे, युरोप आणि अमेरिकेमधील अॅंग्लो-सक्सन्स लोकांनी आपल्या वांशिक दुराग्रहाला शास्त्रीय आधार देण्याच्या उद्देशाने जाणीवपूर्वक नॉर्डिक मिथक पसरवले आहे. नॉर्डिक जमातींमध्ये समाविष्ट असलेल्या उत्तर युरोपातील इतर वंशांनाही या सिद्धांताला पाठिंबा देण्याचा मोह होत आहे. ज्या लोकांनी काही उल्लेखनीय कार्य केले आहे, त्यांच्यामध्ये उंच बांधा, निळे डोळे, लांब चेहेरे, सरळ केस यांसारखी काही लक्षणे शोधायची आणि या लक्षणांना ते लोक काही प्रमाणात जर्मन असल्याचा पुरावा म्हणून सादर करायचे, ही जर्मन वांशिक दुराग्रही लोकांची सवय आहे. आता नॉर्डिकवेड्या लोकांकडूनही अशाप्रकारच्या पद्धतींचा अवलंब करण्यात येत आहे.

यामध्ये नॉर्डिकवेड्या लोकांकडून होणारी मूलभूत चूक म्हणजे ते काळ हा घटक विसरले आहेत. ते क्वचितच भूतकाळात आणि भविष्यकाळाकडे पाहतात. ज्या काळात अँग्लो सक्सन्स, ट्युटन किंबहुना सर्वच युरोपियन वंश अज्ञानी आणि रानटी होते, त्या काळात पूर्वेकडे ज्ञान व संस्कृतीचा प्रकाश पसरला होता. त्या काळी या ट्युटॉनिक आणि नॉर्डिक सर्वश्रेष्ठतेचा सिद्धांत मांडण्याचा विचार कोणी स्वप्नातही केला नव्हता. ज्याप्रमाणे आज कट्टर नॉर्डिकवेडे लोक मनस्वीपणे, आस्थेने आणि उत्साहाने नॉर्डिक वंश सर्वश्रेष्ठ असल्याचे मानतात, त्याचप्रकारे पूर्वेकडील लोक, म्हणजेच ज्यू, हिंदू, चीनी, जपानी आणि मुस्लिम हे स्वतःला देवाचे निवडक लोक असल्याचे मानायचे (आणि अद्यापही मानतात) हे वास्तव आहे. काळाच्या अनेक भीषण हल्ल्यांनंतरही पौर्वात्य संस्कृती टिकून राहिली आहे आणि त्या लोकांचा अद्यापही स्वतःच्या सर्वश्रेष्ठ असण्यावर विश्वास आहे. त्यामुळे जेव्हा पश्चिमेकडील लोक आपल्याकडील दारुगोळ्याच्या जोरावर स्वतःला सुसंस्कृत आणि पूर्वेकडील लोकांना असंस्कृत (म्लेच्छ) ठरवून त्यांची खेळी त्यांच्यावर उलटवतात आणि लेखणीच्या एका फटकाऱ्यानिशी पूर्वेकडील संस्कृती या पूर्णपणे किंवा कमीअधिक प्रमाणात रानटी असल्याची निर्भत्सना करतात, तेव्हा हसू आल्याशिवाय राहावत नाही. युरोप स्वतःकडील सर्व संस्कृती व नागरीकरण याच्या जोरावर एकतरी धर्म निर्माण करू शकला का? रानटी म्हणून हिणवली जाणारी आशियाची भूमी ही ज्यू, झोराष्ट्रीयन, इस्लाम, ख्रिश्चन, बौद्ध आणि हिंदू या सर्व धर्मांची जननी आहे, हे कसे काय? वांशिक श्रेष्ठतावादाची ही समस्या काळावरच सोपवली पाहिजे. अनेक संस्कृतींपैकी कोणती संस्कृती टिकणार आहे? अतिप्राचीन पौर्वात्य की सातत्याने बदलणारी पाश्चिमात्य? बुद्धिमत्ता की नैतिकता कोणता घटक सामर्थ्यवान आणि अधिक काळ टिकणारा आहे?

आपण अनेक संस्कृतींचा उदयास्त पाहिला असून नैतिक आणि अध्यात्मिक सामर्थ्याच्या बळावर आपण तरून गेल्याचे आशिया सांगतो. युरोपियन संस्कृती ही आशियाचा सांस्कृतिक आक्रमणाचा अखेरचा अनुभव असून कोणी सांगावे, आशिया युरोपपेक्षाही अधिक काळ जगेल! औष्णिक यंत्रे, वीज इत्यादीचा शोध, तसेच सामरिक आणि आर्थिक विकास आदीमुळे सध्याच्या काळामध्ये युरोप हा आशियापेक्षा निःसंशय अधिक सामर्थ्यवान आहे. परंतु, युरोपमधील सर्वांत बलवान संस्कृती आपल्याच ओझ्याखाली आकुंचित होत आहे, हे खरे नाही काय? संपत्ती मागे अविरतपणे धावल्यामुळे स्वार्थीपणा व गुन्हेगारी वृत्ती वाढत नाहीये का? अमेरिका हा जगातील सर्वांत प्रगत आणि आधुनिक देश असूनही तेथील देशांतर्गत गुन्हेगारीमध्ये वेगाने वाढ होत नाहीये का? युरोपियन संस्कृतीमध्येच तिच्या ऱ्हासाची बीजे लपली नाहीयेत का? काही थोड्या भांडवलदारांच्या हातात सर्व संपत्ती एकवटणे हे गंभीर स्वरूपाच्या सामाजिक व राजकीय समस्यांचे मूळ नाहीये का? आणि या समस्यांवरील उपायांमुळे आधुनिक संस्कृतीच नष्ट होण्याचा धोका नाहीये का?

तुम्ही म्हणता, की नॉर्डिक वंश हा इतर वंशांपेक्षा अधिक बुद्धिमान असतो. हे मान्य केले, तरी केवळ बुद्धिमत्ता लोकांना वाचवू शकते का? संपत्ती एकवटल्याने स्वार्थ आणि अनैतिकता वाढते आणि यामुळे अंतिमतः बुद्धी क्षीण होत नाही का? जीवनाच्या संघर्षामध्ये अधिक बुद्धिमान आणि सुखसोयीं मागे धावणाऱ्या लोकांवर कमी बुद्धिमान, परंतु नैतिक अधिष्ठान असलेले लोक मात करत नाहीत का? एकदा बौद्धिक संस्कृती आणि वैभव साध्य केले की संघर्षाचा अभाव हा नकळत राष्ट्राच्या मूलभूत सामर्थ्याला हानिकारक ठरत नाही का? दुसरा एखादा कमी गुणविशेष असलेला, मात्र संघर्ष करण्याची तयारी असलेला देश मूलभूत सामर्थ्य व क्षमतांचा उच्च विकास करून अधिक बुद्धिमान वंशाला मागे टाकू शकत नाही का? अखेरीस, बुद्धिमत्तेचे स्रोत अक्षय्य असतात का? एखाद्या व्यक्तीबाबत तरी असे घडत नाही आणि राष्ट्राच्या बाबतीतही असे घडेलच, अशी काही शक्यता नाही. निवडक प्रजननामुळे काही काळासाठी येणाऱ्या पिढीचा दर्जा समान राहू शकेल, तथापि, एका विशिष्ट पातळीवर हे संपुष्टात येणारच. त्यानंतर तो वंश सुमार दर्जाचा बनेल व पुन्हा गतवैभव प्राप्त होईपर्यंतची पुढील काही दशके निद्रिस्तावस्थेत राहील.

त्याहीपुढे जाऊन बदल हा अनुवांशिकतेसाठी महत्त्वाचा गुण ठरत नाही का?. ठरावीक गुण असलेल्या 'क्ष' आणि 'य' या दोन व्यक्तींच्या अपत्यांमध्येही तेच गुण येतील, अशी काही खात्री देता येते का? आशिया दीर्घ निद्रेतून जागा होत आहे. वांशिक मिश्रण, पाश्चात्यांचा प्रभाव, तसेच इतर शारीरिक व मानसिक घटक या नव्या सुधारणांसाठी कारणीभूत ठरत आहेत. युरोपची उतरती कळा सुरू असतानाच या सुधारणा घडून येणार नाहीत, कशावरून? आधुनिक इटलीमध्ये रोमचे पुनरुत्थान झालेच आणि इतिहासाला स्वतःची पुनरावृत्ती करण्याची सवय असते.

नॉर्डिक वंशाच्या वाढत्या कुतुहलामुळे ब्रिटिशांच्या अस्वस्थ भटकंती करण्याच्या सवयीमध्ये वाढच होईल, असे मानण्यास वाव आहे. याच सवयीमुळे पृथ्वीवरील सर्व प्रदेशात ब्रिटिश पसरले आहेत. त्यामुळे कोणी कितीही दुर्गम प्रदेशात गेला, तरी तेथे त्याला एखादा तरी ब्रिटिश तेथे सापडेलच जो अगदी सहजपणे 'लंडन टाइम्स'वाचायला मागेल. (मॅकडॉगल यांच्या नॅशनल वेल्फेअर आणि नॅशनल डिके या पुस्तकातून) ब्रिटिश साम्राज्याचा हाच पाया आहे.

राष्ट्रीय व्यक्तिमत्व आणि राष्ट्रभावना यांविषयी सुभाष लिहितात,

गाव, शहर, जिल्हा किंवा प्रांताच्या कल्याणाच्या जबाबदारीची जाणीव ठेवण्यामध्ये आपण कमी पडतो. आपली कक्षा ही केवळ आपल्या घराच्या चार भिंतींपुरतीच सीमित आहे. लवकरच एखादी हिंसक प्रतिक्रिया उमटेल, जेव्हा लोक आपल्या शहरासाठी, जिल्ह्यासाठी किंवा देशासाठी घरावर तुळशीपत्र ठेवतील. जेव्हा हे वादळ शांत होईल, तेव्हा प्रापंचिक जबाबदाऱ्या आणि नागरी कर्तव्ये आणि राष्ट्रीय कर्तव्ये यातील सुवर्णमध्य निर्माण होईल.

जबाबदारीच्या जाणिवेचा अभाव हा अनेक वर्षांचे परावलंबित्व आणि दास्य यांचा परिणाम आहे, यात काही संशय नाही. मात्र, या दास्यासाठी आपल्या चारित्र्यामधील दोष कारणीभूत आहे, हेसुद्धा तितकेच खरे आहे. सामाजिक आणि राजकीय हिताचे ओझे काही विशिष्ट जाती (उदा. ब्राह्मण आणि क्षत्रिय) किंवा व्यक्तींवर ढकलण्याकडे आपला कल असतो. सामाजिक हित हे ब्राह्मणांचे विशेष कार्य आहे आणि राजकीय हित हे क्षत्रियांचे. इतर समाजाला, ज्यामध्ये निम्न वर्गाचाही समावेश होतो, त्यांच्याकडे क्वचितच काही जबाबदारी आहे. या निम्न वर्गांध्ये शुद्र येतात. हिंदूंच्या सामाजिक व राजकीय संघटनामधील हा कच्चा दुवा आहे. जेव्हा ब्राह्मण आणि क्षत्रिय हे आपली कर्तव्ये पार पाडणे थांबवतात किंवा (व्यापक अर्थाने) कार्यक्षमपणे त्यांची कार्ये करत नाहीत, तेव्हा या दोन्ही शक्यतांमध्ये समाज किंवा राष्ट्र ढासळते. आता समाजाची फेररचना ही संपूर्णतः नव्या पायावर केली पाहिजे. ब्राह्मण्यवादी एकाधिकारशाहीला हद्दपार करून त्याजागी बुद्धिमान आणि चारित्र्यवान लोकांची अभिजनांची निर्माण केली पाहिजे आणि सार्वत्रिक मताधिकाराच्या पायावर राष्ट्राची फेररचना केली गेली पाहिजे.

राष्ट्रभावना ही खरंतर प्रत्यक्ष सामाजिक सेवेवर आधारलेली असली पाहिजे. गावासाठी, शहरासाठी, जिल्ह्यासाठी, प्रांतासाठी काम केल्याने लोकांची राष्ट्रभावना क्रमशः वाढत गेली पाहिजे. ही राष्ट्रभावना काही वरवरच्या आणि अवास्तव सेवेवर आधारित नसावी. आपल्या गावाच्या, शहराच्या, जिल्ह्याच्या, प्रांताच्या प्रगतीबाबतही वाटणाऱ्या अभिमानाप्रमाणे आपल्या देशाच्या प्रगतीबाबतही अभिमानाची भावना निर्माण झाली पाहिजे.

* * *

व्यायामसंस्कृतीचा प्रसार आणि तथाकथित निम्नवर्गांमध्ये जागृत होत असलेले वर्गभान ही सध्याच्या काळातील दोन सर्वांत आशादायी चिन्हे आहेत. व्यायामसंस्कृतीचे पुनरुज्जीवन आणि नव्या पिढीने त्याविषयी दाखवलेली आवड यांमधून आपल्याला बंगालमध्ये आपल्या डोळ्यांसमोर उदयाला येणाऱ्या नव्या राष्ट्राची चुणूक पाहायला मिळते. नैतिक व्याख्याने आणि बौद्धिक विवेचन यांच्यापेक्षा सायकलवरून काश्मीरला जाऊन परत येणाऱ्या सहली, भारत देशाच्या एका टोकापासून दुसऱ्या टोकापर्यंत पायी यात्रा, दीर्घपल्ल्याचे जलतरण व नौकानयन, मुष्टियुद्ध, कुस्ती, फुटबॉल, हॉकी आणि यांसारखे इतर खेळच भविष्यातील बंगाल घडवतील. आपल्यापैकी जे लोक आपल्या शारीरिक मर्यादांमुळे यांसारख्या राष्ट्रभक्तीच्या चळवळींमध्ये सक्रिय सहभाग घेऊ शकत नाही, ते निदान या चळवळीत कार्यरत असलेल्यांना यथाशक्ती प्रोत्साहन देऊ शकतात. अरण्यातील रानटी आणि शत्रू असणाऱ्या जमातींचा सामना करत कलकत्ता ते रंगून हा डोंगरदऱ्यांमधील प्रवास पायी करणाऱ्या पराग रंजन डे यांच्या शौर्याचे कौतुक करण्यासाठी शब्द कमी पडतात.

आपल्यापैकी जे तथाकथित उच्च जातींमधील आहेत, त्यांनी तथाकथित निम्न जातींमध्ये जागरूकता वाढीस लावण्यासाठी शक्य ते सर्व प्रयत्न केले पाहिजेत. कारण शेवटी उच्च जातींचे प्रमाण किती आहे? अवघे ... टक्के, नाही का? जर बंगालला प्रगती करायची असेल, तर त्याला प्रामुख्याने उर्वरित लोकसंख्येवरच अवलंबून राहावे लागेल.

राष्ट्रभावना सुरुवातीच्या टप्प्यामध्ये अनेकदा आंतरराष्ट्रीयवादाच्या विरोधात असते. त्याचप्रमाणे वर्गभान हे सरुवातीच्या टप्प्यामध्ये अनेकदा देशविरोधी असते. तथापि, या दोन्ही बाबींमधील संकुचित दृष्टी ही केवळ ओझरता टप्पा असून आपण त्यामुळे आपण आपल्या वाटचालीमध्ये घाबरून जाऊ नये आणि नाउमेदही होऊ नये. आदर्श दृष्टिकोनातून हे अनावश्यक वाटत असेलही, एक ओझरता टप्पा म्हणून आपण त्याशिवायही वाटचाल करू, असेही वाटू शकते. मात्र दुर्दैवाने हा सामाजिक उत्क्रांतीमधील आवश्यक टप्पा आहे. जाणीव ही जशी अग्नीप्रमाणे पसरत जाते, तसे अज्ञान हे थंडीप्रमाणे कमी होत जाते. वर्गांच्या जाणिवा परिपक्व झाल्यानंतर त्यापुढील अवस्थेला पोहोचतील आणि हे वर्तुळ सातत्याने विस्तारत जाईल. जाणिवा या एखाद्या तळ्याच्या शांत पृष्ठभागाप्रमाणे असतात. त्यामध्ये दगड टाकल्यास तरंग निर्माण होतात आणि ते तलावाच्या किनाऱ्यापर्यंत येऊन पोहोचतात. दुर्दैवाने प्रगती ही नेहमी एकरेषीय असतेच, असे नाही. ती पुढे जाते, नंतर काही काळ मागे हटते आणि मग पुन्हा पुढे जाते. आपण तिच्या वळणांचे आणि तात्पुरत्या मागे हटण्याचे भय न बाळगता सर्व परिस्थितींमध्ये प्रगतीचे स्वागतच केले पाहिजे.

* * *

आपण दुःख का सोसतो? आपण दुःखामध्येही मनाचा समतोल कसा राखू शकतो? याचे कारण म्हणजे वर्तमानातील दुःखामध्येही आपल्याला तेजस्वी आणि वैभवशाली भविष्याची पूर्वदृष्टी असते. आपण आशा बाळगतो आणि आशा आपल्याला धैर्य देतात. आपल्याकडे अमर्याद आशावाद असतो आणि हा आशावाद आपल्याला बळ आणि सामर्थ्य पुरवतो.

आपण आता वसंतऋतूच्या काळात किंवा पहाटवेळेत आहोत. 'जग हे दररोज अधिकाधिक सुंदर होत असते. त्यामुळे आता प्रत्येक गोष्टीत बदल घडला पाहिजे', असे जर्मन कवी उलांद म्हणतो. आशेचे हे चैतन्य, भविष्यात डोकावल्यामुळे मिळणारा हा आनंद, हेच शक्तिवर्धक औषध आपल्याला धैर्यवान बनवते.

जाणीव किंवा आयुष्यात पुढे येणाऱ्या आनंदाची चाहूल आपल्याला वर्तमानातील अंधःकाराशी आणि आपल्याभोवती असलेल्या दुःखाशी जुळवून घेण्यास तयार करते. वर्तमानातील वादळी ढगांमधून वाट काढत येणाऱ्या एका दूरवरील आशेच्या किरणाने आपण इतके दिपून जातो की आपल्यासमोरील अंधाराची आपण दखलही घेत नाही. होय, आपण भविष्यावर विश्वास ठेवतो, आपल्यासाठी व आपल्या लोकांसाठी वैभवशाली

भविष्य वाट पाहाते आहे, हे आपल्याला माहीत असते, म्हणूनच आपण दुःख सोसू शकतो. वर्तमानातील कसोट्या, दुःख, छळ हे सर्व त्या उज्ज्वल पहाटेची किंमत आहे. आपण या देशाचे बंदी आहोत आणि आपण देशाला त्याचा सन्मान आणि स्वातंत्र्य परत मिळवून देणार आहोत. तुमच्यापैकी जे या छळांमुळे आक्रसले आहेत आणि ताठ मानेने राजमुकुटाचे स्वागत करण्याचे धैर्य नसल्याने तुम्ही वर्तमान स्वीकारला असेल, तर तुम्हाला तुमचे विधिलिखित, तुमचे देदीप्यमान भविष्य आणि तुमचा वारसा समजू शकणार नाही. दुःखाचा पेला हा नेहमी कडूच असतो का? दुःख असले, तरी त्यात गोडवा नसतो का? सर्वांत दुःखद विचार सांगून जाणारे अश्रू हे सर्वांत गोड नसतात का? असे असेल, तर तुम्ही का घाबरता? घाबरू नका. स्वातंत्र्य हे केवळ शूरांना शोभून दिसते.

* * *

तुम्ही लोकांमध्ये ऐतिहासिक जाणीव चेतवत नाही, तोपर्यंत तुम्ही राष्ट्रीय साहित्य निर्माण करू शकत नाही. राष्ट्रीय साहित्याची अपेक्षा करण्यापूर्वी राष्ट्राचे मन खोलवर ढवळून काढावे लागेल. ऐतिहासिक जाणिवांच्या प्रवाहात उडी घेतल्यानंतरच मानवी मनामध्ये साहित्यप्रेरणा निर्माण होऊन त्या प्रत्यक्षात येऊ शकतील. स्वदेशी चळवळीने मानवी जाणिवा या त्या वंशाच्या ऐतिहासिक जाणिवांशी जोडल्या, म्हणून या चळवळीमध्ये साहित्य निर्माण होऊ शकले. असहकार चळवळीमुळे असे साहित्य निर्माण झाले नाही, कारण ती सांस्कृतिक चळवळ नव्हती. ती पूर्णपणे राजकीय चळवळ होती आणि 'पंजाब, खिलाफत आणि स्वराज्य' ही या चळवळीची घोषणा होती. राष्ट्र व राष्ट्रीय जीवनाच्या विविध क्षेत्रांमध्ये केलेली देदीप्यमान कामगिरी यांविषयीच्या आतापर्यंत लिहिलेल्या साहित्याचा अभ्यास आणि राष्ट्राचे प्राचीन वैभव व महानता याविषयीचे चिंतन यातून मिळणारी प्रेरणाच दीर्घकाळ टिकणारे राष्ट्रीय साहित्य आणि चिरकालीन कला निर्माण करू शकते.

आपल्या वैयक्तिक आणि सामाजिक आयुष्यामध्ये अधिकाधिक तार्किकता येण्याची गरज आहे. केवळ तर्कशास्त्रच अंधश्रद्धा दूर करून विज्ञानाच्या वाढीसाठी आवश्यक भूमी तयार करू शकते. तर्कशास्त्र हा कर्मठपणाचा कट्टर शत्रू आहे आणि एकाला स्वीकारल्यानंतर दुसऱ्याला नाकारावेच लागते.

अमिय यांनी नोंदवल्याप्रमाणे या टिपणांमधून, तसेच सुभाष यांच्या संपूर्ण आयुष्यामध्येही एक सशक्त वैचारिक अंतःप्रवाह आढळतो. सुभाष यांनी लोकांनी आयुष्य कसे जगावे, हे सांगताना चारित्र्याला दिलेले अनन्यसाधारण महत्त्व हाच तो अंतःप्रवाह होय. 'आपल्याला अधिक मेंदू नको आहेत. आपल्याकडे कुवत असणारे पुरेसे मेंदू आहेत. त्याऐवजी आपल्याला चारित्र्याची आवश्यकता आहे. प्रबळ इच्छाशक्ती, आत्मविश्वास, अढळ निग्रह

आणि आत्मसन्मान व आदर यांची तीव्र जाणीव या चारित्र्यगुणांची आपल्याला गरज आहे', असे विचार सुभाष यांनी *'पेबल्स'* मध्ये मांडले आहेत.

मंडाले कारागृहातून मे, १९२७ मध्ये सुटका झाल्यानंतर अवघ्या तीस वर्षांचे असलेले सुभाष कलकत्त्याला परतले आणि वडील जानकीनाथ यांच्या घराशेजारीच ३८/१ एल्गिन रोड येथे शरद व त्यांच्या कुटुंबीयांसोबत राहू लागले. सुमारे तीन वर्षे शारीरिकदृष्ट्या एकमेकांपासून दूर राहिल्यानंतर पुन्हा एकदा बोस बंधू एकत्र आले होते आणि त्यांची वाट पाहात असलेल्या असंख्य राजकीय व इतर आह्वानांना तोंड देण्यासाठी सज्ज होत होते. मात्र, आता त्या जगात सी. आर. दास नव्हते. मंडाले येथील कैदेत खालावलेली सुभाष यांची प्रकृतीही पुन्हा कधीच पूर्ववत होऊ शकली नाही.

आतापर्यंत दोन्ही भावांच्या मनामध्ये ब्रिटिशांच्या साम्राज्यातून भारताला स्वतंत्र करण्यासाठी, तसेच स्वतंत्र भारतामध्ये नव्या सामाजिक-आर्थिक व्यवस्थांना आकार देण्यासाठी द्यावा लागणारा लढा स्पष्ट झाला होता.

ब्रिटिश साम्राज्यापासून संपूर्ण स्वातंत्र्य मिळवण्यासाठी कोणतीही तडजोड न स्वीकारता लढा देणे आणि स्वतंत्र्य भारताच्या लोकसंख्येच्या गरजा आणि मागण्यांशी जुळवून घेणारे आणि जेथे प्रत्येकजण स्वतंत्र, सलोख्याने आणि सन्मानाने राहू शकेल, असे समाजवादी शासन निर्माण करणे, हे बोस बंधूंच्या दृष्टिकोनाचे स्वरूप होते.

3

स्वराज्याची साद, स्वराज्याला नकार

गाणी गाऊन आपण स्वराज्य मिळवू शकत नाही, सूत कातून आपण स्वराज्य मिळवू शकत नाही. आपल्याला स्वराज्य मिळवण्यासाठी लढावेच लागेल. संपूर्ण स्वराज्य हे आपले ध्येय आहे.

—सुभाष यांच्या फॉरवर्ड ब्लॉक येथील भाषणातून,
अ पॉलिटिकल वीकली, २ मार्च, १९४०

युरोपमधील पहिले महायुद्ध १९१८ मध्ये संपल्यानंतर ब्रिटिश भारतातील राजकीय हालचालींनी पुन्हा डोके वर काढले. ब्रिटिश सरकारने १९१९ साली 'भारत सरकार कायदा, १९१९' अंतर्गत नवे संविधान अमलात आणले. या काळापर्यंत गांधी दक्षिण आफ्रिकेतील वीस वर्षांचे वास्तव्य संपवून जानेवारी, १९१५ मध्ये भारतात परतले होते. १९१९ च्या सुरुवातीपर्यंत ते काँग्रेस पक्षाच्या राजकारणातील आघाडीचे नेते बनले होते आणि देशाचा बुलंद आवाज म्हणून त्यांच्याकडे पाहिले जात होते. तथापि, या टप्प्यावर ते अद्याप ब्रिटिश साम्राज्याशी आणि या साम्राज्यातंर्गत भारताला स्वायत्त दर्जा मिळण्याच्या संकल्पनेशी निष्ठावंत होते.

ब्रिटिश सरकारने १९१९ सालीच १८ मार्च रोजी प्रतिगामी रोलेट कायदा संमत केला. या कायद्यातील इतर तरतुदींबरोबरच कोणालाही अटक करण्याचे व सुनावणीशिवाय कैदेत टाकण्याचे अधिकार ब्रिटिशांना मिळाले होते. यानंतर काही दिवसांतच १८ एप्रिल, १९१९ रोजी, अमृतसर येथील जालियनवाला बाग येथे शांततामय मार्गाने आंदोलन करणाऱ्या पुरुष, महिला व लहान मुलांच्या हत्याकांडाची कुप्रसिद्ध घटना घडली.

त्याच वर्षी डिसेंबर महिन्यात जालियनवाला बाग अत्याचाराच्या पार्श्वभूमीवर अमृतसर येथे काँग्रेसचे वार्षिक अधिवेशन भरले. इतके सगळे घडून गेल्यानंतरही काँग्रेसने नमती भूमिका घेत नव्याने लादण्यात आलेल्या संविधानानुसार काम करण्याबाबतचा ठराव मंजूर केला. सी. आर. दास आणि बंगालमधील इतर नेत्यांचा या ठरावाला तीव्र विरोध असतानाही गांधी व त्यांच्या अनुयायांनी नव्या संविधानातील सुधारणांना संधी देण्यासाठी काँग्रेसमधील बहुसंख्य सदस्यांचे मन वळवले. असे करताना जालियनवाला बाग हत्याकांडातील दोषींना योग्य शिक्षा केली जाईल, असा गांधी व त्यांच्या अनुयायांचा स्पष्ट समज होता किंवा त्यांनी तसे गृहीत धरले होते.

मात्र, ब्रिटिश सरकारला या दोषींना शिक्षा करण्यात, किंबहुना कोणतीही कायदेशीर कारवाई करण्यात आलेले अपयश आणि त्याचबरोबर अधिक निर्बंध लादणाऱ्या व तिरस्करणीय अशा रोलेट कायद्यातील तरतुदींची अंमलबजावणी, यांमुळे जनतेच्या मनात सरकारबद्दल मनस्वी तिटकारा निर्माण झाला. त्यामुळे काँग्रेसने अमृतसर ठरावानुसार घेतलेली सहकार्याची भूमिका बाजूला ठेवली आणि गांधीचाही सपशेल भ्रमनिरास झाला. सुभाष यांनी *'दि इंडियन स्ट्रगल'*मध्ये म्हटल्याप्रमाणे, 'भारताचे राष्ट्रीय सचिव (ब्रिटिशकालीन भारतातील राजकीय प्रमुख) श्री. माँटेग्यू यांनी तयार केलेली सहकार्याची नौका जालियनवाला बाग हत्याकांडाच्या खडकावर आदळली आणि पंजाबमधील अत्याचार व त्यानंतरच्या घटनाक्रमाने तोपर्यंत ब्रिटिश साम्राज्याशी निष्ठावंत असलेल्या गांधी यांनाही बंडखोर बनवले.'[१]

सप्टेंबर, १९२० मध्ये कलकत्ता येथे झालेल्या काँग्रेसच्या विशेष अधिवेशनामध्ये आता बंडखोर बनलेल्या गांधीच्या नेतृत्व आणि मार्गदर्शनाखाली प्रागतिक, अहिंसक असहकार चळवळ उभी राहिली. त्यानंतर डिसेंबर, १९२० मध्ये मध्य भारतातील नागपूर येथे झालेल्या काँग्रेसच्या राष्ट्रीय अधिवेशनात, या चळवळीवर शिक्कामोर्तब झाले. या अधिवेशनामध्ये ब्रिटिश साम्राज्यातच राहून किंवा साम्राज्या बाहेर पडून एका वर्षाच्या कालावधीत स्वराज्य (स्वातंत्र्य) मिळवण्याची घोषणाही देण्यात आली.

राष्ट्रभावनेचे पुनरुत्थान आणि संबंधित राजकीय घडामोडींच्या या पार्श्वभूमीवर बोस बंधूंचा राजकीय पटलावर उदय झाला. खरेतर, शरद यापूर्वीच १९१८ मध्ये भारतीय राष्ट्रीय काँग्रेसचे सदस्य झाले होते. मात्र, पुढील काही वर्षांमध्ये सी. आर. दास यांचा प्रभाव वाढत गेल्यानंतर शरद पक्षात अधिकाधिक सक्रिय झाले. यावेळपर्यंत शरद यांनी कलकत्ता हायकोर्टामध्येही आपला जम बसवला होता आणि ते एक यशस्वी व संपन्न बॅरिस्टर म्हणून कार्यरत होते.

सुभाष जुलै, १९२१ मध्ये लंडनहून परतले, तोपर्यंत गांधीवादी असहकार चळवळ फोफावली होती. या चळवळीअंतर्गत ब्रिटिश साम्राज्याने दिलेली सर्व किताब नाकारणे, विधीमंडळ, न्यायालये, शैक्षणिक संस्था इत्यादींवर बहिष्कार, कर न भरणे आदी मार्ग अवलंबले जात होते. या आधीच्या प्रकरणात नमूद केल्याप्रमाणे सुभाष यांनीही २३ एप्रिल, १९२१ रोजी प्रतिष्ठित भारतीय प्रशासकीय सेवेमध्ये दाखल होण्याचा प्रस्ताव नाकारून आपल्या पद्धतीने या चळवळीतील पदत्याग करण्याच्या आवाहनाला पाठिंबा दिला होता.

गांधींनी १२ फेब्रुवारी, १९२२ रोजी त्या वेळपर्यंत परिणामकारक ठरत असलेली असहकार चळवळ स्थगित करण्याचा अनपेक्षित निर्णय घेतला. भारतात परतलेले सुभाष

---

[१] सुभाषचंद्र बोस यांच्या *'दि इंडियन स्ट्रगल'* या पुस्तकातून (नाट्यचिंत फाउंडेशन, कलकत्ता, २००५) पृष्ठ क्र. ५६.

या निर्णयाचे थेट साक्षीदार होते. या चळवळीने ब्रिटिश सरकारची आणि ब्रिटिश सरकारमधे त्रेधातिरपिट उडण्यास सुरुवात झाली होती. उत्तर भारतातील उत्तर प्रदेश येथील चौरीचौरा गावामध्ये पोलिसांच्या कथित चिथावणीखोर कारवाईमुळे संतापलेल्या रहिवाशांनी भारतीय पोलिसांना ठार मारले. या हत्येच्या पार्श्वभूमीवर गांधींनी ही चळवळ स्थगित करण्याचे पाऊल उचलले. गांधी यांच्या या निर्णयामुळे सी. आर. दास व बोस बंधूंसह अनेक ब्रिटिशविरोधी भारतीय नेत्यांमध्ये तीव्र अस्वस्थता आणि नापसंतीची प्रतिक्रिया उमटली. याबद्दल सुभाष यांनी नंतर *दि इंडियन स्ट्रगल*[२] या पुस्तकात लिहिले आहे:

> महात्मा यांनी चौरीचौरा येथील एकमेव घटनेच्या आधारे ही संपूर्ण देशभरातील चळवळ थांबवण्याचा निर्णय का घेतला, हे कोणीच समजू शकले नाही. महात्मा गांधींनी हा निर्णय घेताना इतर प्रांतातील प्रतिनिधींशी विचारविनिमय करण्याचीही तसदीही न घेतल्यामुळे, तसेच सार्वजनिक स्तरावर सरकारची अवज्ञा करणारे कायदेभंग अभियान देशभर अधिकाधिक यशस्वी ठरत असल्याची परिस्थिती असताना, गांधींनी हा निर्णय घेतल्यामुळे जनसामान्यांमध्ये त्याविषयी चीड निर्माण झाली. जनतेचा उत्साह सर्वोच्च पातळीवर असताना ही चळवळ मागे घेतल्याची घोषणा करणे, हे एखाद्या राष्ट्रीय संकटापेक्षा कमी नव्हते.

गांधी यांनी १९२० मध्ये त्यांच्या प्रस्तावित असहकार चळवळीची योजना मांडून व अनुमोदन घेऊन काँग्रेसवर पकड मिळवली, तेव्हा त्यांनी पर्यायी योजना मांडणाऱ्या नेत्यांची तोंडे तात्पुरती बंद केली होती. सी. आर. दास यांच्या मते असहकार चळवळीचा विस्तार हा प्रांतांच्या विधिमंडळांमध्येही व्हायला हवा होता. परंतु, तत्पूर्वी, काँग्रेसने विधिमंडळांच्या जागांसाठी निवडणूक लढवून तेथे निवडून यावे व त्यानंतर असहकार पुकारून त्यांचे काम बंद पाडावे, असे दास यांना वाटत होते.

गांधींचे अनुयायी म्हणजे 'अपरिवर्तनवादी नेत्यांना' मान्य असलेल्या असहकार चळवळीमध्ये विधिमंडळांवरच बहिष्कार टाकण्यात आला होता. त्यामुळे ते सी. आर. दास व त्यांच्या अनुयायांच्या थेट विरोधात होते. डिसेंबर, १९२२ साली काँग्रेसच्या गया अधिवेशनामध्ये काँग्रेसचे अपरिवर्तनवादी नेते आणि सी. आर. दास यांचे अनुयायी यांच्यामध्ये वादाची ठिणगी पडली, तेव्हा सी. आर. दास हे काँग्रेसच्या अध्यक्षपदी असणे, हा एक विरोधाभासच होता. त्या वेळी गांधींच्या अनुयायांचा बहुमताने विजय झाला.

सी. आर. दास यांनी तातडीने तत्त्वतः काँग्रेसच्या अध्यक्षपदाच्या दिलेल्या राजीनाम्यामुळे हा विजय पोकळ ठरला. गांधींनी त्या आधीच्या वर्षी स्थगित केलेली अहसकार चळवळ आणि त्यानंतरच्या काळात या चळवळीची झालेली वाताहत आणि त्याचवेळी सी. आर.

---

[२] उपरोक्त, पृष्ठ क्रमांक ९९.

दास, मोतीलाल नेहरू आणि वल्लभभाई पटेल यांच्यासारख्या काँग्रेसमधील अनुभवी नेत्यांनी शून्यातून केलेली स्वराज्य पक्षाची स्थापना व वाढ यामुळे राष्ट्रीय राजकारणाचा केंद्रबिंदू रचनात्मकदृष्ट्या बदलून गेला आणि तो पुन्हा स्वराज्याच्या मागणीवर म्हणजेच ब्रिटिश साम्राज्याकडून संपूर्ण स्वातंत्र्य मिळवण्यावर स्थिरावला.

सी. आर. दास यांनी ३० जानेवारी, १९२३ रोजी, *आउटलाइन स्किम ऑफ स्वराज* (स्वराज्याच्या रूपरेषेचा आराखडा) या प्रकरणाच्या सुरुवातीस नमूद केल्याप्रमाणे अधिकृत विधिमंडळाच्या निवडणुका लढवण्याच्या प्रश्नाबाबत असलेल्या मतभेदांचा परिणाम म्हणून सुरुवातीला स्वराज्य पक्षाची स्थापना करण्यात आली होती. त्याचवेळी भारतीय स्वराज्याचा पाया रचू शकतील, अशी मूलभूत तत्त्वे स्पष्ट करण्याच्या आणि स्वयंसरकारची ढोबळ रूपरेषा निश्चित करण्याच्या आवश्यकतेतून हा पक्ष स्थापन झाला.[३]

म्हणूनच 'आउटलाइन *स्किम*' हे स्वातंत्र्याच्या प्रदीर्घ प्रवासातील पुढचे पाऊल ठरले. कारण, या योजनेने प्रत्येक विचारसरणीच्या राष्ट्रवादी नेत्यांना स्वतंत्र भारत कसा असेल, याविषयी विचार करण्यास प्रवृत्त केले. *आउटलाइन स्किम* मध्ये स्वराज्य पक्षाची तत्त्वे आणि कार्यक्रम स्पष्ट करतानाच भारत हा ब्रिटिश राष्ट्रकुल समूहाच्या अधिपत्याखालील देश असेल, की ब्रिटनसोबतचे सर्व संविधानिक बंध तोडून तो एक संपूर्ण स्वतंत्र राष्ट्र महणून उभा राहिल, या काटेरी प्रश्नाला मात्र बगल देण्यात आली होती. सी. आर. दास आणि पक्षातील इतर नेत्यांनी तूर्तास तरी याविषयी नंतर निर्णय घेता येऊ शकेल, अशी भूमिका घेतली होती. (तथापि, बोस बंधूंचे स्पष्ट मत यापैकी दुसरा पर्याय निवडावा, असे होते.) सध्यातरी भारतीय जनतेवर देशवासीय प्रतिनिधींचे सरकार कसे असू शकेल आणि येथील जनतेच्या इच्छा मांडण्यासाठी विधिमंडळातील प्रतिनिधींची रचना कशी असावी लागेल, याविषयी तातडीने उपाय योजण्यावर स्वराज्य पक्ष आणि त्याच्या 'आउटलाइन स्किम'ने लक्ष केंद्रित केले होते.

त्यामुळेच पक्षाच्या रूपरेषेनुसार सार्वमत घेण्याचे निश्चित करण्यात आले. मात्र, त्यासाठी जे पात्रता निकष ठरवण्यात आले, ते आजही आश्चर्यकारक वाटतील. २१ वर्षे पूर्ण केलेल्या महिलांना मतदानाचा अधिकार देण्यात आला, मात्र, पुरुषांना मतदानासाठी किमान वय २५ इतके ठरवण्यात आले. कारण पुरुषांनी प्रगल्भपणे मतदान करण्यासाठी वयाची २५ वर्षे पूर्ण करणे आवश्यक आहे, असे पक्षाने मानले होते.

सार्वमत घेण्याबरोबरच शिकाऊ मुला-मुलींना, तसेच युवक-युवतींना योग्य शिक्षणाची तरतूदही या कार्यक्रमामध्ये करण्यात आली होती. 'आउटलाइन *स्किम*'मध्ये प्रशासन,

---

[३] चित्तरंजन दास यांच्या '*दि आउटलाइन स्किम ऑफ स्वराज*'मधून (कलकत्ता – पश्चिम बंगाल सरकार, नोव्हेंबर, १९७३)

विधिमंडळ आणि न्यायव्यवस्था यांचे अधिकार वेगळे करण्यात आले. या रूपरेषेमध्ये संघराज्य व्यवस्थेचा गांभीर्याने विचार करण्यात आला होता, ज्यामध्ये

> नियंत्रणाचे बाकी सर्व अधिकार हे केंद्र सरकारकडे असतील. तथापि, या अधिकारांचा वापर हा अपवादात्मक परिस्थितीमध्ये केला जावा आणि त्या वेळीही योग्य दक्षता घेतली जावी. त्यायोगे स्थानिक सत्ताकेंद्रांची स्वायत्तता जपली जाईल आणि त्याचवेळी एकसंध राष्ट्र म्हणून केंद्र सरकारला प्रगती करणे शक्य होऊ शकेल. सर्वसाधारण परिस्थितीमध्ये केंद्र सरकारचे कार्य हे प्रामुख्याने सल्लागाराचे असावे.

भारतीय लोकसंख्येपैकी ९० टक्के जनता जेथे राहाते ती गावे आणि गावांतील समाज हा 'पारंपरिकदृष्ट्या आपल्या विशेष संस्कृतीचा आणि विकासाचा, तसेच सर्वांगीण प्रशासनाचा मूलाधार' आहे. या दीर्घकाळापासून चालत आलेल्या परंपरांचा सन्मान करून लोकांच्या प्रशासनाची संविधानिक जबाबदारी लोकांकडेच सुपूर्द करण्याचे नियोजन *'आउटलाइन स्किम'* मध्ये करण्यात आले होते.

या *'आउटलाइन स्किम'* सोबत असलेल्या परिशिष्टामध्ये काही मूलभूत अधिकारांचा परामर्श घेण्यात आला होता. त्यामधून सी. आर. दास आणि त्यांच्या समकालीन नेत्यांची त्या काळातील सरकारी व्यवस्थेबद्दलची निराशा दिसून येते.

> केवळ स्वतःचे वेतन आणि प्रतिष्ठेची काळजी असलेल्या काही प्रशासकीय कंपूंकडे सर्व अधिकारांचे आत्यंतिक केंद्रीकरण झाले आहे. या गटाला जनतेच्या सुखाची पर्वा नाही. स्वतःभोवती जाड भिंत उभी केल्याने जनमताशी त्यांची नाळ तुटली आहे. किंबहुना ते जनतेशी उद्धटपणे आणि तिरस्काराने वागतात. ते स्वतःला जनतेचे सेवक समजण्याऐवजी जनतेचे मालक म्हणवत आहेत. या विषवल्लीचा परिणाम म्हणून भारतात दिवसेंदिवस जनतेच्या सेवकांची मुजोरी वाढू लागली आहे आणि जनता मात्र क्षीण होऊ लागली आहे. प्रशासनाचे खरेखुरे विकेंद्रीकरण, सत्तेचे योग्य प्रमाणात वितरण जनतेने विश्वास ठेवलेल्या प्रतिनिधींकडे जनतेच्या सेवकांची खरी जबाबदारी सोपवणे हा यावरील एकमेव उपाय आहे. त्यामुळेच व्यवहार्य स्थानिक स्वायत्त संस्था निर्माण करणे, हे मूलभूत तत्त्व असले पाहिजे.

'दि इंडियन स्ट्रगल' या पुस्तकात विस्ताराने कथन केल्याप्रमाणे आणि सदर पुस्तकातील आधीच्या प्रकरणामध्ये संदर्भ दिल्यानुसार सी. आर. दास आणि बोस बंधूंसह त्यांचे स्वराज्यवादी अनुयायी हे बंगालमध्ये आणि राष्ट्रीय स्तरावर तातडीने सक्रिय राजकारणामध्ये उतरले. आधीच सांगितल्याप्रमाणे २५ जानेवारी, १९२३ पासून *फॉरवर्ड* हे दैनिक स्वराज्य पक्षाचे मुखपत्र म्हणून प्रसिद्ध होऊ लागले. सी. आर. दास या वृत्तपत्राचे संपादक आणि

संचालक मंडळाचे अध्यक्ष होते, तर प्रमुख अर्थपुरवठादार आणि व्यवस्थापकीय संचालक शरद यांच्या देखरेखीखाली वृत्तपत्राचे कामकाज सुरू होते.

इंग्रजी भाषेतील या नव्या दैनिकाच्या पहिल्या अंकाचे स्वागत दस्तरखुद्द रवींद्रनाथ टागोर यांनी विशेष कविता लिहून केले होते.

हे मातृभूमी, तुझ्यासाठी भयमुक्त स्वातंत्र्यांची मागणी मी करतो आहे.

भयाचा हा पिशाच्च राक्षस,
   तुझ्याच अक्राळविक्राळ स्वप्नांतून तयार झाला आहे.
स्वातंत्र्य हवे आहे,
   तुझी मान तुकवणाऱ्या, तुझा कणा मोडणाऱ्या,
   आणि उद्याच्या हाकेकडे डोळेझाक करणाऱ्या.
युगानुयुगांच्या ओझ्यांपासून.
   हवे आहे स्वातंत्र्य सत्याच्या साहसी मार्गाविषयी बोलणाऱ्या
   ताऱ्यांवर अविश्वास दाखवत रात्रीच्या स्तब्धतेत
   तू स्वतःला ज्यांनी जखडून घेतले आहेस,
त्या निद्रेच्या बेड्यांपासून.
   स्वातंत्र्य अराजकतेच्या प्रारब्धापासून ज्यांची शिडे जातात शरण,
   आंधळ्या अनिश्चित वाऱ्यांना
   आणि मृत्यूप्रमाणे थंड व कडक हातांमध्ये
   असतात ज्यांचे सुकाणू.
स्वातंत्र्य, कठपुतळ्यांच्या विश्वात राहण्याच्या अपमानापासून,
   जेथे बुद्धिहीन दोऱ्यांनी होते हालचालींना सुरुवात.
   आणि बिनडोक सवयींनी होते त्याच हालचालींची पुनरावृत्ती,
   जेथे कठपुतळ्या संयमी आज्ञाधारकतेने खेळियाची वाट पाहतात
   जीवनाची नक्कल करणाऱ्या क्षणांमध्ये हलवल्या जाण्यासाठी.

रवींद्रनाथ टागोर,
२७ सप्टेंबर, १९२३

मार्च, १९२४ मध्ये नव्याने स्थापन झालेल्या कलकत्ता महानगरपालिकेच्या निवडणुकीमध्ये स्वराज्य पक्षाने महापालिकेच्या नव्या प्रशासनात पुरेशा जागा जिंकून स्पष्ट बहुमत मिळवले. स्वराज्य पक्षाच्या विजयी उमेदवारांमध्ये मुस्लिम सदस्यांची संख्याही लक्षणीय होती. स्वराज्य पक्षाने कलकत्ता महापालिकेचे पहिले महापौर (महापालिकेतील अध्यक्ष हे पूर्वीचे पद जाऊन त्या जागी महापौर पद आले होते.) म्हणून सी. आर. दास यांची निवड केली,

तर मुस्लिम नेते साहिद सुहरावर्दी हे उपमहापौर बनले. सी. आर. दास यांनी सुभाष यांना महापालिकेचे मुख्य कार्यकारी अधिकारी म्हणून नियुक्त केले. हे पदही नव्याने निर्माण करण्यात आले होते व पूर्वीच्या रचनेत या पदाच्या जबाबदाऱ्या अध्यक्षांकडेच होत्या.

स्वराज्यवाद्यांनी राष्ट्रीय आणि प्रांतिक विधिमंडळांमध्येही प्रतिनिधित्व मिळवले. ही विधिमंडळे आतून फोडण्याचा आणि सत्ताधारी ब्रिटिश सरकारला शक्य तितका त्रास देण्याचा कार्यक्रम त्यांनी उत्साहाने सुरू ठेवला. विशेषतः बंगाल आणि उत्तरप्रदेश येथील विधिमंडळांमध्ये स्वराज्य पक्षाकडे स्पष्ट बहुमत असल्याने, तेथे हा कार्यक्रम राबवण्यात ते यशस्वी ठरले आणि जेथे व्यवस्थेत विहित केल्यानुसार द्विदल राज्यपद्धती होती, तेथे त्यांनी या पद्धतीनुसार कामच होऊ दिले नाही.

राष्ट्रीय विधिमंडळामध्येही पंडीत मोतीलाल नेहरू यांच्या नेतृत्वाखाली पक्षाला प्रतिनिधित्व होते. तथापि, घटनात्मक मार्गाने व्हाइसरॉयच्या विधिनिश्चित अधिकारांना आह्वान देता येईल, इतका पक्ष मजबूत स्थितीत नव्हता. त्याचवेळी, त्यांनी १० मार्च, १९२२ पासून कैदेत आजारी असणाऱ्या गांधींच्या सुटकेसाठी तावातावाने मोहीम उघडून ब्रिटिश अधिकाऱ्यांचे जगणे आणखीच बिकट बनवले होते. अखेर वैद्यकीय उपचारानंतर ५ फेब्रुवारी, १९२४ रोजी गांधींची सुटका करण्यात आली.

राजकीय सत्तेच्या व स्वराज्य चळवळीच्या उंचीवर असताना आणि राष्ट्रीय स्तरावर खऱ्या अर्थाने एक प्रभावशाली नेते म्हणून गणले जात असताना सी. आर. दास यांचे १५ जून, १९२५ रोजी झालेले निधन हा केवळ त्यांच्या प्रिय बंगालमधील जनतेसाठीच नव्हे, तर देशभरातील जनतेसाठी भयंकर धक्का होता. त्यांच्या निधनाने स्वातंत्र्य चळवळीचीही मोठी पिछेहाट झाली. त्यावेळी जेमतेम दहा वर्षांचे असलेल्या अमिय यांनी नंतर याविषयीच्या आठवणी नोंदवल्या आहेत:

> मला आठवतंय, सी. आर. दास यांच्या निधनाच्या आठवड्याभरापूर्वीच ते पत्नी बसंती देवी यांच्यासह दार्जिलिंगहून कुर्सिआँगमधील गिड्डापहाड येथील आमच्या घरी आले होते. त्यांनी आमच्यासोबत काही वेळ आनंदात घालवला. ते आजारी होते आणि तातडीची विश्रांती आणि उपचार घेण्यासाठी दार्जिलिंग येथील 'स्टेप असाईड' या त्यांच्या घरी राहण्यास आले होते. तथापि, इतक्या अचानक त्यांच्या निधनाचे वृत्त येईल, याची कोणीही अपेक्षा केली नव्हती. त्या दुःखी, शोकाकुल दिवशी मी इतरांसह देशबंधूंच्या कलकत्त्यातील घराच्या (हे घर तत्कालीन रूसा मार्गावर होते. हा मार्ग आता आशुतोष मुखर्जी मार्ग म्हणून ओळखला जातो.) व्हरांड्यात उभा राहून त्यांच्या भव्य अंत्ययात्रेची वाट पाहात होतो. गांधीसुद्धा व्हरांड्यात उभे राहून पाहत होते. अखेरीस जेव्हा लोकांचा प्रचंड समुदाय पार्थिव घेऊन घराकडे आला, तेव्हा गांधी खाली उतरले व पार्थिवाला खांदा देणाऱ्यांमध्ये सहभागी झाले.

सी. आर. दास यांच्या दुःखद आणि अकाली निधनाबद्दल, त्यांच्या उत्कट प्रशंसकांपैकी एक असलेल्या सुभाष यांनी नंतर *'दि इंडियन स्ट्रगल'* या पुस्तकात लिहिले आहे.[४]

> जून, १९२५ हा भारताच्या इतिहासाला कलाटणी देणारा बिंदू ठरला. देशबंधूंसारखे उत्तुंग व्यक्तिमत्व राजकीय पटलावरून नाहीसे होणे, हे भारताचे प्रचंड दुर्दैव होते. त्यांच्यावर मोठ्या प्रमाणात अवलंबून असलेल्या स्वराज्य पक्षाला त्यांच्या निधनामुळे जणू अपंगत्व आले आणि हळूहळू पक्षांतर्गत मतभेद वाढू लागले. नपेक्षा, त्यांच्या निधनावेळी पक्ष हा कोणालाही अभिमान वाटेल, अशी एक संस्था बनला होता. ब्रिटिशांच्या व्यावसायिक हितसंबंधांचा महत्त्वाचा घटक असलेल्या कलकत्त्यातील *'दि कॅपिटल'* या वृत्तपत्राने देशबंधूंच्या मृत्युनंतर लिहिलेल्या लेखांमध्ये स्वराज्य पक्षाची तुलना आयर्लंडच्या सिन फिएन पक्षासोबत केली होती. त्याचप्रमाणे वृत्तपत्राच्या चाळीस वर्षांच्या कारकिर्दीत यापूर्वी अशाप्रकारचा पक्ष पाहिला नसल्याचेही लेखात नमूद करण्यात आले होते. पक्षामध्ये जर्मनांप्रमाणे कठोर शिस्तपालन होत असल्याचे वृत्तपत्राचे मत होते. स्वराज्य पक्ष दुर्बल बनल्यामुळे भारतातील, तसेच इंग्लंडमधील ब्रिटिशांच्या प्रतिक्रियावादी शक्ती पुन्हा बलवान झाल्या आणि तोपर्यंत भारतातील राष्ट्रवादी शक्ती वरचढ ठरल्यामुळे मागे पडलेला जातीयवाद व धार्मिक संघर्ष पुन्हा उफाळू देण्याचे धोरण ब्रिटिशांनी अवलंबले. १९२५ या वर्षाकडे वळून पाहताना, परमेश्वराने जर देशबंधूंना आणखी काही वर्षांचे आयुष्य प्रदान केले असते, तर भारताच्या इतिहासाने बहुधा वेगळेच वळण घेतले असते, असे आज (१९३४ मध्ये) १९२५ या वर्षाकडे वळून पाहताना प्रकर्षाने जाणवते.

डिसेंबर, १९२२ मध्ये झालेल्या काँग्रेसच्या गया अधिवेशनानंतर गांधी यांनी पुढील काही वर्षे स्वतःला राजकारणामध्ये सक्रिय सहभाग घेण्यापासून दूर ठेवले. यामध्ये मार्च, १९२२ ते फेब्रुवारी, १९२४ दरम्यानचा त्यांच्या कैदेच्या जवळपास दोन वर्षांच्या काळाचाही समावेश होता व कैदेत असताना त्यांची शारीरिक प्रकृतीही खालावली होती. सी. आर. दास यांच्या निधनानंतरही काही वर्षे ते राजकीय पटलावर आणि विशेषतः काँग्रेसच्या परिषदांमध्ये पूर्णपणे कार्यरत झाले नाहीत. साबरमती आश्रमामध्ये एकांतवासात राहणारे गांधी ९ एप्रिल, १९२६ रोजी शरद यांना पाठवलेल्या पत्रामध्ये लिहितात,

> प्रिय शरद बाबू,
> मोनीलाल कोठारी यांनी तुमचा संदेश मला दिला. तुम्हाला काही प्रेरणादायी, काही निर्णायक व जलद उत्तर द्यायला मला आवडले असते. मात्र, देशाच्या सद्यस्थितीत माझ्याकडे असे कोणतेही उत्तर नाही. सभा आणि ठराव, परिषदांमधील आंदोलने, प्रमाणाबाहेर गेली आहेत.

---

[४] बोस यांच्या *दि इंडियन स्ट्रगल* या पुस्तकातून. पृष्ठ क्र. १४५–१४६.

आपल्यालाच स्वतःचे सामर्थ्य जाणवेल, अशी काही ठोस कृती करण्याची आवश्यकता आहे. या परिस्थितीत मला केवळ परदेशी कापडावर बहिष्कार टाकण्याचा पर्याय सुचतो आहे आणि खादीशिवाय हा पर्याय अमलात आणणे शक्य नाही. म्हणूनच या कष्टप्रद कारावासातील इतर प्रतिकूल परिस्थितीत माझ्याकडे चरख्याशिवाय काही नाही. परंतु, हा अत्यंत परिणामकारक उपाय आहे, हे मी लोकांना कसे पटवून देऊ? माझी त्यावरील श्रद्धा मात्र अद्याप अढळ आहे, आणि ती दिवसेंदिवस वाढते आहे. त्यामुळेच या वेळी राष्ट्रीय सप्ताहादरम्यान आठवडाभर दिवसरात्र आम्ही हातमाग चालवणार आहोत. एक दिवस ही एक शक्ती म्हणून उभी राहिल की आपण मनात जपलेल्या इच्छेची जाणीव करून देण्यासाठी आपल्याला समर्थ बनवेल, याविषयी निस्सिम श्रद्धा बाळगून आम्ही हे काम करत आहोत.

चरख्यालाही पर्यायी मार्ग आहे आणि तो हुल्लडबाजीचा आहे, हे मला माहीत आहे. मात्र, त्यासाठी माझा काहीच उपयोग होऊ शकत नाही आणि त्याउप्पर माझा त्यावर विश्वासही नाही. एक व्यावहारिक व्यक्ती म्हणून विचार केल्यास सरकारच्या हुल्लडबाजीपुढे आपली हुल्लडबाजी काहीच नाही, असे मला वाटते. म्हणून मी माझे परतीचे सर्व दोर कापून टाकले आहेत आणि चरख्यावरच माझे सर्वस्व पणास लावले आहे. तुम्हाला व या देशाच्या समस्या ज्यांना त्रास देतात त्या तुमच्यासारख्या अनेकांना माझ्या या प्रयत्नांमध्ये सहभागी होण्याचे आवाहन मी करतो आहे. विश्वास ठेवा, यासाठी आपल्याला शक्य असेल, ते सर्व कौशल्य, सर्व शिस्त आणि सर्व संघटनशक्ती आवश्यक आहे.

तुमचा विश्वासू,
एम. के. गांधी

गांधी यांनी आपल्या पद्धतीने पण स्पष्टपणे अहिंसा हाच राष्ट्रीय लढ्याचा मध्यवर्ती मार्ग आहे, असा प्रसार करणे सुरू ठेवले होते आणि 'चरखा' किंवा हातमाग, हे त्यांच्या अहिंसावादी दृष्टिकोनाचे प्रमुख साधन होते. 'हुल्लडबाजी' व हिंसक आंदोलनाबद्दल तिरस्कार व्यक्त करून गांधी यांनी बोस बंधूंसह बंगालमधील जहाल नेत्यांकडून सुचवण्यात येणारे क्रांतिकारी पर्याय स्वीकारणार नसल्याचे स्पष्टपणे सूचित केले होते. रवींद्रनाथ टागोर यांनी १९२१ च्या ऑक्टोबर महिन्यात 'सत्यार आहवान' (सत्याचे आह्वान) हा निबंध लिहून गांधींच्या पुढे जाण्याचा मार्ग म्हणून चरखा स्वीकारण्याच्या पर्यायाला आह्वान दिले होते. हा मार्ग खूपच मर्यादित आहे, असे मत टागोर यांनी या निबंधामध्ये नोंदवले होते. तथापि, टागोर व त्यांच्यासारख्या इतर लोकांची मते ऐकून गांधी चरख्यावरील आपल्या श्रद्धेपासूनही ढळणार नव्हते. देवाने गांधी यांना लोकांना कार्यप्रवण करण्याची शक्ती बहाल केली आहे. तथापि, गांधींनी ही शक्ती केवळ एका संकुचित क्षेत्रासाठीच वापरली असल्याचे टागोर यांनी म्हटले होते. 'सूत काता आणि विणा', असे गांधी म्हणतात. तथापि, या एका आवाहनातून नवे युग

साकारणारी सर्वांगीण निर्मितीक्षम कृती घडू शकते का? असा प्रश्नही टागोर यांनी उपस्थित केला होता.

१९२० च्या प्रक्षुब्ध दशकाविषयी विस्ताराने लिहिताना आणि त्याविषयी भाष्य करताना, अमिय नेहमी बोस बंधूंच्या क्रांतिकारी श्रेयाविषयी दीर्घकाळ सुरू असलेल्या ऐतिहासिक चर्चेवर भाष्य करून त्यात भर घालतात. असे करताना, शरद आणि सुभाष या दोन्ही बंधूंनी काँग्रेसचा गांधीवादी अहिंसक, असहकाराचा मुख्य दृष्टिकोन पूर्णपणे वर्ज्य न मानताही क्रांतिकारी दृष्टिकोनाबाबत दाखवलेल्या स्पष्ट ओढ्याकडेही अमिय यांनी लक्ष वेधले आहे. अमिय त्यांच्या अप्रकाशित चरित्रामध्ये याविषयी लिहितात,

> १९२१ ते १९२३ ही वर्षे शरद आणि सुभाष यांच्या आगामी काळातील झळाळत्या राजकीय कारकिर्दीच्या पूर्वतयारीची वर्षे होती. या तीन वर्षांमध्ये भारताच्या राष्ट्रीय स्वातंत्र्याच्या प्रश्नाबाबतच्या त्यांच्या संकल्पनांना निश्चित स्वरूप प्राप्त होण्यास सुरुवात झाली. १९२१ मध्ये सुभाष हे चित्तरंजन दास यांच्यासोबत सक्रिय झाले. दास यांनी त्यापूर्वीच बंगालमधील असहकार चळवळीचे नेतृत्व करण्यासाठी कलकत्ता बारमधील आपल्या यशस्वी वकिली कारकिर्दीवर पाणी सोडले होते.
>
> सुभाष आणि शरद या दोघांसाठीही गांधींनी विकसित केलेल्या अहिंसक दृष्टिकोनाइतकेच क्रांतिकारी पर्यायही स्वीकारण्यायोग्य होते. अहिंसा हा त्यांच्यासाठी अंतिम पर्याय कधीच नव्हता आणि असू शकत नव्हता. शरद आणि सुभाष या दोघांनीही क्रांतिकारी नेत्यांशी जवळचे संबंध प्रस्थापित करून ते जपले होते. ब्रिटिशांनी या दोन्ही बंधूंना कैद करताना त्यांचे क्रांतिकाऱ्यांशी असलेले संबंध हेच प्राथमिक कारण दिले होते.

अमिय यांना आपले वडील व काकांबद्दल जवळून असलेली माहिती आणि कालांतराने जाहीर करण्यात आलेल्या ब्रिटिश गुप्तचर संस्थांच्या कागदपत्रांची त्यांनी स्वतःहून केलेली छाननी, याआधारे बोस बंधूंचे क्रांतिकाऱ्यांशी संबंध असल्याबाबत ब्रिटिशांनी केलेली पडताळणी कोणत्याही प्रकारे चुकीची नसल्याचे अमिय यांना समजले. काही 'अधिकृत' माहिती आणि निष्कर्ष हे स्थानिक गुप्तहेरांच्या जाळ्यावर आधारित होते. या गुप्तहेरांमध्ये सामान्यतः संशयास्पद असंतुष्ट स्थानिकांचा समावेश असल्याने ही माहिती टोकाची अतर्क्य, भडक आणि धोकादायक असू शकेल. तथापि, बोस बंधू आणि प्रामुख्याने बंगालमधील तरुण युवक व युवतींचा समावेश असलेल्या क्रांतिकारी गटांमधील संबंध ओळखण्याबाबत ब्रिटिश सरकार थोड्याबहुत प्रमाणात बरोबर होते.

यापैकी काही क्रांतिकाऱ्यांचा ब्रिटिश सरकारी अधिकाऱ्यांच्या हत्येमध्ये सहभाग होता व त्यांच्या कृत्याची शिक्षा म्हणून त्यांना फाशी देण्यात आली. त्यावेळी शरद, सुभाष आणि काँग्रेसमधील काही वरिष्ठ नेत्यांनी या क्रांतिकाऱ्यांबद्दल जनमानसामध्ये सहानुभूतीची भावना

जागृत केली होती. स्वराज्य पक्षाचे दैनिक वृत्तपत्र असलेल्या *'फॉरवर्ड'* मधून व नंतर *'लिबर्टी'* नावाने प्रसिद्ध होणाऱ्या वृत्तपत्रातून सातत्याने अशी सहानुभूती व्यक्त करण्यात येत असे.

आधी सांगितल्याप्रमाणे शरद आणि सुभाष हे दोघेही पहिले संपादक असलेल्या सी. आर. दास यांच्यासोबत या वृत्तपत्राच्या कामामध्ये सुरुवातीपासून सहभागी होते आणि अपेक्षेप्रमाणे संपादकीय मजकूराचा निर्णय प्रामुख्याने हे तिघे घेत असत. सी. आर. दास यांच्या सर्वांत विश्वासू सेनापतींपैकी एक असलेले शरद हे *फॉरवर्ड* पब्लिकेशन लिमिटेडचे व्यवस्थापकीय संचालक होते. निर्भीड आणि प्रामाणिक पत्रकारितेचे, तसेच सरकारची गोपनीय कागदपत्रे मिळवून केल्या जाणाऱ्या शोधपत्रकारितेचे उदाहरण म्हणून ओळखल्या जाणाऱ्या या वृत्तपत्राच्या प्रकाशनाचे कामकाज त्यांच्या देखरेखीखाली होत असे. संविधानिक मार्गाने होणाऱ्या आंदोलनावर विश्वास असणारे आणि क्रांतिकारी कार्यात सहभागी असणारे, अशा दोन्ही विचारसरणीचे लोक समान उद्दिष्टांवर आधारित हेतू साध्य करण्यासाठी एकत्र येण्याचे हे उत्कृष्ट उदाहरण होते, असे अमिय नमूद करतात.

क्रांतिकाऱ्यांबद्दल सहानुभूती बाळगतानाच दोन्ही बंधू त्यांचे मार्गदर्शक असलेल्या सी. आर. दास यांच्या कार्यानेही प्रेरित झाले होते. स्वतः दास यांनी १९०९ मध्ये तरुण वकील म्हणून क्रांतिकारी नेते अरविंद घोष यांच्या बाजूने लढताना अलिपूर बॉम्बस्फोट कटाच्या खटल्यामध्ये यशस्वी बचाव केला होता.[५] तेव्हापासूनच दास यांचे महत्त्व वाढले होते.

सी. आर. दास यांनी नंतर गांधींच्या नेतृत्वाखाली असहकार चळवळीमध्ये सक्रिय सहभाग घेतला असला, तरी त्यांनी भारतातील क्रांतिकाऱ्यांसोबतचे संबंध कधीच तोडले नाहीत, असे अमिय सांगतात. ब्रिटिशांनी त्यांच्या गुप्तचर अहवालामध्ये नमूद केल्याप्रमाणे, १९२४ मध्ये कलकत्ता महानगरपालिकेच्या स्थापनेच्या वेळी आणि त्यानंतर सी. आर. दास यांची पालिकेचे पहिले महापौर व सुभाष यांची महापालिकेचे पहिले मुख्य कार्यकारी अधिकारी म्हणून निवड झाली, त्यावेळी या संबंधांना विशेष महत्त्व प्राप्त झाले होते.

महापालिकेमध्ये इतक्या मोठ्या संख्येने पूर्वाश्रमीच्या क्रांतिकाऱ्यांची नेमणूक करण्यात आल्याचे पाहून ब्रिटिश प्रथमतः चिंतेत पडले होते. मात्र, अंतिमतः हा सी. आर. दास यांचा क्रांतिकाऱ्यांना स्वराज्य पक्षाखाली एकत्रित करण्याचा आणि त्यांना कायदेशीर राजकीय कार्यात सहभागी करून घेण्याचा प्रयत्न आहे, असा अर्थ ब्रिटिशांनी काढला. सी. आर. दास

---

[५] अलिपूर बॉम्बस्फोट कटाच्या खटल्यामध्ये (मे १९०८–मे १९०९) सुमारे तीन डझन संशयितांना अटक करण्यात आली होती. या बॉम्बहल्ल्यामध्ये दोन ब्रिटिश नागरिकांचा मृत्यू झाला होता. या खटल्यात अरविंद घोष हे सुद्धा एक आरोपी होते. मात्र, तरुण व वक्तृत्वनिपुण वकील सी. आर. दास यांनी या खटल्यातून त्यांची निर्दोष मुक्तता केली.

हे या काळापर्यंत खूप प्रभावशाली राजकीय नेते आणि देशाचा राजकीय आवाज बनले होते. त्यामुळे त्यांच्याशी व्यवहार करताना ब्रिटिश सरकार विशेष काळजी घेत असे.

तरुण सुभाषबाबत मात्र असा विचार केला जात नव्हता. सुभाष यांना २५ ऑक्टोबर, १९२४ रोजी क्रांतिकारी कट रचल्याच्या आरोपावरून आधी भारतात अटक करून पुढे ब्रह्मदेशातील मंडाले येथे कैदेत पाठवण्यात आले. तत्पूर्वी, व्हॉइसरॉय कार्यालयाच्या गृह विभागातर्फे २८ ऑगस्ट, १९२४ रोजी सेक्रेटरी ऑफ इंडिया (ब्रिटिशकालीन भारतातील कॅबिनेट मंत्र्याच्या दर्जाचे पद) यांना पाठवण्यात आलेल्या तारेमध्ये सुभाष व इतर दोघांना 'तातडीने' अटक करण्यासाठी खटला उभारण्याच्या सूचना देण्यात आल्या होत्या.

> सत्येंद्र मित्र, सुरेंद्र घोष आणि सुभाष हे सर्व युगंतर (क्रांतिकारी) पक्षाचे नेते आहेत आणि बाहेरून मोठ्या प्रमाणात शस्त्रास्त्रे भारतात आणण्याच्या कटात सहभागी आहेत. सुभाष बोस हे या कटासाठी अर्थपुरवठा करत असून फरार लोकांना निधी पुरवत आहेत. सी. आर. दास यांच्या विनंतीनंतर युगंतरच्या नेत्यांनी तात्पुरत्या काळासाठी सर्वप्रकारचे गुन्हे थांबवण्याचा निर्णय घेतला होता. त्यानंतरही सत्येंद्र, सुरेंद्र आणि सुभाष यांना अनुशीलन पक्षाने रचलेल्या पोलिस अधिकारी चार्ल्स टेगार्ट यांची हत्येच्या कटाची माहिती होती. सत्येंद्र आणि सुरेंद्र यांनी चोरून या कटासाठी मदत करण्याची तयारी केली होती. नुकत्याच झालेल्या बॉम्बकटाच्या आधी सत्येंद्र, सुरेंद्र आणि सुभाष यांनी माननीय गव्हर्नर यांची हत्या करण्याच्या प्रस्तावावर आतल्या गोटात चर्चा केली होती. किमान सहा निकटवर्तीय सूत्रांनी त्यानंतरच्या बॉम्बकटाविषयी आणि पाठोपाठ केल्या जाणाऱ्या संभाव्य हत्यांच्या शक्यतांविषयी माहिती दिली आहे. माननीय गव्हर्नर आणि बॉम्ब प्रकरणातील तक्रारदारांना धमक्यांची पत्रेही मिळाली आहेत.

या तारेच्या आणि तिघांच्या अटकेच्या समर्थनार्थ २७ ऑगस्ट, १९२४ रोजी तथाकथित 'चरित्रविषयक अहवाल'ही तयार करण्यात आला होता. यामध्ये सुभाष यांचे वर्णन खालीलप्रमाणे करण्यात आले आहे.

> कुख्यात अमरंदा नाथ चटर्जी यांच्या मालकीच्या 'चिरी प्रेस' येथे झालेल्या क्रांतिकारी नेत्यांच्या अनेक सभांना सुभाष उपस्थित राहिल्याचे वृत्त आहे. विद्यार्थी संघटना आणि तरुणांच्या संघटनांच्या कार्यात समन्वय साधण्यासाठी सुभाष प्रयत्न करतात. कलकत्त्यामधील तरुणांच्या मध्यवर्ती संघटनेचे ते अध्यक्ष होते. सुभाष हे सी. आर. दास यांचे विश्वासू सहकारी आहेत. बॅरिस्टर-ॲट-लॉ असलेले एस. सी. बोस हे सुभाष यांचे बंधू असून त्यांनी नुकतेच श्री. न्यायमूर्ती पेज यांच्या विरोधातील आंदोलन केले होते. सुभाष यांची जाहीर भाषणे ही क्रांतिकारी तत्त्वज्ञानाने (लेखकाचा यावर विशेष भर आहे.) ओतप्रोत असतात आणि ते तरुणांना देशासाठी आपल्या पायावर उभे राहण्याचे थेट आवाहन करतात.

'भारतात चोरून शस्त्रास्त्रे आणण्याचा कटाविषयी' २५ ऑगस्ट, १९२४ रोजी तयार करण्यात आलेला गुप्तचर अहवाल यासोबत जोडण्यात आला होता. या अहवालावर विशेष पोलिस अधीक्षक, गुप्तचर शाखा, सीआयडी यांची स्वाक्षरी आहे. सुभाष यांचा क्रांतिकारी कार्याशी संबंध दाखवण्यासाठी 'अत्यंत विश्वासू स्रोत' हाती लागल्याचे या अहवालात नमूद करण्यात आले आहे:

> सुभाष बोस हे भारतात चोरून शस्त्रास्त्रे आणण्याच्या तयारीत असताना सरकारने हा शस्त्रसाठा जप्त केल्याची माहिती आपल्याला मिळाल्याचे १७ जुलै रोजी याच सूत्राने सांगितले होते. हा शस्त्रसाठा जप्त केल्याने क्रांतिकारी पक्षाचे पंचवीस हजार रुपयांचे नुकसान झाले. पक्ष पुन्हा एकदा शस्त्रसाठा आणण्याच्या तयारीत असल्याचे आणि हा साठा तात्पुरता ठेवण्यासाठी सुरक्षित जागेच्या शोधात असल्याचेही या सूत्राला समजले आहे.
>
> काही दिवसांनंतर सुभाष यांच्याकडूनच या सूत्राला समजले की कोलंबो येथे पकडण्यात आलेला शस्त्रसाठा हा भारतात चोरून आणावयाच्या शस्त्रसाठ्यातील काही भाग होता व त्यासाठी त्यांनी परदेशात ५०,००० रुपये पाठवले होते. सुभाष यांना परदेशातून शस्त्रास्त्रांची नौका निघाल्याचीही वर्दी देण्यात आली होती व त्यांना या नौकेचा मार्ग माहीत नसला, तरी त्यांनी नौकेच्या कोलंबो येथील आगमनावर लक्ष ठेवण्यासाठी एका क्रांतिकाऱ्याला पाठवले असल्याचेही सुभाष यांनी या सूत्राला सांगितले होते. ही शस्त्रास्त्रे चीन अथवा ब्रह्मदेशात क्रांतिकाऱ्यांना देण्यात येतील. या दोन्ही ठिकाणी दहा वर्षांपासून क्रांतिकाऱ्यांचे कार्यालय आहे. तेथून ही शस्त्रास्त्रे चोरून भारतात आणण्यात येतील, अशी माहितीही सुभाष यांच्याकडून सूत्राला मिळाली होती.
>
> सीमाशुल्क अधिकारी किती सतर्क आहेत, हे तपासण्यासाठी आपण नुकत्याच काही पेट्या चुकीचे शिक्के मारून यशस्वीपणे रंगूनहून चोरून कलकत्याला आणल्याचेही सुभाष यांनी सांगितले होते. क्रांतिकाऱ्यांनी यापूर्वी रंगूनहून बांधून आणलेल्या काही संशयास्पद पेट्या, पोलिस छाप्याच्या भीतीने नष्ट केल्याची माहितीही या सूत्राने दिली होती, याची नोंद घेणे उपयुक्त ठरेल. ब्रह्मदेशाच्या किनारपट्टीजवळ व्यापारी वाहतूक करणाऱ्या देशी होड्यांमधून ही शस्त्रास्त्रे भारतात आणण्याच्या शक्यतेबाबत, त्याचप्रमाणे क्रांतिकाऱ्यांना मदत करण्याची तयारी असलेल्या लाकडाच्या व्यापाऱ्यांकडून आणण्यात येणाऱ्या झाडांच्या पोकळ खोडांमधून शस्त्रास्त्रांची वाहतूक करण्याबाबत विचार सुरू असल्याचेही सुभाष यांनी या सूत्राला सांगितले होते.

पोलिसांच्या या काळातील इतर अहवालांमध्ये शरद बोस हे 'गुप्त समितीचे' सदस्य असून ते क्रांतिकाऱ्यांना अर्थपुरवठा करत असल्याचा उल्लेख आहे. ५ जून, १९२५ रोजी त्यांनी काही क्रांतिकाऱ्यांचा ब्रह्मदेशात जाण्याचा खर्च केला होता. वरवर पाहता हे क्रांतिकारी सुभाष चंद्र यांना भेटण्यासाठी ब्रह्मदेशात गेल्याचे भासवण्यात आले असले, तरी प्रत्यक्षात ते चळवळीचे संघटन करण्यासाठी गेले होते, अशी नोंद आहे.

ब्रिटिश गुप्तचर खात्याने शरद व सुभाष यांच्याविषयी तयार केलेल्या या व यांसारख्या इतर अहवालांमधील सत्य काहीही असो, मात्र ऐतिहासिक घडामोडींचे सिंहावलोकन केल्यास व तत्कालीन पुराव्यांच्या आधारे १९२० च्या दशकाच्या मध्यात दोन्ही बंधूंच्या राजकीय व व्यूहरचनात्मक विचारांमध्ये क्रांतिकारी पर्यायाची वैधता हा महत्त्वाचा घटक होता, असे निश्चितपणे दिसून येते.

सुभाष हे मंडाले तुरुंगात कैदेत असताना आणि शरद हे पूर्वाश्रमीच्या आणि आताही सक्रिय असलेल्या कलकत्ता महानगरपालिकेतील क्रांतिकारी नेत्यांच्या जवळून संपर्कात असताना दोघांचीही याबाबतची विचारप्रक्रिया कोणत्याही समन्वयाशिवाय व हेतुपूर्वक पद्धतीने न होता समांतरपणे घडून आली. असहकार चळवळीच्या खंद्या समर्थनानेच कालांतराने दोन्ही भावांना भारताच्या स्वातंत्र्याचा पर्यायी मार्गांचा कठोरपणे शोध घेण्यासाठी उद्युक्त केले. हाच मार्ग दोन्ही भावांना क्रांतिकारी नेत्यांच्या जवळ घेऊन आला.

बंगालचे प्रेरणादायी क्रांतिकारी नेते व बंगाल काँग्रेसचे माजी सदस्य सूर्या सेन यांच्या नेतृत्वाखाली १८ एप्रिल १९३० रोजी चितगाव येथील शस्त्रागारावर धाड टाकून शस्त्रास्त्रांची लूट करण्यात आली.[६] या वैशिष्ट्यपूर्ण खटल्यामध्ये आरोपींच्या बाजूने बचाव पक्षाचे वकील म्हणून लढताना शरद यांना आपल्या क्रांतिकारी विचारांची अभिव्यक्ती सापडली. याच सूर्या सेन यांना १, वूडबर्न पार्क येथील घराच्या परिसरात पाहिल्याचे अमिय यांना आठवते.

याच खटल्यामध्ये शरद ज्या गटाचा बचाव करत होते, त्यामध्ये अनंत लाल सिंह या नेत्याचाही समावेश होता. त्यानंतर बऱ्याच वर्षांनी सिंह यांनी अमिय यांना सांगितले की, शरद या आरोपींना ठेवण्यात आलेल्या कारागृहामध्ये भेटण्यासाठी येताना एकदा आपल्यासोबत ब्रिफकेसमधून बॉम्ब घेऊन आले होते आणि त्याद्वारे त्यांनी क्रांतिकाऱ्यांना कारागृहातून बाहेर पडण्याचा मार्ग सुचवला होता!

या गोष्टी खऱ्या असतील वा नसतील, पण विशेषतः शरद यांच्याविषयी बोलताना ते केवळ सामान्य राजकीय नेते नसल्याचे लाल सिंह आवर्जून नमूद करतात. 'शरद हे बंगालच्या क्रांतिकाऱ्यांचे सर्वांत जवळचे व क्रांतिकाऱ्यांबद्दल सहानुभूती बाळगणारे मित्र होते. क्रांतिकाऱ्यांना ते नातलगासारखेच वाटायचे. आम्हाला त्यांच्या रूपाने आमची काळजी घेणारा देवदूत भेटला होता.'[७]

---

[६] चितगाव शस्त्रागारावर केलेल्या हल्ल्याचा परिणाम म्हणून सूर्या सेन यांना ब्रिटिशांनी फाशीची शिक्षा दिली. बंगालच्या उपसागरामध्ये ब्रिटिश युद्धनौकेवरून त्यांच्या मृतदेहाचे समुद्रदफन करण्यात आले.

[७] ८ सप्टेंबर, १९६३ रोजी झालेल्या स्मृतीसभेतील भाषणातून. शरदचंद्र बोस स्मृतीग्रंथ (कलकत्ता: दि शरद बोस अकादमी, १९८२), पृष्ठ क्र. ३१.

शरद यांचा क्रांतिकारी हेतूंना असलेला पाठिंबा, हा एखाद्या स्वप्नील कल्पनारम्यतेतून किंवा स्वातंत्र्याचे ध्येय गाठण्यासाठी राजकीय हिंसाचाराच्या दृश्याला दिलेली भावनिक प्रतिक्रिया म्हणून निर्माण झाला नव्हता, असे अमिय यांना वाटते. किंबहुना भारताच्या स्वातंत्र्यलढ्यातील महत्त्वाच्या कालखंडामध्ये क्रांतिकारी कारवायांचे महत्त्व व स्वरूप यांविषयीची सखोल समज व तर्कशुद्ध विचार करून त्यांनी हा पाठिंबा दर्शवला होता.

लक्षात घेण्याजोगी बाब म्हणजे, शरद यांनी २३ एप्रिल, १९२७ रोजी बंगालच्या गव्हर्नरपदी नव्याने नियुक्त झालेले ब्रिटिश अधिकारी सर स्टॅनली जॅक्सन यांना प्रदीर्घ पत्र लिहिले आहे. सुभाष यांना सुनावणीशिवाय कैदेत ठेवण्यात आल्याच्या मुद्द्याभोवती हे पत्र फिरते. तथापि, पत्रात कुठेही सुभाष यांचे किंवा स्वतःचेही क्रांतिकारी हे बिरुद नाकारण्याचा प्रयत्न करण्यात आलेला नाही. त्याऐवजी शरद यांनी सुनावणीशिवाय कैदेत ठेवणे कसे अन्यायकारक आहे, यावर लक्ष केंद्रित केले असून नव्या गव्हर्नरना 'न्याय्य प्रक्रिया' अमलात आणण्याचे आह्वान दिले आहे.

महोदय,

तुम्हाला मी अपरिचित असेन, त्यामुळे प्रथम मी तुम्हाला हे पत्र का लिहित आहे, याचे स्पष्टीकरण देणे आवश्यक आहे. नवे गव्हर्नर महोदय हे 'सुनावणीशिवाय कैद' या विषयाचा मोकळ्या मनाने विचार करू शकतील, अशी अद्याप आशा असल्यानेच मी हे पत्र लिहित आहे.

मी निःस्वार्थीपणे हे पत्र लिहित असल्याचा आव आणणार नाही. कारण, माझे बंधू श्री. सुभाषचंद्र बोस हे सुनावणीशिवाय कैदेत ठेवण्यात आलेल्यांपैकी एक आहेत. तथापि, अशाप्रकारे कैदेत ठेवणे ही सर्वांत अन्यायकारक बाब आहे, असे मला वाटत असल्यामुळेच हे पत्र लिहित असल्याचे मी तुम्हाला हे खात्रीशीरपणे सांगू शकतो आणि भारतातील जनतेचीही हीच भावना आहे. माझे याबाबतचे विचार भिन्न असते, तर मी तुमचा वेळ घेतला नसता. सुभाषचंद्र बोस यांना १८१८ सालच्या कायद्यातील तिसऱ्या कलमान्वये वर नमूद केलेल्या पत्यावरून २५ ऑक्टोबर, १९२४ रोजी अटक करण्यात आली आणि त्या वेळी ते हिवतापाच्या आजारपणातून जेमतेम सावरत होते. त्यांनी मे, १९२४ मध्ये कलकत्ता महानगरपालिकेच्या मुख्य कार्यकारी अधिकारीपदाचा कार्यभार स्वीकारला आणि मे ते ऑक्टोबर, १९२४ या कालावधीत त्यांनी केलेली कार्यांशी कलकत्त्यातील जनता चांगल्या प्रकारे परिचित आहे.

माझ्या माहितीनुसार, सुभाष यांच्या कारावासादरम्यान गुन्हा अन्वेषण खात्याच्या (सीआयडी) अधिकाऱ्यांनी दोनवेळा सुभाष यांच्यासमोर त्यांच्यावरील काही आरोप वाचून दाखवले. हे आरोप खूप संदिग्ध होते. या कथित आरोपपत्राची प्रत मिळवण्यासाठी मी बंगाल सरकारकडे २४ एप्रिल, १९२५ रोजी अर्ज केला होता. त्यावर, १३ मे, १९२५

रोजी बंगाल सरकारच्या, राजकीय विभागाच्या अतिरिक्त सहाय्यक सचिवांनी अशी प्रत देणे शक्य नसल्याचे कळवले आहे. एखाद्या व्यक्तीवरील आरोपपत्राची प्रत त्याला देण्यात आली नाही आणि त्या आरोपांच्या समर्थनार्थ जमवलेल्या पुराव्यांचे स्वरूप त्याला समजू शकले नाही, तर तो संबंधित आरोपांबाबत स्पष्टीकरण कसे करू शकेल, हे मला समजत नाही. या मुद्द्यावर आरोपांच्या समर्थनार्थ जमवलेल्या पुराव्यांची माहिती देणे धोकादायक ठरू शकते, हे बंगाल सरकारचे साचेबद्ध उत्तर मला चांगलेच माहीत झाले आहे. हे उत्तर जनतेला न पटणारे आहे, हे मी आजवरच्या पुरेशा अनुभवाच्या आधारे सांगू शकतो.

श्री. सुभाषचंद्र बोस यांच्यावर बंगाल सरकारने चोरून शस्त्रास्त्रे आणणे, इत्यादी कटात सहभागी असल्याचा आरोप ठेवल्याच्या संदिग्ध अफवा वेळोवेळी आमच्या कानावर येत असतात. सुभाष यांनी कलकत्ता महानगरपालिकेचे मुख्य कार्यकारी अधिकारी या नात्याने भविष्यात शहरातील युरोपियन वस्त्यांना दूषित पाणीपुरवठा होईल व त्यामुळे कलकत्यातील युरोपियन रहिवाशांना विषबाधा होऊन त्यांचा मृत्यू होईल, अशी रीतीने कलकत्याचा पाणीपुरवठ्याची रचना तयार केली, असा आरोपही बंगाल सरकार त्यांच्यावर ठेवणार असल्याच्या संदिग्ध वदंता आम्ही ऐकल्या आहेत.

यापैकी त्यांच्याविरुद्धचा पहिला आरोप (त्यामध्ये तथ्य असल्यास) कोणत्याही साक्षीदाराचा जीव धोक्यात न घालता न्यायालयामध्ये सहज सिद्ध करता येऊ शकतो. साक्षीदारांना न्यायालयापुढे हजर केल्यास त्यांच्या जीवितास धोका निर्माण होईल, असे या याचिकेत काहीही नसल्याचे श्री. सुभाषचंद्र बोस यांच्या अटकेपूर्वी, तसेच अटकेनंतरही झालेल्या अनेक खटल्यांच्या सुनावण्यांनी दाखवून दिले आहे. माझ्या मते दुसरा आरोप शब्दांत मांडणेही खूपच हास्यास्पद आहे. शहरातील युरोपियन वस्ती असलेल्या एल्गिन मार्गावरच श्री. सुभाषचंद्र बोस यांचे कुटुंबीय राहतात. त्यामुळे या आरोपानुसार सुभाष यांनी आपल्याच कुटुंबीयांचे जीव धोक्यात घालण्याचा विचार कसा केला असेल, याचेच मला सर्वाधिक आश्चर्य वाटते.

एखाद्या व्यक्तीस त्याच्याविरुद्धच्या खटल्याला सामोरे जाण्याची कोणतीही संधी न देता कैदेत ठेवणे महोदयांना न्याय्य व योग्य वाटते का, हे मी आदरपूर्वक विचारू इच्छितो. पूर्वीच्या काळी न्यायाधीशांकडून अशाप्रकारे न्यायदान करण्यात येत असेल. परंतु, सामान्यतः ज्याला आपण न्याय समजतो, तो हा नाही. भारतीय प्रशासकीय मापदंडांनुसार असे करणे योग्य असू शकेल. तथापि, इंग्लंडहून नुकत्याच आलेल्या तुमच्यासारख्या क्रीडापटूच्या दृष्टीने हे योग्य नसावे.

इंग्लंडमध्ये दिलेल्या एका भाषणादरम्यान महोदयांनी 'योग्य व प्रामाणिकपणे काम करण्याची इच्छा' व्यक्त केली होती. जर तुम्ही ठरवलेत तर बंगालमध्ये हे खरे करून दाखवण्याची तुम्हाला सर्वोत्तम संधी आहे. बंगालच्या गव्हर्नरनी श्री. सुभाषचंद्र बोस आणि इतर कैद्यांना बोलावून त्यांच्याशी थेट संवाद साधायचे ठरवल्यास त्यांना कोणी आडकाठी करू शकेल

का? हे कैदी महोदयांसमोर काही सनसनाटी खुलासे करू शकतील आणि करतीलही. या कैद्यांनी महोदयांसमोर ठेवलेल्या बाबी या २५ जुलै, १९२४ रोजी राजकैद्यांबाबत व्हाइटहॉलला (ब्रिटिश सरकारला) पाठवण्यात आलेल्या निवेदनातील बाबींपेक्षा आणि त्यांच्याकडून भारतीय विधानसभा सदस्यांना आलेल्या व 'फॉरवर्ड' या दैनिकात १७ फेब्रुवारी १९२५ रोजी छापून आलेल्या पत्रातील बाबींपेक्षा अधिक सनसनाटी असू शकतील. (ही दोन्ही कागदपत्रे फॉरवर्ड पब्लिकेशन लिमिटेडतर्फे 'लॉलेस लॉज्' या नावाने प्रकाशित करण्यात आलेल्या पुस्तकाच्या पृष्ठ क्र. ४५ ते ७५ दरम्यान छापण्यात आली आहेत.) या कैद्यांनी महोदयांसमोर क्रांतिकारी कट हे मिथक असल्याचा खुलासा केल्यास आणि निष्पाप लोकांना तुरुंगात डांबण्याचा त्याहून मोठा कट रचला जात असल्याच्या बाबी महोदयांसमोर ठेवल्यास, ते खूपच चांगले होईल.

महोदयांना असे वाटत असेल, की कैदीच या विषयावर त्यांना पत्र का लिहित नाहीत? यावर माझे उत्तर असे आहे की त्यांची पत्रे उघडल्याशिवाय महोदयांपर्यंत पोहचत असतील कशावरून किंवा ही पत्रे महोदयांपर्यंत पोहचतच असतील, असे कशावरून? जर कैद्यांनी तुमच्यासमोर खऱ्या बाबी ठेवण्याचा प्रयत्न केला, तर संपूर्ण अधिकारी वर्गाचा राग त्यांच्यावर निघण्याच्या धोक्याला त्यांना सामोरे जावे लागू शकते. जेव्हा पाठवलेले पत्र योग्य व्यक्तीपर्यंत पोहोचण्याचीही खात्री नाही, तेव्हा कैदी असा धोका पत्करतील, असे महोदयांना वाटते का?

मी महोदयांना धाडसी पाऊल उचलण्याची विनंती करत आहे, याची मला जाणीव आहे. तुमच्या पूर्ववर्ती अधिकाऱ्यांनी त्यांच्या कार्यकालामध्ये उचललेल्या कोणत्याही पावलांपेक्षा हे पाऊल अधिक धाडसी आहे. तरीही मी अशी विनंती करत आहे, कारण संशयाचे धूसर वातावरण दूर करण्यासाठी हे पाऊल महत्त्वाचे ठरू शकेल, असे मला वाटते. परस्परांविषयी अविश्वास आणि संशयाचे वातावरण हे सरकार आणि जनता या दोघांसाठी चांगले नसते, हे सर्वांनाच मान्य आहे. मात्र, दुर्दैवाने लोकांचा दृष्टिकोन महोदयांसमोर क्वचितच मांडला जातो. तुम्हाला भेटणारे बहुतेक भारतीय लोक, हे निःसंशय खूप आदरणीय असले तरी प्रत्यक्षात ते केवळ स्वतःचे प्रतिनिधित्व करतात आणि सुनावणीशिवाय लोकांना कैदेत ठेवण्याच्या मुद्द्याविषयीचे जनतेचे मत जाणून घेण्यासाठी समाजाच्या इतर स्तरांमध्ये शोध घेणे आवश्यक आहे, हे तुमच्या लवकरच लक्षात येईल, याबाबत मला कोणतीही शंका नाही.

महोदयांचा खूप वेळ घेतल्याबद्दल मी अखेरीस दिलगिरी व्यक्त करतो. सरकार व जनता यांच्यांमध्ये अधिक सामंजस्याच्या पर्वास सुरुवात होण्यास अद्याप उशीर झालेला नाही, असे मला वाटते त्यामुळेच मी हे स्वातंत्र्य घेतले आहे.

विनम्र अभिवादनासह,
तुमचा विश्वासू,
स्वाक्षरी शरदचंद्र बोस

हा योगायोग असेल किंवा नसेल, पण या पत्रानंतर महिन्याभरातच २७ मे, १९२७ रोजी गव्हर्नर जॅक्सन यांच्या थेट आदेशावरून सुभाष यांची कैदेतून सुटका करण्यात आली. सुटकेनंतर सुभाष यांनी त्यांच्या भावासोबत जवळजवळ पाच वर्षे ब्रिटिश साम्राज्याविरोधात सर्व शक्ती एकवटण्याच्या नियोजित प्रयत्न केले. १९२७ मध्ये बंगाल विधिमंडळाच्या १४० सदस्यांच्या सभागृहात स्वराज्य पक्षाच्या आमदारांची संख्या ३९ इतकी होती. (स्वराज्य पक्ष हा सर्वांत मोठा पक्ष असला, तरी सी. आर. दास यांच्या प्रेरणेने १९२४ साली अस्तित्वात आलेल्या बंगाल करारावरून विभाजन झाल्याने, पक्षाने मुस्लिम सदस्यांचा पाठिंबा गमावला.)

विधिमंडळातील सदस्य म्हणून काम करताना शरद वकिली कारकिर्दीतील अनुभवांचा, तसेच कलकत्ता महानगरपालिकेत आल्डरमन म्हणून काम करताना आलेल्या अनुभवांचा वापर करू शकत होते. त्यांनी विधिमंडळात पोलिस दलाची भूमिका व कार्यपद्धतीपासून ते ब्रिटिश सरकारने लादलेल्या द्विसभागृह पद्धतीच्या अपयशापर्यंत अनेकविध मुद्यांमधे हस्तक्षेप केला आणि त्याबाबतची आपली मतेही मांडली.

सुभाष यांची १९२७ या वर्षीच बीपीसीसीचे अध्यक्ष म्हणून निवड झाली. पुढील वीस वर्षे बोस बंधुंपैकी एकाकडे बंगाल काँग्रेसच्या या सर्वांत महत्त्वाच्या गटाचे नेतृत्व होते. याच गटाने गांधींचे नेतृत्व व त्यांनी निवडलेल्या मार्गाला सातत्याने आह्वान दिले. विशेषतः १९२९ ते १९३२ कालखंडात हा संघर्ष ठळकपणे दिसून आला.

शरद आणि सुभाष यांनी तीन तात्त्विक मुद्द्यांच्या आधारे गांधींच्या स्वातंत्र्यलढ्यातील भूमिकेविषयी प्रश्नचिन्ह उपस्थित केले. पहिले म्हणजे, त्यांनी राष्ट्रवादी चळवळीमध्ये गांधींनी वापरलेल्या पद्धती, विशेषतः अहिंसावादी पद्धतींवर गांधींचा सातत्याने असलेला भर आणि संपूर्ण स्वराज्याचे ध्येय गाठण्याबाबत आढेवेढे घेऊन ब्रिटिश सरकारशी जुळवून घेण्याची त्यांची प्रवृत्ती यावर टीका केली. दुसरे म्हणजे बोस ज्यांचे प्रतिनिधित्व करत होते, त्या बंगाली बुद्धिवादी वर्गाला, महात्मा गांधी आणि त्यांच्या तत्त्वज्ञानाबाबत सुभाष म्हणतात त्याप्रमाणे 'तर्कशुद्ध तिटकारा' होता. तिसरे म्हणजे, गांधी यांना शहरी मध्यमवर्ग व कनिष्ठ मध्यमवर्गाच्या प्रश्नांबाबत अल्प समज आहे, अशी शरद व सुभाष नेतृत्व करत असलेल्या बीपीसीसी गटातील सदस्यांची भावना होती. गांधींचा कार्यक्रम हा ग्रामीण भारतापुरता केंद्रित असून त्यामध्ये शहरी जीवनातील प्रश्न व आह्वानांकडे दुर्लक्ष करण्यात येत आहे, असे या सदस्यांचे मत होते.

१९२७ ते १९२९ या काळात विशेषतः सुभाष यांनी राष्ट्रीय लढ्यासाठी बंगाली युवकांना संघटित करण्याचे, तसेच शेतकरी व कामगारांच्या प्रश्नांबाबत त्यांच्यामध्ये जागरूकता निर्माण करण्याचे प्रयत्न केले. बोस बंधूंना कामगार आणि मजुरांच्या राष्ट्रीय

चळवळींमधील सहभागास प्रोत्साहन देऊन त्यांना राजकीय लढ्यामध्ये आणायचे होते. त्या काळात भारतात नुकत्याच सुरुवातीच्या टप्प्यात असलेल्या साम्यवाद्यांप्रमाणे बोस बंधूंना वर्गसंघर्ष निर्माण करायचा नव्हता. बोस बंधू व त्यांच्या समर्थकांसाठी ब्रिटिश साम्राज्यवादी हेच मजूर वर्गाचे 'एकमेव' शत्रू होते.

१९२० च्या दशकाच्या अखेरीपर्यंत १९२४ चा बंगाल करार हा मरणासन्न अवस्थेत पोहोचला असला, तरी मुस्लिम समाजाचे सहकार्य मिळवण्यासाठी प्रयत्न सुरू ठेवले पाहिजेत, असे शरद आणि सुभाष या दोघांनाही प्रकर्षाने वाटत होते. त्यामुळेच ते बंगालमधील मुस्लिम नेते आणि मुस्लिम जनता यांच्याशी चांगले संबंध प्रस्थापित करण्याच्या निर्धाराने सातत्यपूर्ण प्रचार करत होते.

१९३० च्या दशकात शरद आणि सुभाष या दोन्ही भावांचा अहिंसावादी चळवळीबाबतचा भ्रमनिरास वाढत असल्याचे दिसते. त्यांनी ही चळवळ पूर्णतः वर्ज्य केली नसली, तरी ते आता क्रांतिकारी लढ्याच्या कल्पनेकडे निश्चलपणे वाटचाल करू लागले होते. १९३० मध्येच कधीतरी सुभाष यांनी फ्रेंचांच्या अधिपत्याखाली असलेल्या पाँडिचेरीतील हद्दपारीहून परतलेल्या आणि आता कलकत्याला राहात असलेल्या क्रांतिकारी नेते बरिंद्र कुमार घोष (अरविंद घोष यांचे बंधू) यांना प्रदीर्घ पत्र लिहिले होते.

सुभाषसुद्धा त्यावेळी, कलकत्यामध्ये शरद व त्यांच्या कुटुंबीयांसमवेत, १ वूडबर्न पार्क येथील घरी राहात होते. कुमार वयात असलेले अमिय आणि सुभाष यांचे वास्तव्य एकाच खोलीत होते. एके दिवशी सुभाष यांनी आपल्या हस्ताक्षरातील हे पत्र अमिय यांना स्वतः बरिन घोष यांच्यापर्यंत पोहचवण्यास सांगितले. त्यानुसार अमिय यांनी हे पत्र घोष यांना दिले. या पत्राची मूळ पत्र काळाच्या ओघात हरवली असली, तरी त्याचा बंगाली खर्डा अमिय यांच्याकडे होता. त्यानंतर बऱ्याच काळाने अमिय यांनी तो खर्डा इंग्रजीमध्ये अनुवादित करून घेतला.

हे पत्र म्हणजे सुभाष यांची भूमिका काय होती आणि त्यांना काय साध्य करायचे होते, हे समजून घेण्यासाठीचा महत्त्वाचा दस्तावेज आहे, असे अमिय यांना वाटते. या विशिष्ट टप्प्यावर सुभाष यांचे राजकीय, सामाजिक–आर्थिक विचार काय होते, तसेच समकालीन घडामोडींबाबत त्यांचे वैयक्तिक भाष्य काय होते, याचे प्रतिबिंब या पत्रात आहे. यानंतर काही वर्षांनी १९३४ मध्ये युरोपमध्ये हद्दपारीत असताना सुभाष यांनी लिहिलेल्या *'दि इंडियन स्ट्रगल'* या पुस्तकातही हे विचार अभिव्यक्त झाले आहेत. या पत्राच्या इंग्रजी अनुवादावर अनेकदा संस्करण झाले असून त्यामध्ये प्रकाशित करण्याच्या प्रकियेदरम्यान झालेल्या संस्करणांचाही समावेश आहे. येथे हे पत्र पूर्ण स्वरूपात देण्यात आले आहे.

मी तुम्हाला पुन्हा भेटणे महत्त्वाचे होते, परंतु ते शक्य झाले नाही. आजचा दिवस संपत आला असून उद्या सकाळी मला न्यायालयाच्या सुनावणीस उपस्थित राहायचे आहे. उद्या न्यायालयात निकाल सुनावला जाणार असून तेथून परतेपर्यंत मला बराच उशीर होईल, असा अंदाज आहे. त्यामुळे काही महत्त्वाच्या विषयांवर माझ्या आंतरिक भावना व्यक्त करण्यासाठी मी हे पत्र लिहित आहे.

तुम्ही बऱ्याच काळानंतर बंगालच्या भूमीवर राहायला आला आहात. तुम्ही अतिशय योग्य वेळी येथे आला आहात आणि तुमच्या येण्याने मला खूप आनंद झाला आहे. मी केवळ माझ्यापुरतेच बोलत नाही, तर बंगालमध्ये माझ्याबरोबरच अनेकजण तुमच्या येण्याने आनंदी झाले आहेत. त्यापैकी अनेकांना तर तुम्ही ओळखतही नसाल.

बंगाल तुम्हाला विसरलेला नाही, तसेच तुम्ही व तुमच्या सहकाऱ्यांनी संघटित केलेल्या गटालाही बंगाल विसरलेला नाही आणि तुम्ही कधीही विस्मृतीत जाऊ शकत नाही. सध्या बंगालमध्ये तुमच्यावर आणि तुमच्या सहकाऱ्यांवर काही प्रतिकूल टीका झाली किंवा भविष्यातही कधी तुम्हाला टिकेचे लक्ष्य केले गेले, तर केवळ तुमच्या देशाचे अद्याप तुमच्यावर प्रेम असल्यामुळे आणि देशाचा तुमच्यावर आपला हक्क आहे असे वाटत असल्यामुळेच, असे होत असल्याचे समजावे. जेव्हा देशाला तुमच्याकडून असलेल्या अपेक्षा पूर्ण होतात, तेव्हा देशाला पूर्ततेच्या भावनेचा हक्क हवा असतो.

बंगालच्या जनतेसाठी तुम्ही व तुमच्या सहकाऱ्यांनी खूप काही केले आहे. तुम्ही जनतेला खूप काही शिकवले आहे. तुम्ही त्यांना अजरामर होण्याचा मार्ग दाखवला आहे. तुम्ही त्यांना स्वातंत्र्याच्या स्वप्नाने प्रेरित केले आहे आणि हा स्वातंत्र्याचा मार्ग खुला करणारा आवश्यक संदेश त्यांना दिला आहे. तुम्ही त्यांना आत्मविश्वास आणि निर्भयता शिकवली आहे. आपल्या आयुष्याचा त्याग करण्याची संपूर्ण तयारी ठेवल्याशिवाय एखाद्याला नव्या जीवनाचा आनंद घेता येऊ शकणार नाही, ही शिकवण तुम्ही त्यांना दिली आहे. सर्वांत महत्त्वाचे म्हणजे तुमच्या युगंतर या नियतकालिकातून तुम्ही बंगालच्या अविनाशी बाण्याच्या संदेशाची गर्जना केली आहे. बंगाली जनता हे कधी विसरू शकेल का?

परंतु, आज बंगालचा हा संदेश कोण पुढे घेऊन जाईल? हे ज्यांचे कार्य आहे, त्यांच्यापैकी कितीजण बंगालचा संदेश बंगाली जनतेपर्यंत घेऊन जाण्याइतके बंगालला जवळून जाणतात? सहा पैशांच्या इंग्रजी कादंबऱ्या वाचून बंगाली संस्कृती जाणून घेणे कसे शक्य आहे?

बंगालला समजून घेण्यासाठी संपूर्ण समर्पण आवश्यक आहे. असे समर्पण आज कुठे आहे? कंठाळी भाषणे आणि नाटकी हावभाव हे मतदारांना आकर्षित करू शकतात, पण लोकांचे प्रबोधन करू शकत नाहीत. बंगाली राष्ट्रवाद आणि बंगाली संस्कृतीचे सर्वोत्तम प्रतीक असणारे देशबंधू आज आपल्यामध्ये नाहीत, ही खरंच खूप खेदजनक गोष्ट आहे. मला आठवतंय, एकदा माझे महाराष्ट्रातील स्नेही मला म्हणाले होते, 'लोकमान्य टिळकांच्या

निधनाने आम्ही पूर्णपणे असहाय्य झालो आहोत. आम्ही जणू आता अनाथ जनता आहोत'. देशबंधूंच्या निधनानंतर आपण किती असहाय्य आणि निराधार आहोत, याची जाणीव आपल्याला झाली. त्यानंतर महाराष्ट्रातील लोकांना लोकमान्य टिळकांच्या निधनानंतर काय वाटले असेल, याची मी काही प्रमाणात कल्पना करू शकलो. आपल्यामध्ये अद्यापही असहाय्यतेची भावना आहे आणि आपण कधी त्यावर मात करू शकू, हे मला माहीत नाही. मागील चाळीस वर्षांमध्ये बंगाली राष्ट्रवादाला आकार देणारे विवेकानंद, अरविंद आणि चित्तरंजन हे तीन महापुरुष बंगालमध्ये होऊन गेले. या तिघांच्या जीवनात बंगाली जनतेला आपला हरवलेला आत्मा आणि आपली अध्यात्मिक तत्त्वे सापडली. आधुनिक बंगाल समजून घेण्यासाठी या तीन महापुरुषांना समजून घेणे आवश्यक आहे. ज्यांना त्यांचा संदेश समजलेला नाही, त्यांना कधीच नवा बंगाल समजणार नाही. जे या तिघांच्या कार्याचे स्वरूप समजून घेऊ शकलेले नाहीत, त्यांना कधीही बंगालच्या संस्कृतीचे महत्त्व समजणार नाही. विवेकानंद आणि देशबंधू आता आपल्यामध्ये नाहीत आणि अरविंद हे आता '*वंदे मातरम्*'च्या काळातील स्वातंत्र्याचे प्रणेते असलेले अरविंद उरलेले नाहीत. तरीही या तिघांचा संदेश किंवा त्यांची तत्त्वे हरवलेली नाहीत, हे मला माहीत आहे. बंगालमध्ये त्यांचा संदेश पोहोचवू शकणारे लोक आजही आहेत. जोपर्यंत तुम्ही व तुमचे सहकारी आमच्यासोबत आहात, तोपर्यंत त्यांचा संदेशाचे पालन करणाऱ्या लोकांची कमतरता कशी असू शकेल? क्रांतिकारी लढ्याच्या धगधगत्या सत्वपरीक्षेसाठी तुम्ही प्रेरणा आहात. तुम्ही पुन्हा एकदा दैवी प्रकाशाने, बंगालच्या अमर्याद क्षेत्रांमधील 'विद्युल्लतेच्या' तेजाने आमचे डोळे दिपवण्यासाठी, बंगाली जनतेला बंगालचा संदेश–बंगालच्या आत्म्याचा संदेश सुनावण्यासाठी सक्रिय व्हावे, असे आवाहन मी आज तुम्हाला करतो.

कदाचित देशबंधूंच्या जाण्यानंतर प्रथमच तुम्ही बंगालची अवस्था पाहात असाल. सर्व परिस्थिती पाहता बंगाली जनतेला देशबंधू लक्षात तरी आहेत का, अशी शंकाही तुमच्या मनात आली असेल. ते हळूहळू देशबंधूंना विसरू लागले आहेत, असे तुम्हाला वाटत असेल. तथापि, केवळ दिसण्यावरून कोणीही तसा निष्कर्ष काढू नये. बंगाली जनता देशबंधूंना विसरलेली नाही आणि कधीही विसरू शकणारही नाही. जसा काळ उलटेल, तसे बंगालमधील महान प्रज्ञावंतांना देशबंधू अधिकाधिक समजत जातील, असा मला विश्वास वाटतो.

ही गोष्ट मात्र खचितच मान्य करायला हवी की बंगालच्या राजकीय पटलावर येऊ लागलेल्या काही नेत्यांच्या आणि कार्यकर्त्यांच्या गटाला देशबंधू समजलेले नाहीत. कारण देशबंधूंना समजून घेण्यासाठी आवश्यक निष्ठा व बुद्धिमत्ताच त्यांच्याकडे नाही. त्यांना बाहेरून आलेल्यांप्रति शपथ वाहायची आहे आणि दररोज सूर्य पूर्वेकडून उगवत असला, तरी भारताचा सूर्योदय 'पश्चिमेकडून' होईल, अशी त्यांना अपेक्षा आहे. त्यांनी आत्मप्रौढीचे कितीही ढोल पिटले, तरी त्यांचा कोलाहल व त्यांच्या बढायांचा आवाज

लवकरच अनंताच्या वाळवंटात विरून जाईल. असत्य, फसवणूक आणि ढोंगीपणा फार काळ करामत करू शकणार नाही.

तुम्ही व तुमच्या सहकाऱ्यांनी अंदमानच्या तुरुंगातून सुटल्यानंतर 'नारायण' या नियतकालिकाची सूत्रे हाती घेतली, तेव्हा असहकार चळवळीच्या पहिल्या टप्प्याला सुरुवात झाली होती. आता तुम्ही पाँडेचेरीहून परतलात, तेव्हा आपण या चळवळीच्या अखेरच्या टप्प्यावर पोहोचलो आहोत, हे तुम्ही पाहताच आहात. या दरम्यानच्या वर्षांमध्ये तुमच्यापैकी अनेकजण रवींद्रनाथ टागोर यांच्या शब्दांत सांगायचे झाल्यास 'निष्क्रिय एकांतवासात' होतात.

आम्ही मात्र अनेक कसोट्या आणि स्थित्यंतरांना सामोरे गेलो. आमच्यापैकी अनेकांनी या वर्षांमध्ये अविरत परिश्रम केले. आमचे प्रयत्न अगदीच निष्फळ ठरले नसले, तरी आम्ही अपेक्षेप्रमाणे निकाल साध्य करू शकलो नाही, हे मला मान्य केलेच पाहिजे. किंबहुना, सत्य व वास्तव पाहता, सत्याची बाजू घ्यायची झाल्यास सध्याच्या कृती आराखड्यानुसार संपूर्ण यश (म्हणजेच संपूर्ण स्वातंत्र्य) मिळवण्याची कोणतीही आशा नाही, हे मला येथे सांगायला हवे.

अर्थात, लाहोर काँग्रेस अधिवेशनातील आदेशाचा परिणाम आणि महात्मा गांधी यांचे मनःपूर्वक प्रयत्न यांमुळे यावर्षी (१९३० मध्ये) भारतात सर्वत्र आंदोलनाचा उद्रेक होईल आणि ही चळवळ आपल्याला आपल्या ध्येयाच्या मार्गावर एक पाऊल पुढे घेऊन जाईल. त्यामुळे आपण या (चळवळीच्या) जोरावर विजयी रेषेपर्यंत पोहोचणार नसलो, तरीही या वर्षी सुरू करण्यात येणाऱ्या सविनय कायदेभंग चळवळीच्या यशस्वितेसाठी आपण मनःपूर्वक प्रयत्न केले पाहिजेत.

आता तुम्ही येथे आला आहात, तर बंगाली मनांना विचारमंथन करण्यासाठी पुन्हा एकदा उत्तेजन द्या. आपल्या लोकांनी त्यांचा विचार करावा आणि त्यांच्या अंतःकरणात आकलनाची ज्योत प्रज्वलित व्हावी. डिओजेनेसप्रमाणे हातात कंदील घेऊन रस्त्यावर उतरणे निरर्थक आहे. (डिओजेनेस हा प्राचीन ग्रीक तत्त्ववेत्ता होता. तो स्वच्छ सूर्यप्रकाशामध्ये अथेन्सच्या रस्त्यांवर कंदिल हातात धरून प्रामाणिक मनुष्य शोधत होता, असे म्हणतात.) आपला देश संपूर्णपणे जाणून घेणे निश्चितच महत्त्वाचे आहे. वास्तव माहीत असल्याशिवाय आपण काहीच करू शकत नाही.

आपल्याला स्वतःमध्ये आत्मविश्वास, प्रेरणा आणि ज्ञान शोधावे लागेल, याबाबत मी आजही ठाम आहे. आपल्याला ते बाहेरून मिळणे शक्य नाही. गेला काही काळ बंगालमध्ये नकारात्मकतेची लाट आली आहे. सर्वत्र असलेला श्रद्धेचा अभाव हे वाईट लक्षण आहे आणि नवनिर्मितीसाठी हा नेहमीच एक अडथळा असतो. केवळ श्रद्धेतूनच नवनिर्मिती होऊ शकते आणि केवळ श्रद्धेच्या सामर्थ्यामुळेच लोक महान कार्य पूर्णत्वास नेऊ शकतात. तुम्ही प्रयत्न केला, तर ही नकारात्मकता दूर करू शकाल, असा मला

विश्वास आहे. इतक्या वर्षांमध्ये एकांतवासात राहून तुम्ही कमावलेली अध्यात्मिक संपत्ती तुम्ही इतरांमध्ये वाटली पाहिजे.

मी १९२७ मध्ये तुरुंगातून सुटलो, तेव्हा बंगालमध्ये काँग्रेस पक्ष विस्कळित अवस्थेत होता. सर्व गट हे तेव्हा वंशपरंपरागत झगडे आणि संघर्षांतून होणाऱ्या रक्तपातामुळे कंटाळलेले आणि थकलेले होते. देशबंधू १९२५ मध्ये निवर्तले, तेव्हा त्यांनी आपल्यासाठी महान आणि अभूतपूर्व वारसा ठेवला होता. तो देदीप्यमान वारसा अवघ्या दोन वर्षांमध्ये उधळण्यात आला. देशबंधूंच्या निधनानंतर काँग्रेसवर नियंत्रण असणाऱ्यांनी पक्षाचे नेतृत्व सांभाळण्यासाठी एक गट स्थापन केला. काँग्रेसची सर्व उर्जा ही बंडखोरांचे प्रयत्न उधळून लावण्यातच खर्च होत होती. त्या काळी विधिमंडळात आणि (कलकत्ता) महानगरपालिकेमध्ये गुंगीत पडून राहिलेल्या बंगाल काँग्रेसने कोणतेही नवे कार्य पूर्णत्वास नेले नाही.

या सर्वांचा परिणाम म्हणून देशबंधूंच्या निधनानंतर बंगालमध्ये तारकेश्वर सत्याग्रहासारखी कोणतीच चळवळ झाली नाही. मागील वर्षी जासोर जिल्ह्यामध्ये सुरू करण्यात आलेल्या बंदबिल्ला सत्याग्रहामुळे ही उदासिनता दूर झाली. ज्याप्रमाणे, देशबंधूंच्या निधनानंतर काँग्रेस फोडण्यासाठी कसोशीने प्रयत्न करण्यात आले तसेच प्रयत्न त्यांच्या हयातीतही झाले होते. श्री. शयाम सुंदर चक्रवर्ती हे त्या काळातल्या बंडाचे नेतृत्व करत होते. काँग्रेसविरुद्ध बंडखोरीची ही दोन उदाहरणे आजही अनेकांच्या स्मरणात असतील.

१९२७ मध्ये जेव्हा आम्ही काँग्रेसच्या या विस्कळित अवस्थेस सामोरे गेलो, तेव्हा आम्हाला तीन आघाड्यांवर काम करावे लागले. सर्वप्रथम आम्हाला काँग्रेसमधे आंतरिक पातळीवर वाढत असलेले विभाजन थांबवावे लागले. दुसरे म्हणजे काँग्रेसच्या कार्यक्रमानुसार आम्हाला कार्ये सुरू करावी लागली आणि तिसरे म्हणजे भविष्यातील मोठ्या चळवळींसाठी आवश्यक पायाभरणी करावी लागली. या पायाभरणीसाठी आम्ही काय केले, हे मी आता सांगतो आणि तुम्ही या कामी मदत करावी, असे माझे तुम्हाला आवाहन आहे.

देशात शक्तिशाली चळवळ सुरू करण्यासाठी एकीकडे आपले मनोबल उंचावू शकतील, अशा प्रेरणादायी तत्त्वांची आपल्याला गरज आहे आणि दुसरीकडे ज्यांच्यामध्ये निसर्गतःच तात्त्विकता, त्यागवृत्ती, सखोल भावना आणि कल्पनाशक्ती यांसारखे गुण आहेत, त्या समाजघटकांसोबत आपल्याला काम करावे लागेल, या निष्कर्षाप्रत आम्ही पोहोचलो.

त्यामुळेच जोपर्यंत आपण संपूर्ण स्वातंत्र्याचे तत्त्व देशासमोर ठेवत नाही, तोपर्यंत आपण लोकांना कृतीसाठी प्रेरित करू शकणार नाही, असे आम्हाला वाटले. यासाठी आम्ही कलकत्ता काँग्रेसमध्ये खूप प्रयत्नपूर्वक लढा दिला. याबद्दल आमच्याशी गैरवर्तन करण्यात आले, आमची खूप निर्भत्सना करण्यात आली आणि श्री. (जे. एम.) सेनगुप्ता यांनी तातडीने आम्हाला विरोध केला. सुदैवाने बंगाल अद्याप आपला वारसा विसरलेले नव्हते. 'आम्हाला ब्रिटिश नियंत्रणातून संपूर्णपणे स्वतंत्र व्हायचे आहे.' या शब्दांसह अरविंद बाबू यांनी त्यांच्या 'वंदे मातरम्' या नियतकालिकातून दिलेल्या घोषणेचा स्वर बंगाली जनतेने

अद्यापही कमी होऊ दिला नव्हता. असे असले तरी, इतर प्रांतातून आलेल्या बहुसंख्य मतांच्या दबावामुळे कलकत्ता काँग्रेसमध्ये (१९२८) संपूर्ण स्वातंत्र्याचा ठराव नाकारण्यात आला. तथापि, आम्ही मतांनी हरलो असलो, तरी आमचा पराभव झाला नव्हता आणि म्हणूनच कलकत्ता काँग्रेस अधिवेशनातील चूक लाहोर काँग्रेसमध्ये (१९२९) सुधारण्यात आली आणि संपूर्ण स्वातंत्र्याचा ठराव स्वीकारण्यात आला.

कलकत्ता काँग्रेसमध्ये झालेला बंगालचा पराभव लाहोरमध्ये धुवून निघाला असला, तरी त्यामुळे राष्ट्राच्या आयुष्यातील बारा महिने निष्क्रियतेत निघून गेले. तथापि, अखेरीस भारतीयांना अंतःकरण ढवळून काढणारे तत्त्व मिळाले. असे तत्त्व ज्यासाठी एखाद्याच्या प्राणांचा त्यागही क्षुल्लक वाटावा.

आपल्या देशबांधवांना नव्या जोमाने प्रेरित करण्यासाठी आपल्याला नव्या व अखंड स्वातंत्र्याची प्रतिमा त्यांच्यासमोर ठेवावी लागेल. इतक्या वर्षांमध्ये आपल्यासाठी स्वातंत्र्याचा अर्थ आणि स्पष्टीकरण केवळ राजकीय स्वातंत्र्य असे होते. मात्र, यापुढे आपल्याला लोकांना केवळ राजकीय गुलामगिरीतून मुक्त करायचे नाही, हे आपल्याला जाहीर करावे लागेल. आपल्याला त्यांना सर्व प्रकारच्या गुलामगिरीतून मुक्त करायचे आहे. स्वातंत्र्यलढ्याचे लक्ष्य हे राजकीय, आर्थिक आणि सामाजिक दडपशाही या तीनही प्रकारच्या गुलामगिरीतून मुक्त करण्याचे असले पाहिजे. जेव्हा सर्व प्रकारच्या बेड्या नाहीशा होतील, तेव्हा साम्यवादाच्या आधारावर आपण नवा समाज निर्माण करण्यास सुरुवात करू शकू. स्वतंत्र आणि वर्गविहीन समाज स्थापन करणे, हे आपल्या स्वातंत्र्यलढ्याचे मुख्य लक्ष्य आहे. या तत्त्वाने आणि या स्वप्नाने सर्व प्रदेशातील आणि सर्व वयोगटांच्या लोकांना प्रेरित केले आहे.

तुम्ही कलकत्त्याला परतल्यानंतर अनेक सूत्रांकडून तुम्हाला माझ्यात आणि श्री. जे. एम. सेनगुप्ता फूट निर्माण झाल्याचे ऐकायला मिळाले असेल. आमच्यामध्ये फूट आहे, हे खरे आहे. ते नाकारल्यास मी खोटारडा ठरेन. तथापि, आमच्यातील संघर्ष नेमका कशाबाबत आहे, याबाबत सर्वांना स्पष्ट कल्पना आहे का, याबाबत मला शंका वाटते. आमच्यामध्ये सत्तेसाठी कुरघोड्या सुरू आहेत, असे काही लोकांनी मानले आहे. जे असे सांगतात, ते एकतर पूर्णतः अज्ञानी आहेत किंवा हेतुपुरस्सर अशी खोटी माहिती पसरवत आहेत. सेनगुप्ता यांच्यासोबत असलेल्या माझ्या मतभेदांना सुरुवात झाली, तेव्हाही त्यांच्या तीन पदांच्या 'तिहेरी मुकुटा'मध्ये आम्ही हस्तक्षेप केला नव्हता. १९२९ मध्ये आमच्यातील मतभेद सुरू असतानाही आमची मते आणि आमचे प्रयत्न यांमुळे ते महापौर म्हणून, तसेच विधिमंडळ नेते म्हणून निवडून आले.

त्यानंतर सलग दोन वर्षे (१९२७ आणि १९२८) त्यांना प्रदेश (काँग्रेस) समितीचे अध्यक्षपद देऊ करण्यात आले होते. परंतु, त्यांनी स्वतःहून आमचा प्रस्ताव नाकारला. त्यामुळेच आम्ही कारागृहातून सुटल्यानंतर त्यांना तीन मुकुट देऊ केले होते. त्यापैकी दोन त्यांनी स्वीकारले व तिसरा नाकारला. यामध्ये माझ्या बाजूने तरी सत्तेची कुरघोडी मला

कुठे दिसत नाही. जर आम्हाला खरंच सेनगुप्ता यांचा प्रभाव व महत्त्व कमी करायचे असते, तर कारागृहातून सुटल्यानंतर आम्ही इतर प्रकारे प्रयत्न केले असते आणि त्यांना स्वतःहून तीन मुकूट दिलेच नसते. माझ्यामध्ये आणि सेनगुप्ता यांच्यामध्ये असलेले खरे मतभेद हे, सेनगुप्ता आणि तरुण बंगाल यांच्यातील आहेत. मी अद्याप त्यांना समजू शकलेलो नाही किंवा त्यांच्या मार्गांचे अनुकरण करू शकलेलो नाही.

त्यांचे शब्द आणि त्यांची कृती यांमध्ये मला कोणतीच सातत्यपूर्ण सुसूत्रता आढळत नाही. विविध ठिकाणी आणि विविधप्रसंगी त्यांनी केलेली वक्तव्येही विसंगत असल्याचे मला आढळले आहे. या खोटेपणा मागील कारण म्हणजे त्यांनी आपल्या कारकिर्दीत कधीच निष्ठेने कोणते कार्य केलेले नाही. त्यांच्या आयुष्यामध्ये काही मार्गदर्शक तत्त्वे आहेत तरी का, याबाबत मला शंका वाटते आणि सर्वांत महत्त्वाचे म्हणजे त्यांना बंगाल समजत नाही. त्यांना बंगालच्या संस्कृतीबद्दल, बंगाली जनतेच्या आत्म्याबद्दल आणि बंगालच्या वैशिष्टपूर्णतेबद्दल काही समज आहे, असे मला वाटत नाही.

त्यामुळेच बंगालचे प्रतिनिधी म्हणून काम करणे त्यांना शक्य नाही. कलकत्ता काँग्रेसमध्ये हे स्पष्ट झालेच. त्या वेळी एकीकडे स्वातंत्र्याचा ठराव स्वीकारावा, अशी बंगालची मागणी होती आणि दुसरीकडे ब्रिटिश सार्वभौमत्वाला पाठिंबा द्यावा, अशी महात्माजींची सूचना होती. सेनगुप्ता यांनी गांधीजींना खूष करण्यासाठी बंगालच्या विरोधात जाऊन त्यांना पाठिंबा दिला आणि तरीही त्यांना संपूर्ण बंगाल स्वतःच्या एकट्याच्या प्रभावाखाली ठेवायचा आहे. लाहोर काँग्रेसमध्येही याच गोष्टीची पुनरावृत्ती झाली. त्यांनी महात्माजींच्या मूळ ठरावातील सर्व सुधारणांना विरोध दर्शवून मूळ ठरावच स्वीकारला. बंगालमधील बहुतांश प्रतिनिधींनी मात्र सुधारित ठरावाला पाठिंबा दर्शवला होता.

केवळ एवढेच नाही, तर ते बंगालमध्ये बंगाली लोकांची मने जिंकण्यासाठी एका प्रकारचे भाषण करतात, परंतु ते जेव्हा बंगाल बाहेर असतात, तेव्हा वेगळेच भाष्य आणि कृती करतात. त्रिपुरा जिल्ह्यामध्ये ते समांतर सरकारच्या समर्थनार्थ बोलले. त्यानंतर लगेचच त्यांनी महात्मा गांधींना खूष करण्यासाठी नेत्यांच्या दिल्ली जाहीरनाम्यावर स्वाक्षरी केली आणि जेव्हा लाहोर काँग्रेसमध्ये मी समांतर सरकारची सुधारणा सुचवली, तेव्हा मला पाठिंबा देण्याऐवजी त्यांनी जाहीरपणे महात्माजींच्या मूळ ठरावाला पाठिंबा दर्शवला.

देशबंधूंनी या पदाचा मान उंचावल्याने ते पद ग्रहण करणारा कोणीही व्यक्ती खुजी वाटू शकते, हे मला मान्य आहे. परंतु, निष्ठेने प्रयत्न केल्यास एखाद्याला त्याच्या अनेक त्रुटी सुधारता येऊ शकतात आणि इतर लोकही त्याला क्षमा करू शकतात. परंतु, हे प्रयत्न निष्ठावान नसतील, तर केवळ चलाखीच्या जोरावर आणि पोकळ भाषणे देऊन एखादी व्यक्ती किती काळ टिकून राहू शकेल? आणि बंगालचे नेतृत्व करण्यासाठी संबंधित व्यक्तीकडे विशेषकरून बौद्धिक, सांस्कृतिक व अध्यात्मिक पात्रता असली पाहिजे, हे तुम्हालाही माहीत आहे. बंगाली बुद्धिमत्ता ही कोणासमोरही सहजासहजी झुकत नाही.

> बंगालच्या जनतेने कधीच त्यांचे नेतृत्व स्वीकारले नाही. कारण बंगाली लोकांइतकी कठोर टीका करणारी माणसे भारतात कुठेच नाहीत. सेनगुप्ता हे सुमार कुवतीचे असले, तरी जर ते बंगालमधील सर्व मतप्रवाहांना आवाहन करू शकले असते, तर ते बंगालसाठी काम करू शकले असते. परंतु, ते असे करू शकले नाहीत. कारण त्यांच्यामध्ये भयंकर अहंकार आणि उद्धटपणा आहे.

१९३० चे दशक उलगडण्यास सुरुवात झाली, तोपर्यंत केवळ सुभाषच नाही तर त्यांचे ज्येष्ठ बंधू शरदही भारतात आणि भारताबाहेरही क्रांतिकारी कार्याचा प्रसार करण्यासाठी उत्साहाने प्रयत्न करत आहेत, याची ब्रिटिशांना खात्री पटली. शरद यांनी क्रांतिकाऱ्यांसोबत संबंध प्रस्थापित करण्याच्या दृष्टीने 'धाडसी पावले' उचलली आणि याला आधार देण्यासाठी विपुल प्रमाणात प्रत्यक्ष व परिस्थितीजन्य पुरावे आहेत, असे अमिय सांगतात. ८ डिसेंबर, १९३१ रोजी तयार केलेला पोलिसांचा अहवालात जाहीर केले आहे:

> श्री. शरद बोस हे निर्विवादपणे सरकारचे सर्वांत धोकादायक विरोधक आहेत. त्यांची बौद्धिक क्षमता ही प्रांतातील बहुसंख्य काँग्रेस नेत्यांपेक्षा उच्च दर्जाची आहे. ते अनेक वर्षांपासून काँग्रेसला अभिप्रेत असलेल्या राष्ट्रवादाला सहाय्यभूत ठरेल, असा प्रचार करणाऱ्या परदेशातील व्यक्तींच्या थेट संपर्कात आहेत. १९३० मध्ये कायद्यांचा भंग करून सरकारला त्रास देण्याच्या प्रमुख उद्देशाने सुरू करण्यात आलेल्या काँग्रेस पुरस्कृत चळवळीमध्ये त्यांचे महत्त्वपूर्ण योगदान होते.
>
> १९३० मध्ये त्यांच्या छोट्याशा गटाने कलकत्त्यामध्ये सविनय कायदेभंग चळवळ सुरू केली १९३० मध्ये कलकत्त्यामध्ये सार्वजनिक कायदेभंग चळवळीचे नेतृत्व करणाऱ्या छोट्याच्या गटामध्ये त्यांचा समावेश होता, याबाबत कोणताच संशय नाही आणि ही चळवळ पुन्हा सुरू झाल्यानंतर ते पुन्हा त्यामध्ये सहभागी होण्याची दाट शक्यता आहे. राजकीय खटल्यांमध्ये फरार असलेल्या व्यक्तींना शरद आर्थिक, तसेच इतर मदत करत असल्याबद्दल विश्वास ठेवण्यासही वाव आहे. त्याचप्रमाणे कारागृहातून सुटलेल्या कैद्यांना मदत करण्यास ते इच्छुक असतात.
>
> त्यांचा समाजामध्ये लक्षणीय प्रभाव असून त्यांची संघटनशक्ती चांगली आहे. पहिली संधी मिळताच सरकार उलथवून टाकण्याच्या प्रयत्नात ते निश्चितपणे आपली शक्ती वापरणार असल्याने त्यांना १८१८ च्या कायद्यातील तिसऱ्या नियमान्वये अटक करणे आवश्यक आहे.

यानंतर आठ दिवसांनीच, १६ डिसेंबर, १९३१ रोजी गृह राजकीय विभागाने तयार केलेल्या अहवालातही शरद यांच्या क्रांतिकारी संबंधांबाबत टिप्पणी केली आहे.

शरद बोस यांची मानसिकता पाहता ते दहशतवादी तत्त्वप्रणालीस पाठिंबा देण्याची शक्यता आहे, ही वस्तुस्थिती आहे. ते कैदेत असलेल्या दहशतवाद्यांना मदत करतात, अशी माहिती सूत्रांनी दिली आहे. इतकेच नव्हे, तर ते ज्या 'लिबर्टी' या वृत्तपत्राचे धोरण ठरवतात, त्यामध्ये सातत्याने दहशतवाद्यांचे गुणगान करण्यात येते. कलकत्ता महानगरपालिकेवर नियंत्रण असलेल्या गटाचे ते महत्त्वाचे सदस्य असून या गटाने महापालिकेत मोठ्या संख्येने दहशतवाद्यांची भरती केली आहे. अशी मानसिकता असलेल्या व्यक्तीने दहशतवादाला पाठिंबा देणे सहज शक्य आहे आणि त्यांच्याविषयी उपलब्ध असलेल्या माहितीनुसार त्यांचा दहशतवादाला पाठिंबा असल्याचे स्पष्ट झाले आहे. ही माहिती आठ विविध सूत्रांकडून मिळाली असून मागील दोन वर्षांमध्ये यांचे शरद बोस यांचे दहशतवादी गटांशी संबंध असल्याचे निश्चित आरोप केले आहेत. ते प्रामुख्याने सर चार्ल्स टेगार्ट यांच्या हत्येच्या कटामध्ये, तसेच फरार दहशतवाद्यांना मदत करण्यामध्ये सहभागी होते.

बंगाल सरकारला ब्रिटिश पोलिस आणि इतर सरकारी विभागांना आपल्यापेक्षा वरचढ होऊ द्यायचे नव्हते. त्यामुळे पोलिस व इतर विभागांच्या अहवालातून शरद यांच्याविषयी व्यक्त करण्यात आलेली भीती निःसंशय योग्य ठरवत बंगाल सरकारने याविषयी स्वतःचे मत व्यक्त केले.

शरद बोस यांना गेल्या काही वर्षांपासून दहशतवादी क्रांतिकारी चळवळीबद्दल माहिती असून ते या चळवळीचे थेट समर्थक आहेत, याबाबत बंगाल सरकारची खात्री पटली आहे. त्यांनी व्यक्तिशः कोणत्या दुष्कृत्यामध्ये सहभाग घेतला नसला, तरी अशा क्रांतिकारी कारवायांच्या पूर्वी व नंतर ते सल्लामसलत व आर्थिक मदतीच्या रूपाने सहाय्य करतात. मागील दोन वर्षांमध्ये त्यांनी चितगावमधील क्रांतिकारी आणि फराऱ्यांना मदत व प्रोत्साहन दिले आहे.

सुभाष यांना ४ जानेवारी, १९३२ रोजी अटक झाल्यानंतर शरद यांच्याभोवतीही पोलिसांचे जाळे विणण्यात येत होते. राष्ट्रवादी चळवळींमध्ये सहभागी असलेल्या दहा हजारांहून अधिक कार्यकर्त्यांची ६ जानेवारी रोजी धरपकड करण्यात आली. त्याच्या पूर्वसंध्येला ५ जानेवारी, १९३२ रोजी तयार करण्यात आलेला ब्रिटिश गुप्तचर संस्थेचा अहवाल आता प्रसिद्ध झाला आहे. त्यामध्ये तत्कालीन पोलीस आयुक्त चार्ल्स टेग्रॅट यांनी म्हटले आहे,

शरद बोस हे आपल्याकडील पैसा, स्वतःचे वृत्तपत्र आणि स्वतःची प्रतिष्ठा वापरून अनेक वर्षांपासून क्रांतिकारी चळवळीला सहाय्य करत आहेत. ते स्वतःहून बॉम्बफेक करणार नाहीत, मात्र बॉम्ब तयार करण्यासाठी आर्थिक मदत द्यायची त्यांची तयारी आहे. ते कदाचित स्वतःच्या आयुष्यामध्ये कधीही युरोपियन अधिकाऱ्याची हत्या करणार नाहीत,

> मात्र तरुणांना हत्या करण्यासाठी प्रवृत्त करण्यास ते इच्छुक आहेत. या इलाख्यातील क्रांतिकारी कार्यासाठी त्यांच्याइतकी आर्थिक मदत खूप कमीजणांनी केली असेल. सध्या जे बंदुकीवर निष्ठा असलेले क्रांतिकारी निर्माण झाले आहेत, त्यासाठी त्यांच्याइतकी दुसरी कोणतीच व्यक्ती जबाबदार नाही. बंगालच्या तरुणांच्या मनात राजकीय हत्यांचे समर्थन करणाऱ्या आणि राजकीय हत्या करणाऱ्यांना मान्यता देणारी विचारसरणी रुजवण्यात शरद बोस यांचा सर्वाधिक सहभाग आहे. या अतिशय धोकादायक व्यक्तीवर १८१८ च्या कायद्यातील तिसऱ्या कलमानुसार कारवाई केली पाहिजे.

या सर्वांचा परिणाम म्हणून ५ फेब्रुवारी, १९३२ रोजी शरद यांना अटक करण्यात आली आणि त्यानंतर लवकरच लहान भाऊ सुभाष यांच्यासह त्यांना मध्य भारतातील सेओनी कारागृहामध्ये कैदेत ठेवण्यात आले. गांधी आणि स्वातंत्र्यचळवळी विरोधात धडक कारवाई करताना भारतातील ब्रिटिश सरकारने या दोघांसह सुमारे दहा हजार कार्यकर्त्यांना अटक करून तुरुंगात डांबले होते. सुमारे वर्षभराच्या कारावासानंतर आजारी असलेले सुभाष हे वैद्यकीय उपचारांसाठी रवाना झाले आणि त्यांच्यावर युरोपमधील हद्दपारी लादण्यात आली. शरद यांना हिमालयाच्या पायथ्याशी असलेल्या कुर्सेआँग येथील बंगल्यात गृहकैदेत ठेवण्यात आल्यानंतर २६ जुलै, १९३५ रोजी त्यांची सुटका करण्यात आली.

सुभाष यांनी नोव्हेंबर, १९३४ च्या अखेरीस व्हिएन्ना सोडले आणि आजारी असलेले वडील जानकीनाथ यांना पाहण्याकरिता ते ब्रिटिशांच्या परवानगीशिवायच भारतात येण्यासाठी निघाले. ते ४ डिसेंबर रोजी कलकत्त्यामध्ये पोहोचले, मात्र दुर्दैवाने तत्पूर्वीच २ डिसेंबर रोजी त्यांच्या वडिलांचे निधन झाले होते. सुभाष त्यानंतर सुमारे महिनाभर गृहकैदेत व ब्रिटिशांच्या कड्या देखरेखी खाली आपल्या भावांसोबत सुतकात राहिले आणि त्यानंतर, जानेवारी १९३५ मध्ये पुन्हा युरोपला रवाना झाले. याच महिन्यामध्ये त्यांनी मागील वर्षी युरोपमध्ये हद्दपार असताना लिहिलेले *'दि इंडियन स्ट्रगल'* हे पुस्तक लंडनस्थित लॉरेन्स आणि विशआर्ट हा कंपनीने प्रकाशित केले. भारतात अपेक्षेप्रमाणे या पुस्तकावर बंदी होती. युरोप खंडामध्ये या पुस्तकाला चांगला प्रतिसाद मिळाला आणि विरोधाभास म्हणजे ब्रिटनमध्येही पुस्तकाचे चांगले स्वागत झाले.

याच वर्षी एप्रिल महिन्यात व्हिएन्ना येथे सुभाष यांच्या पित्ताशयावर यशस्वी शस्त्रक्रिया करण्यात आली. काही महिने उपचार व विश्रांती घेतल्यानंतर ते पुन्हा युरोपमध्ये भारतीय स्वातंत्र्यास पूरक असणाऱ्या कार्यात सक्रिय झाले. सुभाष यांनी युरोपमध्ये राहाणे, आपल्यासाठी कमी धोकादायक आहे,अशा निष्कर्षाप्रत ब्रिटिश आले होते. त्यामुळे त्यांचा भारतातील प्रवेश नाकारण्याची प्रत्येक संधी ब्रिटिशांनी साधली.

अखेर सुभाष ब्रिटिशांच्या परवानगीशिवायच मार्च, १९३६ मध्ये पूर्वेकडे जाणाऱ्या *काँट वेर्दे* या इटालियन प्रवासी जहाजातून ते भारतात परतले. त्यांच्या अपेक्षेप्रमाणे ब्रिटिशांनी

दिलेल्या स्पष्ट इशाऱ्यानुसार सुभाष यांचे ८ एप्रिल, १९३६ रोजी मुंबई येथे आगमन होताच त्यांना अटक करून तुरुंगात डांबले. मात्र, या निर्णयाविरोधात पुढील काही आठवड्यांमध्ये व्यक्त झालेल्या जनक्षोभामुळे मे, १९३६ पासून त्यांना शरद यांना पूर्वी ठेवले होते, त्याचप्रमाणे कुर्सेआँग येथील शरद यांच्या बंगल्यात गृहकैदेत राहण्याची परवानगी मिळाली. त्या वर्षी डिसेंबरमध्ये त्यांना वैद्यकीय उपचारांसाठी कलकत्त्याला हलवण्यात आले आणि आजारपणातून पूर्ण बरे झाले नसतानाच मार्च, १९३७ मध्ये त्यांची सुटका करण्यात आली.

सुमारे पाच वर्षे एकमेकांपासून शारीरिकदृष्ट्या दूर राहिल्यानंतर आणि दोघांनीही प्रदीर्घ कारावास भोगल्यानंतर बोस बंधू 'संपूर्ण स्वातंत्र्याचा' दीर्घ लढा लढण्यासाठी पुन्हा एकत्र आले. या वेळपर्यंत भारतीय स्वातंत्र्यलढ्याला १९२० व १९३० च्या दशकात असलेली गती निघून गेल्यासारखी वाटत होती. आता एकत्र आल्यानंतर स्वातंत्र्यलढ्याच्या पुढच्या टप्प्यात प्रवेश करण्यासाठी बोस बंधू सज्ज होते.

छायाचित्रे

१. लढवय्ये बंधू – शरद आणि सुभाष

[सर्व छायाचित्रे आणि पत्रे ही लेखिकेच्या वैयक्तिक संग्रहातील आहेत. जेथे अन्य व्यक्तींच्या सौजन्याने छायाचित्रे मिळाली आहेत, तेथे त्यांचे नाव नमूद करण्यात आले आहे.]

२. हंगामी सरकारची २ सप्टेंबर, १९४६ रोजी झालेली पहिली बैठक. (डावीकडून) श्री. सय्यद अली झहीर, श्री. जगजीवन राम, श्री. शरदचंद्र बोस, श्री. असफ अली, डॉ. राजेंद्र प्रसाद, सरदार वल्लभभाई पटेल, पंडीत जवाहरलाल नेहरू, एच. ई. लॉर्ड व्हेवेल

३. अमियनाथ बोस आणि आझाद हिंद सेनेतील अनुभवी नेते शाहनवाझ खान यांच्यासह आझाद हिंद सेना निवारण समिती, १९४६ मध्ये

४. अंदमान येथे ७ जानेवारी, १९४४ रोजी नेताजी सुभाषचंद्र बोस

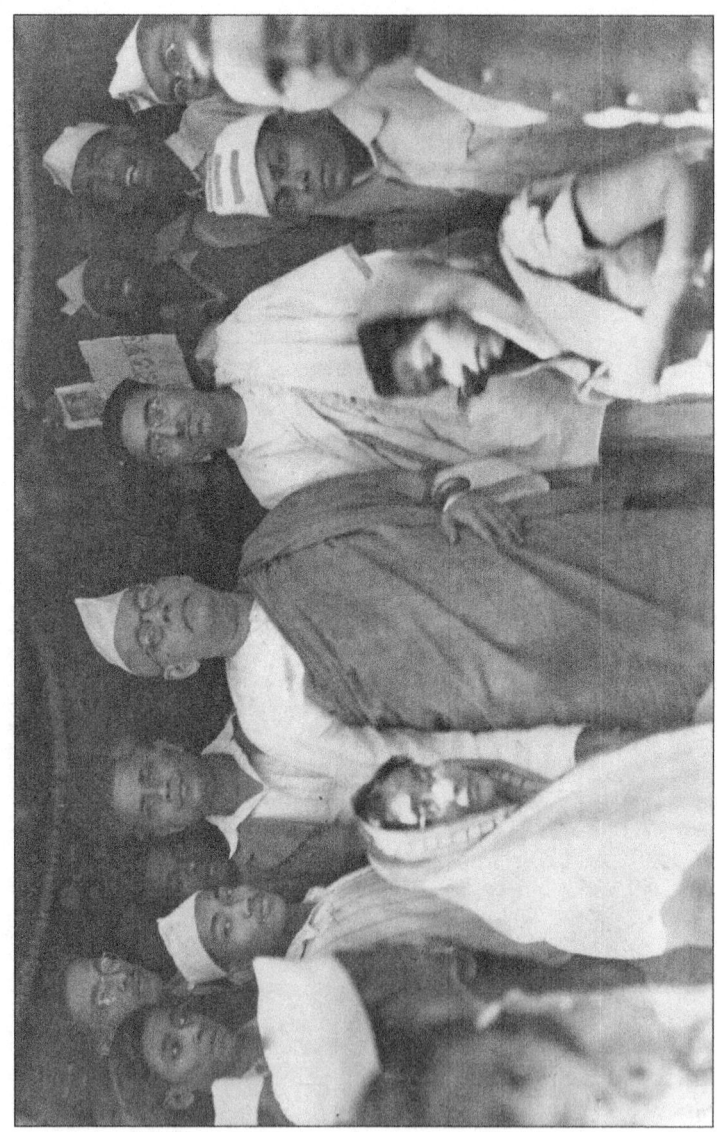

५. शरदचंद्र बोस विभावतीसोबत – निवडणुकीसाठी प्रचार करताना

६. कलकत्त्याच्या जनतेने आयोजित केलेल्या स्वागतसमारंभामध्ये सहभागी झालेले शरदचंद्र बोस. १३ जानेवारी १९४६ (डी. रतन आणि कंपनी, कलकत्ता यांच्या सौजन्याने)

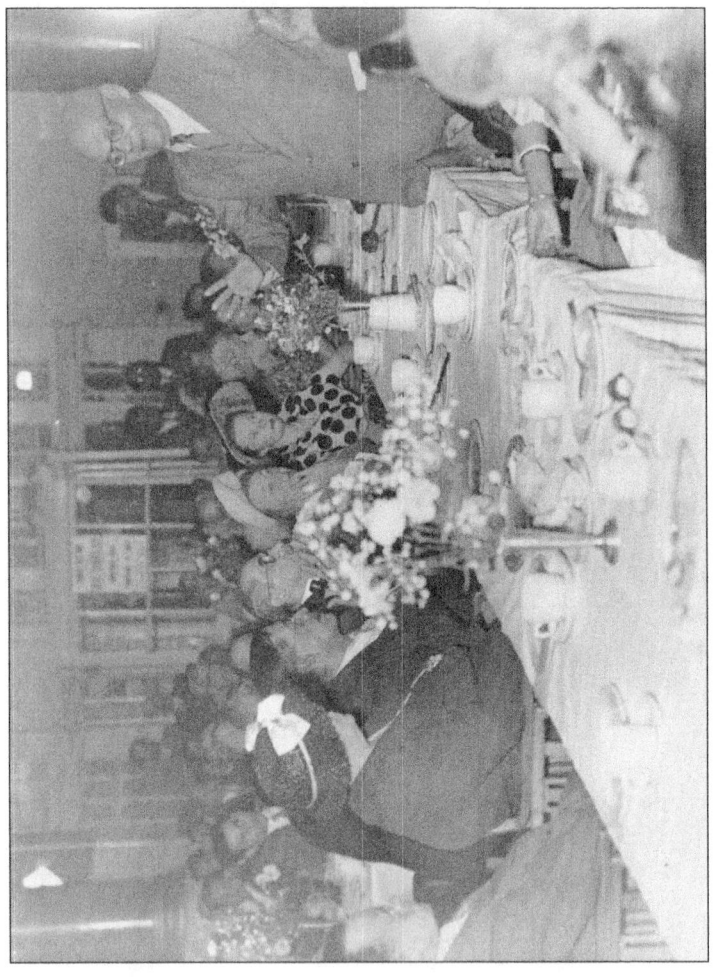

७. लंडन येथे बोलताना शरदचंद्र बोस, जुलै, १९४८

८. पंतप्रधान जवाहरलाल नेहरू यांनी २ डिसेंबर, १९६१ रोजी नेताजी भवनला दिलेल्या भेटीच्या वेळी त्यांच्यासमवेत माधुरी बोस

९. अमिय आणि ज्योत्स्ना या नवपरिणित दाम्पत्याचे स्वागत करताना शरद आणि विभावती, ९ मार्च १९४८

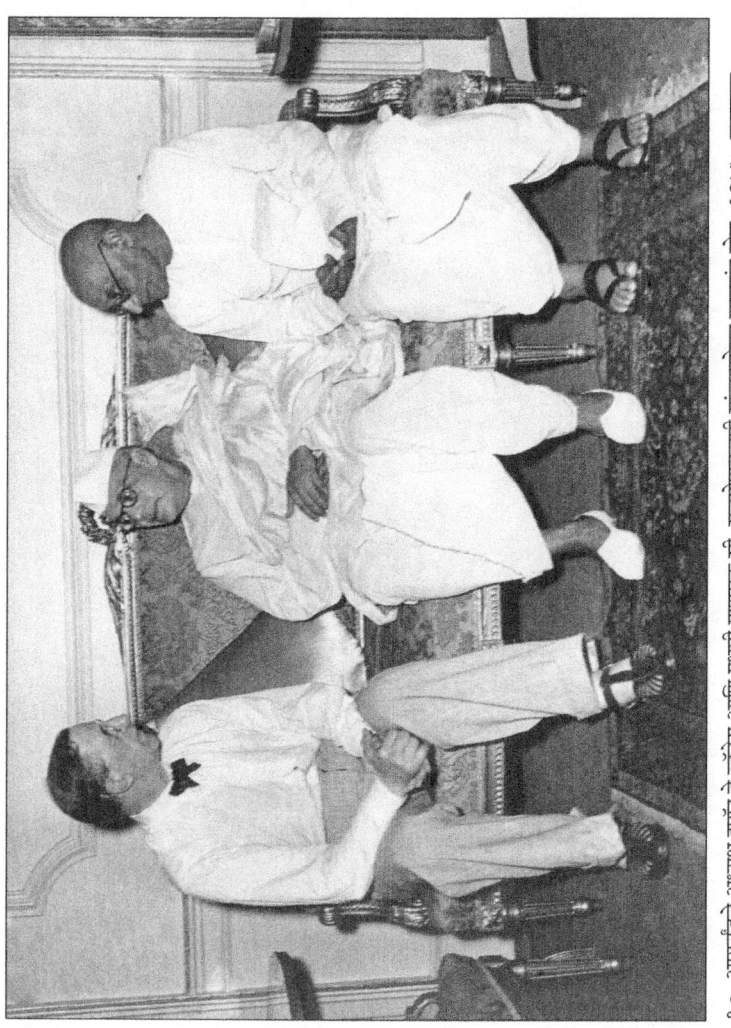

१०. आयर्लंडचे अध्यक्ष इमॉन डे व्हॅलेरा आणि प्रभारी प्रशासक सी. राजगोपालचारी यांच्यासोबत शरदचंद्र बोस. १९४७, कलकत्ता

११. सुभाषचंद्र बोस आणि त्यांच्या तत्कालीन सचिव एमिली शेंक्ल यांच्यासह अमिय. बॅडगास्टिन येथे २६ डिसेंबर, १९३७ रोजी

१२. लंडन येथील व्हिक्टोरिया स्थानकावर ९ जानेवारी, १९३८ रोजी सुभाषचंद्र बोस यांचे आगमन

Subhas Chandra Bose

१३. सुभाषचंद्र बोस यांची स्वाक्षरी असलेले छायाचित्र (सौजन्य – सूर्य कुमार बोस)

१४. शरदचंद्र बोस (सौजन्य – सुब्राता बोस)

१५. सुभाषचंद्र बोस

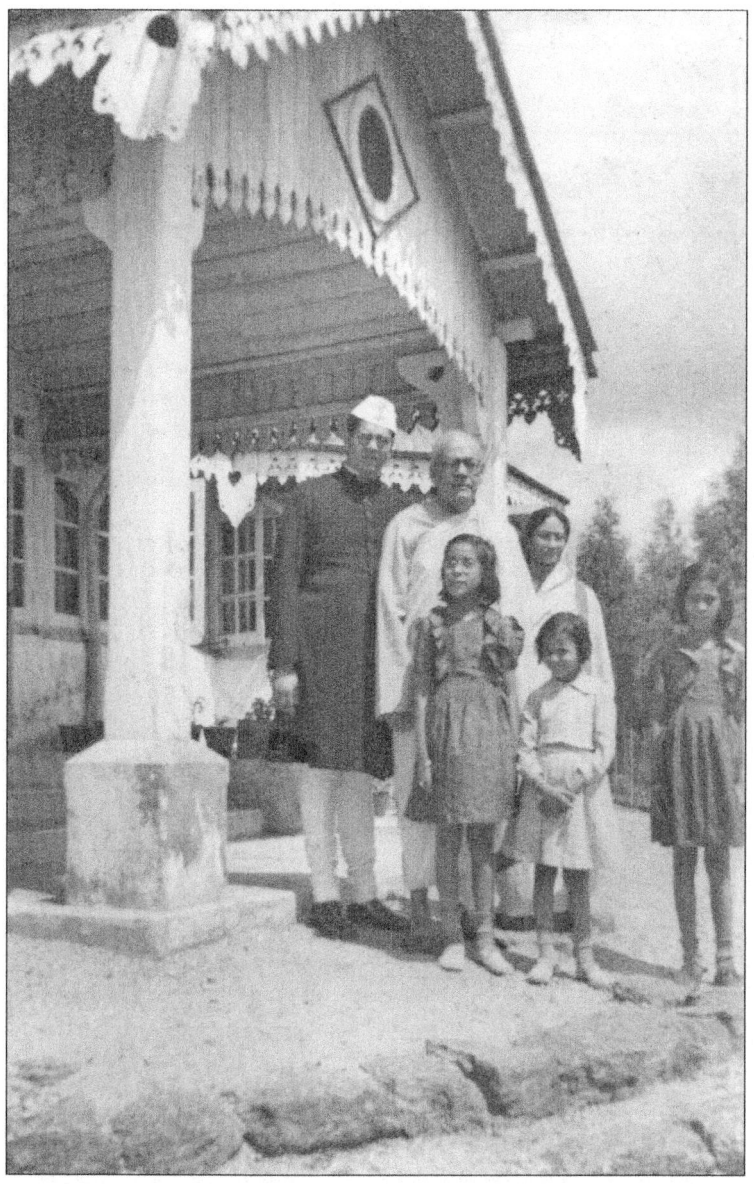

१६. अमिय आणि नातवंडांसह शरद आणि विभावती गिड्डापहार, कुर्सिओंग येथे

१७. अमियनाथ बोस, महाविद्यालयीन दिवसांमध्ये

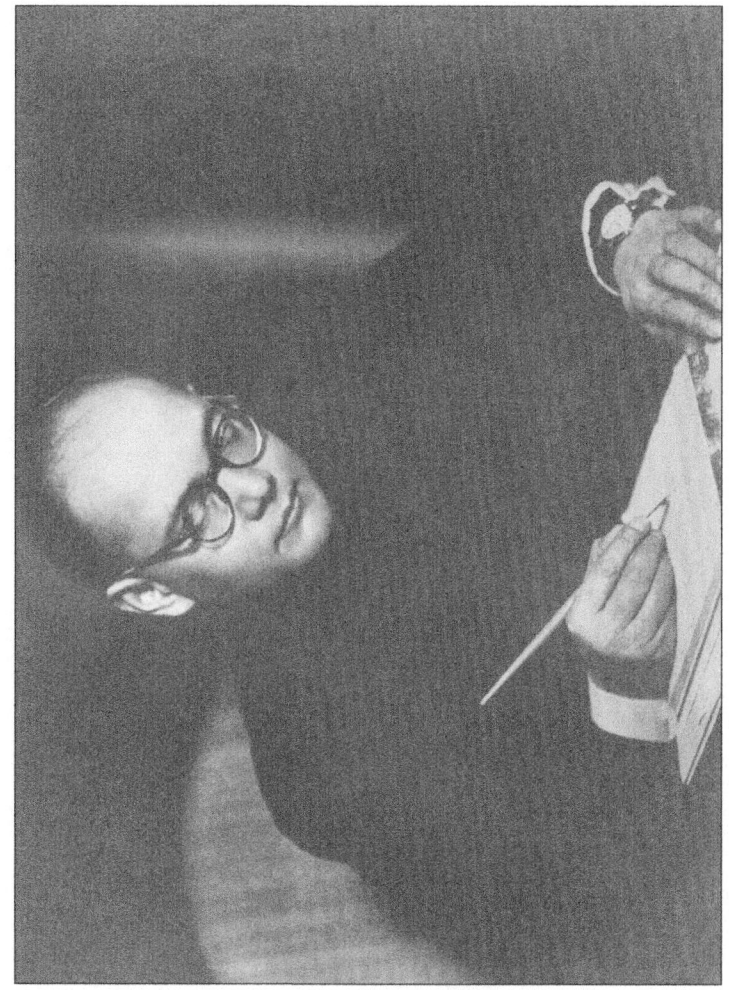

१८. बर्लिन येथे १९४२ मध्ये सुभाषचंद्र बोस

पत्रे

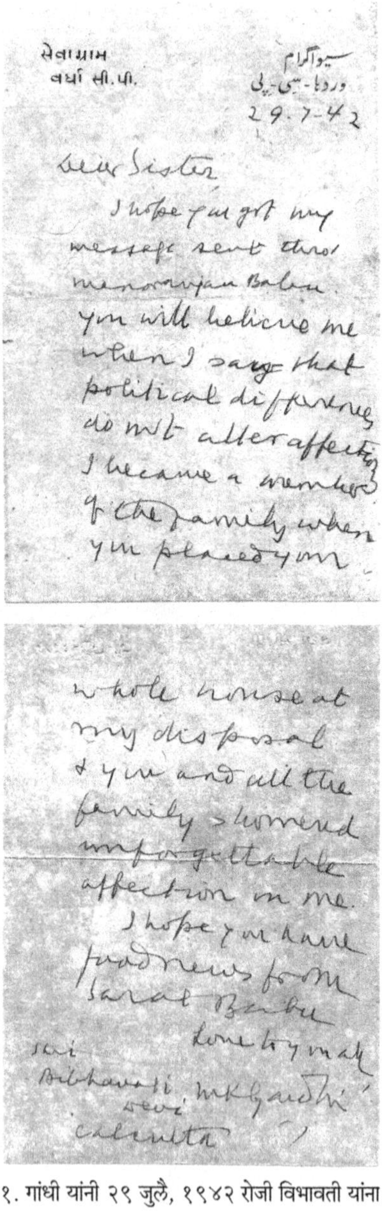

सेवाग्राम
वर्धा सी.पी.

سیواگرام
وردھا-سی-پی

29-7-42

Dear Sister,

I hope you got my message sent thro' Manoranjan Babu. You will believe me when I say that political differences do not alter affection. I became a member of the family when you placed your whole house at my disposal & you and all the family showered unforgettable affection on me.

I hope you have good news from Sarat Babu.

Love to you all

M.K.Gandhi

Smt
Bibhavati
Devi
Calcutta

१. गांधी यांनी २९ जुलै, १९४२ रोजी विभावती यांना पाठवलेले टिपण (पृष्ठ १ व २)

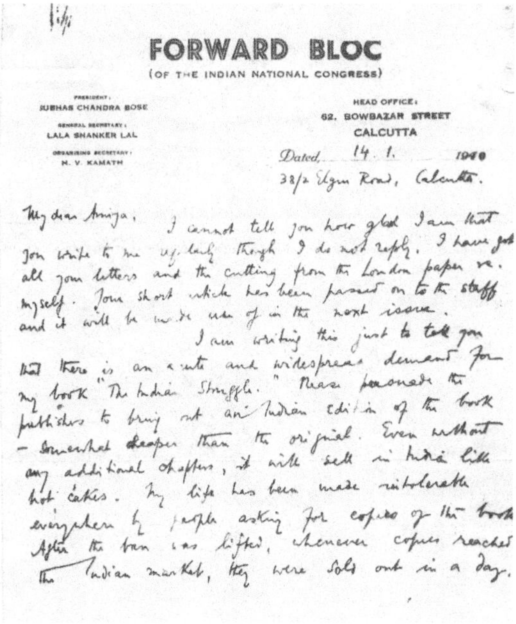

FORWARD BLOC

(OF THE INDIAN NATIONAL CONGRESS)

PRESIDENT:
SUBHAS CHANDRA BOSE

GENERAL SECRETARY:
LALA SHANKER LAL

ORGANISING SECRETARY:
H. V. KAMATH

HEAD OFFICE:
62, BOWBAZAR STREET
CALCUTTA

Dated 14. 1. 1940

38/2 Elgin Road, Calcutta.

My dear Amiya,

I cannot tell you how glad I am that you write to me regularly though I do not reply. I have got all your letters and the cutting from the London paper re. myself. Your short article has been passed on to the staff and it will be made use of in the next issue.

I am writing this just to tell you that there is an acute and widespread demand for my book "The Indian Struggle." Please persuade the publishers to bring out an Indian Edition of the book — somewhat cheaper than the original. Even without any additional chapters, it will sell in India like hot cakes. My life has been made intolerable everywhere by people asking for copies of the book. After the ban was lifted, whenever copies reached the Indian market, they were sold out in a day.

Please let me know from the publishers what I shall do about the translation. I do not know what rights I have. In several Indian languages, (local publishers) want to bring out translations. The Bengali translation is ready and awaits printing. If I know the terms, I shall fix up with the publishers here. This is very urgent.

If it is not possible to bring out an English edition for India owing to war conditions, I can arrange for that in India as well. Will you please let me know about this also?

I am writing this in the train on my way to Calcutta from Bombay. Once in Calcutta, I shall not have time to write. Hence these hastily-written lines.

Yours affly
Subhas

२. द इंडियन स्ट्रगलविषयी सुभाष चंद्र यांनी अमिय यांना १४ जानेवारी १९४० रोजी पाठवलेले पत्र (पृष्ठ १ व २).

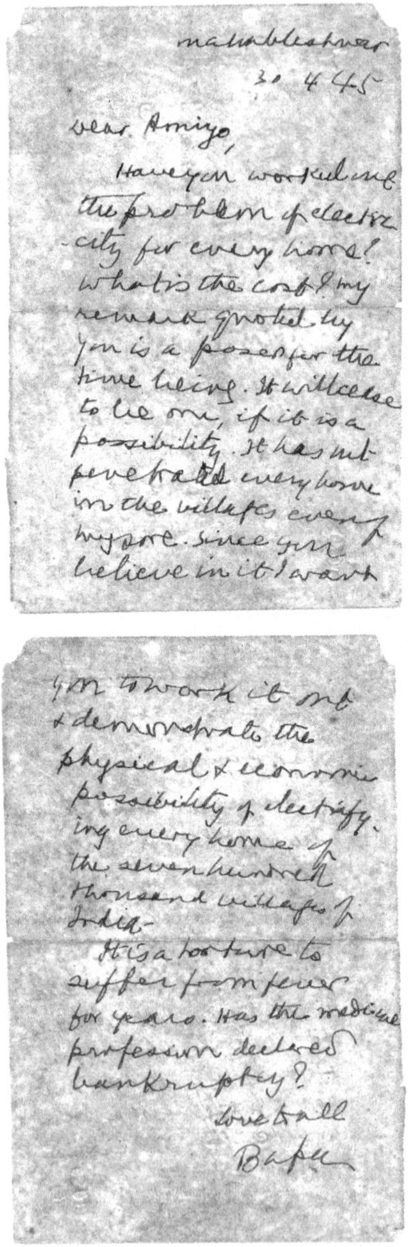

Mahableshwar
30.4.45

Dear Amiyo,

Have you worked out the problem of electricity for every home? What is the cost? My remark quoted by you is a poser for the time being. It will cease to be one, if it is a possibility. It has not penetrated every home in the villages everywhere. Since you believe in it I want you to work it out & demonstrate the physical & economic possibility of electrifying every home of the seven hundred thousand villages of India.

It is a torture to suffer from fever for years. Has the medical profession declared bankruptcy?

Love to all

Bapu

३. गांधी यांनी ३० एप्रिल, १९४५ रोजी अमिय यांना पाठवलेले पत्र (पृष्ठ १ व २)

Urgent

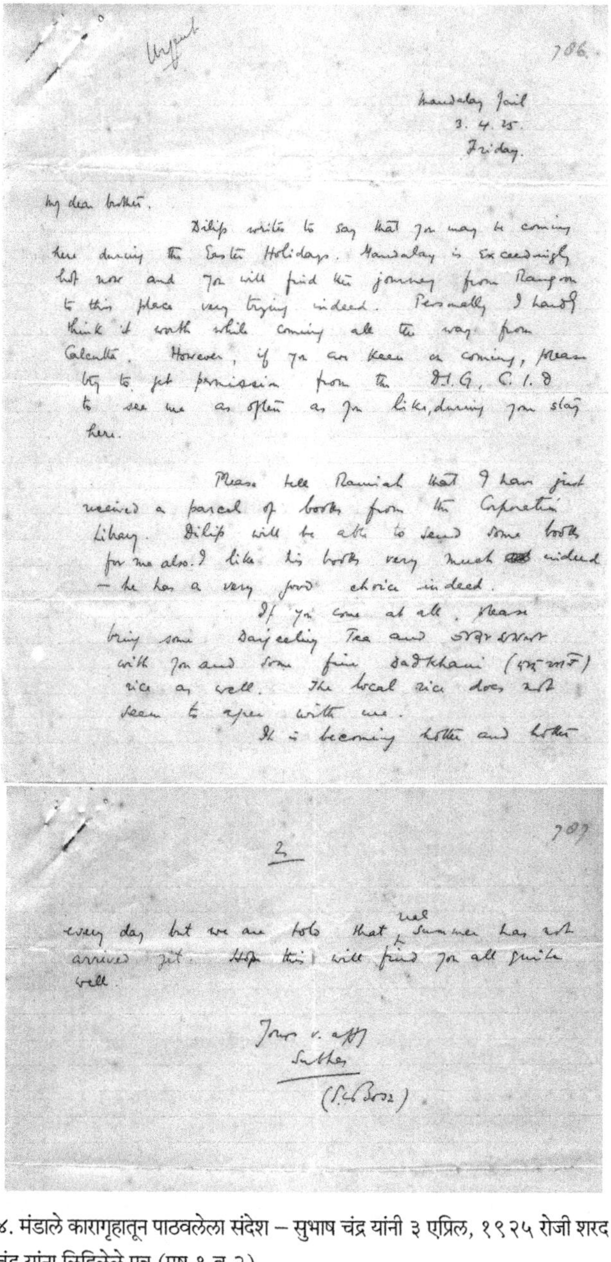

Mandalay Jail
3. 4. 25.
Friday.

My dear brother,

Dilip writes to say that you may be coming here during the Easter Holidays. Mandalay is exceedingly hot now and you will find the journey from Rangoon to this place very trying indeed. Personally I hardly think it worth while coming all the way from Calcutta. However, if you are keen on coming, please try to get permission from the D.I.G., C.I.D to see me as often as you like, during your stay here.

Please tell Ramiah that I have just received a parcel of books from the Corporation Library. Dilip will be able to send some books for me also. I like his books very much indeed — he has a very good choice indeed.

If you come at all, please bring some Darjeeling Tea and [illegible] with you and some fine Badkhani ([illegible]) rice as well. The local rice does not seem to agree with me.

It is becoming hotter and hotter

787

2

every day but we are told that real summer has not arrived yet. Hope this will find you all quite well.

Yours v. aff.
Subhas
(S.C. Bose)

४. मंडाले कारागृहातून पाठवलेला संदेश – सुभाष चंद्र यांनी ३ एप्रिल, १९२५ रोजी शरद चंद्र यांना लिहिलेले पत्र (पृष्ठ १ व २)

ANAND BHAWAN

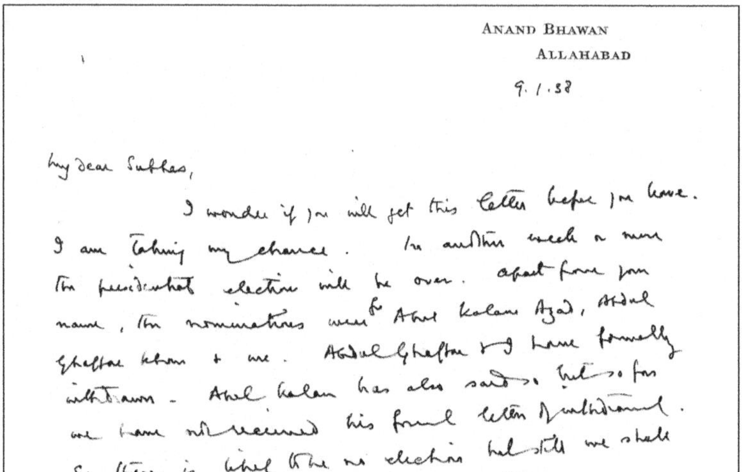

My dear Subhas,

I wonder if you will get this letter before you leave. I am taking my chance. In another week or more the presidential election will be over. Apart from your name, the nominations were of Abul Kalam Azad, Abdul Ghaffar Khan & me. Abdul Ghaffar & I have formally withdrawn. Abul Kalam has also said so but so far we have not received his formal letter of withdrawal. So there is likely to be no election but still we shall probably have to go through the formality.

Ever since the Calcutta AICC I have been greatly worried over the turn events have been taking. Gandhiji's emotional outburst at the W.C. meeting and his subsequent article in the Harijan upset me. This has been followed by other events which are disturbing. I shall not go into all these matters but I shall just point out to you that I find it extraordinarily difficult to accept passively the new orientation of Congress policy which involves a suppression of left elements and mass movements.

नेहरूंची तक्रार – नेहरू यांनी ९ जानेवारी, १९३८ रोजी सुभाष चंद्र यांना लिहिलेले पत्र (पृष्ठ १)

I have remained quiet in public because I dislike
criticising Gandhiji or my W.C. colleagues publicly.
We have to observe a certain decorum and
discipline. But this quiet acceptance of this
oppression has been hard on me. Matters are
likely to come to a head at Haripura or
even earlier. We are having a W.C. meeting
at Wardha from Feb 3rd onwards, at which
you will have to be present. At this meeting
we shall draw up the resolutions for Haripura.
We have set aside five days for this — from
Feb 3rd to 8th.

The last two years have been difficult ones
but the coming year is going to be far more
difficult. Your job will be a terrible one. Of
course I want to help you in every way I can
and I shall do so. But I do not see how I
can continue to associate myself with the
present W.C. or something like it.

Gandhiji, Abul kalam and others want me
to function as General Secretary next year. I
am quite certain that I should not do so.

3

ANAND BHAWAN
ALLAHABAD

Apart from other reasons, I do not want to tie myself down to the enormous amount of routine activity that this involves and which prevents all other more vital work. But I am worried by another matter. I would much rather not be in the W.C. although I should like to give it all possible cooperation from outside. I think that I can be of greater use outside than inside. This is my present view. Remaining outside I can retain a measure of freedom to criticize in a friendly way and to keep in touch with other elements. Otherwise I disable myself and cannot prevent the crisis which I see developing rapidly.

I have mentioned this to Gandhiji & others so that they might think about it. We shall discuss it fully when you return.

In a few days' time I am going to the Frontier Province. I shall return just in time for the W.C. I am afraid I cannot go to Bengal before Haripura, nor can I attend the Bengal Provincial Conference at Jalpaiguri. You must

4

forgive me.

When you fly back I am afraid I shall not be in Allahabad. I shall be in the Frontier Prov. If I had been here I would have asked you to stay here for a day before proceeding to Calcutta.

You must be having a busy time in London.

Love

Yours affly

Jawahar

५. नेहरूंची तक्रार – नेहरू यांनी ९ जानेवारी, १९३८ रोजी सुभाष चंद्र यांना लिहिलेले पत्र (पृष्ठ ४)

P. Don't make any reference to
this ~~in letter~~ in the letters you
may write to me in future.

4th October

My dear Renu,

Your letter of the 20th September ~~last~~
~~last~~ reached me on the 30th (along with your mother's
letters of the 16th and 19th Septr.) and I was happy
to learn you were all keeping well. You will have
all information about me from your Jethababa. So
it is unnecessary to write in detail.

I was glad to learn that your Nani
was proposing to take you all to the holy city
of Kashi. I hope the proposal will materialise
and that you will have the opportunity of seeing the
"arati" of Lord Vishvanath, the magnificent ghats
of Kashi, the Manmandir and other places of
interest as also the remains of Sarnath's glory
at Sarnath. Kashi is a place of special interest
and attraction to Hindus and I hope you will
profit both intellectually and ~~~~ spiritually by
your stay there.

You and your brothers & sisters must

not fail depressed on account of my ~~inofficial~~
detention. You should always call to mind the
burning words of the late Balgangadhar Tilak
when he was sentenced to a long term of imprison-
ment by the Bombay High Court: "There are higher
powers ~~that~~ ~~~~ rule the ~~destinies~~ of men and nations
and it is perhaps the will of Providence that the
cause which I represent will prosper more by my
suffering than by my remaining free." You should
~~also~~ remember that you have your own duties
~~~~ Devotion to ~~~~ superiors (both
and near relations and friends of the family), love
for those who are younger than you and kindness and
sympathy for all who are less fortunately placed
than yourself. It is by cultivating the qualities
mentioned above that you can develop your
intellect and elevate your soul. Try to realise
every moment of your waking life that "Man
does not live by bread alone".

I shall probably be late in seeing you
may do-do's airbird, having ~~~~ to my in-laws.
I am before sending you in anticipation my warmest
love & blessings for the dodo day.
Yours ~~~~
Baban

६. कैदेतून चोरून पाठवलेले पत्र – शरद चंद्र यांनी ४ ऑक्टोबर रोजी
अमियला लिहिलेले पत्र (पृष्ठ १ व २)

4

बोस बंधू आणि गांधी:
विभक्त वाटा

आपण जर मार्ग विभक्त करायचे ठरवले, तर त्यामुळे कडवट नागरी युद्धाला सुरुवात होईल
आणि त्याचा शेवट कसाही झाला, तरी त्यामुळे काँग्रेस काही काळासाठी कमकुवत बनेल
आणि त्याचा फायदा ब्रिटिश सरकार करून घेईल.
—सुभाष यांनी गांधी यांना पाठवलेल्या पत्रामधून, ३१ मार्च, १९३९

सुभाषचंद्र बोस हे गुजरातमध्ये फेब्रुवारी, १९३८ मध्ये झालेल्या हरिपुरा काँग्रेस अधिवेशनामध्ये गांधींच्या वरदहस्ताने काँग्रेसचे अध्यक्ष म्हणून निवडून आले. आपल्या पथदर्शी अध्यक्षीय भाषणामध्ये सुभाष यांनी संघराज्य व समाजवादी विचारधारेवर चालणाऱ्या स्वतंत्र, प्रगतीशील भारताच्या रूपरेषेविषयीचे आपले विचार देशभरातून आलेल्या काँग्रेसच्या प्रतिनिधींसमोर मांडण्याची संधी साधली. राष्ट्रीय नियोजन आयोगाची स्थापना हा त्यांच्या विचारांच्या केंद्रस्थानी असलेला मुद्दा होता. या आयोगाने केंद्रीय, तसेच प्रांतिक स्तरावरील सरकारच्या मार्गदर्शनानुसार गरिबी, निरक्षरता आणि रोगराईच्या उच्चाटनासाठी सर्वसमावेशक पुनर्बांधणी आराखडा तयार करणे अपेक्षित होते.

त्या वर्षाअखेरीपर्यंत भारतीय नियोजनाचे जनक असलेल्या सुभाष यांनी काँग्रेसच्या छत्राखाली राष्ट्रीय नियोजन समितीची पहिली बैठक आयोजित केली. सुभाष यांनी १७ डिसेंबर, १९३८ रोजी झालेल्या या पहिल्या बैठकीचे अध्यक्षपद भूषवण्यासाठी जवाहरलाल नेहरू यांना राजी केले होते. ही समिती म्हणजे, १९४६ मध्ये हंगामी सरकारअंतर्गत सुरू करण्यात आलेले सल्लागार नियोजन मंडळ आणि त्यानंतर १९५२ मध्ये स्वतंत्र भारताच्या सरकारने स्थापन केलेल्या नियोजन आयोगाची पूर्वपीठिका होती.

हरिपुरा काँग्रेस अधिवेशन हे सुभाष यांच्या नेतृत्वाखाली सुरळीतपणे पार पडले असले, तरी पक्षातील तात्त्विक आणि राजकीय मतभेद धोकादायकरीत्या समोर येऊ लागले होते. काँग्रेसमधील उजव्या विचारसरणीचे नेते भांडवलशाहीकडे झुकलेले होते आणि भारत हा शोषणरहित समाजवादाचे भिन्न रूप स्वीकारेल, या युक्तिवादाने त्यांचे समाधान झाले नाही, तेव्हा अध्यक्षीय भाषणादरम्यानच काँग्रेसमधील भेगा दिसू लागल्या होत्या.

स्वातंत्र्यलढा तातडीने पुन्हा सुरू करण्यासाठी सुभाष यांच्या नेतृत्वाखाली देशभर आघाडी उघडण्यात आली आणि कोणत्याही परिस्थितीत ब्रिटनसोबत तडजोड न करण्याबाबत सुभाष आग्रही राहिले, तेव्हा मतभेदाच्या या तडा अधिकाधिक रूंद होऊ लागल्या. सुभाष यांच्याच भाषेत सांगायचे झाल्यास काँग्रेसचे विद्यमान अध्यक्ष या नात्याने त्यांनी युरोपमध्ये होऊ घातलेल्या युद्धाच्या बरोबरीनेच भारतीय स्वातंत्र्यलढा सुरू करण्याकरिता भारतीय जनतेची तयारी करण्यासाठी देशभर खुला प्रचार सुरू केला होता.[१]

युरोपमध्ये युद्ध होणे निश्चित असल्याचे सुभाष यांना १९३८ च्या सुरुवातीसच समजले होते. गांधी आणि नेहरू यांना मात्र त्यांचे हे मत मान्य झाले नाही आणि त्या काळी एकीकडे बोस बंधू आणि दुसरीकडे गांधी व नेहरू अशी तीव्र मतभेदांची दरी निर्माण झाली. *'दि इंडियन स्ट्रगल'* या पुस्तकात नमूद केल्याप्रमाणे गांधींचे अनेक बाबतीतील विश्लेषण, पद्धती आणि व्यूहरचना यांविषयी सुभाष यांचे बऱ्याच वर्षांपासून मतभेद होते आणि नेहरूही सुभाष यांच्याशी सहमत असत. तथापि, या काळापर्यंत गांधी आणि नेहरू यांच्यामध्ये निकटचे राजकीय संबंध प्रस्थापित होण्यास सुरुवात झाली होती आणि गांधीनी नेहरू यांना आपले 'वारसदार' म्हणून स्पष्टपणे निवडले होते.

काँग्रेसच्या नेतृत्वामधील एक गट भारतीय स्वातंत्र्याबाबत ब्रिटनशी तडजोड करू इच्छित असल्याचा, सुभाष यांना संशय होता आणि त्यांनी अनेक जाहीर वक्तव्यांमधून हा संशय व्यक्त केला होता. उदाहरणार्थ, ९ जुलै, १९३८ रोजी सुभाष यांनी काँग्रेस अध्यक्ष या भूमिकेतून प्रसारमाध्यमांसाठी एक निवेदन प्रसिद्ध केले. काँग्रेसमधील काही उजव्या विचारसरणीचे (म्हणजे गांधीवादी) प्रभावशाली नेते १९३५ च्या भारतीय सरकार कायद्यात मांडण्यात आलेल्या संघराज्य योजनेविषयी ब्रिटिश सरकारसोबत वाटाघाटी करत असल्याचे या पत्रकात म्हटले होते. ब्रिटिश संसदेने भारतासाठी नवे संविधान पारित करणे ही १९३५ सालातील सर्वांत महत्त्वाची राजकीय घटना होती, असे सुभाष यांनी *'दि इंडियन स्ट्रगल'* या पुस्तकात नमूद केले आहे.[२]

या कायद्यातील तरतुदींचे संघराज्य आणि प्रांतिक अशा दोन विभागांमध्ये विभाजन करण्यात आले होते. या तरतुदींमध्ये अखिल भारतीय केंद्र सरकारसाठी ब्रिटिशकालीन भारतातील ११ प्रांत, तसेच अंशतः स्वायतः असलेली शेकडो भारतीय संस्थाने एकत्र करून त्यांचे प्रतिनिधित्व करणारे नवे संघराज्य प्रस्तावित करण्यात आले होते. या संघराज्याच्या संसदेमध्ये वरिष्ठ आणि कनिष्ठ अशी दोन प्रतिनिधीमंडळे समाविष्ट होती व त्यांना मर्यादित

---

[१] सुभाषचंद्र बोस – *दि इंडियन स्ट्रगल* (नाट्यचिंत फाउंडेशन, कलकत्ता, २००५) पृष्ठ क्र. ४१७.

[२] याच पुस्तकातून, पृष्ठ क्र. ४०७–४०८.

अधिकार देण्यात आले होते. महत्त्वाचे म्हणजे, संरक्षण व परराष्ट्र या विषयांशी संबंधित धोरणे ही ब्रिटिश व्हॉइसरॉयकडे राखीव होती. त्याचवेळी आर्थिक धोरणे आणि पोलिस व प्रशासनावरील नियंत्रण, हे विषयही दोन्ही सभागृहांच्या अखत्यारितून वगळण्यात आले होते. त्याचबरोबर विधेयकावरील नकाराधिकार, मंत्र्यांची हकालपट्टी, विधिमंडळांनी नाकारलेले विधेयक संमत करण्याचा अधिकार, विधिमंडळ विसर्जित करणे आणि संविधान बरखास्त करणे यांसारखे निर्णायक अधिकारही व्हॉइसरॉयकडे देण्यात आले होते.

नव्या संविधानाच्या प्रांतिक तरतुदी या केवळ ब्रिटिशकालीन भारतातील ११ प्रांतांना लागू होत्या आणि त्या कमी वादग्रस्त होत्या. तसेही बोस बंधू हे संपूर्ण स्वातंत्र्यासाठी लढत असल्याने प्रांतिक तरतुदींनी त्यांच्या लेखी कमी महत्व होते.

तथाकथित 'संघराज्य योजनेला' बोस बंधूंच्या क्रोधाला आणि तीव्र विरोधाला सामोरे जावे लागले. याबाबतीत काँग्रेसमधील डाव्या फळीच्या नेत्यांचा (म्हणजे समाजवाद्यांचा) बोस बंधूंना पाठिंबा होता. ९ जुलै, १९३८ रोजी जाहीर केलेल्या पत्रकात सुभाष यांनी म्हटले आहे:

> भारत सरकार कायद्याअंतर्गत मांडण्यात आलेल्या संघराज्य योजनेबाबत काँग्रेसचे काही प्रभावी नेते ब्रिटिश सरकारसोबत वाटाघाटी करत असल्याची विधाने किंवा अप्रत्यक्ष सूचना ब्रिटिश प्रसारमाध्यमांतून वेळोवेळी प्रसिद्ध करण्यात येत आहेत. मला वाटते, मी याबाबतचे अखेरचे निवेदन मँचेस्टर गार्डियन या वृत्तपत्रात पाहिले होते आणि मी तातडीने आणि स्पष्ट शब्दांत त्याचे खंडन केले होते. काँग्रेसच्या अपरोक्ष काँग्रेसमधील काही प्रभावी नेते ब्रिटिश सरकारशी तडजोड करण्याबाबत वाटाघाटी करत असतील, यावर कोणत्याही पुराव्याशिवाय विश्वास ठेवणे शक्य नाही आणि मी तो ठेवणारही नाही.
>
> यातच भर म्हणून प्रांतिक स्वायत्तता आणि संघराज्य योजना यांमध्ये काहीही परस्परसंबंध नसून काँग्रेसने प्रांतात सत्ता स्वीकारणे, हे केंद्रामध्ये संघराज्य योजना स्वीकारण्याच्या दिशेने टाकलेले पाऊल आहे, असा अर्थ कोणी काढू नये, हे मी स्पष्ट करतो. काँग्रेसवर संघराज्य योजना लादण्याचा कोणताही प्रयत्न यशस्वी ठरणार नाही, याबाबत मला कोणतीच शंका वाटत नाही. तसे झाल्यास काँग्रेसचे विभाजन होईल, कारण ज्यांनी सद्सद्विवेकबुद्धीने संघराज्य योजनेला विरोध केला आहे, ते लोटांगण घालून ही योजना कशी स्वीकारतील, हेच मला समजत नाही.
>
> भारताच्या इतिहासाच्या निर्णायक टप्प्यावर काँग्रेसने अथवा काँग्रेसच्या कोणत्याही गटाने दौर्बल्य दाखवल्यास भारतीय स्वातंत्र्याच्या ध्येयाशी केलेली ती सर्वांत मोठी प्रतारणा ठरेल, असे मला व्यक्तिशः वाटते. आपण सध्या अशा मोक्याच्या परिस्थितीत आहोत जिथे आपण एकत्र राहिलो व आपल्यामध्ये एकवाक्यता ठेवली, तर आपण ब्रिटिश सरकारला आपली राष्ट्रीय मागणी संपूर्णपणे मान्य करण्यासाठी भाग पाडू शकतो. संघराज्य

> योजनेविषयी आपला दृष्टिकोन थोडा जरी डळमळीत झाला, तर त्यामुळे आपले बाहू दुर्बल होतील आणि ब्रिटिश सरकारच्या बाहुंना बळ मिळेल.
>
> माझ्यापुरते बोलायचे झाल्यास, या राक्षसी संघराज्य योजनेला उघड, तीव्रपणे, प्रखरपणे विरोध करणे, माझ्या देशाच्या सर्वोच्च हिताचे आहे, असे मी मानतो. त्यामुळे काँग्रेसमधील बहुसंख्यांनी संघराज्य योजनेचा स्वीकार करण्याची अशक्यप्राय शक्यता निर्माण झाल्यास, या योजनेला मुक्तपणे विरोध करण्यासाठी स्वतःला अध्यक्षपदाच्या बंधांतून सोडवून घेणे हे मी माझे कर्तव्य समजेन.

त्यानंतर १५ जुलै, १९३८ रोजी प्रसारमाध्यमांमध्ये प्रसिद्ध केलेल्या पुढील निवेदनामध्ये संघराज्य योजनेकरिता काँग्रेसच्या उजव्या फळीतील काही नेत्यांची सहानुभूती व पाठिंबा मिळवण्यासाठी ब्रिटिश सरकार प्रयत्नशील असल्याचे वृत्त आपल्यापर्यंत पोहोचल्याचे सुभाष यांनी म्हटले आहे. एकीकडे उजव्या विचारसरणीची फळी आणि दुसरीकडे सुभाष यांच्या नेतृत्वाखालील डाव्या विचारसरणीची फळी यांच्यातील संघर्ष आता गंभीर रूप धारण करू लागला होता.

याच काळात सुभाष यांनी पुढील वर्षी १९३९ मध्ये काँग्रेस अध्यक्षपदी पुन्हा निवडून येण्याचा विचार सुरू केला होता. संघराज्य योजना स्वीकारणे हे भारतासाठी विनाशकारी ठरू शकेल आणि या शक्यतेविरोधात लढण्यासाठी आपण सर्वोच्च स्थानी असण्याची गरज आहे, असे सुभाष यांना वाटत होते. यापूर्वी पक्षामध्ये कोणाकडूनच अधिकारांना आह्वान मिळाले नसलेल्या आणि काँग्रेसच्या पक्षकार्यक्रमावर घट्ट पकड असलेल्या गांधींचा विरोध असतानाही सुभाष यांनी हे पाऊल उचलले होते.

रवींद्रनाथ टागोर यांनी १९३८ मध्ये गांधी यांना खासगी पत्र लिहून सुभाष यांना काँग्रेसच्या अध्यक्षपदी फेरनिवड होण्याची संधी द्यावी, अशी विनंती केली होती. टागोर यांनी याप्रकरणी नेहरूंचाही पाठिंबा मिळवला होता. सुभाष यांना मात्र या वेळपर्यंत टागोर यांनी त्यांच्यावतीने हस्तक्षेप केल्याविषयी कोणतीच माहिती नव्हती. गांधी यांच्यावर टागोर यांच्या विनंतीचा कोणताही परिणाम झाला नाही आणि सुभाष यांची काँग्रेसच्या अध्यक्षपदी निवड होण्याबाबतची आपली अनिच्छा सर्वांसमोर उघड करणे त्यांनी सुरू ठेवले.

सुभाष यांनी त्यानंतर सुकाणू आपल्या हाती घेतले आणि काँग्रेस पक्षातील डाव्या फळीच्या पाठिंब्याने अध्यक्षपदाची निवडणूक लढवण्याचा निर्णय घेतला. गांधीसुद्धा आपल्या निर्णयावर ठाम राहिले. मौलाना आझाद स्वतःहून बाजूला झाल्याने आणि नेहरू यांनी पुन्हा निवडणूक लढवण्यास कथित नकार दिल्याने गांधी यांनी पट्टाभी सीतारामय्या यांना त्यांचा अध्यक्षपदाचा उमेदवार म्हणून उभे केले.

१९३९ साल उजाडले आणि संपूर्ण युरोपवर युद्धाचे काळे ढग जमा होऊ लागले, तेव्हा काँग्रेसची पक्षसंघटना १९३९ सालातील पक्षाध्यक्ष निवडीच्या तयारीच्या अंतिम

टप्प्यात होती. काँग्रेसच्या कार्यकारी समितीच्या (सीडब्ल्यूसी) ११ जानेवारी, १९३९ रोजी झालेल्या बैठकीत संघराज्याचा स्वीकार करण्याच्या बाजूने काँग्रेसच्या नेत्यांनी एकट्याने मांडलेली मते हा चर्चिल्या गेलेल्या विषयांपैकी एक होता, असे युनायटेड प्रेस ऑफ इंडिया या वृत्तसंस्थेने या बैठकीच्या वृत्तामध्ये म्हटले आहे. यामुळे आता दिसू लागलेल्या काँग्रेस अध्यक्षपदाच्या निवडणुकीसाठी आणि एकीकडे सुभाष आणि शरद, तर दुसरीकडे काँग्रेसचे दिग्गज नेते आणि गांधी यांचे सरसेनापती वल्लभभाई पटेल यांच्यामध्ये अटळ असणाऱ्या निर्णायक संघर्षासाठी तातडीची पार्श्वभूमी तयार होण्यास निश्चित मदत झाली.

२४ जानेवारी, १९३९ रोजी सरदार पटेल आणि शरदचंद्र बोस यांच्यामध्ये आदानप्रदान झालेल्या तारा (या तारा अमियनाथ व ज्योत्स्ना बोस यांच्या खासगी संग्रहामध्ये आहेत) या काँग्रेसच्या दोन गटांमधील, तसेच बोस बंधू आणि गांधी यांच्यामधील दरी वाढत असल्याच्या निदर्शक आहेत.

पटेल यांनी शरद बोस यांना पाठवलेली तार:

काँग्रेस कार्यकारिणीतील ज्या सदस्यांना फेरनिवड अनावश्यक वाटते, त्यांना सुभाष बाबूंच्या अध्यक्षीय निवडणुकीसंदर्भातील निवेदनाच्या विरुद्ध निवेदन प्रसिद्ध करण्याची गरज वाटली. संक्षिप्त निवेदन तयार आहे. या निवेदनात फेरनिवड ही केवळ अपवादात्मक परिस्थितीमध्ये होते असे म्हटले आहे. सुभाष बाबू यांची फेरनिवड करण्यासाठी अशी कोणतीही अपवादात्मक परिस्थिती नाही. या निवेदनात सुभाष यांच्या संघराज्य इत्यादींबाबतच्या भूमिकांचे खंडन करण्यात आले आहे आणि काँग्रेसची धोरणे आणि कार्यक्रम हे अध्यक्ष नव्हे, तर पक्ष किंवा कार्यकारी समिती ठरवते, असे नमूद केले आहे. या निवेदनामध्ये डॉ. पट्टाभी यांची निवडणुकीसाठी शिफारस केली आहे आणि सुभाष बाबूंनी अध्यक्षीय निवडणुकीवरून काँग्रेस सदस्यांमध्ये फूट पाडू नये, असे आवाहन केले आहे.

शरद बोस यांनी पटेल यांना पाठवलेली तार:

आज सकाळी तुमची तार मिळाली. सिल्हेटहून येतानाच्या प्रवासात मौलाना यांचे व सुभाषचे निवेदन वाचले. माझ्या मते मौलाना यांच्या माघारीनंतर डॉ. पट्टाभी यांना उमेदवारी देणे अनावश्यक आहे. येणारे वर्ष हे सर्वांगांनी १९३७ पेक्षा अधिक महत्त्वाचे आणि विलक्षण असेल. त्यामुळे कोणत्याही कार्यकारिणी सदस्याने आपल्याच सहकाऱ्यांच्या स्पर्धेमध्ये बाजू घेऊ नये, असे मनापासून वाटते. तुमच्या प्रस्तावित निवेदनामुळे उजव्या व डाव्या फळीतील कलह वाढणार असून ते टाळायला हवेत. येणाऱ्या लढ्यामध्ये डॉ. पट्टाभी देशाचा आत्मविश्वास उंचावू शकणार नाहीत. कृपया काँग्रेसचे विभाजन करू नये.

पटेल यांनी शरद बोस यांना पाठवलेली तार:

तुम्ही तार पाठवली, याचे कौतुक आहे. केवळ कर्तव्यबुद्धीनेच हे निवेदन तयार करण्यात आले आहे. मतभेद हे व्यक्तींमधील नसून तत्त्वांमधील आहेत. जर लढत अटळच असेल, तर ती कटुता टाळून आणि आपले हेतू इतरांच्या माथी न मारता व्हावी, अशी आशा आहे. फेरनिवड ही देशहितासाठी हानिकारक आहे.

काँग्रेसच्या कार्यकारिणीने यावर तातडीने प्रतिसाद दिला. त्याच दिवशी, २४ जानेवारी, १९३९ रोजी वल्लभभाई पटेल व कार्यकारिणीतील इतर सदस्यांनी सुभाष यांच्या उमेदवारीस विरोध करणारे निवेदन जारी केले. २६ जानेवारी रोजी जवाहरलाल नेहरू यांनी अलमोरा येथून प्रसिद्ध केलेल्या निवेदनामध्ये 'सुभाष यांनी निवडणुकीसाठी उभे राहू नये', असे म्हटले होते. आता निवडणुकीवर शिक्कामोर्तब झाले होते.

काँग्रेसमधील डाव्या फळीच्या संपूर्ण पाठिंब्यासह सुभाष हे २९ जानेवारी, १९३९ रोजी पट्टाभी सितारामय्या यांचा निर्णायक पराभव करून निवडून आले, हा इतिहास आहे. याविषयी गांधींनी लवकरच नापसंतीदर्शक प्रतिक्रिया व्यक्त केली. अध्यक्षीय निवडणुकीच्या निकालांबाबत गांधी यांनी ३१ जानेवारी १९३९ रोजी गुजरातमधील बार्डोली येथून निवेदन प्रसिद्ध केले. त्यामध्ये ते म्हणतात,

सुभाष यांनी त्यांचे विरोधक डॉ. पट्टाभी सितारामय्या यांच्यावर निर्णायक विजय मिळवला आहे. मी अगदी सुरुवातीपासूनच सुभाष यांच्या फेरनिवडीच्या निर्णयाविरोधात होतो, हे मान्य केले पाहिजे आणि त्या कारणांकडे आता परत वळण्याची गरज नाही. त्यांनी जाहीरनाम्यात मांडलेल्या बाबी आणि त्यांच्या युक्तिवादाशी मी सहमत नाही. त्यांनी सहकाऱ्यांचे केलेले उल्लेख हे असमर्थनीय आणि अयोग्य आहेत, असे मला वाटते. नपेक्षा, त्यांच्या विजयाचा मला आनंद आहे. मौलाना साहेब यांनी माघार घेतल्यानंतर डॉ. पट्टाभी यांनी उमेदवारी मागे न घेण्यामध्ये माझा महत्त्वाचा सहभाग होता. त्यामुळे हा पराभव त्यांच्यापेक्षा अधिक माझा आहे. मी विशिष्ट तत्त्वे आणि धोरणांचे प्रतिनिधित्व करू शकलो नाही, तर माझ्या असण्याला अर्थ नाही. मी ज्या तत्त्वांसाठी आणि धोरणांसाठी भूमिका घेतो, ती काँग्रेस प्रतिनिधींना मान्य नाहीत, हे माझ्यासमोर स्पष्ट झाले आहे. या पराभवातही मी आनंद मानतो... कारण शेवटी सुभाष बाबू हे काही देशाचे शत्रू नाहीत.

दरम्यान, १९३९ च्या सुरुवातीस झालेल्या बीपीसीसीच्या सभेमध्ये शरद यांची बंगाल प्रांतिक परिषदेचे अध्यक्ष म्हणून निवड झाली. ही परिषद बंगालमधील जलपैगुडी येथे ४ फेब्रुवारी, १९३९ रोजी आयोजित करण्यात आली होती. या परिषदेच्या अध्यक्षीय भाषणामध्ये शरद यांनी पुन्हा एकदा १९३५ च्या भारत सरकार कायद्यातील तथाकथित संघराज्य योजनेवर

आणि टीकास्त्र सोडले आणि *पूर्ण स्वराज्या*चा मार्ग आखण्यात ही योजना सर्वथा अपयशी ठरत असल्याची टीका केली.[३]

> *पूर्ण स्वराज्या*चे तत्त्व हे योग्य व्यवहार्य मुद्दे समोर ठेवल्याशिवाय साध्य करता येणार नाही, हे आपण जाणले पाहिजे. मागील दोन ते तीन वर्षांमध्ये असे कोणतेही मुद्दे समोर आलेले नव्हते. मात्र आता आपल्याकडे असा एक मुद्दा आहे आणि तो मुद्दा संघराज्याचा आहे. ही नको असलेली संघराज्य योजना लादण्यासाठी नक्कीच काही प्रयत्न केला जाणार आहे, यात कोणतीच शंका नाही. व्हॉइसरॉय आणि इतर उच्चाधिकाऱ्यांची वक्तव्ये त्याच दिशेने निर्देश करत आहेत. या प्रयत्नांना आपण सर्व शक्तिनिशी प्रतिकार केला पाहिजे. काँग्रेसपुरता विचार करायचा झाल्यास संघराज्य हा निकालात निघालेला मुद्दा आहे, असे मानणे चुकीचे ठरेल. काँग्रेसने निश्चितपणे स्पष्ट आणि जाहीररीत्या संघराज्याचा मुद्दा पूर्णतः अस्वीकारार्ह असल्याचे म्हटले आहे. मात्र, काँग्रेसची संबंधित सर्व व्यक्तींनी अद्याप या प्रश्नी अंतिम निर्णय घेतलेला नाही, यावर विश्वास ठेवण्यास जागा आहे. त्यामुळेच संघराज्य योजनेबाबत त्यांनी विशेष जागरूक होण्याची आवश्यकता आहे.
>
> याबाबतीत एका मुद्द्यावर भर देणे आवश्यक आहे. १९३५ च्या भारत सरकार कायद्याअंतर्गत समाविष्ट करण्यात आलेली संघराज्य योजना ही कोणत्याही प्रकारे संघराज्याचे संविधान नाही, कारण यामधील प्रस्तावित तरतुदी या संघराज्याचे घटक होणाऱ्या राज्यांइतक्याच कृत्रिम आहेत. या संघराज्याच्या घटक राज्यांना कोणताच निश्चित भाषिक, भौगोलिक स्थान किंवा राजकीय विकासाचा आधार नाही. ब्रिटिश भारतातील प्रांतांमध्ये अंशतः तरी लोकशाही आहे, मात्र भारतातील ही राज्ये जवळपास पूर्णपणे हुकूमशाहीवर आधारित आहेत. परस्परविरुद्ध राजकीय तत्त्व असलेल्या घटकराज्यांचे संघराज्य अस्तित्वात येऊ शकत नाही.
>
> संघराज्य योजनेविषयीचा दुसरा आक्षेप म्हणजे भारतातील जनतेचे स्वतःचे सरकार असावे, हे तत्त्व या योजनेत पूर्णतः दुर्लक्षिण्यात आले आहे. यामध्ये जुनीच दोन सत्तास्थानांची व्यवस्था नव्या रूपात मांडण्यात आली असून भारतील लोकांकडून परराष्ट्र व्यवहार आणि संरक्षण या दोन खात्यांचे अधिकार सदैव काढून घेण्याचा प्रस्ताव यामध्ये मांडण्यात आला आहे. कोणताही स्वाभिमानी भारतीय असा प्रस्ताव मान्य करणार नाही.
>
> *पूर्ण स्वराज्या*ची मागणी करण्याचे दुसरे औचित्य म्हणजे दुसरे महायुद्ध नजीक येऊ लागले आहे. एकपक्षीय राज्यकारभार आणि तथाकथित लोकशाही शक्ती यांच्यातील संघर्ष अटळ आहे. या संघर्षामधील खरा विरोध एकपक्षीयता आणि लोकशाही यांच्यातील नसून जुन्या व प्रस्थापित साम्राज्यवादी शक्ती आणि नव्याने साम्राज्य उभारण्यास इच्छुक

---

[३] शरदचंद्र बोस स्मृतीग्रंथ खंड (कलकत्ता: दि शरद बोस अकादमी, १९८२), पृष्ठ क्र. ३५६–३५७.

असलेल्या शक्ती यांच्यातील आहे. या युद्धात जुन्या साम्राज्यवाद्यांच्या बाजूने भारतातील साधनसामग्री व मनुष्यबळ वापरण्याचा प्रयत्न केला जाईल, हे निश्चित आहे. या प्रयत्नाला प्रतिकार करायलाच हवा. विविध छटांच्या साम्राज्यवाद्यांच्या या भांडणामध्ये भारत स्वतःला अडकवून घेऊ इच्छित नाही. या संघर्षामध्ये एकही भारतीय जीव किंवा भारतीय करदात्यांचा एकही रुपया वाया जाता कामा नये.

याचवेळी काँग्रेस अध्यक्षपदी पुन्हा निवडून आलेला भाऊ सुभाष यांना पाठिंबा देण्याकडेही शरद यांनी लक्ष केंद्रित केले होते. या अध्यक्षीय निवडणुकीमुळे काँग्रेसमध्ये गंभीर फूट पडली होती. शरद हे स्पष्टपणे काँग्रेसशी एकनिष्ठ होते आणि काँग्रेसमधील विभाजन टाळण्यासाठी शक्य ते सर्व करण्याची त्यांची तयारी होती. परंतु, त्यांनी तथाकथित संघराज्य योजना आणि *पूर्ण स्वराज्या*च्या आड येणारे या योजनेचे परिणाम यांना जाहीररीत्या विरोध केला. सुभाष यांच्या फेरनिवडीला पाठिंबा देणारे देशभरातील काँग्रेससदस्य आणि समर्थक ७–८ फेब्रुवारी, १९३९ रोजी शरद यांच्या कलकत्त्यामधील १ वूडबर्न पार्क येथील निवासस्थानी शरद यांच्या अध्यक्षतेखाली दोन दिवसीय बैठकीसाठी जमले होते. या बैठकीमध्ये नुकत्याच झालेल्या अध्यक्षीय निवडणुकीमुळे निर्माण झालेल्या परिस्थितीवर विचारविनिमय करून खालील निवेदन प्रसिद्ध करण्यात आले.

श्री. सुभाषचंद्र बोस यांच्या फेरनिवडीस पाठिंबा देणारे भारताच्या विविध भागांतील काँग्रेससदस्य १ वूडबर्न पार्क येथे ८ तारखेला सकाळी पुन्हा जमले होते. श्री. शरदचंद्र बोस हे अध्यक्षस्थानी होते. या बैठकीमध्ये अध्यक्षीय निवडणुकीमुळे निर्माण झालेल्या परिस्थितीच्या सर्व पैलूंवर चर्चा करण्यात आली आणि काँग्रेसने आता कोणता मार्ग स्वीकारावा, यासंबंधीही विचारविनिमय करण्यात आला.

या सर्व चर्चांमधून काही ठरावीक ढोबळ निष्कर्ष काढण्यात आले. तेथे उपस्थित असलेला प्रत्येकजण काँग्रेसमधील संभाव्य विभाजन टाळण्यासाठी आवश्यक ते सर्वकाही करण्याबाबत ठाम आहे, हे स्पष्ट होते.

सध्याच्या भारतातील, तसेच जागतिक परिस्थितीच्या पार्श्वभूमीवर काँग्रेसने संघराज्य योजनेच्या विरोधात कठोर भूमिका घ्यावी आणि सद्यस्थितीतील ह्या संधीचा *पूर्ण स्वराज्या* कडे वाटचाल करण्यासाठी वापर करून घेण्यात यावा, याबाबतही बैठकीत एकमत झाले.

या परिषदेत चर्चिण्यात आलेले कार्यक्रम आणि कृतींची रूपरेषा यांचा समावेश करून ठरावाचा मसुदा तयार करण्यात यावा आणि देशभरातील काँग्रेस सदस्यांचे मत घेण्यासाठी तो प्रसारमाध्यमांतून प्रसिद्ध करण्यात यावा, असेही बैठकीत ठरवण्यात आले. या काँग्रेससदस्यांच्या सूचनांनुसार या ढोबळ ठरावाला अंतिम स्वरूप देण्यात येईल आणि

> त्रिपुरी काँग्रेस अधिवेशनाच्या पूर्वसंध्येला तो अखिल भारतीय काँग्रेस समितीपुढे सादर करण्यात येईल.
>
> काँग्रेसच्या कार्यक्रमाविषयी सर्वांगांनी झालेल्या चर्चेमध्ये स्वातंत्र्याच्या मुद्दा, राष्ट्राची समस्या, काँग्रेस संघटनेशी संबंधित समस्या, राजकीय कैद्यांची सुटका आणि संसदीय कामकाज सुरू ठेवणे आदी मुद्द्यांवर विशेष भर देण्यात आला. देशाला लवकरात लवकर *पूर्ण स्वराज्य* मिळवून देण्यासाठी त्रिपुरी काँग्रेस मार्गदर्शक ठरेल, याबाबत येथे उपस्थित असलेले सर्वजण आशावादी आहेत.

फेब्रुवारी, १९३९ च्या मध्यात सुभाष हे गंभीर आजारी होते. त्यामुळे वर्धा येथे २२ फेब्रुवारी, १९३९ रोजी होणारी काँग्रेस कार्यकारिणीची बैठक ८ मार्च, १९३९ रोजी होणाऱ्या त्रिपुरी काँग्रेसपर्यंत पुढे ढकलण्याची विनंती त्यांनी वल्लभभाई पटेल यांना केली. मात्र त्याऐवजी सुभाष यांच्या अध्यक्षपदाच्या कार्यकाळास सुरुवातीलाच सुरुंग लावण्याच्या आणि गांधी व त्यांच्या समर्थकांचे अधिकारपद पुनर्प्रस्थापित करण्याच्या हेतूने पटेल व उजव्या फळीच्या इतर सदस्यांनी कार्यकारिणी सदस्यत्वाचे राजीनामे दिले. राजीनामा देणाऱ्यांमध्ये नेहरूंचाही समावेश होता.

याच जवाहरलाल नेहरूंनी वर्षभरापूर्वीच ९ जानेवारी, १९३८ रोजी अलाहाबाद येथील आनंद भवन या त्यांच्या निवासस्थानातून सुभाष यांना पत्र लिहिले होते, याकडे अमिय लक्ष वेधतात. काँग्रेस अध्यक्षपदाचा पहिला कार्यकाळ भूषवण्यासाठी भारतात परतण्यापूर्वी सुभाष लंडनमध्ये असताना त्यांना हे पत्र मिळाले.[४]

> अखिल भारतीय काँग्रेस समितीच्या (एआयसीसी) कलकत्त्यामधील बैठकीपासून घडणाऱ्या घडामोडींनी मी खूप चिंतेत आहे. कार्यकारिणीच्या बैठकीमधील गांधीजींचा भावनिक उद्रेक आणि त्यानंतर त्यांनी हरिजनमध्ये लिहिलेला लेख याने मी अस्वस्थ झालो आहे. यानंतर घडलेल्या इतर घटनाही अस्वस्थ करणाऱ्या आहेत. मी येथे प्रत्येक घटना सांगणार नाही, मात्र ज्याचा निमूटपणे स्वीकार करणे मला अतिशय अवघड आहे, असा मुद्दा मी येथे नमूद करतो आहे. काँग्रेसचे नवे धोरण हे पक्षातील डावे घटक आणि जनाधारित चळवळी यांची दडपशाही करणारे आहे. मी लोकांसमोर शांत राहिलो, कारण गांधीजी किंवा माझ्या कार्यकारिणीतील सहकाऱ्यांवर जाहीररीत्या टीका करणे मला आवडत नाही. आपण विशिष्ट सभ्यता आणि शिस्तीचे पालन केले पाहिजे. मात्र, अशाप्रकारे इतरांच्या आक्रमकतेचा शांतपणे स्वीकार करणे, मला कठीण जाते आहे. हरिपुरा काँग्रेसमध्ये किंवा कदाचित त्यापूर्वीही हे मतभेद उघड होण्याची शक्यता आहे. आम्ही ३ फेब्रुवारीपासून वर्धा येथे कार्यकारिणीची बैठक आयोजित केली आहे आणि या बैठकीस तुम्ही उपस्थित

---

[४] मूळ पत्रातील संपूर्ण मजकुरासाठी अमियनाथ आणि ज्योत्स्ना बोस यांचा खासगी संग्रह पाहावा.

राहिले पाहिजे. या बैठकीमध्ये आम्ही हरिपुरा अधिवेशनासाठी ठराव तयार करणार आहोत. आम्ही ३ ते ८ फेब्रुवारी हे पाच दिवस यासाठी राखीव ठेवले आहेत.

मागील दोन वर्षे ही कठीण होती, मात्र येणारे वर्ष हे त्याहीपेक्षा खूप कठीण असेल. तुमचे कार्य खूपच अवघड असणार आहे. अर्थात, मी तुम्हाला सर्व मार्गांनी मदत करू इच्छितो आणि करेनही. तथापि, सध्याच्या कार्यकारिणीशी किंवा तत्सम गोष्टींशी मी कशाप्रकारे संबंधित राहू शकेन, हे मला समजत नाही.

जेव्हा काँग्रेसच्या उजव्या आणि डाव्या फळीतील संघर्ष प्रत्यक्षात समोर आले, त्यावेळी तथाकथित डाव्या विचारसरणीच्या नेहरू यांना उजव्या फळीमध्ये दाखल होण्यात काहीही वावगे वाटले नाही, हा आणखी एक विरोधाभासही अमिय अधोरेखित करतात.

भारताच्या मध्य प्रांतातील त्रिपुरी येथे ८ मार्च, १९३९ रोजी काँग्रेस अधिवेशनास सुरुवात झाली. सुभाष हे यावेळीही खूप आजारी होते आणि डॉक्टरांनी त्यांना कलकत्त्याहून दीर्घ पल्ल्याच्या रेल्वे प्रवासाचा धोका न पत्करण्याचा सल्ला दिला होता. मात्र, सुभाष यांनी हा सल्ला धुडकावून अधिवेशनास उपस्थित राहण्याचा निर्णय घेतला. तापाने फणफणत असलेल्या सुभाष यांना मध्य भारतातील त्रिपुरीपर्यंतचा दीर्घ रेल्वेप्रवास करण्यासाठी त्यांच्या घरातून रुग्णवाहिकेमधून कलकत्त्यामध्ये हुगळी नदीच्या पश्चिम किनाऱ्यावर असलेल्या हावडा रेल्वेस्थानकामध्ये आणण्यात आले. या वेळी त्यांच्यासोबत आई प्रभावती आणि भाऊ डॉ. सुनील बोस हे होते.

गांधींनी राजकोट संस्थानामध्ये सुरू असलेले त्यांचे कार्य हे वार्षिक काँग्रेस अधिवेशनामध्ये उपस्थित राहण्यापेक्षा अधिक महत्त्वाचे असल्याची सबब देऊन त्रिपुरी अधिवेशनाला न जाण्याचा निर्णय घेतला. प्रतिकारक्षम आणि बंडखोर सुभाष यांना अटकाव करण्याचे वाईट कार्य आपल्या सहकाऱ्यांवर सोपवण्यातच ते समाधानी असल्याचे वाटत होते.

त्रिपुरी येथील कार्यक्रमादरम्यान सुभाष खूप आजारी असल्याने १९३९ चे अध्यक्षीय भाषण देऊ शकले नाहीत आणि बंधू शरद यांनी त्यांच्या वतीने भाषण वाचून दाखवले. या कार्यक्रमापासून हाकेच्या अंतरावर असलेल्या तंबूमध्ये पडून सुभाष हे शरद यांचे भाषण व भारताच्या जनतेसमोर ठेवाव्याशा वाटणाऱ्या संदेशाबाबत श्रोत्यांचा प्रतिसाद ऐकत होते.

माझी प्रकृती चांगली नसल्याने देशांतर्गत राजकारणाविषयी बोलताना, मी केवळ महत्त्वाच्या वाटणाऱ्या काही समस्यांना स्पर्श करणार आहे. प्रथमतः मला गेल्या काही काळापासून जे वाटते आहे, ते स्पष्ट शब्दांत मी येथे मांडतो. ते म्हणजे, स्वराज्याचा मुद्दा उपस्थित करण्याची आणि ही राष्ट्रीय मागणी म्हणून ब्रिटिश सरकारपुढे ठेवून ती पूर्ण करण्यासाठी विशिष्ट मुदत देण्याची वेळ आता आली आहे. आपण निष्क्रिय भूमिका घेऊन संघराज्य योजना आपल्यावर लादली जाण्याची वाट पाहण्याचा काळ खूप पूर्वीच निघून गेला आहे.

संघराज्य योजना बळजबरीने आपल्या गळी कधी उतरवली जाईल, हा प्रश्न आता उरलेला नाही, तर युरोपमध्ये पुन्हा शांतता प्रस्थापित होईपर्यंतची काही वर्षे संघराज्य योजना सोईस्कररीत्या गुंडाळण्यात आल्यास आपण काय करायचे, हा खरा प्रश्न आहे. युरोपमध्ये फोर-पॉवर करार किंवा अन्य कोणत्याही मार्गाने शांतता प्रस्थापित झाली, की ग्रेट ब्रिटन अधिक कठोर साम्राज्यवादी धोरण अवलंबेल, यामध्ये कोणतीही शंका नाही. सध्या आंतरराष्ट्रीय स्तरावर ब्रिटनला कमकुवत झाल्यासारखे वाटत असल्यामुळेच ब्रिटनकडून पेलिस्टाइनमधील ज्यूंविरोधात अरबांना आपलेसे करण्याचे प्रयत्न सुरू असल्याची काही चिन्हे दिसत आहेत.

म्हणूनच माझ्या मते आपली राष्ट्रीय मागणी आपण विशिष्ट मुदतीसह ब्रिटिश सरकारसमोर ठेवली पाहिजे आणि त्यावर उत्तरही देण्यासाठीही ठरावीक कालावधीची अट घातली पाहिजे. जर त्या कालावधीत उत्तर आले नाही, किंवा सरकारने दिलेले उत्तर समाधानकारक नसेल तर आपली राष्ट्रीय मागणी सरकारकडून पूर्ण करून घेण्यासाठी आपण आपल्या हातात असलेल्या निर्बंधांचा अवलंब केला पाहिजे. सध्या आपल्या हातात सविनय कायदेभंग आणि सत्याग्रह हे दोन निर्बंध आहेत आणि सध्या ब्रिटिश सरकार दीर्घकाळ अखिल भारतीय सत्याग्रहासारख्या प्रमुख संघर्षाचा सामना करण्याच्या परिस्थितीत नाही.

ब्रिटिश साम्राज्यावर मोठा हल्ला चढवण्याची ही योग्य वेळ नाही, असा विचार करण्याइतके काही निराशावादी लोक काँग्रेसमध्ये आहेत, यांचे मला दुःख होते. मात्र पूर्णपणे वास्तवदर्शी दृष्टिकोनातून परिस्थितीकडे पाहिल्यास मला निराशावादासाठी कोणतीही जागा दिसत नाही. आठ प्रांतांमध्ये क्राँग्रेसची सत्ता असल्याने आपल्या राष्ट्रीय संघटनेची प्रतिष्ठा आणि सामर्थ्य वाढले आहे. जनाधारित चळवळींमुळे आपल्याला ब्रिटिश भारतामध्ये सर्वत्र लक्षणीय प्रगती करता आली आहे. सर्वांत शेवटी आणि महत्त्वाचे म्हणजे सर्व भारतीय राज्यांमध्य अभूतपूर्व जागरूकता निर्माण झाली आहे. विशेषतः आंतरराष्ट्रीय परिस्थिती आपल्यासाठी अनुकूल असताना स्वराज्याच्या दिशेने राष्ट्रीय इतिहासाची अंतिम आगेकूच करण्यासाठी याहून चांगली संधी असलेला क्षण सापडेल का?

एक थंड प्रवृतीचा वास्तववादी मनुष्य म्हणून मला असे सांगावेसे वाटते की सध्याच्या परिस्थितीत सर्व बाबी या आपल्या इतक्या फायद्याच्या आहेत की आपल्याला आशावादाची सर्वोच्च पातळी गाठता येऊ शकते. आपण जर आपल्यातील मतभेद बाजूला ठेवले, आपली सर्व साधनसामग्री गोळा केली आणि सर्व बळ राष्ट्रीय लढ्यासाठी लावले, तर ब्रिटिश साम्राज्यवादाला आपल्या हल्ल्याचा प्रतिकार करणे शक्य होणार नाही. सध्याच्या अनुकूल परिस्थितीचा सर्वाधिक फायदा करून घेण्याची राजकीय दूरदृष्टी आपल्याकडे आहे, की राष्ट्राच्या जीवनकालामध्ये दुर्मिळ असणारी ही संधी आपण गमावणार आहोत?

.....यापुढील मुद्दा म्हणजे आपल्याला देशातील साम्राज्यशाहीविरोधी संघटनांसोबत विशेषतः किसान चळवळ व औद्योगिक मजूर चळवळ यांच्यासोबत परस्परसहकार्याने

> काम केले पाहिजे. देशातील सर्व पुरोगामी घटकांनी परस्परसामंजस्य आणि सहकार्याने काम केले पाहिजे आणि सर्व साम्राज्यशाहीविरोधी संघटनांचे प्रयत्न हे ब्रिटिश साम्राज्यावर हल्ला चढवण्याच्या दिशेने एकवटले पाहिजेत.

यापूर्वीपर्यंत नवनिर्वाचित काँग्रेस अध्यक्षावर पुढील वर्षभरासाठी कार्यकारिणी सदस्यांच्या नियुक्तीची जबाबदारी सोपवण्यात येत असे. काँग्रेसमधील गांधीवादी उजव्या फळीने १९३९ ची अध्यक्षीय निवडणुक गमावली असली, तरी त्यांनी त्रिपुरी काँग्रेस अधिवेशनामध्ये बोस बंधूंचा पराभव करण्याचा निश्चय केला होता. कार्यकारिणी समितीच्या सदस्यांच्या राजीनामा सत्रामध्ये शरद स्वतः सहभागी झाले नव्हते. तथापि, नेहरूंसह सर्व कार्यकारिणी सदस्यांनी राजीनामा दिल्यानंतर प्रत्यक्षात त्रिपुरी येथे बोलावण्यात आलेल्या काँग्रेस अधिवेशनामध्ये कार्यकारिणीच अस्तित्त्वात नव्हती.

त्रिपुरी येथे त्यामुळे काँग्रेसच्या उजव्या फळीने अध्यक्षांच्या स्वतःसह कार्यकारिणीतील अन्य चौदा सदस्य नामांकित करण्याच्या अधिकाराला लगाम घालण्याचे ठरवले. गोविंद वल्लभ पंत यांनी आणलेला या संबंधीचा ठराव 'पंत ठराव' म्हणून ओळखला जातो. त्यामध्ये त्यांनी म्हटले आहे:

> अध्यक्षीय निवडणुकीशी संबंधित व त्यानंतर झालेल्या वादांमुळे काँग्रेस व देशामध्ये निर्माण झालेल्या विविध गैरसमजांच्या पार्श्वभूमीवर काँग्रेसने आपली भूमिका स्पष्ट करणे आणि आपले सर्वसाधारण धोरण जाहीर करणे आवश्यक ठरते.
>
> महात्मा गांधींच्या मार्गदर्शनाखाली गेल्या काही वर्षांपासून काँग्रेसचे कार्यक्रम ज्या मूलभूत धोरणांनी अनुशासित केले जातात, त्या धोरणांप्रति काँग्रेस आपली स्पष्ट निष्ठा जाहीर करत आहे. त्याचबरोबर या धोरणांमध्ये कोणताही खंड पडू नये आणि भविष्यातही काँग्रेसचा कार्यक्रम याच धोरणांनी अनुशासित व्हावा, असे काँग्रेसचे मत आहे. हे काँग्रेस अधिवेशन मागील वर्षी कार्यरत असलेल्या कार्यकारिणीच्या कार्याबाबत विश्वास व्यक्त करते आणि कार्यकारिणीच्या कोणत्याही सदस्याची कोणत्याही प्रकारे निंदा करण्यात आली असल्यास त्याबद्दल खेद व्यक्त करते.
>
> येणाऱ्या काळात गंभीर परिस्थिती निर्माण होण्याची शक्यता लक्षात घेता गांधी हे एकमेव काँग्रेस आणि देशाला या संकटातून विजयपथावर घेऊन जाऊ शकतात. म्हणूनच काँग्रेस पदाधिकाऱ्यांनी गांधीजींप्रति संपूर्ण विश्वास व्यक्त करणे, काँग्रेस अत्यावश्यक मानते आणि अध्यक्षांना विनंती करते की त्यांनी गांधीजींच्या इच्छेनुसार कार्यकारिणी नामांकित करावी.

बोस बंधूंच्या समर्थकांनी पंत ठरावामध्ये अनेक प्रस्तावित सुधारणा सुचवल्या, मात्र बहुसंख्य प्रतिनिधींनी त्या सुधारणा स्वीकारल्या नाहीत. याचे प्रमुख कारण म्हणजे काँग्रेसच्या डाव्या

फळीमध्येही आता गंभीर फूट पडली होती. जयप्रकाश नारायण यांच्या नेतृत्वाखालील काँग्रेस समाजवादी पक्ष या डाव्या आघाडीतील सर्वांत मोठ्या पक्षाने पंत ठरावाविरोधात मत टाकले नाही. अनेकांच्या मते हा नारायण यांनी बोस बंधूंचा केलेला विश्वासघात होता. म्हणून सुभाष यांनी अध्यक्षीय निवडणूक जिंकली असली, तरी अखेरीस त्रिपुरी अधिवेशनामध्ये त्यांना गांधीवादी उजव्या फळीकडून पराभव पत्करावा लागला. या उजव्या फळीने पंत ठरावाच्या माध्यमातून काँग्रेसच्या राजकारणावर पुन्हा एकदा गांधींची घट्ट पकड प्रस्थापित व अधिक मजबूत केली.

२१ मार्च, १९३९ रोजी सुभाष अद्याप रुग्णशय्येवर असताना शरद यांनी कलकत्त्यामधील १, वूडबर्न पार्क येथील निवासस्थानाहून गांधींना पत्र लिहून त्रिपुरी काँग्रेस अधिवेशनातील अनुभव कथन केले:

> प्रिय महात्माजी,
>
> मी मागील शनिवारी (१८ तारखेस) जामादोबा (धनबादजवळील) येथे सुभाषच्या प्रकृतीत काय सुधारणा झाली आहे, हे पाहण्यासाठी गेलो होतो. मी रविवारी (१९ तारखेस) कलकत्त्याला परतलो, तेव्हा तुम्ही १८ तारखेला पाठवलेली तार माझी वाट पाहात होती.
>
> सुरुवातीला सुभाषविषयी सांगतो. त्याचा ज्वर आता स्थिर आणि नियंत्रणाखाली आहे, हे सांगताना मला समाधान वाटते. मागील दोन दिवसांमध्ये तो १०१.२ ते १०१.४ यापेक्षा अधिक वाढलेला नाही. फुफ्फुसांना झालेली इजा मात्र अद्याप तशीच आहे. तथापि, उजव्या फुफ्फुसाच्या स्थितीत लक्षणीय सुधारणा झाली आहे. डाव्या फुफ्फुसातील अडथळे अद्याप तसेच आहेत. जामादोबा येथे सुभाष त्याला सांगितलेले उपचार, विश्रांती आणि आहार यांचे नेटाने पालन करत आहे. या सुधारणेत खंड पडला नाही, तर साधारणतः आठवड्याभरात त्याचा ज्वर नाहीसा होईल आणि सुमारे पंधरवड्यामध्ये फुफ्फुसाची इजाही भरून येईल, असा अंदाज आहे.
>
> मी तुम्हाला १७ तारखेस तार करून 'मी आता दिल्लीला न येण्याचा निर्णय घेतला आहे', वगैरे कळवले होते, तेव्हा तुम्हाला भविष्यात कधीतरी या निर्णयाप्रत येण्यामागची कारणे सविस्तर सांगणे योग्य ठरेल, असे मला वाटले होते. तथापि, तुम्हाला माझी तार गोंधळात टाकणारी वाटली आणि मी त्याविषयी लिहावे असे तुम्ही सुचवले, त्यामुळे शक्य तितक्या थोडक्यात मी या निर्णयाप्रत येण्याचे कारण सांगतो आहे.
>
> मी त्रिपुरी येथे असताना सात दिवसांमध्ये जे पाहिले व ऐकले, ते माझ्या डोळ्यांत अंजन घालणारे ठरले. लोक ज्यांच्याकडे तुमचे निवडलेले अनुयायी आणि प्रतिनिधी म्हणून पाहात आहेत, त्यांचे मला दिसलेले सत्य आणि अहिंसेचे प्रदर्शन हे (तुमच्याच भाषेत सांगायचे झाल्यास) 'माझ्या नाकपुडीत अडकलेल्या दुर्गंधी'प्रमाणे होते! त्यांनी राष्ट्रपती (अध्यक्ष) आणि राष्ट्रपतींचे राजकीय विचार मानणाऱ्यांच्या विरोधात तेथे केलेला प्रचार

हा सर्वथा स्वार्थी, द्वेषयुक्त आणि सूडबुद्धीने भरलेला होताच, पण त्यामध्ये सत्य आणि अहिंसेचा साधा आभासही नव्हता.

मागील महिन्याच्या मध्यास वर्धा येथे तुमच्या सुभाषशी झालेल्या भेटीवेळी (इतर अनेक गोष्टींसोबत) त्याच्या मार्गामध्ये कोणतेही अडथळे आणण्यात येणार नाहीत, असे तुम्ही त्याला सांगितल्याचे त्याने परतल्यानंतर मला सांगितले होते. जे तुमची जाहीररीत्या शपथ घेतात, त्यांनी त्रिपुरी अधिवेशनामध्ये त्याच्या मार्गात केवळ अडथळेच अडथळे आणले आणि स्वतःच्या फायद्यासाठी त्यांनी त्याच्या आजारपणाचा स्वार्थीपणे पुरेपूर वापर करून घेतला. कार्यकारिणीतील काही माजी सदस्यांची तर राष्ट्रपतींचा आजार 'खोटा' व केवळ राजकीय आजार आहे, असा कपटी प्रचार वारंवार करेपर्यंत मजल गेली होती.

मी वर नमूद केलेल्या गोष्टी या त्रिपुरी येथे सर्वज्ञात झाल्या होत्या आणि तेथे उपस्थित असलेले हजारो लोक त्याची साक्ष देऊ शकतील, याची मला खात्री वाटते. श्री. भुलाभाई देसाई तर याही पुढे गेले आणि विषय समितीच्या व्यासपीठावर बसले असताना त्यांनी राष्ट्रपती आणि त्यांचे बॅरिस्टर भाऊ (म्हणजे मी) यांची 'बदमाश' अशी संभावना केली. छावण्यांमध्ये, मुदपाकखान्यामध्ये जवळपास सर्वत्र हाच प्रचार करण्यात येत होता. संपूर्ण वातावरणच किळसवाणे झाले होते. त्या वातावरणामुळे श्री. गोविंद वल्लभ पंत यांच्या ठरावातील शब्दरचना बदलण्याचे सर्व प्रयत्न फोल ठरले. काँग्रेसच्या कार्यकारिणीतील काही माजी सदस्य आणि काँग्रेसचे काही मंत्री यांनी तर 'एकही शब्द, एकही स्वल्पविराम बदलले जाणार नाही', असा उघड पवित्रा घेतला होता.

अधिवेशनातील खुल्या सत्राचे कामकाजही योग्यरीत्या किंवा योग्य हेतूने केले गेले नाही. राष्ट्रपतींच्या आरोग्याची गंभीर स्थिती पाहता श्री. जी. बी. पंत यांच्या ठरावावरील चर्चा अधिवेशनाच्या दुसऱ्या दिवसापर्यंत पुढे ढकलण्यात यावी, अशी मागणी करणारा प्रस्ताव (ज्यासाठी पूर्वसूचनाही देण्यात आली होती) श्री. के. एफ. नरिमन यांनी मांडला होता. तथापि, मौलाना साहेबांनी हा प्रस्ताव नाकारला. प्रस्ताव नाकारण्याची कारणे मात्र केवळ त्यांना व त्यांच्याभोवती असलेल्या गटांनाच माहीत असावीत. अशाप्रकारे श्री. के. एफ. नरिमन यांना शांत करण्यात आले, तर श्री. गोविंद वल्लभ पंत यांचा ठराव एआयसीसीपुढे ठेवण्याबाबत श्री. एम. एस. अणे यांनी मांडलेला प्रस्ताव स्वीकारण्यात आला आणि हा प्रस्ताव मान्य झाल्याचे मौलाना साहेबांनी जाहीर केले.

या दोन प्रसंगी बंगाल, उत्तर प्रदेश, पंजाब आणि इतर काही प्रांतातील प्रतिनिधींनी मोठ्या संख्येने बराच वेळ निदर्शने केली. अखेरीस त्यांना शांत करण्यात मला यश आले. जेव्हा मी त्यांना शांत करण्याच्या प्रयत्नात होतो आणि त्यांनी पंडीत जवाहरलाल नेहरूंचे बोलणे ऐकून घ्यावे, अशी विनंती करत होतो, तेव्हा मला जवळपास यश आले असतानाच नेहरू यांचा स्वतःवरील ताबा सुटला आणि त्यांनी ध्वनीक्षेपकाजवळ उभे राहून या निदर्शकांना 'गुंड, हुकूमशाहीवादी' इत्यादी संबोधण्यास सुरुवात केली. अखेरीस मी सुव्यवस्था

कायम ठेवण्यात यशस्वी ठरलो आणि पंडीत जवाहरलाल नेहरू यांच्या प्रदीर्घ भाषणानंतर श्री. एम. एस. अणे यांना आपला प्रस्ताव मागे घेण्यासाठी सभागृहाची संमती मागण्याची परवानगी देण्यात आली आणि सभागृहाने संमती दिल्याने हा प्रस्ताव मागे घेण्यात आला. त्यानंतर लगेचच श्री. जयप्रकाश नारायण यांना 'संघराज्य आणि राष्ट्रीय मागणी' यासंबंधीचा ठराव मांडण्यासाठी बोलावण्यात आले. आता खूप उशीर झाला असून हा ठराव दुसऱ्या दिवशी मांडता येऊ शकतो, असे मी मौलाना साहेबांना सुचवले. तथापि, ही सूचना त्यांना मान्य झाली नाही. मी या ठरावावर सूचवलेली सुधारणा पूर्वसूचना न दिल्याचे कारण सांगून मौलाना साहेबांनी नाकारली. ही सुधारणा आमदार पंडित लक्ष्मीकांत मोईत्रा यांनी विषय समितीसमोर मांडलेलीच सुधारणा आहे, हे मी त्यांच्या लक्षात आणून दिले, मी दुपारी याविषयीची पूर्वसूचना का देऊ शकलो नाही, याचे स्पष्टीकरण दिले आणि तातडीने पूर्वसूचना देण्याची माझी तयारी असून त्यांनी दुसऱ्या दिवशी या सुधारणेचा विचार करावा, अशी विनंतीही मी केली, तरीही त्यांनी ती सुधारणा स्वीकारली नाही.

ही छोटीशी सूटही नाकारण्यात आली असली तरी पंडीत जवाहरलाल नेहरू यांनी पूर्वसूचना न देता त्यांचा 'संघराज्य आणि राष्ट्रीय मागणी'बाबतचा ठराव मांडला होता आणि केवळ राष्ट्रपतींनी पूर्वसूचना आवश्यक असल्याचा नियम शिथिल केल्यामुळेच, हा ठराव विषय समिती आणि अधिवेशनामध्ये मांडता येऊ शकला होता, हे मौलाना साहेबांना चांगलेच ठाऊक होते. किंबहुना राष्ट्रपतींनी पंडीत जवाहरलाल नेहरू यांना विषय समिती समोर सहा ठराव मांडण्याची परवानगी दिली होती व यापैकी एकासाठीही त्यांनी पूर्वसूचना सादर केली नव्हती. जाता जाता मी हेसुद्धा नमूद करू इच्छितो की श्री. जी. बी. पंत यांच्या ठरावासाठीही पूर्वसूचना देण्यात आली नव्हती आणि राष्ट्रपतींनी पूर्वसूचना आवश्यक असल्याचा नियम शिथिल केल्यामुळेच, तसेच काँग्रेसच्या घटनेविरोधात असलेल्या या ठरावातील अखेरच्या परिच्छेदाविषयीचा आक्षेप मागे घेतल्यामुळेच हा ठराव विषय समितीसमोर येऊ शकला. याविषयी सांगताना मला काँग्रेस अधिवेशनाचे पुढील वर्षीचे ठिकाण ठरवण्याबाबतच्या ठरावावर राजेंद्र प्रसाद यांनी सूचवलेल्या सुधारणेचाही उल्लेख केला पाहिजे. या सुधारणेसाठीही पूर्वसूचना देण्यात आली नव्हती, तरीही मौलाना साहेबांनी ती सुधारणा स्वीकारली. अधिवेशनातील कामकाजादरम्यान असमान वर्तणुकीचे आणि अनुचित वर्तनाचे मी आणखीही दाखले देऊ शकतो, मात्र आता मी ते करत नाही.

सन्मान आणि सभ्यतेच्या जाणीवा न गमावलेल्या लोकांसाठी आता दोनच पर्याय शिल्लक आहेत, असे या सर्वांतून माझ्या लक्षात आले आहे. एकतर, जो गट तुमच्या नावाचा वापर करतो आणि तुमच्या नावामागेच दडतो त्यांना कोणताही विरोध न करता काँग्रेसवर राज्य करू द्यावे किंवा त्यांच्याविरोधात कणखर, निश्चयी आणि त्याचवेळी सन्माननीय असा लढा उभारावा आणि ते ज्या पदांचा गैरवापर करत आहेत, त्या पदांवरून त्यांना काढून टाकावे. माझे मन या दोन पर्यायांमध्ये दोलायमान होते, मात्र हे लिहित असताना

यापैकी दुसरा पर्याय निवडावा, असे मला वाटते आहे. हे केवळ माझे वैयक्तिक मत नसून प्रतिनिधींच्या मोठ्या समूहालाही असेच वाटते आहे. तुमचे नाव, प्रभाव आणि प्रतिष्ठेच्या आधाराने जरी तुमच्या प्रतिनिधींना काँग्रेस चालवण्याची परवानगी मिळाली, तरी हे केवळ तुमच्या जीवनकाळापर्यंतच सुरू राहू शकते. तुमच्या अनुपस्थितीमध्ये त्यांना झटकून टाकण्यास लोकांना फारसा वेळ लागणार नाही. अध्यक्षीय निवडणुकीनंतर दिलेल्या जाहीर निवेदनामध्ये तुम्ही निवडणुकीचे निकाल हा तुमचा स्वतःचा पराभव असल्याचे म्हटले होते. हे वर्णन पूर्णपणे चुकीचे आहे, असे म्हणण्याची कृपया मला परवानगी द्यावी, कारण लोकांना ते तुमच्या बाजूने अथवा तुमच्या विरोधात आहेत, हे जाहीर करण्यासाठी निमंत्रित करण्यात आले नव्हते. हा काँग्रेसच्या 'हाय कमांड'चा, म्हणजेच सरदार पटेल यांच्याभोवती एकत्र जमलेल्या सत्ताधारी गटाचा पराभव आहे, असे वर्णन केल्यास त्याचे अर्थातच काही प्रमाणात समर्थन करता येऊ शकेल.

नजीकच्या भविष्यामध्ये कदाचित आपल्याला आपल्या वाटा वेगळ्या झालेल्या दिसतील. नपेक्षा सातत्याने तुमचे नाव घेणाऱ्यांच्या कार्याने आणि वर्तणुकीने काँग्रेसची उतरण ज्या दलदलीमध्ये झाली आहे, त्यातून पक्षाला बाहेर काढू शकणारे तुम्ही एकमेव व्यक्ती आहात, असे मला वाटते. आता स्वतःसाठी सत्याची पडताळणी करून त्यानुसार कृती करणे तुमच्यावर अवलंबून आहे. मी सांगितलेल्या गोष्टींमधील सत्याचा स्वतंत्रपणे शोध घेण्याच्या प्रक्रियेत तुमच्या प्रकृतीची स्थिती आड येऊ शकते याची मला जाणीव आहे. मात्र, यासंदर्भात तुम्हाला दिल्या जाणाऱ्या एकतर्फी वृत्तान्ताची माहिती आणि प्रभाव तुम्ही नाकारण्याची वेळ आता आली आहे. याबाबतीत मी देशातील बहुसंख्य जनतेचे मत तुम्हाला सांगितल्याशिवाय मला गत्यंतर नाही. तुमची प्रकृती खालावण्यास सुरुवात झाल्यापासून तुम्हाला मोठ्या प्रमाणावर प्रत्यक्ष माहितीपासून दूर ठेवले जात आहे आणि नकळतपणे तुम्ही नेहमी तुमच्या भोवती असणाऱ्या आणि तुम्हाला माहिती देणाऱ्या गटावर अधिकाधिक अवलंबून राहू लागला आहात, हे देशाचे दुर्दैव आहे. काँग्रेसमध्ये आणि देशातही काही सभ्य आणि प्रामाणिक लोक आहेत, ज्यांना तुमची प्रकृती खालावली असताना प्रत्येकवेळी तुमच्याकडे येऊन तुमच्या चिंतेत भर घालण्याची किंवा प्रत्येक गोष्ट तुमच्यापर्यंत आणण्याची कल्पना आवडत नाही. तुमचा विचार करता त्यांची ही भूमिका त्यांच्यासाठी कदाचित मारक ठरत आहे. मात्र, आम्हाला त्रिपुरी येथे ज्याचे वेदनादायी दर्शन घडले, त्या 'हाय कमांडमधील' स्वार्थी, नीच, मत्सरी आणि सूडबुद्धीने वागणाऱ्यांना तुम्ही खडसावाल, अशी खात्री त्यांना वाटली, तर अद्याप ते आपल्या भूमिकेवर ठाम राहतील. काँग्रेसने हा खरा 'भ्रष्टाचार' साफ करण्याची आवश्यकता आहे. आपण मागील डिसेंबरपासून ज्या भ्रष्टाचाराविषयी चर्चा करत आहोत, तो या तुलनेत खूप कमी आहे.

त्रिपुरी येथे उपस्थित असलेल्या काँग्रेस मंत्र्यांच्या आविर्भावाचे संदर्भ दिल्याशिवाय माझे हे पत्र अपूर्ण राहिल. ज्यांना भारत सरकार कायद्याविरुद्ध लढण्याच्या आणि तो हाणून

पाडण्याच्या उघड उद्देशाने मंत्रालयात पाठवले, त्यांनी काँग्रेसला स्वतःची इच्छा पूर्ण करणारे यंत्र बनवून काँग्रेस फोडण्यासाठीच सर्वतोपरी प्रयत्न केले आणि अध्यक्षीय निवडणुकीमुळे त्यांचे स्थान डळमळीत झाल्यासारखे त्यांना वाटत होते, ते बळकट करण्यात धन्यता मानली. त्रिपुरी येथे काँग्रेसच्या मंत्र्यांनी उघडपणे आपला नैतिक आणि भौतिक प्रभाव एका गटाच्या फायद्यासाठी वापरला आणि अधिवेशनाचे जे अंतिम फलित आहे, त्यासाठी एक घटक इतर सर्वांपेक्षा जास्त कारणीभूत ठरला. काँग्रेसमध्ये मंत्र्यांचे हे वर्चस्व असेच सुरू राहिले, तर काँग्रेस हा अंतर्गत हितसंबंधांचे मुखपत्र बनून संपून जाईल आणि काँग्रेसला स्वतंत्र व लोकशाही पद्धतीने पक्षाची कोणतीही धोरणे व कार्यक्रम ठरवता येणार नाहीत.

मी जे काही सांगितले आहे, ते माझ्या एकट्याचे मत नसून देशातील बहुसंख्य लोकांना असे वाटत आहे, हे मी पुन्हा सांगू इच्छितो. त्रिपुरी येथील ठरावांमध्ये मांडण्यात आलेल्या काँग्रेसच्या कार्यक्रमांविषयी, किंवा अधिक स्पष्ट सांगायचे झाल्यास त्या ठरावांमध्ये कोणताच कार्यक्रम नसल्याविषयी लिहिण्याचे मी हेतुतः टाळले आहे. त्याविषयी मी भविष्यात लिहिनच. मी जे काही लिहिले आहे, त्याच्या जोडीला मी स्वतःहून तुमच्याकडे येण्यामध्ये आता माझी प्रकृती अडथळा ठरते आहे, हेसुद्धा मला येथे सांगितले पाहिजे. त्रिपुरी येथे सहन कराव्या लागलेल्या शारीरिक व मानसिक ताणाचा प्रकृतीवर गंभीर परिणाम झाला असून पुढील काही आठवडे मला सक्रिय राजकीय कार्यापासून विश्रांती घेण्याची गरज आहे, असे वाटते. ईस्टरच्या सुट्ट्यांनंतर मी तुम्हाला भेटण्याचा प्रयत्न करेन.

दरम्यान, मी तुमच्या प्रकृतीविषयी जाणून घेण्यास उत्सुक आहे. तुमच्या प्रकृतीत सातत्याने सुधारणा होत असल्याचे ऐकायला मिळेल, अशी आशा करतो. त्याचप्रमाणे, पुढील काही आठवड्यांमधील तुमच्या दौऱ्यांचे नियोजन जाणून घ्यायला मला आवडेल. म्हणजे, जेव्हा आवश्यक असेल, तेव्हा किमान पत्राने आणि तारांनी मी तुमच्याशी संपर्क ठेवू शकेन.

अनेक प्रणाम,

तुमचा प्रिय,

शरदचंद्र बोस

गांधी यांनी नेहरूंच्या माध्यमातून शरद यांना उत्तर पाठवण्याचे ठरवले. नेहरूंनी शरद यांना २४ मार्च, १९३९ रोजी पत्र लिहिले:

प्रिय शरद,

गांधीजी मौलाना आझाद यांना भेटण्यासाठी आज सकाळी येथे आले होते आणि त्या वेळी त्यांनी तुम्ही २१ मार्च रोजी त्यांना पाठवलेले पत्र मला दाखवले. हे पत्र वाचून मला आश्चर्य आणि दुःख वाटले. आपल्या सर्वांनाच माहीत आहे, की काँग्रेसच्या आघाडीच्या नेत्यांमध्ये धोरणे आणि कार्यक्रमांवरून मतभेद आहेत आणि आपण नेहमीच आपली मते व्यक्त करत असलो, तरी आपण एकत्र वाटचाल करण्यात यशस्वी ठरलो आहोत.

> सर्वसामान्यपणे बोलायचे झाल्यास गांधीजींच्या कार्यक्रमांचे काँग्रेस अनुकरणे करते आणि त्यांचे नेतृत्व काँग्रेसने स्वीकारले आहे. प्रभारी अध्यक्षांचे नेतृत्व आणि त्यांची कार्यशैली यांविषयी मी काही बोलण्याची आवश्यकता नाही. परंतु, ते खूप अवघड पद भूषवत आहेत आणि त्यांनी धीरगंभीरपणाने आणि प्रामाणिकपणे या पदाचे कामकाज हाताळले आहे, याबाबत तुम्ही माझ्याशी सहमत असाल, अशी मला खात्री आहे. त्यांनी भले 'राष्ट्रीय मागणी' संबंधी ठरावावर तुम्हाला सुधारणा सुचवण्याची परवानगी देण्याचा मुद्दा ताणला असेल, मात्र असे घडल्यानंतरही तुम्हाला तुमचे मत काँग्रेससमोर ठेवण्यास पूर्ण वाव होता. मतदानावेळी या ठरावाला विरोध करणारे तुम्ही एकमेव व्यक्ती होता. स्वतःला डाव्या विचारसरणीचा मानणारा कोणताही काँग्रेससदस्य या ठरावाला विरोध करेल, असा विचारच मी करू शकलो नव्हतो. त्यामुळे मी किती थक्क झालो, हे कसे सांगू?
>
> बंगालमधील संयुक्त पक्षांच्या मंत्रिमंडळाचा प्रश्न घ्या. विशिष्ट परिस्थितीमध्ये याबाबत विचार करता येऊ शकला असता, मात्र सध्या ही सर्वांत प्रतिगामी चाल आहे. तुम्हाला बंगालमध्ये डळमळीत पाठिंब्यावर उभे असणारे हे संयुक्त पक्षाचे मंत्रिमंडळ का हवे आहे, हेच मला समजत नाही आणि तरीही तुम्ही इतर ठिकाणी चांगल्या परिस्थितीमध्ये जे काही अपयश असेल, त्यासह कार्यरत असलेल्या काँग्रेसच्या मंत्रिमंडळांवर आक्षेप घेता आहात.

नेहरूंना बोचरे आणि भांडखोर उत्तर देताना शरद यांनी ४ एप्रिल, १९३९ रोजी लिहिले आहे:

> गैरसमजाचे हे प्रकरण बार्डोली येथे सुरू झाले. बार्डोली येथे विशिष्ट गट पुढील वर्षीच्या काँग्रेस अध्यक्षपदाच्या प्रश्नावर निर्णय घेण्यासाठी जमला होता आणि या बैठकीत ठरावीक निर्णय घेऊन त्यादृष्टीने मोर्चेबांधणी करण्यात आली. अध्यक्षांना आणि कार्यकारिणीतील इतर सदस्यांना कोणतीही माहिती न देता त्यांच्या पाठिमागे या गोष्टी करण्यात आल्या. त्या चमत्कारिक आणि गुप्त घडामोडी या माझ्या समजुतीच्या पूर्णपणे पलीकडे होत्या आणि आजही आहेत. तुम्ही ज्यांना इतके महत्त्व देता, ती सहकाऱ्यांविषयीची श्रद्धा आणि सामंजस्य तुम्हाला या घडामोडींतून दिसले असेल का, याचे मला आश्चर्य वाटते. अध्यक्षांशी आणि काँग्रेसशी खूप जवळून संबंधित असलेल्या आणि ज्याविषयी मत मांडण्याचा त्यांना हक्क आहे, अशा मुद्द्यावर त्यांना विश्वासात घेऊ न इच्छिण्याचे समर्थन तुम्ही कसे कराल, याची मला कल्पना नाही. अध्यक्षांना असलेला सरळसरळ व्यक्तिगत विरोध किंवा त्यांच्याशी प्रांजळपणा ठेवण्याबाबतची अनिच्छा, असेच या घडामोडींचे समर्थन करता येईल.
>
> मी ठरावीक लोकांबद्दल सांगितलेल्या ठरावीक गोष्टी स्वीकारणे, तुम्हाला अवघड गेले, याचे मला आश्चर्य वाटले नाही. कोणाही व्यक्तीला आपल्या सहकाऱ्यांपेक्षा खूप खालच्या स्तरावरील व्यक्तीने सांगितलेल्या गोष्टींवर विश्वास ठेवायला आवडत नाही आणि ज्याप्रकारची तुमची जडणघडण आणि तुम्हाला मिळालेले प्रशिक्षण आहे, त्यावरून तुम्ही ज्या गटामध्ये स्वतःला सहभागी करून घेतले आहे, त्यांच्याविषयीच्या वाईट गोष्टी

समजून घेणे तुम्हाला अधिकच कठीण गेले असेल. एटन आणि हॅरो या शाळांमधील (ब्रिटनमधील या शाळांमध्ये जवाहरलाल नेहरू यांचे शिक्षण झाले होते) किंवा सध्याच्या ब्रिटिश सरकारच्या सदस्यांशी वागताना पाळल्या जाणाऱ्या संकेतांपेक्षा जगात अन्य नैतिक व्यवस्था आणि वर्तणुकीचे मापदंड आहेत, हे मान्य करण्याबाबतच्या असमर्थतेचा पुरावाच यातून दिसत नाही का? ब्रिटिश सरकारने हिटलर आणि मुसोलिनी यांच्याविषयीही खूप चांगला विचार केला होता. मात्र, या हुकूमशहांना क्रिकेट, पूर्वीच्या पद्धतीने टाय बांधणे आवडत नाही, इत्यादी गोष्टी समजल्यानंतर ब्रिटिशांना अंतर्बाह्य धक्काच बसला.

तुम्ही सादर केलेल्या राष्ट्रीय मागणीसंबंधीच्या ठरावाला माझा विरोध असल्याचे पाहून तुम्ही थक्क झालात, असे तुम्ही लिहिले आहे. मला माझी सुधारणा सुचवण्याची परवानगी मिळाली असती, तर ठरावाला औपचारिकरीत्या विरोध करण्याचा प्रसंगच उद्‌भवला नसता. मात्र, मला ही संधी न मिळाल्यामुळे या ठरावाला औपचारिकरीत्या विरोध करावा व त्यानंतरच्या भाषणामध्ये माझ्या भूमिकेचे स्पष्टीकरण द्यावे, असे मला वाटले. माझ्या मते ही मागणी परिणामशून्य आणि रंगहीन असून ती आपल्याला पुढे घेऊन जाईल याची सुतराम शक्यता नाही. वर्षानुवर्षे यांसारखे ठराव स्वीकारले जात आहेत. त्यामध्ये निश्चित उद्देश आणि हे ठराव मान्य न झाल्यास करण्यात येणाऱ्या कृतीबाबत कोणतेही नियोजन नसल्याने त्याचा ना आपल्या शत्रुंवर काही परिणाम होतो ना ते आपल्या जनतेच्या मनाचा ठाव घेऊ शकतात. सूचनेला विरोध करण्यासाठी तुम्ही कालमर्यादेचे कारण दिले आहे, जणू काही काँग्रेसच्या इतिहासात कालमर्यादा ही नव्याने अंतर्भूत करण्यात आलेली गोष्ट असावी.

बंगालमधील संयुक्त मंत्रिमंडळाच्या इष्टतेबाबत बोलायचे झाल्यास मी यापूर्वीही कार्यकारिणीच्या बैठकांमध्ये माझा दृष्टिकोन स्पष्ट करण्याचा प्रयत्न केला आहे. मंत्रीपद स्वीकारणे ही निश्चितच प्रतिगामी चाल आहे. मात्र, एकदा काँग्रेसने त्याच्या बाजूने निर्णय घेतला असेल आणि तथाकथित बिगर-काँग्रेसशासित प्रांतांमध्येही काँग्रेसचा कार्यक्रम स्वीकारण्यात येणार असेल, तर माझ्यामते काँग्रेसने क्राँग्रेसशासित प्रांत आणि बिगर-काँग्रेसशासित प्रांत असा भेद करू नये. शेवटी काही प्रांतांमध्ये काँग्रेसला अपघातानेच बहुमत मिळाले आहे. त्या प्रांतांमध्ये हिंदू अपघाताने बहुसंख्य आहेत या अपघातावरच काँग्रेसला बहुमत मिळण्याचा अपघात अवलंबून आहे.

हे पत्र संपवण्यापूर्वी मला आणखी एक चूक सुधारली पाहिजे. बऱ्याचदा मी मांडलेला दृष्टिकोन हाच सुभाषचाही दृष्टिकोन आहे, असे गृहीत धरले जाते. प्रत्यक्षात मात्र हे खरे नाही, कारण मी प्रत्येक बाबतीत सुभाषशी सल्लामसलत करत नाही आणि तसे करणे शक्यही नाही. त्याचप्रमाणे तोसुद्धा असे करत नाही. विशेषतः या बाबतीत बोलायचे झाल्यास मी गांधीजींना पाठवलेल्या पत्राची एक प्रत त्यालाही पाठवली आहे आणि त्यातील कोणत्या मुद्द्यांवर तो सहमत आहे आणि कोणत्या मुद्द्यांवर नाही, हे त्याने ठरवायचे आहे. त्याचा मुखत्यार होण्याचे अधिकार मला नाहीत.

दरम्यान, सुभाष यांनी स्वतःही २९ व ३१ मार्च रोजी जिलगोरा येथून गांधीजींना पत्रे लिहिली असून त्रिपुरी येथे घडलेल्या गोष्टींबाबतची अस्वस्थता या पत्रांमधून व्यक्त केली आहे:

प्रिय महात्माजी,

मला २४ तारखेला तुमचे ट्रेनमधून पाठवलेले पत्र व त्यासोबतच्या इतर गोष्टी मिळाल्या.

सर्वप्रथम, माझे बंधू शरद यांनी स्वतंत्रपणे तुमच्याशी पत्रव्यवहार केला आहे. त्याच्या पत्रावरून तुम्हाला हे समजलेच असेल की त्याला येथून कलकत्त्याला गेल्यानंतर तुमची तार मिळाली व त्यानंतर त्याने तुम्हाला पत्र लिहिले. त्याला तुमची तार मिळाली नसती, तर त्याने पत्र लिहिले असते का, याबाबत मला शंका वाटते.

त्या पत्रातील काही गोष्टींबाबत खचितच माझ्याही सारख्याच भावना आहेत. परंतु, तो वेगळा मुद्दा आहे. दोन्ही पक्ष भूतकाळ विसरून पुन्हा एकत्र काम करू शकतात का, हा माझ्यासमोरील मुख्य प्रश्न आहे आणि हे सर्वथा तुमच्यावर अवलंबून आहे. तुम्ही जर निःपक्षपाती भूमिका स्वीकारून दोन्ही पक्षांचा विश्वास मिळवला, तर तुम्ही काँग्रेसला वाचवू शकता आणि राष्ट्रीय एकात्मता पुनर्प्रस्थापित करू शकता.

माझी प्रवृत्ती सूड उगवण्याची नाही आणि मी गाऱ्हाणी कुरवाळतही बसत नाही. एकप्रकारे माझी मानसिकता ही मुष्टियोद्ध्याची आहे. म्हणजेच मी सामना संपल्यानंतर प्रतिस्पर्ध्याशी हसत हस्तांदोलन करतो आणि जो निकाल असेल, तो खिलाडूवृत्तीने स्वीकारतो.

दुसरे म्हणजे, माझ्यावर होत असलेल्या सर्व आरोपांनंतरही मी पंत ठराव स्वीकारण्यास तयार आहे कारण तो काँग्रेसने संमत केलेला आहे. आपण तो अमलात आणला पाहिजे. त्या ठरावामध्ये अवैध तरतुदी असतानाही मी स्वतः तो ठराव मांडण्यास परवानगी दिली होती. आता मी त्यापासून माघार कशी घेऊ शकेन?

तिसरे म्हणजे तुमच्यासमोर दोन पर्याय आहेत. एकतर नवी कार्यकारिणी निवडण्याविषयी आमच्या दृष्टिकोनाशी तुम्ही जुळवून घ्यावे किंवा संपूर्णपणे तुमचा दृष्टिकोन अमलात आणण्याचा आग्रह धरावा. यापैकी दुसरा पर्याय तुम्ही स्वीकारल्यास आपले मार्ग विभक्त होतील.

चौथे म्हणजे, तातडीने नवी कार्यकारिणी नेमण्यासाठी आणि तातडीने एआयसीसी व कार्यकारिणीची बैठक बोलावण्यासाठी शक्य ते सर्व काही करण्याची माझी तयारी आहे. तथापि, मला सध्या दिल्लीला येणे शक्य नाही आणि त्याबद्दल मी क्षमस्व आहे. (डॉ. सुनील यांनी याबाबत तुम्हाला सकाळीच तार केली आहे.) मला यासंबंधीची तुमची तार कालच मिळाली.

पाचवे म्हणजे, एआयसीसी कार्यालयाने तुम्हाला पंत ठरावाची प्रत पाठवली नसल्याचे तुमच्या पत्रामध्ये वाचून मला आश्चर्य वाटले. (ही प्रत आता पाठवण्यात आली आहे.) हा ठराव तुम्ही अलाहाबादला येईपर्यंत तुम्हाला दाखवण्यात आला नव्हता, याचे मला त्याहून अधिक आश्चर्य वाटले. त्रिपुरी येथे तर या ठरावाला तुमचा पूर्ण पाठिंबा आहे,

अशा अफवेचे तरंग उठत होते. आम्ही त्रिपुरी येथे असताना दिल्लीतील वृत्तपत्रांमध्ये अशा आशयाचे निवेदनही छापून आले होते.

सहावे म्हणजे, मला कार्यालयाचा अजिबात मोह नाही. परंतु, केवळ मी आजारी असल्याने राजीनामा देण्याचे कोणतेच कारण मला दिसत नाही. दाखलाच द्यायचा झाल्यास आतापर्यंत कोणत्याही अध्यक्ष महोदयांनी कारावासात असताना पदाचा राजीनामा दिलेला नाही. माझ्यावर राजीनामा देण्यासाठी खूप दडपण आणण्यात येत आहे, हे मी तुम्हाला सांगू शकतो. मी या दडपणाचा प्रतिकार करत आहे, कारण मी राजीनामा देण्याचा अर्थ काँग्रेसमधील नव्या टप्प्याची सुरुवात असा होतो आणि ते अखेरपर्यंत टाळण्याची माझी इच्छा आहे.

गेल्या काही दिवसांपासून मी एआयसीसीच्या तातडीच्या कामांमधे लक्ष घालत आहे.

मी तुम्हाला पुन्हा उद्या किंवा परवा पत्र लिहिन. माझी प्रकृती सुधारते आहे. तुमचा रक्तदाब लवकरच पुन्हा नियंत्रणात येईल, अशी मी आशा करतो.

अनेक प्रणाम,

तुमचा प्रिय,

सुभाष

ता. क. — हे पत्र म्हणजे तुमच्या पत्राचे तंतोतंत उत्तर नाही. मी केवळ माझ्या मनात आलेले मुद्दे उतरवून काढले आहेत. हे मुद्दे मला तुमच्यापर्यंत पोहोचवायचे होते.

त्यानंतर लगेचच ३१ मार्च, १९३९ रोजी पाठवलेल्या पत्रामध्ये सुभाष यांनी गांधींना आवाहन केले आहे.

आपण जर मार्ग विभक्त करायचे ठरवले, तर त्यामुळे कडवट नागरी युद्धाला सुरुवात होईल आणि त्याचा शेवट कसाही झाला, तरी त्यामुळे काँग्रेस काही काळासाठी कमकुवत बनेल व त्याचा फायदा ब्रिटिश सरकार करून घेईल. या संकटापासून काँग्रेस आणि देशाला वाचवणे तुमच्या हातात आहे. आज काँग्रेसच्या दोन प्रमुख आघाड्या किंवा गटांमध्ये दरी आहे, हे निःसंशय. मात्र, ही दरी भरली जाऊ शकते आणि तुम्ही ती भरू शकता.

याच पत्रात सुभाष पुढे म्हणतात,

माझे बंधू शरद यांनी पाठवलेल्या पत्रामधून त्यांना खूप वाईट वाटत असल्याचे दिसते. प्रामुख्याने त्रिपुरी येथे आलेल्या अनुभवांमुळे त्यांची अशी भावना झाली असावी, असे मला वाटते. कारण, कलकत्त्याहून त्रिपुरीला जाताना त्यांच्या अशा भावना नव्हत्या. ते त्रिपुरी येथे मोकळेपणाने फिरू शकत होते, लोकांना भेटून माहिती मिळवू शकत होते. त्यामुळे साहजिकच त्रिपुरी येथील घडामोडींविषयी त्यांना माझ्यापेक्षा अधिक माहिती आहे. मात्र, मी अंथरुणाला खिळलो असलो, तरी विविध सूत्रांकडून मला राजकीयदृष्ट्या आमच्या विरोधात असणाऱ्या

जबाबदार गटाच्या पवित्र्याविषयी माहिती मिळत होती आणि तो सर्व प्रकारच मला खूप किळसवाणा वाटत होता. त्रिपुरी सोडताना मला काँग्रेसच्या राजकारणाबाबत इतका तिटकारा व घृणा वाटत होती, तशी मागील एकोणीस वर्षांमध्ये कधीही वाटली नाही, हे सुद्धा मला सांगितले पाहिजे. सुदैवाने, मी आता या भावनांवर मात करून पुन्हा मानसिक स्थैर्य मिळवले आहे.

जवाहर यांनी त्यांच्या एका पत्रामध्ये (आणि कदाचित प्रसारमाध्यमांना दिलेल्या निवेदनामध्येही) एआयसीसी कार्यालयाची प्रतिष्ठा माझ्या अध्यक्षपदाच्या कार्यकाळामध्ये खालावल्याची टिप्पणी केली आहे.

सुभाष यांनी त्रिपुरी काँग्रेस अधिवेशनातील घडामोडी आणि त्यानंतरच्या घटनांबाबत अस्वस्थता वाटत असली, तरी देशातील पुरोगामी शक्तींच्या अंतिम विजयाबद्दलचा त्यांचा दृढ आशावाद त्यांनी १७ एप्रिल, १९३९ रोजी पुतण्या अमियला केंब्रिज येथे पाठवलेल्या पत्रामधून व्यक्त झाला आहे. या काळात सुभाष बिहारमधील जमादोबा येथे गंभीर आजारातून बरे झाल्यानंतरची शुश्रूषा घेत होते.

प्रिय अमि,

मागील दोन महिन्यांपासून मी अंथरूणाला खिळून आहे. गेल्या बऱ्याच काळामध्ये मला झालेला हा सर्वांत गंभीर आजार आहे. मला ब्रॉंको-न्यूमोनिया झाला होता व त्यातही गुंतागुंत (यकृत आणि आतड्यांना संसर्ग झाल्याने) होती. हा आजार राजकीय पेचप्रसंगाच्या काळात उद्भवल्याने मला मानसिक अस्वस्थतेचाही सामना करावा लागला. मला शारीरिक आणि मानसिक विश्रांती मिळाली नाही आणि खूप ज्वर असतानाही अंथरुणावरून काम करावे लागले. एकाक्षणी तर मी यातून कधीच बरा होऊ शकणार नाही, असे वाटत होते. मात्र, वाईट गोष्ट आता घडून गेली आहे आणि माझी प्रकृती सुधारण्याच्या वाटेवर आहे. येत्या २१ तारखेला मी बीपीसीसी, एआयसीसी आदी बैठकांसाठी कलकत्त्याला चाललो आहे. माझा ज्वर आता उतरला असला, तरी पुढील बराच काळ अशक्तपणा राहणार आहे. मला मानवणारे असेल, तर यंदाच्या उन्हाळ्यात मी हवापालटासाठी कोठेतरी गेले पाहिजे. बघू. तुला येथील वृत्तपत्रे पाहायला मिळतात. त्यामुळे अध्यक्षीय निवडणुकीच्या पूर्वी आणि नंतर प्रसिद्ध झालेली निवेदने व प्रतिनिवेदने तू पाहिली असशील. त्रिपुरी काँग्रेस अधिवेशनात घडलेल्या घडामोडीही तू पाहिल्या असशील. मला या निवडणुकीत २५ ते ३० टक्के मते मिळतील, असा अंदाज काँग्रेसमधील दुढ्ढाचार्यांनी व्यक्त केला होता. मात्र, निवडणुकीचे निकाल सर्वांनाच आश्चर्याचा धक्का देणारे ठरले. या निकालामुळे त्यांच्या गटात वरपासून नेत्यांची गाळण उडाली होती. या निकालामुळे त्यांच्या हातातून केवळ सत्ताच (सात प्रांतिक सरकारची) निसटली नाही, तर गांधीवादी गट म्हणून मागील वीस वर्षांमध्ये केलेले काम एका दिवसांत भुईसपाट झाल्यासारखे त्यांना वाटत होते. त्यांचा सर्व

राग माझ्यावरती होता. देशबंधूंच्या काळापासून कोणीच त्यांचा इतका दारूण पराभव केला नव्हता. त्यानंतर गांधींचे निवेदन प्रसिद्ध झाले. गांधी या दुढ्ढाचार्यांच्या मदतीला धावले आणि त्यांनी हा पराभव स्वतःचा पराभव आहे, असे जाहीर केले. त्यामुळे सीमारेषेवर असलेल्यांचे मत बदलू लागले. आम्हाला पाठिंबा देण्याकडे त्यांचा कल होता, मात्र त्यांना गांधींनाही धुडकावायचे नव्हते, असे त्यांनीच सांगितले.

माझे आजारपण ही या काळात घडलेली सर्वांत क्लेषदायी गोष्ट होती. त्रिपुरी अधिवेशन हे उघडपणे आमचा पराभव करणारे होते. मात्र, यामध्ये एक अंथरुणाला खिळलेला माणूस हा १. जुन्या फळीतील बारा दुढ्ढाचार्य, २. जवाहरलाल नेहरू, ३. सात प्रांतीय मंत्रिमंडळे (ही मंत्रिमंडळे जुन्या फळीतील नेत्यांचा प्रचार करत होती) आणि ४. महात्मा गांधींचे नाव, प्रभाव आणि प्रतिष्ठा या सर्वांशी एकटा लढत असल्यासारखे वाटत होते, असे मुंबईच्या एका मित्राने मला सांगितले. हा पराभव म्हणजे आमचा नैतिक विजय आहे, असे तो शेवटी म्हणाला.

आमच्या बाजूने व्यूहरचना आखण्यात झालेला हलगर्जीपणा आणि सीएसपी पक्षाच्या नेतृत्वाने केलेला विश्वासघात यांमुळेही आमचा पराभव झाला.

त्रिपुरी अधिवेशनातील पक्षाच्या नेत्यांच्या धोरणाविरोधात पक्षातील इतर कार्यकर्त्यांनी बंड पुकारल्यामुळे सीएसपी पक्ष आता मुळापासून हादरला आहे. कम्युनिस्ट पक्षही सीएसपीच्याच वाटेने जाणार होता. मात्र, अखेरच्या क्षणी कार्यकर्त्यांनी केलेल्या बंडामुळे कम्युनिस्ट पक्षाच्या नेत्यांनी ठरवलेल्या धोरणापासून त्यांना माघार घ्यावी लागली. (हे धोरण कम्युनिस्ट पक्षाच्या नेत्यांनी सीएसपीच्या नेत्यांसमवेत एका गुप्त बैठकीमध्ये ठरवले होते.)

या संकटकाळामध्ये व्यक्तिशः मला किंवा आमच्या हेतूला पंडीत जवाहरलाल नेहरूंइतकी हानी कोणीही पोहचवली नाही. ते आमच्यासोबत असते, तर आम्ही बहुमत मिळवले असते. ते तटस्थ राहिले असते, तरी आम्हाला बहुधा बहुमत मिळाले असते. पण, त्रिपुरी येथे ते दुढ्ढाचार्यांच्या गटासोबत होते. उजव्या फळीतील बारा अनुभवी नेत्यांच्या कृत्यांपेक्षा नेहरूंनी माझ्याविरोधात उघडपणे केलेला प्रचार माझ्यासाठी अधिक हानिकारक ठरला. ही किती खेदजनक गोष्ट आहे!

आता नजीकचे भविष्य अनिश्चित आहे. गांधीजी आणि माझ्यामध्ये वाटाघाटी सुरू आहेत. ते यावर तोडगा काढतील की नाही, याबाबत आताच काही सांगणे घाईचे ठरेल. अखेरीस मलाच राजीनामा द्यावा लागण्याचीही शक्यता आहे.

सीएसपी हा पक्ष जनतेच्या नजरेतून उतरला आहे. मात्र, याचा अर्थ एम. एन. रॉय यांना फायदा झाला आहे, असा नाही. ते बंगालचा दौरा करत आहेत आणि त्यांना सर्वत्र चांगला प्रतिसाद मिळतो आहे. बंगालला स्वाभाविकच त्यांच्याविषयी आपुलकी आहे. मात्र, ते आपले स्थान निर्माण करू शकतील का, हे मात्र त्यांच्या मित्रपक्षावर, ते कोणत्या पक्षासोबत जातात यावर अवलंबून आहे. ते खूप व्यक्तीकेंद्री असून सांघिक कार्य करणे त्यांना शक्य नाही. हा त्यांचा खूप मोठा दोष आहे.

अध्यक्षीय निवडणूक आणि त्यानंतरचा घटनाक्रम दुर्दैवी असला, तरी त्यामुळे राजकीय जाणिवा अधिक टोकदार झाल्या आहेत. दीर्घकाळाचा विचार करता ही गोष्ट प्रगतीसाठी खूप फायद्याची ठरेल. नजीकच्या भविष्यात आपल्यासाठी काहीही वाढून ठेवले असले, तरी आपले भवितव्य उज्ज्वल आहे. देशातील पुरोगामी आणि प्रागतिक शक्तींपैकी ९० टक्के शक्ती आपल्यासोबत आहेत, हे एक वास्तववादी म्हणून मी सांगत आहे. जवाहर यांनी अध्यक्षीय निवडणुकीच्या आधी आणि नंतर, विशेषतः त्रिपुरारी येथे घेतलेल्या भूमिकेमुळे त्यांच्या पूर्वीच्या प्रशंसकांच्या लेखीही त्यांचे स्थान खूप खालावले आहे, याचे मला दुःख होते. प्रतिनिधींनी दीड तास त्यांचे भाषण ऐकून घ्यायलाही नकार दिला आणि केवळ मेजदादाने (शरद) शांत राहण्याची विनंती केल्यानंतरच प्रतिनिधी शांत झाले. असे मागील बऱ्याच काळामध्ये घडल्याचे ऐकले नव्हते.

प्रेमपूर्वक,
नेहमी तुझाच,
सुभाष

गांधी आणि सुभाष यांच्यामध्ये कार्यकारिणी स्थापन करण्याबाबतच्या वाटाघाटी काही काळ सुरू होत्या. मात्र, अखेर त्यांना यश आले नाही. कलकत्ता येथे २९ एप्रिल, १९३९ रोजी एआयसीसीच्या झालेल्या सभेमध्ये सुभाष यांनी काँग्रेसच्या १९३९ सालच्या अध्यक्षपदाचा राजीनामा दिला आणि हा राजीनामा स्वीकारण्यात आला. एआयसीसीने त्यानंतर सुभाष यांच्या जागी राजेंद्र प्रसाद यांची अध्यक्ष म्हणून निवड केली.

नव्या काँग्रेस अध्यक्षांनी २ मे, १९३९ रोजी दिवसाच्या कामकाजाला सुरुवात करण्यापूर्वी नव्या कार्यकारिणी सदस्यांची घोषणा केली. सुभाषचंद्र बोस, शरदचंद्र बोस आणि जवाहरलाल नेहरू यांचा कार्यकारिणीमध्ये समावेश करण्यात आला नव्हता. नेहरूंची जागा रिक्त ठेवण्यात आली असली, तरी शरद आणि सुभाष यांच्या जागी डॉ. विधान चंद्र रॉय आणि डॉ. प्रफुल्ल चंद्र घोष यांना कार्यकारिणीमध्ये स्थान देण्यात आले होते.

सुभाष यांनी काँग्रेस अध्यक्षपदाचा राजीनामा दिल्याचे ऐकल्यानंतर रवींद्रनाथ टागोर यांनी ३ मे, १९३९ रोजी सुभाष यांना तार पाठवली.[५]

परिस्थिती अतिशय विकोपाला गेली असतानाही तू दाखवलेला संयम आणि सभ्यता यांमुळे मला तुझ्या नेतृत्वगुणांविषयी विश्वास आणि कौतुक वाटते. अशाच प्रकारची सभ्यता आता बंगालनेही आपल्या आत्मसन्मानासाठी आणि त्यायोगे तुझा हा वरकरणी पराजय कायमच्या विजयामध्ये बदलण्यास साहाय्य करण्यासाठी पाळली पाहिजे.

---

[५] प्रशांत कुमार पाल संपादित *'रवींद्रनाथ अँड सुभाष चंद्र'* या पुस्तकातून (विश्वभारती, शांतिनिकेतन, २००१) पृष्ठ क्र. ४२–४३.

गांधी यांनी एके ठिकाणी सुभाष यांचे वर्णन 'दुर्दम्य' असे उगाच केले नव्हते. काँग्रेसच्या अध्यक्षपदाचा राजीनामा देण्यास भाग पाडण्यात आल्यानंतर काही दिवसांमध्येच सुभाष यांनी तातडीने ३ मे, १९३९ रोजी काँग्रेसअंतर्गत फॉरवर्ड ब्लॉक नावाचा पुरोगामी आणि समाजवादी पक्ष स्थापन केला. सर्व डाव्या शक्तींना एका छत्राखाली आणण्याच्या उद्देशाने या पक्षाची स्थापना करण्यात आली होती. सुरुवातीच्या काळात फॉरवर्ड ब्लॉक हा काँग्रेस पक्षांतर्गतच कार्यरत होता. मात्र, ऑगस्ट, १९३९ मध्ये सुभाष यांना काही समर्थकांसह काँग्रेसमधून निलंबित करण्यात आले, त्यानंतर ऑल इंडिया फॉरवर्ड ब्लॉक हा एक स्वतंत्र राजकीय पक्ष म्हणून काम करू लागला.

फॉरवर्ड ब्लॉकच्या स्थापनेनंतर लगेचच डाव्या शक्तींना एका छत्राखाली आणण्याचा प्रयत्न करण्याकरीता आणि त्याद्वारे चांगल्याप्रकारे संघटित असलेल्या काँग्रेसच्या उजव्या आघाडीचा विरुद्ध दबावगट म्हणून काम करण्याकरीता सुभाष यांनी डावी एकत्रित समिती स्थापन करण्यासाठी पुढाकार घेतला. यामध्ये काँग्रेस समाजवादी पार्टी, भारतीय समाजवादी पक्ष, अखिल भारतीय किसान सभा (शेतकऱ्यांची संघटना), त्याचप्रमाणे पूर्वाश्रमीचे 'कॉमिन्टन' नेते एम. एन. रॉय यांच्या नेतृत्वाखाली रॉयिस्ट या नावाने स्थापन झालेल्या गटाच्या प्रतिनिधींचा समावेश होता. सुभाष हे या डाव्या एकत्रित समितीचे अध्यक्ष होते. तथापि, ही समिती कधीच शक्तिशाली बनू शकली नाही आणि कालांतराने दिसेनाशी झाली.

सुभाष यांनी काँग्रेसमधून बाहेर पडणे आणि डाव्यांना एकत्र येऊन एक शक्ती म्हणून उभे राहण्यात आलेली असमर्थता यांमुळे भारतात राहून स्वातंत्र्याचा लढा सुरू ठेवण्यासाठी आपल्यासमोर खूप मर्यादित पर्याय शिल्लक आहेत, याची जाणीव सुभाष यांना व्हायला सुरुवात झाली होती. त्यामुळे एकीकडे मिळालेल्या संधींचा माग घेणे सुरू ठेवताना, ते भारतातील ब्रिटिश साम्राज्याविरुद्धचा लढा पुन्हा उभारण्यासाठी बाहेरून साहाय्य मिळण्याच्या संभाव्य संधींबाबतही विचार करू लागले.

* * *

मे, १९३९ च्या अखेरीस अमिय यांच्या ध्यानीमनी नसताना सुभाषकाकांनी त्यांना संदेश पाठवून विद्यापीठातील सुट्ट्यांदरम्यान केंब्रिजहून भारताला परतण्यास सांगितले होते:

> सुभाषकाकांनी मला भारतात परतताना काही दिवस व्हिएन्ना येथे थांबून फ्राऊ हेड्डी फुलॉप-मिलर यांना भेटण्यास सांगितले होते. (त्यांना मी यापूर्वी डिसेंबर, १९३७ मध्ये बॅडगेस्टाइन येथे भेटलो होतो.) केंब्रिज विद्यापीठातील सुट्ट्यांना सुरुवात होताच मी व्हिएन्नाला गेलो. मी व्हिएन्ना येथे पोहोचल्यानंतर फ्राऊ हेड्डी या मला प्राध्यापक डॉ. स्टिग्लर यांना भेटण्याकरिता घेऊन गेले. स्टिग्लर हे नाझी पक्षाच्या संस्थापक सदस्यांपैकी एक होते.

तोपर्यंत 'अँशलॉस'ला (ऑस्ट्रियाला आपल्यामध्ये समाविष्ट करून घेण्यासाठी जर्मनीने केलेल्या प्रचारासाठी वापरला जाणारा शब्द) सुरुवात झाली होती आणि ऑस्ट्रिया जर्मनांच्या ताब्यात आला होता. प्राध्यापक स्टिग्लर यांनी त्यांचे बर्लिनमधील जर्मन सरकारमध्ये असलेले संपर्क वापरून माझी श्री. झेल्नर यांच्यासोबत भेट ठरवली.

त्यानंतर काही दिवसांनी मी व्हिएन्नामध्ये श्री. झेल्नर यांना भेटलो. आम्ही दोनवेळा व्हिएन्ना येथील इम्पेरियल हॉटेलमध्ये रात्रीचे भोजन एकत्र घेतले. त्यांनी स्वतःची ओळख जर्मन निर्यात परिषदेचे वरिष्ठ सदस्य अशी करून दिली. ते नाझी पक्षाचे एक महत्त्वाचे सदस्य होते हे मला नंतर समजले, पण झेल्नर हे त्यांचे खरे नाव आहे, याबाबत मला खात्री नव्हती. आमच्या संभाषणादरम्यान झेल्नर यांनी येणाऱ्या काही वर्षांमध्ये युरोपियन युद्ध भडकण्याची दाट शक्यता आहे, असे संकेत दिले.

मी साधारणतः जून, १९३९ च्या अखेरीस भारतात परतलो. व्हिएन्ना येथे श्री. झेल्नर यांनी मला सांगितलेल्या सर्व गोष्टी मी सुभाषकाकांना सांगितल्या आणि युद्ध अटळ असल्याचेही सांगितले. माझ्या सुभाषकाकांशी झालेल्या संभाषणामधून मी युरोपमध्ये निर्माण होणाऱ्या परिस्थितीबाबत महत्त्वाच्या माहितीला पुष्टी देऊ शकलो आहे, हे मला कळले.

१९३९ च्या उन्हाळ्यातील आणखी घडामोडी आठवताना अमिय सांगतात,

मी कलकत्त्याला घरी परतल्यानंतर काही दिवसांतच सत्यरंजन बक्षी (बोस बंधूंचे सहकारी आणि जवळचे मित्र) यांनी खूप धोका पत्करून सुभाषकाकांविषयी माहिती असलेले पोलिसांच्या कागदपत्रांचे अनेक खंड रात्री ३८/२ या सुभाषकाकांच्या तत्कालीन निवासस्थानी त्यांना पाहण्यासाठी आणले होते. १९३९ पर्यंत सुभाषकाका व त्यांच्या समर्थकांना भारतात सर्वत्र भारतीय पोलीस व प्रशासकीय सेवेमध्ये निकटचे संपर्क निर्माण करण्यात यश आले होते. मात्र, सुभाषकाका आणि त्यांच्या सहकाऱ्यांच्या अनेक प्रयत्नांनंतरही त्यांना ब्रिटिश साम्राज्याचा कणा असलेल्या भारतीय ब्रिटिश लष्करामध्ये शिरकाव करणे शक्य झाले नव्हते.

सुमारे आठवड्याभराच्या काळात सुभाषकाकांविषयीचे पोलिसांचे अहवाल एल्सियम रो (आताचा लॉर्ड सिन्हा मार्ग) येथील गुप्तचर खात्याच्या मुख्यालयातून चोरून मध्यरात्री सुभाषकाकांकडे आणण्यात आले आणि त्यानंतर पहाटे पुन्हा कार्यालयात नेऊन ठेवण्यात आले. मी आणि सुभाषकाकांनी सात रात्रींमध्ये ते संपूर्ण खंड वाचले. या अहवालांमधून इतर मुद्द्यांबरोबरच सुभाष यांना त्यांचे राजकीय सहकारी, तथाकथित मित्र आणि काही नातेवाईक आदी विविध लोकांच्या गुप्त कारवायांविषयी विस्तृत माहिती समजली. आपल्या काही सहकाऱ्यांच्या संशयास्पद भूमिका लक्षात आल्यानंतर सुभाषकाकांनाही आश्चर्य वाटले. त्यांच्या एका भावाकडूनच त्यांच्या हालचालींवर पाळत ठेवण्यात येणार असल्याचा इशाराही त्यांना या अहवालातून मिळाला. सुभाषकाकांनी जानेवारी, १९४१

मध्ये भारतातून पळून जाण्याची योजना तयार केली, तेव्हा प्रत्यक्ष आणि संभाव्य शत्रुंना टाळण्यासाठी पोलिसांच्या या कागदपत्रांतून मिळालेल्या माहितीचा त्यांना खूप उपयोग झाला.

अमिय ऑक्टोबर, १९३९ मध्ये शिक्षण पूर्ण करण्यासाठी पुन्हा ब्रिटनला जाण्याची तयारी करत होते, तेव्हा त्यांच्याकडे एक महत्त्वाचे काम सोपवण्यात येणार असल्याचे सुभाषकाकांनी त्यांना सांगितले. सुभाष यांचे हस्तलिखित पत्र सोव्हिएत सरकारकडे सोपवण्याची कामगिरी विश्वासाने अमिय यांच्यावर सोपवण्यात आली होती. या पत्रामधून सुभाष यांनी भारतीय स्वातंत्र्यासाठी सोव्हिएतकडून लष्करी सहाय्य मागितले होते.

सुभाष यांनी सोव्हिएत रशियाच्या सरकारशी संपर्क साधण्यासाठी भारतीय कम्युनिस्ट पक्षाचा (सीपीआय) पाठिंबा मिळवण्याकरिता त्यांच्यासोबत बैठका आयोजित केल्या होत्या. या बैठकांना उपस्थित असलेले सीपीआयचे प्रतिनिधी सोली बाटलीवाला यांनी दिलेल्या माहितीनुसार सीपीआय पक्ष सुभाष यांच्याशी सहमत होता आणि पक्षाने त्यानुसार कृती केली. अखेरीस अमियच्या माध्यमातून रशियन सरकारशी थेट पत्राद्वारे संवाद साधावा, असे ठरवण्यात आले. या बैठकांमध्ये घडलेल्या गोष्टी आठवताना श्री. बाटलीवाला सांगतात,[६]

> दुसऱ्या महायुद्धाला नुकतीच सुरुवात झाली असताना ऑक्टोबर, १९३९ मध्ये सुभाषचंद्र बोस यांच्यासोबत झालेल्या बैठकांमध्ये मी भारतीय कम्युनिस्ट पक्षाचे प्रतिनिधित्व केले होते.
>
> सुभाष यांनी सांगितलेल्या गोष्टींच्या मी नोंदी घेतल्या, कारण मला पक्षाला याचा वृत्तान्त द्यायचा होता.
>
> ते म्हणाले, 'भारतात वसाहती स्थापन करण्यात स्वारस्य नसलेले सोव्हिएत रशिया हे एक राष्ट्र आहे, असा मला विश्वास आहे. त्यामुळे ब्रिटिश साम्राज्यवाद्यांच्या पंजातून आपल्याला (भारताला) स्वातंत्र्य मिळवून देण्यासाठी सोव्हिएत लष्कराच्या मदतीचे स्वागत करण्यास मी तयार आहे. अत्याधुनिक शस्त्रसामुग्री असलेल्या लष्कराची मदत घेतल्याशिवाय भारताला स्वातंत्र्य मिळवून देण्याची कोणतीही शक्यता मला दिसत नाही. मी अशी व्यूहरचना सुचवतो आहे की संपूर्ण भारतामध्ये जेव्हा राष्ट्रवादी चळवळीला सुरुवात होईल, त्याचवेळी रशियाने उत्तरेकडून कूच करावे आणि आपण भारतातील राष्ट्रवादी गटांचे मित्र असून त्यांना ब्रिटिश साम्राज्यशाहीतून देशाला स्वतंत्र करण्यात यश येत नसल्याने आपण त्यांची मदत करत असल्याचे जाहीर करावे. आपला देश एक

[६] सोली बाटलीवाला हे भारतीय कम्युनिस्ट पक्षाचे कलकत्त्यामधील आघाडीचे सदस्य होते. अमिय यांनी माहितीसाठी केलेल्या विनंतीवरून त्यांनी ६ मार्च, १९७२ रोजी स्वतःच्या हस्ताक्षरामध्ये हा संदेश लिहून दिला.

> होऊन रशियन लष्कराचे स्वागत करेल, याबाबत सुभाष आशावादी होते. रशियन लष्कर आणि भारतातील प्रत्येक खेड्यात व शहरात झालेला राष्ट्रवादी चळवळीचा उद्रेक यांच्या पकडीमध्ये ब्रिटिश सरकार लवकरच पिळवटून निघेल.
>
> रशियावर विश्वास ठेवला जाऊ शकतो आणि ते या परिस्थितीचा फायदा घेऊन भारत ताब्यात घेणार नाहीत, याबाबत सुभाष निश्चिंत होते. रशिया क्रांतीच्या ज्या सिद्धान्तांशी आणि अंमलबावणीशी जाहीरपणे बांधिलकी व्यक्त करतो, ते सिद्धान्त त्यांना अशाप्रकारे देश ताब्यात घेण्याची परवानगी देत नाहीत. ते आपल्याशी दगाफटका करणार नाहीत. त्यामुळे मॉस्को येथील रशियन सरकारपुढे हा प्रस्ताव मांडण्यासाठी सुभाष यांनी आमची मदत मागितली होती. मी सीपीआयच्या पॉलिट ब्युरोला नेताजी यांचा संदेश सांगितला आणि पॉलिट ब्युरोचे त्यावरील उत्तर नेताजींना कळवले. सीपीआयने या योजनेस अनुकूलता दर्शवली नव्हती. त्यांना हा 'संधिसाधूपणा' वाटत होता. तथापि, त्यांना सुभाष यांच्याकडून लिखित स्वरूपात हा संदेश मिळाला, तर तो मॉस्कोपर्यंत पोहचवण्याची जबाबदारी ते पार पाडणार होते.
>
> अमिय हे मॉस्कोला चालले आहेत आणि हुशारीने संपर्क साधण्यासाठी त्यांच्यावर विश्वास ठेवला जाऊ शकतो, अशी माहिती त्यांनी (सुभाष) आम्हाला दिली. त्यांना रोम, लंडन आणि पुढे मदत मिळू शकत होती. यानंतर थोड्या चर्चेअंती सीपीआयने हा प्रस्ताव स्वीकारला आणि त्यानुसार कृती केली.

त्यामुळे अमिय यांनी दोन पत्रांसह लंडनचा परतीचा प्रवास सुरू केला. यातील एक पत्र सीपीआयचे होते व ते ब्रिटिश कम्युनिस्ट पक्षाला द्यायचे होते व दुसरे सुभाषचंद्र बोस यांचे पत्र सोव्हिएत सरकारला द्यायचे होते. याविषयी अमिय सांगतात:

> सुभाषकाकांनी माझ्या 'रशियन' मोहिमेबद्दल माझ्या वडिलांना सांगितले, मात्र त्यांनी माझ्या आईला याविषयी माहिती देऊ नये, अशी विनंतीही केली. यामध्ये काही चुकीचे घडल्यास आपण स्वतःहून संपूर्ण प्रकरण माझ्या आईला सांगू, असे आश्वासन त्यांनी वडिलांना दिले. या दोन भावांमध्ये परस्परविश्वासाची पातळी इतकी उच्च होती. शरद यांनी केवळ सुभाष यांचा जीव धोक्यात घालण्यासच नव्हे, तर आपल्या मुलाच्याही जीवाचा धोका पत्करण्यास सहमती दर्शवली.
>
> अशाप्रकारे मी माझ्या मोहिमेची सुरुवात केली. सुभाषकाकांनी ही दोन्ही पत्रे ओव्हरकोटच्या खिशात ठेवण्याचा सल्ला मला दिला होता. असा सल्ला देताना त्यांना गुप्तचर अधिकारांच्या मानसिकतेची खूप चांगली समज होती, हे मला नंतर समजले. 'जर मी तुमच्या पत्रासह पकडला गेलो, तर तुम्हाला निश्चितपणे फाशी होईल', असे मी काकांना म्हणालो. त्यावर 'मी आनंदाने तो धोका पत्करण्यास तयार आहे', असे त्यांनी सांगितले.

अशाप्रकारे मी ऑक्टोबर, १९३९ मध्ये आई-वडील शरद व विभावती आणि सुभाषकाका यांच्यासह बॉम्बेला जाण्यासाठी निघालो. सुभाषकाकांनी मला युरोपला जाणाऱ्या इटालियन जहाजामध्ये जागा आरक्षित करण्यास सांगितले होते. तथापि, आम्ही बॉम्बेला पोहोचलो, तेव्हा बॉम्बेच्या पोलीस अधिक्षकांनी मला इटालियन जहाजातून युरोपला जाण्याची परवानगी नाकारण्यात येत असल्याचे सांगितले. (खरेतर ऑक्टोबर, १९३९ पर्यंत इटली युद्धामध्ये उतरले नव्हते.) त्यामुळे आम्हाला 'इम्पेरियन एअरवेज'मधून माझ्या प्रवासाची व्यवस्था करावी लागली. त्यासाठी आम्ही पुण्याला गेलो आणि तेथून मी टाटा एअरवेजचे पुणे ते कराची विमान पकडले.

मी कराचीहून बासराला सी-प्लेनने गेलो. बासराला आम्ही एक रात्र निवास केला. त्यानंतर बासराहून ग्रीसमधील कोर्फू येथे गेलो व तेथे पुन्हा एक रात्र राहिलो आणि अखेरीस तेथून फ्रान्समधील बॉर्डिऑक्स येथे पोहोचलो. बॉर्डिऑक्स येथे मी एक रात्र काढली आणि दुसऱ्या दिवशी सकाळी इंग्लंडमधील पूल बंदराकडे निघालो.

पूल बंदरावर सी-प्लेन उतरल्यानंतर मी बाहेर आलो, तेव्हा न्यू स्कॉटलंड यार्डचे अधिकारी मला भेटले. अस्खलित बंगाली भाषेत त्यांनी मला त्यांच्या मागोमाग चालण्यास सांगितले. त्यांना काही माहिती असेल का, याची मी कल्पना करत होतो. तो ऑक्टोबर महिना होता आणि तेथे चांगलीच थंडी होती. तरीही माझा शर्ट घामाने भिजला असल्याचे मला जाणवत होते. सुमारे तीन तास माझी चौकशी करण्यात आली. माझ्या सुटकेसमध्ये असलेली बरीच पुस्तके काढून घेण्यात आली. चौकशी अधिकाऱ्यांनी माझे दाढीचे सामान आणि माझे राखीव बूटही जप्त केले. तथापि, माझ्या ओव्हरकोटचे खिसे तपासण्यात आले नाहीत. मी माझी सुटकेस आणि ओव्हरकोट घेतला आणि घाईघाईने लंडनला निघालेल्या रेल्वेत चढलो.

ठरल्याप्रमाणे मी रजनी पाम दत्त यांना भेटलो आणि सीपीआयचे पत्र कम्युनिस्ट पार्टी ऑफ ग्रेट ब्रिटनला देण्यासाठी त्यांच्याकडे दिले. त्यांनी मला ब्रिस्टल येथील एका हॉटेलमध्ये जाण्यास सांगितले व तेथून सोव्हिएत सरकारचा हस्तक सुभाष यांचे पत्र घेऊन ते सोव्हिएत सरकारपर्यंत पोहचवेल, अशी माहिती दिली. मी त्याप्रमाणे केले आणि ब्रिस्टल हॉटेलमधून या कार्यासाठी नेमण्यात आलेल्या हस्तकाने माझ्याकडून ते पत्र घेतले.

सोव्हिएत सरकारने सुभाषचंद्र बोस यांच्या या प्रस्तावाला कोणताही प्रतिसाद दिला नाही, हे आपण जाणतोच. सोव्हिएतच्या पुराभिलेखांमध्ये कोठेतरी सुभाषकाकांचे भारताच्या स्वातंत्र्यलढ्यासाठी लष्करी मदत मागणारे ते पत्र सापडेल.

* * *

दरम्यान, ३ सप्टेंबर, १९३९ रोजी मद्रासच्या समुद्रकिनाऱ्यावरील विराट जाहीर सभेमध्ये जमलेल्या सुमारे दोन लाख लोकांसमोर भाषण करताना सुभाष यांना श्रोत्यांमधील एकाने

ब्रिटनने जर्मनीविरुद्ध युद्ध पुकारल्याची माहिती दिली. त्याच जाहीर सभेमध्ये बोलताना भारतीय स्वातंत्र्यासाठी आघात करण्याची ही 'सुवर्णसंधी' आहे, असे सुभाष यांनी जाहीर केले आणि त्यानंतर तातडीने राष्ट्रीय लढा पुन्हा सुरू करण्याकरिता भारतीय जनतेला एकत्र आणण्याच्या प्रयत्नांना सुरुवात केली. त्याचदिवशी व्हॉइसरॉय लॉर्ड लिन्लिथगो यांनी भारत हा ब्रिटनच्या बाजूने युद्धात सहभागी होईल, असे जाहीर केले आणि अंतर्गत बंडाळी दडपण्यासाठी सर्वांत कडक अधिकारांचा समावेश असलेला वटहुकूम लागू केला.

याविषयी *'दि इंडियन स्ट्रगल'* या पुस्तकात सुभाष लिहितात,[७]

> ६ सप्टेंबर (१९३९) रोजी महात्मा गांधी यांनी व्हॉइसरॉय लॉर्ड लिन्लिथगो यांची भेट घेतल्यानंतर जाहीर केलेल्या प्रसिद्धीपत्रामध्ये भारत आणि ब्रिटन यांच्यामध्ये भारतीय स्वातंत्र्याच्या प्रश्नावरून मतभेद असले, तरी ब्रिटनच्या या संकटसमयी भारताने त्यांना सहकार्य केले पाहिजे, असे म्हटले होते. भारतीय जनतेसाठी ही अत्यंत धक्कादायक गोष्ट होती. कारण, १९२७ पासून काँग्रेसच्या नेत्यांनी भारतीय जनतेला 'आगामी युद्ध ही स्वातंत्र्य मिळवण्याची नामी संधी आहे', असे शिकवले होते. गांधींच्या या विधानाचे अनुकरण करत गांधींच्या फळीतील अनेक नेत्यांनी आम्ही स्वातंत्र्य मागत असलो, तरी आम्हाला ब्रिटनने युद्ध जिंकायला हवे आहे, अशा आशयाची जाहीर वक्तव्ये करण्यास सुरुवात केली. याप्रकारच्या प्रचाराचा भारतीय जनमतावर खूप विपरित परिणाम होण्याची शक्यता असल्याने फॉरवर्ड ब्लॉक या आता अखिल भारतीय संघटना असलेल्या पक्षाने मोठ्या प्रमाणावर त्याविरुद्ध प्रचार करण्यास सुरुवात केली. गांधीवादी फळीच्या विरोधात फॉरवर्ड ब्लॉकने आता, भारताने ब्रिटनला युद्धामध्ये सहकार्य करता कामा नये, ही काँग्रेसची १९२७ पासूनची पुनःपुन्हा मांडलेली विचारधारा पकडली आणि काँग्रेसने आता आपले धोरण अमलात आणावे, असे जाहीर केले. ब्रिटनने युद्धात जिंकू नये, अशी आपली इच्छा आहे. कारण, त्यांच्या पराभवानंतरच ब्रिटिश साम्राज्याची शकले होतील आणि भारत स्वतंत्र होण्याची आशा निर्माण होईल, असे फॉरवर्ड ब्लॉकच्या नेत्यांनी जाहीरपणे सांगण्यास सुरुवात केली.
>
> फॉरवर्ड ब्लॉकचा सर्वसाधारण प्रचार करण्याबरोबरच लेखकाने संपूर्ण देशभरात व्याख्याने देण्यासाठी दौरेही केले. या दौऱ्यांमध्ये सुमारे दहा महिन्यांच्या काळात लेखकाने साधारणतः एक हजार सभांमध्ये भाषणे केली.
>
> [लेखिका – या सभांमध्ये नागपूर मध्य प्रांतामध्ये ऑक्टोबर, १९३९ मध्ये झालेली आणि चांगला प्रतिसाद लाभलेली साम्राज्यवादविरोधी परिषद आणि सुभाष यांच्या अध्यक्षतेखाली दिल्ली येथे जानेवारी, १९४० रोजी झालेली अखिल भारतीय विद्यार्थी

[७] बोस – *दि इंडियन स्ट्रगल*, पृष्ठ क्र. ४२६–४२८.

परिषद यांचाही समावेश होता. विद्यार्थी परिषदेच्या अध्यक्षीय भाषणामध्ये बोलताना सुभाष यांनी देशाने कोणती राजकीय दिशा धरावी असे आपल्याला वाटते, याविषयी स्पष्ट दिशादर्शन केले होते. '...आता आपल्याला भारतासाठी स्वातंत्र्य मिळवण्याची सर्वोत्तम संधी मिळालेली आहे. अशी दुर्मिळ संधी आपण केवळ स्वतःच्या जोखीमेवरच गमावू शकतो. ही संधी साधण्यात आपण यशस्वी ठरलो नाही, तर येणाऱ्या पिढ्या आपल्याला कधीही क्षमा करणार नाहीत.']

ब्रिटिश सरकारने या ब्रिटिश-विरोधी व युद्धविरोधी प्रचाराला परवानगी दिली याचे लेखकासह अनेकांना आश्चर्य वाटले. प्रत्यक्षात मात्र फॉरवर्ड ब्लॉकविरोधात टोकाची पावले उचलली, तर त्यामुळे चिडून काँग्रेस पक्ष आणि सामान्य जनता ब्रिटिश सरकारविरुद्ध अप्रत्यक्ष प्रतिकाराची चळवळ सुरू करेल, अशी भीती ब्रिटिश सरकारला वाटत होती. या प्रचारादरम्यान फॉरवर्ड ब्लॉकच्या अनेक सदस्यांना तुरुंगात डांबण्यात आले असले, तरी निव्वळ ब्रिटिश सरकारच्या अस्वस्थतेमुळेच फॉरवर्ड ब्लॉक ब्रिटिशविरोधी आणि युद्धविरोधी प्रचार करू शकला.

फॉरवर्ड ब्लॉकच्या प्रचाराला देशभरातून उत्साहवर्धक प्रतिसाद मिळाला. महात्मा गांधी आणि त्यांच्या अनुयायांना तेव्हा ब्रिटनसोबत सहकार्य करण्याच्या धोरणाला जनतेकडून पाठिंबा मिळत नाही आणि या धोरणामुळे आपला प्रभाव व लोकप्रियता कमी होत आहे, याची जाणीव झाली. परिणामी, त्यांनी हळूहळू आपली भूमिका बदलण्यास सुरुवात केली. गांधींच्या भूमिकेपेक्षाही नेहरूंची भूमिका अधिक विस्मयकारक होती. १९२७ ते १९३८ या काळात काँग्रेसच्या सर्व युद्धविरोधी ठरावांमध्ये नेहरूंचा प्रामुख्याने सहभाग होता. परिणामी युद्धाला तोंड फुटल्यानंतर नेहरूंनी युद्धविरोधी धोरणाचे नेतृत्व करावे, अशी साहजिकच लोकांची अपेक्षा होती. मात्र, नेहरूंनी हे धोरण स्वीकारले नाहीच, इतकेच नव्हे तर युद्ध सुरू असताना काँग्रेसला ब्रिटिशांना पेचात पकडण्यापासून रोखण्यासाठी त्यांनी आपली सर्व ताकद वापरली.

मार्च, १९४० मध्ये काँग्रेसचे वार्षिक अधिवेशन बिहारमधील रामगढ येथे भरले. युद्धविरोधी धोरणाच्या प्रश्नावर या अधिवेशनामध्ये कोणताही निर्णय घेण्यात आला नाही. त्याचवेळी रामगढ येथे फॉरवर्ड ब्लॉक आणि अखिल भारतीय किसान सभा यांनी अखिल भारतीय तडजोडविरोधी परिषद आयोजित केली होती. रामगढ येथील काँग्रेस अधिवेशनाच्या अध्यक्षपदी मौलाना आझाद होते, तर सुभाष यांनी तडजोडविरोधी परिषदेचे अध्यक्षपद भूषवले होते.

यापैकी तडजोडविरोधी परिषदेला अधिक लोक उपस्थित राहिले आणि काँग्रेसच्या रामगढ अधिवेशनापेक्षा या परिषदेबाबत लोकांचा उत्साहही अधिक होता, हे संपूर्ण भारतभर, तसेच भारताबाहेरही सर्वज्ञात होते, असे अमिय सांगतात. नंतर ब्रह्मदेशाच्या स्वातंत्र्यलढ्यामध्ये

आघाडीची भूमिका बजावणारे आँग सान हे त्या वेळी रामगढला गेले होते आणि त्यांनी सुभाष यांच्याशी प्रदीर्घ चर्चा केली होती, असेही अमिय यांनी नमूद केले आहे. आँग सान हे कलकत्ता येथे शरद यांनाही भेटले होते. ब्रह्मदेशाचे राजकीय नेते डॉ. माँग माँग यांनी ब्रह्मदेशाच्या संविधानावर लिहिलेल्या पुस्तकात म्हटले आहे:[८]

थाकिन आँग सान हे त्या वर्षी (१९४०) मार्च महिन्यात भारतीय राष्ट्रीय काँग्रेसच्या रामगढ अधिवेशनाला उपस्थित राहण्यासाठी भारतात गेले. त्यांच्यासोबत थाकिन थान तुन हेसुद्धा होते. हेच थान तुन पुढे ब्रह्मदेशातील सर्वोच्च कम्युनिस्ट नेते आणि सान यांचे कट्टर राजकीय वैरी बनले. हे शिष्टमंडळ बऱ्याच ठिकाणी गेले आणि अनेक नेत्यांना भेटले. ब्रह्मदेशात परतल्यानंतर आँग सान हे महात्मा गांधींपेक्षा सुभाषचंद्र बोस यांच्यामुळेच अधिक प्रभावित झाले होते.

सुभाष जून, १९४० मध्ये गांधींना भेटले व या दोन नेत्यांची ही अखेरची भेट ठरली. *दि इंडियन स्ट्रगल* या पुस्तकामध्ये सुभाष यांनी या भेटीचे वर्णन 'प्रदीर्घ मनस्वी संवाद' असे केले आहे. महात्मा गांधी यांनी 'पुढाकार घेऊन अप्रत्यक्ष प्रतिकार चळवळ सुरू करण्याची आवश्यकता' असल्याचे सुभाष यांनी पुन्हा एकदा पटवून दिले. तथापि, गांधींना मात्र हे पटले नाही. देश हा सध्या लढा देण्यासाठी तयार नाही आणि देशाला अशा लढ्यामध्ये ढकलण्याचा कोणताही प्रयत्न केल्यास त्यामुळे फायद्यापेक्षा तोटाच अधिक होईल, असे गांधींचे मत होते. 'तथापि, जर लेखकाचे (सुभाष) स्वातंत्र्यासाठी सुरू असलेले प्रयत्न यशस्वी ठरले, तर लेखकाला मिळणारी अभिनंदनाची पहिली तार त्यांची (गांधी) असेल, असेही गांधी यांनी सांगितले.'[९]

अशाप्रकारे या वेळपर्यंत भारतीय स्वातंत्र्यसेनानींचे दोन गटांमध्ये स्पष्ट विभाजन झाले होते. पहिला गट गांधींच्या नेतृत्वाखालील होता आणि त्यांचा अद्याप वाटाघाटी, अहिंसक मार्गांनी तोडगा इत्यादींवर भर होता, तर दुसऱ्या गटाचे नेतृत्व सुभाष यांच्याकडे होते आणि स्वातंत्र्य केवळ सशस्त्र लढ्यानेच प्रत्यक्षात येऊ शकते, अशी भूमिका त्यांनी घेतली होती.

त्यानंतर काही काळातच ३ जुलै, १९४० रोजी सुभाष यांना अटक करण्यात आली आणि सुनावणीशिवाय कैदेत टाकण्यात आले. तथापि, तातडीने स्वातंत्र्य मिळवण्यासाठी फॉरवर्ड ब्लॉकची राष्ट्रीय सार्वजनिक कायदेभंग चळवळ ही वेगाने सुरूच राहिली. ऑक्टोबर, १९४० च्या सुमारास गांधींना मोठ्या प्रमाणावर जनतेमध्ये, तसेच काँग्रेसच्या सर्व गटांमध्ये क्रांतिकारी विचारमंथन सुरू असल्याची जाणीव झाली.

---

८ माँग माँग यांच्या *बर्माज् कॉन्स्टिट्युशन* या पुस्तकातून (मार्टिनस निझॉफ, १९५९) पृष्ठ क्र. ४३–४४.

९ बोस, दि इंडियन स्ट्रगल, पृष्ठ क्र. ४३१–४३२.

त्यामुळे अखेरीस त्यांनी ब्रिटिश युद्धामधील भारताच्या सहभागाला विरोध करण्यास सुरुवात केली. तथापि, १९२० व १९३० च्या दशकांप्रमाणे यावेळी लोकचळवळ उभारण्यात आली नव्हती. अशाप्रकारे ऑक्टोबर, १९४० पर्यंत काँग्रेस आणि फॉरवर्ड ब्लॉक हे दोन्ही पक्ष ब्रिटिशविरोधी आणि युद्धविरोधी धोरणांनी कटिबद्ध असले, तरी दोन्ही पक्षांच्या लढ्याची पद्धत आणि लढ्याची तीव्रताही भिन्न होती.

पुढील महिन्यात, म्हणजेच नोव्हेंबर १९४० मध्ये चळवळीला सुरुवात झाली आणि ब्रिटिश सरकारनेही त्याबद्दल शिक्षा करण्यास वेळ दवडला नाही. थोड्याच कालावधीत काँग्रेसच्या नियंत्रणाखाली असलेल्या आठही प्रांतातील काँग्रेसचे सर्व मंत्री, तसेच शेकडो इतर प्रभावशाली लोक आणि हजारो कार्यकर्ते यांना अटक करून कैदेत टाकण्यात आले. व्हॉइसरॉयने यापूर्वीच ११ सप्टेंबर, १९३९ मध्ये युद्ध सुरू असेपर्यंत १९३५ च्या भारत सरकार कायद्यातील संघराज्य तरतुदींना दिलेली स्थगिती आणि त्याच बरोबर आता चळवळ दडपण्यासाठी ब्रिटिशांनी योजलेले उपाय व अटकसत्र यांमुळे काँग्रेसने युद्ध संपेपर्यंत, म्हणजेच १९४५ पर्यंत सरकारमध्ये सहभागी होणे थांबवले.

सुभाष यांनी कारागृहात उपोषण सुरू करण्याचा निर्णय घेतला आणि जिवंत अथवा मृत अवस्थेत कारागृहातून बाहेर पडण्याचा निर्धार केला. त्यांनी २९ नोव्हेंबर, १९४० रोजी आमरण उपोषणाला सुरुवात केली. यामुळे ब्रिटिश सरकार अस्वस्थ झाले. सुभाष यांचा कारागृहात मृत्यू झाल्यास त्याचे देशभरात काय पडसाद उमटतील, याची त्यांना धास्ती वाटत होती. त्यामुळे ५ डिसेंबर, १९४० रोजी सुभाष यांची विनाअट सुटका करण्यात आली आणि त्यांना कलकत्त्यामधील ३८/२ एल्गिन मार्ग येथील निवासस्थानी आणण्यात आले. सुभाष आता मुक्त असले, तरी साध्या वेषातील पोलिसांची झुंड आणि पोलिसांचे हस्तक दिवसाचे चोवीस तास त्यांच्या घरावर पाळत ठेवून होते.

सुभाष यांनी भारतातून पळून जाण्याची योजना तयार करण्यास सुरुवात केली. १, वूडबर्न पार्क येथे शरद यांच्यासोबत त्यांनी खासगीत या मुद्द्यावर सविस्तर चर्चा केली. पळून जाण्याची तयारी आणि त्यासाठी केली जाणारी व्यवस्था याची माहिती खूप आतल्या गोटातील लोकांपुरतीच मर्यादित ठेवण्यात आली होती आणि शरद यांचा अपवाद वगळता कोणत्याच व्यक्तीला ही योजना संपूर्णपणे माहीत नव्हती. सुभाष यांनी यापूर्वीच अमिय यांच्यासह पोलिसांची गोपनीय कागदपत्रे वाचल्यामुळे त्यांना आपल्या घराभोवती पोलिस अधिकाऱ्यांच्या संपर्कात असलेल्या खबऱ्यांचे जाळे आहे, याची माहिती होती. त्यामुळे ही योजना तयार करताना आत्यंतिक काळजी घेतली जात होती.

१७ जानेवारी, १९४१ च्या पहाटे सुभाष एल्गिन मार्गावरील घरातून पठाणाच्या वेषात निसटले आणि धोकादायक प्रवास करून पेशावरला पोहोचले. तेथून सुभाष यांनी भारत-

अफगाण सीमा ओलांडली व ते काबूल येथे आले. तेथून निघण्यासाठी त्यांना सुमारे दोन महिन्यांचा अवधी लागला. मजल-दरमजल करत ते अखेरीस मॉस्कोला पोहोचले आणि तेथून एप्रिल, १९४१ च्या दरम्यान विमानाने बर्लिनला गेले.

* * *

१९३९ हे वर्ष सुभाष आणि शरद या दोघांसाठीही कलाटणी देणारे ठरले. सुभाष हे या काळात 'भारतीय स्वातंत्र्य मिळवण्यासाठी कोणत्याही तडजोडीशिवाय ब्रिटिश साम्राज्यवादाशी लढा' या फॉरवर्ड ब्लॉकच्या भूमिकेचा प्रचार करण्यात पूर्णपणे व्यग्र होते, तर शरद यांनी बंगाल विधानसभेमध्ये, तसेच विधानसभेबाहेरही हेच धोरण अवलंबले होते. १९३९ च्या अखेरीस जलपैगुडी (उत्तर बंगाल) येथे झालेल्या ऐतिहासिक बंगाल पॉलिटिकल कॉँग्रेस या अधिवेशनाचे अध्यक्ष म्हणून बोलताना शरद यांनी ब्रिटिशांना तातडीने सत्ता हस्तांतरण करण्यासाठी अंतिम मुदत देण्याच्या भूमिकेचा पुरस्कार केला.

त्यानंतर काही दिवसांतच १३ डिसेंबर, १९३९ रोजी शरद यांनी बंगाल विधानसभेमध्ये स्वायत्तशासनाची मागणी करणारा ठराव मांडला. यावर प्रतिक्रिया म्हणून कॉँग्रेस हाय कमांडने जानेवारी, १९४० मध्ये शरद यांना निलंबित केले. याच महिन्यात कॉँग्रेस हायकमांडने आतापर्यंत बोस बंधूंकडे अध्यक्षपद असलेली बंगाल प्रांतीय कॉँग्रेस समिती रद्दबातल ठरवली आणि बंगाल विधानसभेमध्ये, तसेच विधानसभेबाहेर हंगामी कॉँग्रेस समिती स्थापन केली. किरण शंकर रॉय हे बंगाल विधानसभेमधील कॉँग्रेसच्या हंगामी संसदीय पक्षाचे नेते बनले.

ब्रिटिश सरकार आता किंवा नंतरही स्पष्टपणे भारताच्या स्वातंत्र्याविषयी हमी देणार नाही, याची गांधी आणि त्यांच्या अनुयायांनी जाणीव होऊ लागली, आणि 'सध्या सुरू असलेले युद्ध ही भारतासाठी जनआंदोलनाच्या माध्यमातून स्वातंत्र मिळवण्याची संधी आहे', हे सुभाष गांधी व त्यांच्या अनुयायांना पटवून देऊ शकले नाहीत आणि ते भारत सोडून निघून गेले होते.

याच काळामध्ये गांधी आणि नेहरू यांच्यासमोर कठीण समस्या उभी राहिली होती. १९३९ मध्ये त्रिपुरी कॉँग्रेस अधिवेशनामध्ये सुभाष यांची अध्यक्षीय निवडीभोवती घडलेल्या घडामोडी आणि त्यानंतर साहजिकच सुभाष यांना सर्व स्तरांतून मिळालेली लोकप्रियता यांमुळे गांधी आणि नेहरूंना 'आश्चर्याचा अनपेक्षित धक्का' बसला होता आणि आता १९४१ मध्येही सुभाष यांची लोकप्रियता कमी झाली नव्हती. आपल्या हातून नेतृत्व निसटत चालले असून त्यावर आपले नियंत्रण राहिले नसल्याचे आकलन त्यांना होऊ लागले आणि गांधी अधिकाधिक बाजूला पडत चालले, तशा त्यांच्यामध्ये व त्यांच्या निवडक उत्तराधिकाऱ्यांमध्ये संघर्षाच्या खूणा दिसू लागल्या.

या काळात ब्रिटन संकटात सापडले असल्याचा सर्वाधिक फायदा घेण्याबाबत आणि त्यांच्यावरील दबाव आणखी वाढण्याची शक्यता असतानाही ब्रिटिशांशी समोरासमोर संघर्ष करण्याबाबत गांधी व नेहरू यांनी दाखवलेली नाखुषी यांमुळे बोस बंधूंची खूप निराशा झाली.

दरम्यान, कलकत्ता आणि बंगाल येथे धार्मिक तणाव वाढत असल्याच्या पार्श्वभूमीवर शरद यांनी या काळात बंगालमधील गाजलेले मुस्लिम नेते ख्वाजा नझिमुद्दिन यांच्या नेतृत्वाखालील मुस्लिम लीगचे मंत्रिमंडळ पाडण्यावर लक्ष केंद्रित केले. पुढील वर्षी, १९४१ च्या उत्तरार्धात काँग्रेस पक्षातील बंडखोर बोस गटाचे नेते म्हणून शरद (अद्याप ते काँग्रेसमधून निलंबितच होते) यांनी बंगाल विधानसभेमधील वादविवादातील जुने भागीदार आणि कृषक प्रजा पार्टी या पक्षाचे नेते फझलुल हक यांच्याशी यशस्वीरीत्या वाटाघाटी करून पुरोगामी संयुक्त पक्ष स्थापन केला. नव्या आघाडीकडे आवश्यक आमदारसंख्या होती. त्यामुळे ते एका दिवसात मुस्लिम लीग सरकारचा पराभव करू शकले.

तेव्हापासून पुरोगामी संयुक्त पक्षाने बंगाल विधानसभेमध्ये बहुमत मिळवले आणि बंगालच्या ब्रिटिश गव्हर्नरनी फझलुल हक यांच्या नेतृत्वाखाली नव्या मंत्रिमंडळाची स्थापना करण्यासाठी पक्षाला आमंत्रित केले. शरद यांनी गृहमंत्री म्हणून मंत्रिमंडळात सहभागी व्हावे, असे सूचवण्यात आले होते. तथापि, दुर्दैवाने होऊ शकले नाही. संयुक्त मंत्रिमंडळाने पदभार स्वीकारण्याच्या एकच दिवस अगोदर आणि ब्रिटिश व अमेरिकेने जपानविरुद्ध युद्ध घोषित केल्यानंतर काही दिवसांनी ११ डिसेंबर, १९४१ रोजी ब्रिटिश सरकाने शरद हे 'भारतीय सुरक्षेला धोका' निर्माण करत असल्याचा आरोप ठेवून त्यांना अटक केली व कैदेत टाकले.

याच काळामध्ये बंगालमधील गांधीवादी शाखेच्या ज्या काँग्रेस प्रतिनिधींना साधारण वर्षभरापूर्वी ऑक्टोबर, १९४० मध्ये अटक व कैद करण्यात आले होते, त्यांची अचानक सुटका करण्यात आली. शरद यांना तातडीने कलकत्त्यातील प्रेसिडेन्सी कारागृहामध्ये ठेवण्यात आले. त्यानंतर, त्रिचिनापोली आणि मर्कारा येथील कारागृहांमध्ये हलवून अखेरीस दक्षिण भारतातील कून्नूर कारागृहामध्ये ठेवण्यात आले. येथे ते सप्टेंबर, १९४५ पर्यंत होते.

आता सुभाष हे भारताबाहेर राहून बाह्य शक्तींच्या मदतीने देशांतर्गत सशस्त्र लढा उभारण्याच्या योजनेचा पाठपुरावा करत होते आणि शरद हे स्वतःची नव्याने उभ्या राहिलेल्या आशियाई देशांमध्ये अखंड आणि धर्मनिरपेक्ष भारताने स्थान पटकावण्याची योजना घेऊन कैदेत खितपत पडले होते. गांधी आणि बोस बंधू यांच्या वाटा विभक्त होण्याची वेळ आता आली होती. तथापि, त्यांच्यामध्ये कधीही संपूर्ण वितुष्ट आले नाही.

सुभाष आपल्या हंगामी सरकार आणि आझाद हिंद सेनेसह ब्रह्मदेशामध्ये आणि थोडक्या काळासाठी भारतभूमीवरही ब्रिटिश फौजांशी लढा देत होते तेव्हाही गांधी हे त्यांच्यासाठी 'राष्ट्रपिता' होते. सुभाष यांच्या युद्धभूमीवरून प्रक्षेपित करण्यात आलेल्या भाषणांमध्येही

त्यांनी गांधींचा उल्लेख राष्ट्रपिता असाच केला होता. अशाच एका विशिष्ट प्रसंगी, नव्याने उदयास येत असलेले जिना यांचे नेतृत्व, मुस्लिम लीगचे वाढणारे सामर्थ्य आणि ब्रिटिशांचे गुप्त कारस्थान यांच्या पार्श्वभूमीवर सुभाष यांनी गांधींना आपल्या अखंड भारताच्या निश्चयावर ठाम राहण्याची विनवणी केली होती.

सुभाष यांच्याविषयीच्या गांधींच्या दृष्टिकोनाबाबत बोलायचे झाल्यास, मौलाना आझाद यांनी आपल्या *'इंडिया विन्स फ्रीडम'* या आत्मचरित्रामध्ये लिहिले आहे:[१०]

> सुभाष जर्मनीला पळून गेल्याचा गांधी यांच्यावर खूप प्रभाव पडल्याचे मी पाहिले. सुभाष यांच्या अनेक कृत्यांना गांधीजींची अधिकृत परवानगी नव्हती. तथापि, आता त्यांचा दृष्टिकोन बदलत असल्याचे मला दिसले. गांधींच्या अनेक टिपण्यांवरून त्यांना सुभाष बोस यांचे धाडस आणि त्यांच्या हिकमतीपणाबद्दल कौतुक वाटत असल्याची मला खात्री पटली. सुभाषविषयी त्यांना वाटणाऱ्या कौतुकातूनच संपूर्ण युद्धजन्य परिस्थितीविषयीचा त्यांचा दृष्टिकोन नकळत दिसून येत होता.

कलकत्त्यापासून दूर दक्षिण भारतामधील एका कोपऱ्यात कैदेत असल्यामुळे शरद हे युद्धाच्या वर्षांमध्ये मुख्य प्रवाहातील राजकीय घडामोडींपासून सर्वार्थाने दूर होते. त्यांच्या लहान भावाने गाजवलेले पराक्रम, भारतामधील राजकारण, मुस्लिम लीगचा वाढता प्रभाव आदींविषयी बातम्या त्यांच्यापर्यंत पोहचत होत्या, मात्र कैदेत असल्याची चार वर्षे ते त्याविषयी जाहीर प्रतिक्रिया देऊन किंवा इतर मार्गांनी या घटनांवर प्रभाव पाडू शकत नव्हते.

त्यांना शक्य होते तितके ते घडणाऱ्या घटनांची माहिती घेत होते आणि ठरावीक पैलूंविषयी त्यांची ठाम मते होती, हे आपल्याला त्यांच्या कारागृहातील रोजनिशींवरून समजते. विशेषतः फाळणीच्या संभाव्य धोक्याबाबत त्यांची स्पष्ट मते होती आणि जिना, ब्रिटिश व त्याचप्रमाणे खुद्द काँग्रेसमधून फाळणीच्या बाजूने मोकळेपणाने बोलणाऱ्या लोकांसमोर आपल्या भूमिकेवर ठाम राहण्यासाठी गांधींना आवश्यक इच्छाशक्ती आणि पाठिंबा मिळावा, असे शरद यांना वाटत होते.

गांधी यांनाही नेहमीच शरद यांच्याविषयी आदर होता. त्यामुळे सप्टेंबर, १९४५ मध्ये शरद यांची सुटका झाली तेव्हा शत्रूंनी चहुबाजूंनी वेढलेल्या गांधींनी अमिय यांना हस्तक्षेप करून पुन्हा काँग्रेस व गांधींसोबत काम करण्यासाठी आपल्या वडिलांचे मन वळवण्याची विनंती केली होती. गांधींनी आपल्याला केलेली ही विनंती आनंदाने मान्य करून त्यानुसार काँग्रेसमध्ये आणि काँग्रेसने स्वातंत्र्यासाठी निवडलेल्या घटनात्मक मार्गामध्ये सहभागी

---

[१०] मौलाना अबुल कलाम आजाद यांच्या *'इंडिया विन्स फ्रिडम'* या पुस्तकातून (ओरिएंट ब्लॅक स्वान प्रकाशन, २००९), पृष्ठ क्र. ४०.

होण्यासाठी आपल्या वडिलांचे मन वळवल्याबाबत अमिय यांना नंतर पश्चाताप करावा लागला. १९४५ च्या अखेरीस आणि १९४६ च्या सुरुवातीच्या काळात देशात स्पष्टपणे क्रांतीचे चैतन्य जाणवत होते. शरद हे काँग्रेसच्या बाहेर असते, तर या चैतन्याचा योग्यरीत्या वापर करून घेण्यामध्ये अधिक यशस्वी भूमिका बजावू शकले असते, असे अमिय यांना सिंहावलोकन करताना वाटते.

क्रांतीचे वारे वाहात होते, अशी अमिय यांना खात्री वाटत होती आणि त्या काळात तयार करण्यात आलेल्या ब्रिटिश गुप्तचर खात्याच्या अहवालांमुळे त्यास पुष्टी मिळते. ब्रिटिशांच्या ताब्यात असलेल्या आझाद हिंद सेनेच्या काही वरिष्ठ अधिकाऱ्यांवरील खटल्यांच्या २१ नोव्हेंबर, १९४५ पासून पुन्हा सुरू झालेल्या सुनावणीने या क्रांतीची ठिणगी पडली. त्या काळात कलकत्ता हे शहरही अनेक दिवसांसाठी अत्यंत तणावाखाली असल्याचे मत ब्रिटिश गुप्तचर अधिकाऱ्यांनी व्यक्त केले होते.

विद्यार्थी संघटनांनी निदर्शनांना सुरुवात केली आणि लवकरच कम्युनिस्टांच्या नियंत्रणाखाली असलेल्या मजूर औद्योगिक मजूर संघटनांसह इतर कामगार संघटना त्यांच्या समर्थनार्थ उतरल्या. ब्रिटिश व इतरांनीही केलेल्या नोंदींनुसार ही निदर्शनांना धार्मिक रंग नव्हता आणि यामध्ये मोठ्या संख्येने मुस्लिम, हिंदू व शीख सहभागी झाले होते. त्यामुळे आझाद हिंद सेनेची प्रतिमाही धर्मनिरपेक्ष बनली होती. ही निदर्शने वेगाने आणि उत्स्फूर्तपणे पसरली असल्यासारखे वाटत असले, तरी त्यांचे नियोजन व व्यवस्थापन चांगल्याप्रकारे करण्यात आले होते आणि त्यामध्ये झालेल्या मृत्यूंची संख्याही तुलनेने कमी होती, असेही ब्रिटिशांनी नमूद केले आहे.

आझाद हिंद सेनेला पाठिंबा देण्यासाठी सुरू झालेल्या या निदर्शनांचे स्वरूप राजकीय होते आणि ती ठळकपणे 'पोलिसविरोधी, युरोपियनविरोधी आणि सरकारविरोधी' होती, असे निरीक्षणही ब्रिटिशांनी नोंदवले आहे. ब्रिटिशांच्या त्या काळातील अहवालांपैकी *रिपोर्ट ऑन कलकत्ता डिस्टर्बन्सेस* (कलकत्त्यातील दंगलींचा अहवाल) या नावाने तयार करण्यात आलेल्या अहवालात म्हटले आहे:

> जनतेच्या मनात युरोपियन समुदायाविषयी क्षोभ आहे, याबाबात कोणतीच शंका नाही. भारतात विद्यमान सरकारची सत्तेवरील पकड सातत्याने निसटत चालली असल्याची भावना वाढते आहे आणि ही सत्ता पुनर्प्रस्थापित करण्यासाठी आताच पावले उचलण्यात आली नाहीत, तर सरकारला कोणत्याच अधिकारांची अंमलबजावणी करणे शक्य होणार नाही अशी परिस्थिती निर्माण होईल आणि बेकायदा कृत्ये आणि रक्तपाताच्या बजबजपुरीमध्ये देश बुडून जाईल.

याच काळामध्ये कलकत्ता डिस्टर्बन्सेस इन रेट्रोस्पेक्ट (कलकत्त्याच्या दंगलींचे सिंहावलोकन) या नावाने तयार करण्यात आलेल्या संबंधित अहवालाच्या निष्कर्षामध्ये म्हटले आहे,

या तीन दिवसांमध्ये, विशेषतः काँग्रेस पुरस्कृत नसूनही झालेल्या आंदोलनांच्या परिणामांचे सिंहावलोकन करता, हे आंदोलन भविष्यासाठी दुश्चिन्ह असल्याचे दिसते. कायदा व सुव्यवस्था राखणाऱ्या सामान्य शक्ती या त्यांच्या कार्याच्या आवाक्याने जवळपास जेरीस आल्या होत्या. ज्यांचा सर्वसामान्यपणे राजकारणाशी संबंध नाही आणि (ब्रिटिश) भारतीय सैन्याशी जे संबंधित आहेत असे अनेक भारतीय, आझाद हिंद सेनेची तत्त्वे व त्यांच्या वलयामुळे आकर्षित झाल्याचे संकेत या आंदोलनामध्ये पाहायला मिळाले. 'जय हिंद' आणि 'आझाद हिंद' या आझाद हिंद सेनेच्या घोषणा आता लोकांकडून पत्रामध्ये, तसेच बोलतानाही अभिवादनासाठी वापरण्यास सुरुवात झाली आहे.

आझाद हिंद सेनेच्या खटल्यांची हाताळणी आणि मुळात भारतामध्ये या खटल्यांची जाहीर सुनावणी करण्याचा निर्णय ही सरकारची चूकच होती, हे जवळपास सार्वत्रिक मत आहे आणि भारतीय प्रशासनातील सदस्यांचेही हेच मत आहे. आझाद हिंद सेनेशी संबंधित प्रचारावर कोणतेही निर्बंध नव्हते, तसेच सरकारने कोणतीही तपासणी न करताच या प्रचाराला परवानगी दिली होती. याचा परिणाम म्हणून त्यांना एरवी राजकारणापासून, राजकीय समस्यांपासून आणि एकूणच भारतीय स्वातंत्र्य चळवळीपासून दूर राहणाऱ्या लोकांवर सखोल प्रभाव टाकता आला. परिणामी, सरकारविरोधी भावनेला लक्षणीय उत्तेजन मिळाले.

युरोपियन वर्तुळामध्ये भविष्याविषयी सर्वसाधारणपणे नकारात्मक भावना असून ही भावना केवळ बिगरअधिकाऱ्यांपुरती मर्यादित नाही. भारतीय लष्कराच्या निष्ठेविषयी शंका उपस्थित करण्यात येत असून जर त्यांना दंगल शमवण्यासाठी पाचारण करण्यात आले असते, तर बहुधा त्यांच्यावर आझाद हिंद सेनेच्या कावेबाज प्रचाराचा परिणाम झाला असता, असे बोलले जात आहे.

ब्रिटिश सरकार आणि भारत सरकार यांना नजीकच्या भविष्यकाळात भारतीय राजकीय समस्येला कसे तोंड द्यावे, याची काहीच कल्पना नाही, असे बहुसंख्य युरोपियन नागरिक आणि काही निष्ठावान भारतीयांचे मत आहे. सध्याच्या नकारात्मकतेच्या भावनेला हेच मत मोठ्या प्रमाणावर कारणीभूत आहे. गोष्टी अधिकाधिक गंभीर बनत आहेत, असे त्यांना वाटते आहे.

ब्रिटिश सरकारने त्यांचे खरे हेतू काय आहेत, याविषयी स्पष्ट निवेदन द्यावे, अशी इच्छा सर्वसामान्यांतून व्यक्त होत आहे. भारतीयांच्या हाती देशाचा कारभार सोपवण्याची ब्रिटिश सरकारची तयारी होईपर्यंत त्यांनी निग्रहाने कायदा व सुव्यवस्थेचे काटेकोर पालन करावे, किंवा त्यांनी भारतीयांच्या हाती देश सोपवण्यासाठी नजीकच्या भविष्यातील तारीख निश्चित

> करावी आणि देशातून बाहेर पडावे, असे सहाजिकच युरोपियन समुदायाला तीव्रतेने वाटते. भारतीय सरकारी नोकर कितीही निष्ठावान असले तरी, त्यांच्या कर्तव्यावर ब्रिटिश सरकारच्या निर्णयशून्यतेचा परिणाम होत आहे. सरकारचा दृढनिश्चय आणि ठाम कृती यांमुळे सरकारी नोकरांचा आत्मविश्वास वाढतो. सरकारने एकदा जर भारतीय नोकरांची निष्ठा आणि पाठिंबा गमावला, तर सरकार संपुष्टात येईल.
>
> काँग्रेस, तसेच इतर आंदोलकांना या गोष्टीची जाणीव झाली आहे. त्यामुळे आधीपासूनच त्यांनी जाहीर भाषणांमधून पोलिसांना योग्यवेळी आपल्या नेत्यांच्या बाजूने उभे राहण्याची विनंती केली आहे. दंगल शमवण्याबाबत पोलिस अधिकाऱ्यांनी व कर्मचाऱ्यांनी तत्परता दाखवली नाही, ही 'समाधानाची बाब' असल्याचे विद्यार्थ्यांना वाटते आणि भारतीय पोलिस अधिकारी व कर्मचाऱ्यांची अनुपस्थिती उल्लेखनीय का होती, असा प्रश्न "अमृत बाझार पत्रिका" या वृत्तपत्राने उपस्थित केला आहे.

शरद हे कून्नूर येथील दीर्घ कारावास भोगून नुकतेच सुटले होते आणि आता अमियसोबत कलकत्त्यामध्ये त्यांची उपस्थिती जाणवणारी होती. आझाद हिंद सेनेच्या प्रेरणेने सुरू झालेली ही निदर्शने 'भारत देश दीर्घ निद्रावस्थेतून बाहेर येत आहे', हे पटवून देण्यात यशस्वी ठरल्याचे शरद यांचे मत होते. आझाद हिंद सेनेची भूमिका उत्प्रेरकाची म्हणजेच प्रेरणा देणाऱ्याची असेल, याविषयी सुभाष यांनी वर्तवलेले भाकीत वास्तवात येत असल्याचे त्यांना स्पष्टपणे दिसत होते.

'हा सर्व घटनाक्रम म्हणजे संघटित दंगल होती' असा युक्तिवाद ब्रिटिशांनी केला होता आणि त्यामध्ये शरद यांचा सहभाग होता हा निष्कर्ष काढण्यासाठी, 'दंग्यांना सुरुवात करण्यासाठी निवडण्यात आलेले ठिकाण हे शरदचंद्र बोस यांच्या निवासस्थानापासून जवळ होते', हे प्रमुख कारण त्यांनी दिले होते. या घटना काँग्रेस पुरस्कृत नसल्याचे ब्रिटिशांनी मान्य केले असले, तरी दंगे भडकवण्यामध्ये काँग्रेसमधील घटकांचा हात होता, असे ब्रिटिशांचे मत होते. आणि शरद हे आता काँग्रेसमध्ये परतल्यामुळे प्रमुख संशयित बनले होते.

त्यामुळे ब्रिटिशांनी ज्यांची दखल घेतली पाहिजे आणि परिस्थिती नियंत्रणामध्ये राखण्यासाठी ज्यांच्याशी संपर्क ठेवला पाहिजे, अशा राष्ट्रीय नेत्यांबाबत गुप्तचर खात्याने तयार केलेल्या अहवालात शरद यांचे नाव प्राधान्यक्रमाने समाविष्ट करण्यात आले होते, यात कोणतेच नवल नाही. यापैकी एका अहवालामध्ये निदर्शनांच्या तिसऱ्या दिवशी २३ नोव्हेंबर, १९४५ रोजी शरद आणि इतर नेत्यांची बंगालचे गव्हर्नर रिचर्ड कॅसी यांच्यासोबत बैठक झाली असल्याचाही उल्लेख होता.

याच दिवशी दुपारी काँग्रेसची वाहने लाउडस्पीकरसह दंगलीचा सर्वाधिक फटका बसलेल्या दक्षिण कलकत्त्यामधील भवानीपूरमधून (शरद यांच्या १ वूडबर्न पार्क या

निवासस्थानापासून जवळच असलेले ठिकाण) हिंडत होती. जवाहरलाल नेहरू यांनी तार पाठवून सर्व विद्यार्थी आणि इतर घटकांना पुढील हानी थांबवण्याची विनंती केली आहे, 'तसेच गुंडशाही सुरू ठेवल्यास काँग्रेसच्या भविष्यातील हेतुंबाबत पूर्वग्रह निर्माण होतील व काँग्रेसच्या एकात्मतेला कलंक लागेल', असा संदेश या वाहनांमधून देण्यात येत होता, असेही ब्रिटिशांनी नमूद केले होते. त्यानंतरही निदर्शने सुरूच राहिली.

अशाप्रकारे शरद हे काँग्रेसच्या मुख्य प्रवाहात परतले आणि त्यांनी विशेषतः प्रथम भारताची व त्यानंतर बंगालची फाळणी टाळण्याच्या गांधींच्या अखेरच्या प्रयत्नांना आधार देण्यासाठी शक्य ते सर्व काही केले. १९४६ मध्ये कलकत्ता आणि बंगालमध्ये धार्मिक दंगलींमध्ये झालेल्या हत्यांची पुनरावृत्ती थांबवण्यासाठी गांधी शरद, मुस्लिम नेते सुहरावर्दी आणि इतर नेत्यांसोबत १९४७ साली बंगालमधील यशस्वी अभियानात सहभागी झाले.

दुर्दैवाने या काळात गांधी नावाचा तारा मावळू लागला होता, त्यांनी उत्तराधिकारी म्हणून निवडलेल्या नेहरूंचा प्रभाव वाढत होता. पुढील प्रकरणात सांगितल्याप्रमाणे, फाळणीची राक्षसी योजना गती पकडत असताना तिला थोपवण्यात किंवा तिच्यावर मात करण्यात ना बोस बंधू यशस्वी ठरले, ना गांधी. गांधी आणि बोस बंधू भारतीय स्वातंत्र्याच्या प्रदीर्घ लढ्यात सुरुवातीपासूनच संयुक्त आघाडी उघडू शकले असते, तर... ही संभाव्यता इतिहासकारांना आजही विचारमग्न करून जाते.

5

फाळणीचे कडू औषध

...या देशाच्या फाळणीचा दुःखद इतिहास आणि द्वेष, मत्सर यांनी ग्रासलेल्या, लाचार आणि तर्कहीन निराशेच्या गर्तेत बुडालेल्या राजकीय नेतृत्वाला कसा त्या विनाशकारी फाळणीमध्ये देशाच्या सर्व दुःखांचा रामबाण उपाय सापडला... मार्च, १९४७ ते ऑगस्ट १९४७ हा प्रचंड प्रमाणावरील राष्ट्रीय आत्महत्येचा काळ होता.

—शरदचंद्र बोस, अखिल बंगाल सुभाषवादी विद्यार्थी परिषदेच्या उद्‍घाटनपर भाषणामधून, कलकत्ता, २६ डिसेंबर, १९४९

जेव्हा स्वातंत्र्यलढ्याचे परिश्रम सुरू होते, तेव्हा त्या काळी ब्रिटिश साम्राज्याखाली असलेल्या भारतातील अनेकविध लोक व समाजांच्या ऐक्याचा प्रश्न हा या लढ्याच्या प्रमुख पात्रांच्या मनात आणि विचारात सातत्याने डोकावत होता. वंश, जात, भाषा, प्रदेश आणि धर्म या विविधतेच्या अनेक छटांमध्येही हिंदू आणि मुस्लिम यांच्यातील धर्मिक दुफळी हे बहुदा सर्वांत मोठा चिंतेचा विषय आणि सर्वात मोठे आह्वान होते. स्वातंत्र्यपूर्व काळात एकोणीसाव्या शतकापासूनतच देशाच्या विविध भागांमध्ये या दोन धर्मांमधील तणाव खदखदत होता आणि ठरावीक काळाने पुनःपुन्हा समोर येत होता, तसेच जातीय दंगे आणि संघर्षाला हा तणाव कारणीभूत ठरत होता.

१९२० च्या दशकाच्या सुरुवातीच्या काळामध्ये काँग्रेस चळवळीचे निर्विवाद नेते आणि बडं प्रस्थ असलेल्या गांधी यांनी भारतातील मुस्लिमांना नव्याने बहरत असलेल्या राष्ट्रवादी चळवळीमध्ये आणि त्याद्वारे थेट काँग्रेसमध्ये नसले, तरी काँग्रेसच्या प्रभावक्षेत्रामध्ये आणण्यासाठी प्रयत्न केले. पहिल्या महायुद्धानंतर तुर्कस्तानला मिळालेली वागणूक आणि तत्कालीन मुस्लिम जगतावर खिलाफतच्या माध्यमातून तुर्कस्तानच्या असलेल्या नेतृत्वाला मान्यता देण्यास ब्रिटनसह इतर जेत्यांचा जाणीवपूर्वक नकार, यांमुळे भारतीय मुस्लिमांमाध्ये नाराजी आणि सरकारविषयी अप्रियता होती. या पार्श्वभूमीवर गांधी हे भारतीय मुस्लिमांच्या जास्त जवळ आले.

खिलाफत सुरू राहावी या मागणीसाठी आणि आपल्या तक्रारी मांडण्यासाठी मुस्लिमांना देशभरात खिलाफत समित्या स्थापन करण्यास गांधींनी प्रोत्साहन दिले. 'खिलाफत चळवळ' या नावाने प्रचलित झालेल्या या चळवळीच्या काळात हिंदू आणि मुस्लिम यांच्यातील परस्परसहकार्य व संबंध सुधारले होते, असे निरीक्षण बरेच विश्लेषक नोंदवतात. मात्र, ३

मार्च, १९२४ रोजी तुर्कस्तान प्रजासत्ताक देशाचे नवे अध्यक्ष मुस्तफा केमाल आतातुर्क यांनी खिलाफत ही संविधानातून हद्दपार केली आणि भारतातही खिलाफत समित्यांची स्थापना व त्यांच्या प्रचारास अचानक खीळ बसली.

खिलाफत चळवळ झपाट्याने कोसळली आणि मुस्लिम भारताचा प्रमुख आवाज म्हणून अखिल भारतीय मुस्लिम लीगचा उदय होण्यास सुरुवात झाली. जसजशी वर्षे सरत गेली तसा हा आवाज हळूहळू अधिक कर्कश आणि जातीयवादी होत गेला.

शरद आणि सुभाष यांच्या मतांवर विचार करून अमिय खिलाफत प्रचाराला असहकार चळवळीशी जोडण्याचा प्रयत्न करणाऱ्या गांधींच्या राजकीय निर्णयावर प्रश्नचिन्ह उपस्थित करतात,

> गांधी यांनी खिलाफत चळवळीचा पुरस्कार करणे ही भारताच्या इतिहासातील फार महत्त्वपूर्ण घटना होती. त्यानंतर खिलाफत चळवळीचे नेते महंमद अली आणि शौकत अली या बंधूंबरोबर हातमिळवणी केल्यानंतर त्यांनी १९२० साली त्यांनी आपल्या असहकार चळवळीस सुरुवात केली. खिलाफत चळवळीच्याच माध्यमातून गांधी प्रथमतः मौलाना आझाद यांच्या संपर्कात आले. खिलाफत चळवळीत हिरिरीने सहभाग घेऊन गांधींनी राजकारणात धर्म आणला. खिलाफत चळवळीमध्ये हिंदू-मुस्लिमांनी सहभागी होणे हे अत्यंत अनुचित पाऊल होते आणि त्याचे परिणाम दुःखद झाले. हा संधिसाधूपणा होता, व त्याचे कोणत्याही प्रकारे राजकीय समर्थन होऊ शकत नव्हते. केमाल पाशा यांनी खलिफा अब्दुल माजिद यांना हद्दपार करून खिलाफत रद्दबातल ठरवली, तेव्हा खिलाफत चळवळही संपुष्टात आली.
>
> गांधींच्या असहकार चळवळीमध्ये सामान्य मुस्लिम जनता ही कोणत्याही सामाजिक– आर्थिक कार्यक्रमाच्या आधारावर किंवा भारताला स्वातंत्र्य मिळवून देण्यासाठी उतरली नव्हती, तर अली बंधूंनी केलेल्या 'इस्लाम धोक्यात आहे' या घोषणेमुळे मुस्लिम जनता या चळवळीत सहभागी झाली होती. १९२१ सालच्या खिलाफत परिषदेतील 'कराची ठरावा'शी भारतीय राष्ट्रीय काँग्रेसला जोडून गांधींनी मुस्लिम जनतेच्या धार्मिक भावनांचा राजकीय हेतुंसाठी वापर केला. या वापरामुळे गांधींना अल्पावधीचा राजकीय फायदा झाला हे निःसंशय, पण त्याचे दीर्घकालीन दुर्दैवी राजकीय परिणामही होते.

वर्षभरापूर्वीच मार्च महिन्यात खिलाफत नष्ट झाल्यानंतर गांधी यांनी सप्टेंबर, १९२४ मध्ये दिल्लीमध्ये एकात्मता परिषद आयोजित करण्यासाठी पुढाकार घेतला. ही परिषद त्या काळी यशस्वी ठरली. सुभाष यांनी *'दि इंडियन स्ट्रगल'*१ मध्ये सांगितल्याप्रमाणे,

---

१ सुभाषचंद्र बोस, *दि इंडियन स्ट्रगल* (नाट्यचिंत फाउंडेशन, कलकत्ता, २००५), पृष्ठ क्र. १३५.

'विविध समाजातील लोकांनी आपल्या कृत्यांमुळे भारतातील जातीय शांतता भंग केली, त्या वाईट कृत्यांबद्दल स्वयंप्रेरित प्रायश्चित्त घेण्यासाठी गांधी यांनी या परिषदेच्या वेळी तीन आठवड्यांचा उपास सुरू केला.' याच परिषदेमध्ये विविध समाजामध्ये एकतेचा प्रसार करण्यासाठी समान सूत्र योजण्यात आले, तसेच कधीही कुठेही धार्मिक तेढ निर्माण झाल्यास हस्तक्षेप करण्यासाठी पंधरा जणांचे सलोखा मंडळ स्थापन करण्यात आले. तथापि, ही परिषद यशस्वी ठरूनही त्याचे प्रत्यक्ष परिणाम दिसून आले नाहीत, असेही सुभाष यांनी नमूद केले आहे.

याच काळामध्ये स्वराज्य पक्षाचे नेते आणि संस्थापक सी. आर. दास यांनी हिंदू-मुस्लिम सलोख्यासाठी प्रयत्न केले होते. यासाठी त्यांनी पक्षाच्या वतीने बंगालच्या मुस्लिम राजकीय नेत्यांसोबत तथाकथित बंगाल करारासंबंधी वाटाघाटी केल्या होत्या. डिसेंबर, १९२३ च्या पूर्वार्धात मांडण्यात आलेल्या या करारानुसार मुस्लिमबहुल बंगालमधील विधानसभा व विधानपरिषदेसह राज्याच्या राजकारणात मुस्लिमांना त्यांच्या लोकसंख्येशी मिळतेजुळते योग्य प्रतिनिधित्व मान्य करण्यात आले होते. अपेक्षेप्रमाणे या कराराबाबत तीव्र प्रतिक्रिया उमटल्या. सी. आर. दास यांना मुस्लिम समाजातून भक्कम पाठिंबा मिळाला होता, तर हिंदू समाजाच्या प्रतिक्रिया मात्र संमिश्र होत्या. परिणामी, त्यानंतर डिसेंबर, १९२३ मध्ये दक्षिण भारतातील कोकोनंदा येथे झालेल्या भारतीय राष्ट्रीय काँग्रेसच्या वार्षिक अधिवेशनामध्ये हा करार नाकारण्यात आला.

सी. आर. दास यांच्यावर समाजातील काही घटकांकडून ठरवून वैयक्तिक टीका करण्यात येत होती. तरीही हिंदू-मुस्लिम ऐक्याशिवाय स्वराज्य मिळवणे शक्य नाही, याबाबत ते आग्रही होते. दास हे प्रतिष्ठा, प्रभाव आणि राजकीय ताकदीच्या बाबतीत सर्वोच्च उंचीवर असताना १६ जून, १९२५ रोजी त्यांचे अकाली निधन झाल्याने हा करारही विखुरला आणि त्यामुळे मुस्लिम राजकीय गोटामध्ये फुटिरतावादी भावना आणि काँग्रेसबद्दल कटुता निर्माण झाली.

या काळामध्ये सुभाष हे दूर मंडालेच्या कारागृहात खितपत पडले होते. ब्रिटिशांचे निर्बंध आणि अंतराच्या अडथळ्यामुळे भारतातील घडामोडींवर प्रभाव टाकण्याच्या त्यांच्या संधीवर मर्यादा येत होत्या. तिकडे भारतामध्ये शरद हे आपल्याच कलकत्ता शहरामध्ये १९२६ मध्ये पुन्हा डोके वर काढणाऱ्या वाईट धार्मिक संघर्ष, रक्तरंजित दंगली आणि मंदिर, मशीद आणि गुरुद्वाऱ्यांवर झालेल्या हल्ल्यांचे साक्षीदार होते. याच वर्षी जुलै महिन्यात संकट अद्याप ताजे असतानाच शरद यांनी बंगालच्या बऱ्याच जिल्ह्यांचा दौरा करून दंग्यांविरोधी ठाम जनमत संघटित करण्याचा प्रयत्न केला. तथापि, या वेळपर्यंत बंगाल करार प्रत्यक्षात येणार नसल्याची आणि काँग्रेसने पुन्हा एकदा ही महत्त्वपूर्ण संधी गमावल्याची वेदनादायी जाणीव त्यांना झाली होती.

बंगाल कराराला काँग्रेसचा नकार व या कराराचे मुख्य रचनाकार व प्रेरणास्रोत सी. आर. दास यांचे निधन असा दुहेरी फटका बसल्याने हा करार टिकणार नाही, याची जाणीव झाल्यानंतरही

शरद यांनी हिंदू-मुस्लिम सलोखा व ऐक्याच्या प्रसारासाठी प्रयत्न करणे सुरूच ठेवले. वर उल्लेख केलेला बंगालच्या जिल्ह्यांचा दौरा करून आल्यानंतर शरद यांनी कलकत्ता येथील घरातून ३१ जुलै, १९२६ रोजी मंडालेत असलेल्या सुभाष यांना पत्र लिहिले. त्यामध्ये ते म्हणतात,

[राजशाही येथे दोन दिवस राहिल्यानंतर आम्ही पुत्तिया, नातोर आणि नावगाव येथे गेलो. शेजारील पाबना जिल्ह्यामध्ये धार्मिक संघर्ष होऊनही राजशाहीने शांतता टिकवून ठेवली होती. धार्मिक संघर्षाविरुद्ध लढण्यासाठी आणि ग्रामीण भागांत मदतकार्य वगैरे करण्यासाठी राजशाही जिल्ह्यामध्ये स्वयंसेवकांची संघटना स्थापन करण्यात आम्ही यशस्वी ठरलो. बंगालमधील सर्व जिल्ह्यांनी याच मार्गाने वाटचाल केल्यास आपण खंबीरपणे (काहीशा संथपणे असले तरी) धार्मिक प्रश्न सोडवू शकतो, असे मला वाटते. अर्थात, धर्मगुरू (विशेषतः विश्वासार्ह मुस्लिम धर्मगुरू) आणि प्रशिक्षित मार्गदर्शकांनी ही स्वयंसेवकांची संघटना यशस्वी करून दाखवणे गरजेचे आहे. मला या कामी अधिक वेळ देता आला असता तर..., असे मला वाटते. परंतु, तसे करता येणार नाही.

काँग्रेस कार्यकारिणीच्या कलकत्ता येथे झालेल्या मागील बैठकीमध्ये दोन्ही धर्मांनी १९२४ मध्ये झालेल्या एकात्मता परिषदेमध्ये समंत करण्यात आलेल्या ठरावांचा स्वीकार करावा आणि त्यानुसार वाटचाल करावी, असे ठरवण्यात आले, हे तुला वृत्तपत्रात वाचून समजले असेलच. मला वाटते, हा योग्य निर्णय होता. करार हा हिंदू आणि मुस्लिम या दोघांसाठीही इतका तिरस्करणीय बनला आहे, की तो सोडून देणे आणि दोन्ही समाजांना नव्या कराराने (शक्य असल्यास अधिक चांगल्या) एकत्र आणण्यासाठी सुयोग्य संधीची वाट पाहाणेच उचित ठरेल. एका गोष्टीबाबत मात्र मी ठाम आहे आणि ती म्हणजे वेगळे मतदारसंघ काढून टाकले पाहिजेत. त्याशिवाय हा प्रश्न सोडवणे शक्य नाही.

या काळात बोस बंधूंचा ज्या भारतीय क्रांतिकाऱ्यांना पाठिंबा होता, त्यातील बहुतेकजण हे बंगाली हिंदू समाजातील होते. त्यामुळे बोस बंधूंना खऱ्याखुऱ्या मुस्लिमांच्या गाऱ्हाण्यांविषयी सहानुभूती नाही, असे आरोप राजकीय हेतू ठेवून करण्यात येत होते. त्याचे हे पत्र व याबरोबरच्या इतर पुराव्यांमधून या आरोपांची कल्पना येत नाही. तथापि, केवळ हिंदू आकांक्षांचा पाठपुरावा करणाऱ्या कोणालाही बंगालचे नेतृत्व योग्यप्रकारे करता येणार नाही, हे सुभाष आणि शरद यांना स्पष्टपणे समजले होते व त्यांचा त्यावर विश्वास होता.

ब्रिटिश सरकारने लागू केलेल्या १९१९ च्या भारत सरकार कायद्यापासून ते १९२७ चा सायमन आयोग, तसेच १९३० च्या दशकाच्या सुरुवातीस लंडनमध्ये झालेल्या तीन गोलमेज परिषदा आणि त्यानंतरचा १९३५ चा सुधारित भारत सरकार कायदा यांतून जर काही संवैधानिक उत्क्रांती झाली असेल, तर तिने केवळ भारतीय समाजांमधील, विशेषतः हिंदू व मुस्लिम यांच्यातील तणाव व विभाजनाच्या आगीत तेल ओतण्याचेच काम केले.

या संवैधानिक प्रक्रियेमधील विशेष लक्षात घेण्याजोगी बाब म्हणजे ब्रिटिश सरकारचे मजूर पक्षाचे पंतप्रधान रॅमसे मॅक्डोनाल्ड यांनी १७ ऑगस्ट, १९३२ रोजी तथाकथित 'कम्युनल अवॉर्ड' ही पद्धत सुरू केली. यामध्ये इतर बाबींबरोबरच प्रांतिक विधिमंडळांत विविध समाजांच्या, विशेषतः हिंदू आणि मुस्लिम प्रतिनिधित्वाचा समतोल साधण्यासाठी मतदारसंघांची फेरमांडणी करण्यात आली होती.

यापूर्वी, ब्रिटिशांनी १९१६ मध्ये वाटाघाटी केलेल्या लखनौ करारामध्ये मुस्लिमांना योग्य प्रमाणात प्रतिनिधित्व देण्याची मागणी करण्यात आली असली, तरी मुस्लिमेतर समाजाविषयीचा पक्षपात कायम राहिला होता. उदाहरणार्थ, बंगालमध्ये मुस्लिम व मुस्लिमेतर प्रतिनिधींचे प्रमाण हे अनुक्रमे ४० टक्के व ६० टक्के असे निश्चित करण्यात आले होते. त्या काळात ही मुस्लिमांसाठी सुधारणा असली, तरी प्रांतामध्ये मुस्लिम बहुसंख्य असताना ही तरतूद धार्मिक गणितांना धरून नव्हती.

स्वतंत्र मतदारसंघ देणाऱ्या कम्युनल अवॉर्ड पद्धतीचा परिणाम मुस्लिमांना अधिक प्रतिनिधित्व मिळण्याच्या बाजूने झालाच, पण त्याचबरोबर शीख, ख्रिश्चन, अँग्लो-इंडियन आणि युरोपियन या अल्पसंख्याक समाजांनाही प्रतिनिधित्व दिले गेले. गांधी आणि दलित वर्गाचे नेते म्हणून गणले जाणारे डॉ. बी. आर. आंबेडकर यांच्यामध्ये २४ सप्टेंबर, १९३२ रोजी झालेल्या तथाकथित पूना कराराच्या अटींनुसार गांधींनी आक्षेप घेतल्यामुळे यामध्ये अनुसूचित किंवा दलित वर्गासाठी तयार केलेला विशेष गट रद्द करण्यात आला. दलित वर्गाला संपूर्णपणे वेगळा वर्ग म्हणून प्रतिनिधित्व देण्याऐवजी त्यांना अधिक जागांवर आरक्षण देण्याविषयी गांधींनी आक्षेप घेतला नाही.

शरद आणि सुभाष यांच्या घरच्या बंगाल प्रांतामध्ये 'कम्युनल अवॉर्ड' पद्धतीवरून हिंदू आणि मुस्लिम या समाजांतील दोन प्रमुख घटकांमध्येच नाही, तर काँग्रेस पक्षसंघटनेमध्येही वादविवाद व तणाव निर्माण झाल्याचे हे दोघे कैदेत असताना पाहात होते. हिंदू नेते व प्रतिनिधींना ही आपल्या राजकीय दर्जाची अवनती असल्याचे वाटल्यामुळे ते संतप्त झाले होते. त्याचवेळी हिंदू प्रतिनिधींनी विधिमंडळांत सहभागी होण्याच्या पात्रतेविषयी केलेल्या बेताल दाव्यांमुळे मुस्लिम नेतेही हळूहळू व निश्चितपणे प्रक्षुब्ध झाले होते.

१९३६ सालापर्यंत जवाहरलाल नेहरूंच्या कार्यकाळात काँग्रेसचे राष्ट्रीय नेतृत्व आणि बंगालमधील काँग्रेसचे प्रांतीय नेतृत्व यांच्यामध्ये फूट पडली होती. अवॉर्ड पद्धती ही राष्ट्रविरोधी व हिंदू व मुस्लिम यांच्यामध्ये विभाजन निर्माण करणारी असल्याने, तसेच व्यूहरचनात्मकदृष्ट्या विचार करता ही पद्धती १९३५ च्या भारत सरकार कायद्याच्या आधारे अस्तित्त्वात येणाऱ्या नव्या संविधानाचा अविभाज्य घटक असल्याने बीपीसीसीने त्या विरोधात आंदोलन सुरू केले. राष्ट्रीय स्तरावरही काँग्रेसने हा संपूर्ण कायदा त्यातील

निवडणूक जाहीरनाम्यासह नाकारला होता. तथापि, संविधानाला आणि विशेषतः अवॉर्ड पद्धतीला निग्रहाने धोरणात्मक विरोध करतानाच काँग्रेसने बीपीसीसीने प्रस्तावित केलेल्या थेट आंदोलनाच्या पद्धतींवर आक्षेप घेतला होता.

आता कैदेतून सुटका झालेल्या व बीपीसीसीचे विद्यमान अध्यक्ष असलेल्या शरद यांना कम्युनल अवॉर्ड हा भारताच्या एकात्मता, प्रगती आणि स्वातंत्र्यामधील शक्तिशाली अडथळा आहे, असे वाटत होते. नेहरूंसोबत झालेल्या पत्रव्यवहारांपैकी १९ सप्टेंबर, १९३६ रोजी सिमल्याहून लिहिलेल्या एका रोखठोक पत्रव्यवहारामधे शरद म्हणतात,[२]

> संपूर्ण भारत सरकार कायद्याला काँग्रेस विरोध करत असल्याचे काँग्रेसने आपल्या निवडणूक जाहीरनाम्यामध्ये स्पष्ट केले असून यामध्ये 'कम्युनल' विषयीच्या निर्णयाला केलेला विरोधही अंतर्भूत आहे. कायद्याच्या बाहेर विचार केला तरी 'कम्युनल निर्णय' हा पूर्णपणे अस्वीकारार्ह असून तो स्वातंत्र्य आणि लोकशाहीच्या तत्त्वांना धरून नाही. त्यामुळे विभाजनवादी व विनाशकारी प्रवृत्तींना प्रोत्साहन मिळणार आहे, तसेच सामान्यतः आर्थिक व सामाजिक प्रश्नांचा विचार व प्रगतीमध्ये अडचणी येणार आहेत. म्हणून ही पद्धत राष्ट्रीय प्रगतीमध्ये अडथळा आणणारी असून भारतीय एकात्मतेच्या मुळावर घाव घालणारी आहे. त्यामुळेच काँग्रेसची भूमिका अलिप्तपणाची किंवा तटस्थपणाची नाही. काँग्रेसने कठोरपणे 'कम्युनल निर्णय' नाकारला आहे आणि ही पद्धत संपुष्टात यावी, अशी काँग्रेसची इच्छा आहे.
>
> काँग्रेस नवे संविधान नाकारण्यासाठी आंदोलन सुरू ठेवेल, असेही काँग्रेसच्या निवडणूक जाहीरनाम्यामध्ये स्पष्ट करण्यात आले आहे. नव्या संविधानाला नाकारण्यामध्येच कम्युनल निर्णयाला दिलेला नकारही अंतर्भूत असल्याने नव्या संविधानाविरोधात केलेले आंदोलन हे अटळपणे कम्युनल निर्णयाविरोधातील आंदोलनालाही सामावून घेते. त्यामुळेच नवे संविधान नाकारण्यासाठी आंदोलन करणे आणि कम्युनल निर्णय नाकारण्यासाठी आंदोलन न करणे हे तर्कसुसंगत असू शकत नाही, असे बंगालमधील काँग्रेससदस्य आणि काँग्रेस विचारधारेच्या लोकांना वाटते.
>
> त्यामुळेच बीपीसीसीच्या कार्यकारी परिषदेचा ठराव हा कोणत्याही प्रकारे काँग्रेस निवडणुकीच्या जाहीरनाम्याचे पत्र किंवा त्याच्या हेतूला विरोध करणारा आहे, या मताशी आम्ही असहमत आहोत. काँग्रेस संघटनांनी कम्युनल निर्णयाविरोधात केलेल्या आंदोलनाकडे एका विशिष्ट समाजाने दुसऱ्या समाजाच्या मोबदल्यात ब्रिटिश सरकारकडून काही धार्मिक फायदे मिळवण्यासाठी केलेला प्रयत्न म्हणून पाहिले जाऊ शकत नाही,

---

[२] शरदचंद्र बोस स्मृतीग्रंथ खंडातून (शरदचंद्र बोस अकादमी, कलकत्ता, १९८२), पृष्ठ क्र. २३०–२३२.

> आणि जाऊ नये. त्याचबरोबर जातीयवादाच्या समस्येवर सर्वमान्य उपाययोजनांचा मार्ग आखण्यासाठी काँग्रेसने आणि काँग्रेसअंतर्गत येणाऱ्या संघटनांनी देशपातळीवर कम्युनल निर्णयाला विरोध करणे हे अतिशय आवश्यक आहे, असे आम्ही मानतो.

नेहरूंनी त्यांच्या बाजूने कम्युनल अवॉर्डविरुद्ध बंगालमध्ये आंदोलन करण्याच्या सुज्ञतेबाबत प्रश्नचिन्ह उपस्थित केले आणि त्याचवेळी आडमुठ्या बंगाली लोकांवर काँग्रेसच्या राष्ट्रीय कार्यकारिणीचा अधिकार पुर्नप्रस्थापित करण्याचाही प्रयत्न केले. तत्पूर्वी, ३ सप्टेंबर, १९३६ रोजी शरद यांना लिहिलेल्या पत्रात ते म्हणतात,[३]

> कम्युनल निर्णयाविरुद्ध सध्याच्या टप्प्यावर कोणतेही आंदोलन मोठ्या प्रमाणावर सुरू केले गेल्यास त्यामुळे भारताला व जगाला सद्यस्थितीत भेडसावणाऱ्या अनेक राजकीय व आर्थिक प्रश्नांवरील लक्ष ढळणे अटळ आहे. ब्रिटिश सरकार हे लक्षणीय दबाब आल्यासच शरण येईल, हे उघड आहे. हा दबाव निर्माण करणे हे आपले काम आहे. हा दबाव केवळ राजकीय पटलावरूनच परिणामकारकरीत्या आणता येऊ शकतो. कम्युनल निर्णयाबाबत बोलायचे झाल्यास काँग्रेसने तीव्र शब्दांमध्ये त्याचा निषेध केला आहे. भविष्यातही कधी वेळ येईल, तेव्हा व्यक्तिशः किंवा संघटनेतर्फे या निषेधाचा पुनरुच्चार करण्यात येईल. सर्वसाधारणपणे हा विषय विधिमंडळामध्ये आल्यास मतप्रदर्शनाद्वारे आपला निषेध व्यक्त करणे हे काँग्रेसचे कर्तव्य असेल. अर्थातच हा मुद्दा कसा उपस्थित केला जाणार आहे, हे माहीत असल्याशिवाय एका विशिष्ट मार्गाने मतप्रदर्शन करण्याबाबत कोणत्याही राजकीय पक्षाला कोणीही बांधून ठेवू शकत नाही. तथापि, जर एखाद्या विषयाबाबत संघटनेची स्पष्ट मते असतील, तर मतदानही त्याच मतांना अनुसरून असते. या विषयाबाबत विधिमंडळात सुधारणा सुचवणे, अथवा अन्य कोणत्या मार्गाने परिस्थितीला सामोरे जाणे आदी बाबी आवश्यक वाटू शकतात. तथापि, सामान्यतः काँग्रेसची भूमिका ही स्पष्ट आहे.
>
> सध्या जगभरात चाललेली उलथापालथ, स्पेनमधील दुःखद संघर्ष आणि या सर्वांचे भारतावर होणारे अटळ परिणाम यासंबंधीच्या विचारांनी माझे मन व्यापले आहे, हे मला तुमच्यापुढे कबूल केले पाहिजे.

ज्या बोस बंधूंनी वेगळ्या मतदारसंघांची संकल्पना हाच शाप मानला होता आणि आपल्या राजकीय जीवनामध्ये त्यांनी या संकल्पनेवर सातत्याने तीक्ष्ण शब्दांत टीका केली, त्याच बोस बंधूंना आता सर्व समाजांना निवडणुकीमध्ये योग्य प्रतिनिधित्व मिळण्याच्या मागणीला पाठिंबा आणि बंगालमध्ये सर्वांत मोठा अल्पसंख्याक गट असलेल्या हिंदू समाजाच्या न्याय्य हक्कांचे संरक्षण यांच्यामधील पुसट सीमारेषेवरून

---

[३] याच खंडातून, पृष्ठ क्र. २२७–२२८.

चालावे लागत होते. जर त्यांना त्यांच्या मार्गाने जाणे शक्य झाले असते, तर त्यांनी निश्चितच 'कम्युनल अवॉर्ड' चा तिढा सोडवला असता. सुभाष यांनी याबाबत *'दि इंडियन स्ट्रगल'* या पुस्तकात लिहिले आहे:[४]

> श्वेतपत्रिकेमध्ये समाविष्ट असलेल्या कम्युनल अवॉर्डचा एकूण उद्देशच भारताचे आणखी विभाजन करणे हा आहे आणि त्यायोगे क्षुल्लक संवैधानिक सुधारणा पूर्णपणे परिणामशून्य होऊन जातील. याद्वारे विधिमंडळामध्ये अशाप्रकारे प्रतिनिधित्व देण्याचा प्रयत्न करण्यात आला होता, की त्यामुळे भारतील जनतेमध्ये काही मुद्द्यांवरून जर मतभेद असतील, तर विधिमंडळांमध्ये त्या मदभेदांची अतिशयोक्ती होईल आणि सहमतीच्या मुद्यांना वाव मिळणार नाही. ही संपूर्ण योजनाच 'फोडा आणि राज्य करा' या विनाशकारी तत्त्वावर आधारलेली आहे. भारतीय लोकांमध्ये फूट पाडण्याचा प्रयत्न करतानाच, अधिकृत अंदाजांनुसार इतर समाजापेक्षा अधिक ब्रिटिशधार्जिणे असलेल्या मुस्लिमांसारख्या समाजातील काही घटकांचे सांत्वन करण्याचा प्रयत्न सहाजिकच करण्यात येत आहे.
>
> म्हणूनच १९०६ मध्ये व्हॉइसरॉय लॉर्ड मिंटो आणि काही मुस्लिम नेत्यांनी पूर्वनियोजनाने प्रथमच स्वतंत्र आरक्षित मतदारसंघांचा प्रस्ताव पुढे केला होता. ही मागणी तातडीने प्रत्यक्षात आणण्यात आली, कारण १९०९ च्या मॉर्ले-मिंटो सुधारणांनुसार (इंडियन कौन्सिल ॲक्ट) सुचवलेली संवैधानिक आगेकूच परिणामशून्य करायची होती. त्यापुढे १९१९ सालातील भारत सरकार कायद्यामध्येही मुस्लिमांसाठी वेगळे आरक्षित मतदारसंघ ठेवण्याची पद्धत सुरू राहिली.
>
> मागील चौदा वर्षांचा अनुभव असा आहे की वेगळे आरक्षित मतदारसंघ दिल्यानंतरही आणि विधिमंडळामध्ये अधिकृत गट असूनही सरकारचा पुनःपुन्हा पराभव होत आहे. त्यामुळेच भविष्यात विधिमंडळांमध्ये ब्रिटिश सरकारविरुद्ध भारतीयांनी एकत्रित येण्याची शक्यता कमीतकमी करण्याकरिता भारतीय समाजामध्ये आणखी फूट पाडणे ब्रिटिश सरकारसाठी गरजेचे आहे. त्यामुळेच मुस्लिम, युरोपियन, अँग्लो-इंडियन आणि शीख यांच्या बरोबरीनेच भारतीय ख्रिश्चन, महिला आणि दलित वर्गांसाठी वेगळे आरक्षित मतदारसंघ देण्याचा प्रस्ताव मांडण्यात आला आहे.
>
> 'सवलत देण्यापूर्वी विभाजन करा' या तत्त्वामुळे आयर्लंडमध्ये अवलंबण्यात आलेले अशाचप्रकारचे एक धोरण आठवते. तेथे ब्रिटिश सरकारने स्वतंत्र आयर्लंड राष्ट्राचे संविधान मान्य करण्यापूर्वी अल्स्टर हा प्रदेश वेगळा केला होता. भारताबाबत बोलायचे झाल्यास इतक्या सांप्रदायिक आणि प्रतिगामी आधारावर कोणत्याही संविधानाचा उत्कर्ष शक्य नाही, हे वेगळे सांगायला नकोच.

---

[४] बोस, *दि इंडियन स्ट्रगल,* पृष्ठ क्र. ३६५–३६६.

ब्रिटिशकालीन भारतामध्ये समाविष्ट असलेले सर्व लोक आणि समाज यांचे मिळून मुक्त, स्वतंत्र, अखंड व सार्वभौम राष्ट्र निर्माण व्हावे, याबाबात बोस बंधूंना सुरुवातीपासून तीळमात्र शंका नव्हती. ब्रिटिश भारतातील मुस्लिमबहुल प्रांतांपैकी एक असलेल्या बंगालचे धडाडीचे सुपुत्र असल्याने शरद आणि सुभाष यांना धार्मिक फुटीच्या संवेदना आणि नवे सार्वभौम राष्ट्र निर्माण करण्यासाठी हे व इतर भेदभाव सोडवण्याची आवश्यकता यांचे सर्वंकष आकलन होते.

शरद आणि सुभाष हे जन्म, जात, वर्ग यांसारख्या भेदभावांच्या आणि पार्श्वभूमींच्या पलीकडे मानवाच्या सभ्यतेच्या बाजूने भूमिका घेणाऱ्या मानवतेचा पवित्र वर्गामध्ये मोडणारे होते. त्यांचे वडील जानकीनाथ आणि सी. आर. दास यांचा त्यांच्यावर गाढा प्रभाव होता आणि दोन्ही बोस बंधूंनी रामकृष्ण परमहंस आणि त्यांचे शिष्य स्वामी विवेकानंद यांची शिकवण आत्मसात केली होती.

* * *

१९३० च्या दशकाच्या सुरुवातीच्या वर्षांमध्ये ब्रिटन आणि भारतातील शैक्षिणिक आणि बुद्धिजीवी वर्तुळांमध्ये पाकिस्तानची ढोबळ संकल्पना व त्यानंतर 'पाकिस्तानचा' मंत्र चर्चेत येऊ लागला. त्यानंतरच्या दशकभरात हळूहळू या मुद्द्याला राजकीय बळ व चलन मिळत गेले. पाकिस्तान या शब्दाची व्युत्पत्ती पंजाब, अफगाण (वायव्य सरहद) प्रांत, काश्मीर, सिंध यांची प्रथम अक्षरे आणि बलुचिस्तानचे 'तान' हे संक्षिप्त रूप यातून झाली होती व निर्माण झालेला 'पाकस्तान' हा शब्द उच्चाराच्या सुलभतेसाठी 'पाकिस्तान' असा करण्यात आला होता. इंग्लंडमध्ये वास्तव्यास असलेला पंजाबी भारतीय विद्यार्थी चौधरी रहमत अली (१८९५–१९५१) याने प्रथम केंब्रिज विद्यापीठात असताना लिहिलेल्या पुस्तिकेमध्ये या शब्दाचा उल्लेख केला होता. 'आता किंवा कधीच नाही – आपण जगायचे की कायमचे नष्ट व्हायचे', असे या पुस्तिकेचे शीर्षक होते. या पुस्तिकेला त्याने 'पाकिस्तानचे घोषणापत्र' असेही म्हटले होते.

रहमत अली आणि त्यांच्या मित्रांनी पाकिस्तानच्या संकल्पनेला मुस्लिम नेते महंमद अली जिना यांचा पाठिंबा मिळवण्यासाठी १९३४ मध्ये त्यांच्या सोबत पहिली बैठक घेतली, तेव्हा जिनांनी प्रथमतः याकडे फारसे लक्ष दिले नव्हते. जिना या संकल्पनेबद्दल अजिबात उत्साही नव्हते आणि त्यांनी 'मुलांनो, घाई करू नका. पाणी वाहू देत आणि त्यानंतर पाण्यालाच आपली पातळी सापडेल', अशा शब्दांत या मुलांची समजूत काढली होती, असे म्हणतात.

सुभाष यांनी १९३४ साली लिहिलेल्या *'दि इंडियन स्ट्रगल'* या पुस्तकात निरीक्षण नोंदवले आहे,[५]

---

[५] याच पुस्तकातून, पृष्ठ क्र. ४०४.

> पाकिस्तान ही अर्थातच कल्पनारम्य योजना असून हा प्रस्ताव अनेक कारणांसाठी अव्यवहार्य आहे. भारत हा ऐतिहासिकदृष्ट्या, सांस्कृतिकदृष्ट्या, राजकीयदृष्ट्या आणि आर्थिकदृष्ट्या अविभाज्य घटक आहे. दुसरे म्हणजे, भारतातील बहुतांश प्रदेशांमध्ये हिंदू आणि मुस्लिम हे इतके मिसळलेले आहेत, की त्यांना वेगळे करणे शक्य नाही. तिसरे म्हणजे, जबरदस्तीने मुस्लिम राज्यांची स्थापना करण्यात आली, तर या राज्यांमध्ये नवे अल्पसंख्याकांचे प्रश्न निर्माण होतील आणि त्यातून नव्या समस्या उभ्या राहतील. चौथे म्हणजे, हिंदू आणि मुस्लिमांनी हातात हात घेऊन एकत्रितपणे ब्रिटिशांशी लढा दिल्याशिवाय कोणीच स्वतःला पारतंत्र्यातून मुक्त करू शकणार नाही आणि स्वतंत्र व अखंड भारताच्या आधारावरच त्यांच्यातील एकात्मता शक्य आहे.

या दशकाच्या अखेरीस आणि १९४० च्या दशकाच्या सुरुवातीस जिनांच्या विचारांमध्ये बदल झाल्याचे स्पष्टपणे दिसून येते. मार्च, १९४० मध्ये लाहोर येथे झालेल्या ऑल इंडिया मुस्लिम लीगच्या अधिवेशनामध्ये बंगालमधील मुस्लिम नेते फझलुल हक यांनी मांडलेल्या आणि अधिवेशनामध्ये स्वीकारण्यात आलेल्या तथाकथित 'पाकिस्तान ठरावाला' जिनांनी संपूर्ण पाठिंबा दिला होता. यामुळे प्रथमच मुस्लिम लीगला भारतीय उपखंडाच्या फाळणीची महत्त्वाकांक्षा असल्याचे आणि सर्व समाजांना सामावून घेण्याच्या दिशेने प्रत्यक्षात सुरू असलेल्या प्रयत्नांच्या शेवटाची सुरुवात झाल्याचे संकेत मिळाले.

विशेष म्हणजे या ठरावामध्ये खरेतर पाकिस्तान ही संज्ञा वापरण्यातच आली नव्हती. तत्कालीन प्रसारमाध्यमांनी ठरावाला दिलेले हे टोपणनाव होते आणि याच नावाने सकारात्मक व नकारात्मक या दोन्ही मार्गांनी सर्व प्रमुख व्यक्ती आणि समाजांचे लक्ष या ठरावाकडे वेधून घेतले. भारतातील मुस्लिम जगताने मुख्यत्वे या ठरावाला पाठिंबा दर्शवला होता, तर हिंदू आणि अन्य बिगर-मुस्लिम समुदायाकडून याबाबत संमिश्र प्रतिक्रिया व्यक्त करण्यात आल्या.

भारतीय उपखंडाची अंतिमतः भारत आणि पाकिस्तान या दोन देशांमध्ये झालेली फाळणी आणि त्याअंतर्गत ब्रिटिश भारतातील पंजाब आणि बंगाल या दोन सर्वांत प्रसिद्ध आणि प्रभावशाली प्रांताच्या विभाजनाच्या मुद्द्यावरून बोस बंधूंनी अखेरपर्यंत हिरिरीने वाद घातला, यात कोणतेच आश्चर्य नाही. फाळणी झाल्यानंतरही २० फेब्रुवारी, १९५० रोजी शरद यांचे अकाली निधन होण्यापूर्वी काही तास आधी त्यांनी 'भारत आणि पाकिस्तानास केलेल्या आवाहनास' अंतिम रूप दिले होते. तत्कालीन पाकिस्तानचा भाग असलेल्या पूर्व बंगालने एक स्वतंत्र व वेगळे राज्य म्हणून भारतामध्ये सहभागी व्हावे, त्यायोगे पलीकडे भारतातील नवे राज्य बनलेल्या पश्चिम बंगालमधील बंगाली जनतेशी काही प्रमाणात पुनर्मीलन शक्य होऊ शकते, असे हे आवाहन होते. *दि नेशन* या त्यांच्या मालकीच्या वृत्तपत्राच्या २१

फेब्रुवारी १९५० च्या अंकात हे आवाहन त्यांच्या स्वाक्षरीसह संपादकीय म्हणून प्रसिद्ध झाले. याच अंकात त्यांच्या निधनाचे धक्कादायक वृत्तही होते. हे वृत्तपत्र त्यांनी १ सप्टेंबर, १९४८ पासून सुरू केले होते.

त्याच्या काही वर्षे आधी १५ मार्च, १९४७ रोजी भारत आणि पाकिस्तानला स्वातंत्र्य मिळण्याच्या काही महिने आधी तोपर्यंत काँग्रेसपासून दुरावलेल्या आणि ज्यांच्या समोरील पर्याय वेगाने कमी होत होते त्या शरद यांनी कलकत्त्यातील प्रसारमाध्यमांना दिलेल्या निवेदनामध्ये भविष्यसूचक इशारा दिला होता,[६]

> प्रांतांची विभागणी करण्यासाठी धर्म हा एकमेव आधार असल्याचे स्वीकारून काँग्रेसने आपले तारू धक्क्यापासून दूर लोटले आहे आणि गेली साठ वर्षे काँग्रेस जे कार्य करत आहे, ते जवळपास धुळीस मिळवले आहे. आज, १९४७ साली ही संकल्पना (धार्मिक किंवा धर्मसत्ताक राज्यांची) स्वीकारणे आणि ती भारतामध्ये अमलात आणणे, याचा अर्थ भारताला पुन्हा मध्ययुगीन काळापर्यंत मागे घेऊन जाणे असा आहे. हे निश्चितच प्रतिगामी आणि क्रांतिविरोधी पाऊल असून त्याने येणारी अनेक वर्षे भारताच्या प्रगतीला खीळ बसेल. यामुळे जातीयवादाचा प्रश्न आणखी वाढीस लागेल आणि त्यावरील उपाययोजना अशक्य नसल्या, तरी अतिशय कठीण होऊन जातील. भारतातील सगळीकडील लोकसंख्येचे स्वरूप हे संमिश्र आहे आणि अशाप्रकारचा जातीय विभक्तपणा किंवा धार्मिक आधारावर वेगळे करणे आवश्यक नाही आणि ते व्यवहार्यही नाही. संपूर्ण देशामध्ये लागू करता येईल, असा उपाय आपल्याला शोधावा लागेल. जातीयवाद व धर्मवादाच्या प्रश्नाचे उत्तर हे शेवटी सामाजिक न्यायामध्ये दडलेले आहे आणि आपल्या एकत्रित आयुष्याचा विचार करता हे उत्तर जीवनाचे राजकीय आणि आर्थिक पैलू व आवडीनिवडींवर भर देण्यात आहे, त्याचप्रमाणे ते राजकारण आणि अर्थकारणाला धर्मापासून वेगळे करण्यातही आहे.

आपले वडील व काकांनी फाळणीच्या विरोधात आणि भारताच्या अखंडत्वाच्या बाजूने दिलेल्या लढ्याविषयी अमिय यांनी आपल्या व्याख्यानांमधून व लेखनामधून विस्ताराने भाष्य केले आहे. फाळणी आणि स्वातंत्र्यापूर्वीच्या अखेरच्या वर्षांमध्ये आपल्या वडिलांचा राजकीय मदतनीस आणि विश्वासू सरकारी या नात्याने अमिय यांनी चर्चा व वाटाघाटींमध्ये सक्रिय सहभाग घेतला होता.

फाळणीबाबत आतापर्यंत इतके लेखन आणि उपलब्ध साहित्याच्या संग्रहाचे डोंगर असूनही 'आता फाळणी अनिवार्य आहे', असे म्हणण्यासाठी नक्की कोणता

---

[६] *सिलेक्टेड स्पीचेस अँड रायटिंग्ज ऑफ शरदचंद्र बोस, १९४७–१९५०* (दि शरद बोस अकादमी, १९५४) पृष्ठ क्र. १–२.

क्षण किंवा कोणती कृती कारणीभूत ठरली, हे सांगणे कठीण आहे. काही निरीक्षक या अनिवार्यतेचे मूळ ब्रिटिशांच्या फोडा आणि राज्य करा, या धोरणामध्ये असल्याचे सांगतील. हेच धोरण ब्रिटिशांच्या वसाहती असलेल्या इतर प्रदेशांमध्येही अवलंबले गेले होते. यापैकी आयर्लंड आणि पॅलेस्टाइन या दोन ठिकाणची उदाहरणे सुभाष यांनी नमूद केली आहेत. इतर काही जण पूर्वीच्या काळापासून दोन धर्मांमध्ये असलेली फूट फाळणीसाठी कारणीभूत ठरल्याचा मुद्दा मांडतील.

तरीही भारत आणि पाकिस्तान यांना ऑगस्ट, १९४७ मध्ये स्वातंत्र्य मिळण्यापूर्वी अखेरच्या काही वर्षांमध्ये घडलेल्या घटनांमध्ये या प्रश्नाचे उत्तर सापडते, असे काहीजणांचे मत आहे. या प्रकरणात आधी नमूद केल्याप्रमाणे विशेषतः १९४० च्या दशकाच्या सुरुवातीस जिना यांच्या नेतृत्वाखाली मुस्लिम जनतेमध्ये मुस्लिम लीगविषयी विश्वास आणि प्रतिष्ठा निर्माण झाल्यानंतर आणि मुस्लिम लीगचा ब्रिटिश अधिकाऱ्यांवरील प्रभाव वाढू लागल्यानंतरच, 'पाकिस्तानच्या' मंत्राने गती पकडली.

बोस बंधूना कोणतीही गोष्ट अटळ वाटत नव्हती आणि फाळणीच्या विरोधासाठी केलेल्या खेळी कितीही उशीर झाला असला, तरी पूर्णपणे समर्थनीय आहेत यावर त्यांचा विश्वास होता, असे सहजपणे म्हणता येऊ शकते. फाळणीमुळे धर्मिक प्रश्न अल्पावधीत किंवा दीर्घकाळातही सुटू शकणार नाहीत, हे बोस बंधूंनी वर्तवलेले भाकीत पूर्णपणे खरे ठरले.

१९३५ च्या भारत सरकार कायद्यानुसार १९३७ च्या जानेवारीच्या मध्यात घेण्यात आलेल्या प्रांतीय निवडणुका व त्यांच्या निकालांवरून कॉंग्रेस हाय कमांडने दिलेल्या सूचनेनुसार कॉंग्रेस कार्यकारिणीने घेतलेल्या भूमिकांमध्ये फाळणीला सर्वाधिक कारणीभूत ठरणारी बीजे सापडतात, असे अमिय यांना वाटते.

(जाती-धर्माच्या आधारावर मतदारसंघ असलेल्या आणि मताधिकारावर निर्बंध असलेल्या) या निवडणुकीमध्ये कॉंग्रेसने ब्रिटिश भारतातील ११ प्रांतांमध्ये (आसाम, बंगाल, बिहार, बॉम्बे, मध्य प्रांत, मद्रास, वायव्य सरहद प्रांत, ओरिसा, पंजाब, सिंध आणि संयुक्त प्रांत) उपलब्ध असलेल्या १५८५ जागांपैकी ११६१ जागा लढवल्या होत्या. यापैकी ७१६ जागा जिंकून कॉंग्रेसने सहा प्रांतांमध्ये (बिहार, बॉम्बे, मध्य प्रांत, मद्रास, ओरिसा आणि संयुक्त प्रांत) स्पष्ट बहुमत मिळवले, तर तीन प्रांतांमध्ये (आसाम, बंगाल आणि वायव्य सरहद प्रांत) कॉंग्रेस सर्वांत मोठा पक्ष बनला.

कॉंग्रेसने मुस्लिम मतदारांसाठी वेगळ्या ठेवलेल्या ४८२ जागांपैकी केवळ ५६ जागा लढवल्या होत्या आणि त्यापैकी २८ जागा जिंकण्यात त्यांना यश आले. संयुक्त प्रांत, बंगाल आणि पंजाब येथे कॉंग्रेसला एकही मुस्लिम जागा जिंकता आली नाही. सिंध, बॉम्बे आणि बिहार या प्रांतांत तर कॉंग्रेसने एकही मुस्लिम जागा लढवली नाही. मुस्लिम जागांमध्ये

काँग्रेसला सर्वाधिक यश मद्रास आणि वायव्य सरहद प्रांतांमध्ये मिळाले होते. मद्रासमध्ये काँग्रेसने चार जागा जिंकल्या होत्या, तर वायव्य सरहद प्रांतात 'सरहद्द गांधी' म्हणून लोकप्रिय असलेले काँग्रेसचे पठाण मुस्लिम नेते खान अब्दुल गफार खान यांच्या मार्गदर्शनाखाली काँग्रेसन पंधरा जागांवर यश मिळवले होते.

काँग्रेसने चांगली कामगिरी केली होती, तथापि निवडणुकीत अपयशी ठरलेला मुस्लिम लीग पक्ष तुलनेने कमकुवत असतानाही काँग्रेसने मुस्लिम मतदारांपर्यंत पोहोचण्यासाठी विशेष प्रयत्न केले नाहीत. त्यामुळे काँग्रेसची राष्ट्रवादी पक्षाची प्रतिमा ही प्रामुख्याने हिंदू संघटना अशी बनत असल्याच्या चिंताजनक खुणा दिसू लागल्या होत्या.

गांधी यांच्या राजकीय प्रचाराच्या तंत्रांनी मुस्लिम मतदार आकर्षित झाले नाहीत, असे अमिय यांना वाटते. गांधींनी हिंदू संतांच्या भाषेमध्ये भारतीय जनतेशी संवाद साधला आणि पाठिंबा मिळवण्यासाठी हिंदू धर्मातील प्रतीकांचा वापर केला. याचा अपरिहार्य परिणाम मुस्लिम, काँग्रेस चळवळीपासून दुरावण्यामध्ये झाला, असे मत अमिय नोंदवतात.

निवडणुकीनंतर पाच महिन्यांच्या विलंबाने काँग्रेस कार्यकारिणीची अखेर प्रांतीय निवडणुकांचे निकाल आणि काँग्रेसला बहुमत मिळालेल्या प्रांतांमध्ये सरकारची स्थापना यावर चर्चा करण्यासाठी ५ ते ८ जुलै १८३७ रोजी वर्धा येथे बैठक झाली. या काळामध्ये ब्रिटिशांकडून प्रांतांमध्ये नेमल्या गेलेल्या राज्यपालांना बेसुमार संवैधानिक अधिकार देण्याच्या प्रश्नावरून काँग्रेसच्या नेतृत्वाचे ब्रिटिशांशी भांडण सुरू होते, असे अमिय नमूद करतात.

वर्धा येथील बैठकीत विधिमंडळांमध्ये मंत्रिपदांचा पदभार, तसेच संयुक्त सरकारमधील पदे स्वीकारण्याचा अद्याप प्रलंबित राहिलेला मुद्दा विषयपत्रिकेवर होता. शरद यांना वर्ध्यातून लवकर निघायचे असल्याने त्यांनी आणि १९३६ आणि १९३७ या काळात काँग्रेसचे अध्यक्ष नेहरू यांना पत्रे लिहिली होती. काँग्रेस कार्यकारिणीने बहुमत असलेल्या प्रांतांमध्ये पदभार स्वीकारण्याला तत्त्वतः मान्यता दिली, तथापि संयुक्त सरकारचा प्रस्ताव फेटाळून लावला. त्यानुसार काँग्रेसने केवळ बहुमत मिळालेल्या प्रांतांमधील नेतृत्वाला सरकार स्थापन करण्याच्या सूचना केल्या.

काँग्रेसला ज्या प्रांतामध्ये स्पष्ट बहुमत होते तेथे आणि बंगालप्रमाणे ज्या प्रांतामध्ये काँग्रेस हा सर्वांत मोठा पक्ष होता, तेथे मुस्लिम लीगसह अन्य पक्षांसोबत आघाडी करण्यास प्रांतीय काँग्रेस समित्यांना मज्जाव करण्यात आला. किंबहुना, जे पक्ष काँग्रेससोबत सरकारमध्ये येऊ इच्छितात, त्यांनी स्वतंत्र पक्ष म्हणून संलग्नता सोडून द्यावी आणि काँग्रेस पक्षात विलिन होऊन पक्षाचा एक भाग ही ओळख स्वीकारावी, अशी मागणी काँग्रेसने केली होती.

संयुक्त प्रांतामध्ये काँग्रेसने निवडणुकीत स्पष्ट बहुमताची शक्यता दिसताच मुस्लिम लीगसोबत केलेला जागा वाटून घेण्याचा निवडणूकपूर्व करार मोडला. त्यातच भर म्हणून

काँग्रेसने 'मुस्लिम लीगचे सदस्य संयुक्त प्रांताच्या सरकारमध्ये सहभागी होऊ शकतात, मात्र त्यांनी मुस्लिम लीग पक्ष सोडून काँग्रेसमध्ये प्रवेश करावा!', अशी अट ठेवून त्यांच्या जखमेवर मीठ चोळले होते.

काँग्रेसचे मुस्लिम नेते मौलाना आझाद यांनी *'इंडिया विन्स फ्रीडम'* या आत्मचरित्रामध्ये त्यांच्या संयुक्त प्रांताचा दौऱ्याविषयी आणि मुस्लिम लीगने हिंदूबहुल प्रांतांमध्ये सरकारमध्ये सहभागी होण्याची तयारी दाखवली होती, त्याविषयी टिप्पणी केली आहे. त्याकडे अमिय लक्ष वेधतात.[७]

> चौधरी खलिकझामन आणि नवाब इस्माइल खान हे दोघे त्या काळात यूपीमधील (युनायटेड प्रोव्हियन्स) मुस्लिम लीगचे नेते होते. मी जेव्हा लखनौमध्ये सरकारस्थापनेसाठी आलो, तेव्हा मी त्या दोघांशी संवाद साधला होता. आपण काँग्रेससोबत केवळ सहकार्यच करणार नाही, तर काँग्रेसच्या कार्यक्रमालाही संपूर्ण पाठिंबा देऊ, असे आश्वासन त्या दोघांनी मला दिले होते. सहाजिकच मुस्लिम लीगला सत्तेत काही वाटा मिळेल, अशी त्यांना अपेक्षा होती. स्थानिक परिस्थितीच अशी होती की त्यांच्यापैकी कोणीच एकट्याने सरकारमध्ये येऊ शकले नसते. एकतर दोघांना सरकारमध्ये घ्यावे लागणार होते किंवा कोणालाच नाही. त्यामुळे दोघांनाही सरकारमध्ये घेतले जाईल, याविषयीच्या आशा मी जिवंत ठेवल्या. मंत्रिमंडळामध्ये केवळ सात जागा असल्यास त्यापैकी दोघेजण मुस्लिम लीगचे असतील, तर उर्वरित सर्व काँग्रेससदस्य असणार होते. नऊ जणांच्या मंत्रिमंडळामध्ये काँग्रेसच्या बहुमताचेच वर्चस्व राहणार होते. माझ्याशी झालेल्या चर्चेनंतर मुस्लिम लीग काँग्रेससोबत सहकार्य करेल आणि काँग्रेसच्या कार्यक्रमाचा स्वीकार करेल, अशा आशयाचे निवेदन तयार करण्यात आले. नवाब इस्माइल खान आणि चौधरी खलिकझामन या दोघांनीही या कागदपत्रावर स्वाक्षरी केली.

त्यांनी (आझाद यांनी) केलेला करार नेहरू यांनी स्वीकारला नाही आणि मुस्लिम लीगसोबतच्या वाटाघाटी फिसकटल्या, असेही आझाद पुढे नमूद करतात.

> ही सर्वांत दुर्दैवी घटना होती. लीगचा सहकार्याचा प्रस्ताव स्वीकारण्यात आला असता, तर मुस्लिम लीग पक्ष सर्व व्यवहार्य कारणांसाठी काँग्रेस पक्षात विलिन झाला असता. जवाहरलाल यांच्या कृतीमुळे मुस्लिम लीगला यूपीमध्ये नवसंजीवनी मिळाली. यूपीपासूनच मुस्लिम लीग पक्षाला ओळख मिळाली, हे भारतीय राजकारणाचा अभ्यास करणाऱ्या सर्व विद्यार्थांना माहीत आहे. श्री. जिना यांनी या परिस्थितीचा पुरेपूर फायदा घेऊन आक्रमक

---

[७] मौलाना अबुल कलाम आझाद यांच्या *इंडिया विन्स फ्रीडम* या पुस्तकातून (ओरिएंट ब्लॅक स्वान प्रकाशन, २००९) पृष्ठ क्र. १७०–१७१.

भूमिका घेण्यास सुरुवात केली व याचीच परिणती अखेर पाकिस्तानाची निर्मिती होण्यात झाली.

काँग्रेसच्या १९३७ च्या निवडणुकीभोवती केंद्रित असलेल्या आणि त्यानंतरच्या कृतींमधून काँग्रेसने मुस्लिमांना स्पष्टपणे जाणवून दिले की अखंड भारतामध्ये मुस्लिमांना कधीही समान रीतीने राजकीय सत्ता उपभोगण्याची अपेक्षा ठेवता येणे शक्य नाही. त्यामुळे भारताचे हिंदू आणि मुस्लिमबहुल प्रदेशांमध्ये विभाजन झाले, तरच त्यांना अशाप्रकारे सत्ता मिळवता येऊ शकेल, यावर मुस्लिमांनी विश्वास ठेवला. या काळाविषयीच्या अमिय यांच्या अनेक व्याख्यानांचे हे मध्यवर्ती सूत्र असायचे व ते व्याख्यानाच्या अखेरीस या निष्कर्षाप्रत यायचे.

काँग्रेसची ही वर्चस्ववादी भूमिका, ब्रिटिश भारतातील सर्व अकरा प्रांतांमध्ये आघाडीचे तत्त्व स्वीकारले जाण्यासाठी बोस बंधूंतर्फे करण्यात येत असलेल्या प्रयत्नांच्या विरुद्ध होती. डिसेंबर, १९३६ मध्ये सुभाष यांना हिमायलाच्या पायथ्याशी असलेल्या कुर्सेआँग येथील गृहकैदेतून कलकत्ता वैद्यकीय महाविद्यालयामध्ये तातडीच्या वैद्यकीय उपचारांसाठी आणण्यात आले, त्यावेळची हकीकत अमिय सांगतात,

> तोपर्यंत माझा त्यांच्याशी बऱ्याचदा वार्तालाप झाला होता. शरद बोस यांना देशभरात आघाडी सरकारसाठी प्रयत्न करण्याविषयी, त्यासाठी आवश्यकता भासल्यास मुस्लिम लीगची मदत घेण्याविषयी सांगावे, असे सुभाष यांनी मला सांगितले होते. मुस्लिम लीगला सोबत घेतल्याने हिंदू आणि मुस्लिम यांच्यातील संबंध सुधारतील आणि परिणामी भारतातील ऐक्य अबाधित ठेवून ते अधिक मजबूत करता येईल, असे ते म्हणाले. दोन्ही बोस बांधवांचा सी. आर. दास यांच्या बंगाल करारामागील तत्त्वांवर विश्वास होता आणि ती तत्त्वे प्रत्यक्षात आणण्यासाठी त्यांनी प्रयत्न केले. या करारामध्ये सामान्यपणे मुस्लिमांना राष्ट्रीय, तसेच प्रांतिक विधिमंडळांमध्ये न्याय्य प्रतिनिधित्व देण्यासाठी प्रयत्न करण्यात आले होते.

त्या काळात सुभाष यांना वाटणाऱ्या चिंतेच्या मुळाशी काँग्रेस, मुस्लिम लीग आणि इतर राजकीय पक्षांनी प्रांतीय निवडणुकांसाठी सुरू केलेल्या तयारीची पार्श्वभूमी होती, असे निरीक्षण अमिय नोंदवतात. त्यानंतर, पुढच्याच महिन्यात जानेवारी, १९३७ मध्ये या निवडणूका घेण्यात आल्या. काँग्रेस व मुस्लिम लीग हे दोन्ही पक्ष १९३५ सालच्या भारत सरकार कायद्यानुसार अस्तित्त्वात आलेल्या नव्या संविधानाबाबत समाधानी नव्हते, तरीही दोन्ही पक्षांनी निवडणुकीत सहभागी व्हायचे ठरवले. या काळापर्यंत सुभाष वगळता काँग्रेसचे इतर महत्त्वाचे नेते तुरुंगाबाहेर आले होते.

काँग्रेसच्या बाबतीत निवडणुकीमध्ये सहभागी होण्याचा निर्णय अखिल भारतीय काँग्रेस समितीच्या (एआयसीसी) वार्षिक अधिवेशनामध्ये घेण्यात आला होता. १९३६ साली

काँग्रेसचे अध्यक्ष असलेल्या नेहरूंच्या अध्यक्षतेखाली हे अधिवेशन ऑक्टोबर, १९३६ च्या अखेरीस कलकत्ता येथे झाले. काँग्रेस कार्यकारिणीतील १५ सदस्यांची बैठक शरद यांच्या १ वूडबर्न पार्क येथील निवासस्थानी झाली. विविध प्रांतातील निवडणुकांच्या तयारीची धुरा विविध काँग्रेस नेत्यांवर सोपवण्यात आली. यामध्ये शरद यांनी बंगाल आणि पंजाब या दोन राज्यांची जबाबदारी स्वीकारली होती.

एआयसीसीच्या या अधिवेशनानंतर लागलीच पदस्वीकार विरोधी समितीची (अँटी ऑफिस एक्सेप्टन्स कमिटी) स्थापना करण्यात आली. या समितीमध्ये शरदचंद्र बोस, रफी अहमद किडवई, सरदार शार्दुल सिंग कावीशेर आणि श्रीमती विजयालक्ष्मी पंडित हे आघाडीचे सदस्य होते. जवाहरलाल नेहरू यांनी या समितीला पाठिंबा दिला, तथापि अद्याप काँग्रेस अध्यक्ष असल्याने ते या समितीचे सदस्य झाले नाहीत. काँग्रेसच्या निवडणुकीतील सहभागाचा प्रचार करायचा, परंतु मंत्रिपदे स्वीकारायची नाहीत आणि यायोगे विधिमंडळामध्ये जाऊन संविधानाचे कामकाज बंद पाडून ते खिळखिळे करायचे हा या समितीचा प्राथमिक उद्देश होता.

शरद हे चुकीची रणनीती अवलंबत आहेत, असे सुभाष यांना वाटत होते. काँग्रेसमधील उजवी फळी विविध प्रांतामध्ये निवडणुकीचा निकाल आपल्या बाजूने लागल्यास अखेरीस सत्ता व मंत्रिपदे स्वीकारण्याचा निर्णय घेईल आणि डावी फळी ही कार्यभार स्वीकारण्याच्या विरुद्ध असल्याचे कारण देऊन त्यांना सत्तेत प्रतिनिधित्व मिळण्यापासून यशस्वीरित्या बाजूला ठेवेल, अशी सुभाष यांना खात्री वाटत होती. गांधी यांच्या सांगण्यावरून नेहरू पदभार स्वीकारतील आणि शरद यांच्यासह डाव्या फळीतील नेत्यांना परिणामकारकरीत्या बाजूला केले जाईल, याची सुभाष यांना पक्की खात्री होती.

खुद्द बंगालमध्ये काँग्रेसने हिंदू-मुस्लिम आघाडी करण्यासाठी शरद यांना राजकीय अवकाश हवे होते. या बाबतीत शरद यांचे बंगाली मुस्लिम नेते ख्वाजा नझिमुद्दीन यांच्या नेतृत्वाखाली पुनरुज्जीवित झालेल्या मुस्लिम लीगपेक्षा दीर्घकाळ बंगाली मुस्लिम नेते असलेल्या फझलुल हक यांच्या कृषक प्रजा पार्टी (केपीपी) या मुस्लिम जनाधार असलेल्या पक्षाला विशेष प्राधान्य होते.

त्यावेळेस शरद हे बंगाल काँग्रेसचे तत्कालीन अध्यक्ष होते आणि नझिमुद्दीन हे राष्ट्रवादाला झुकते माप देतील का, याविषयी शरद यांना विश्वास वाटत नव्हता. त्यामुळेच त्यांनी केपीपीच्या सहकार्याने मुस्लिम लीगच्या पराभवासाठी प्रयत्न केले. तथापि, प्रत्यक्ष निवडणुकीमध्ये काँग्रेस, केपीपी आणि मुस्लिम लीग या तीनही प्रमुख पक्षांना जवळपास सारख्याच जागा जिंकता आल्या. (अमिय यांच्या तालिकेनुसार काँग्रेसने ५२, तर केपीपी आणि मुस्लिम लीग यांनी प्रत्येकी ५० जागा जिंकल्या होत्या.) काँग्रेस हाय कमांडने

प्रांतांमध्ये इतर पक्षांसोबत आघाडी करण्यास काँग्रेसला बंदी घातल्याने शरद यांचा दृष्टिकोन नाकारण्यात आला. त्यामुळे निराश झालेल्या फझलुल हक यांना अखेर मुस्लिम लीगशी हातमिळवणी करणे भाग पडले.

बंगालमध्ये १ एप्रिल, १९३७ रोजी केपीपीसोबतच्या आघाडीने आणि मुस्लिम लीगचा वरचष्मा असलेले संयुक्त सरकार स्थापन करण्यात आले. या मंत्रिमंडळात फझलुल हक प्रमुख मंत्री, तर नझिमुद्दीन गृहमंत्री झाले. गांधींचे विश्वासू असलेले नलिनी रंजन सरकार हे काँग्रेसमधून बाहेर पडून अर्थमंत्री म्हणून या मंत्रिमंडळात सहभागी झाले. त्यानंतर काँग्रेसचे अध्यक्ष आणि कार्यकारिणीने सरकार यांची २० वर्षांसाठी पक्षामधून हकालपट्टी केली.

या निवडणुकीत ५२ जागा जिंकून बंगाल विधानसभेतील सर्वांत मोठा पक्ष बनलेल्या बंगाल काँग्रेसला विधानसभेत विरोधी बाकांवर बसावे लागले. त्यानंतर काही महिन्यांनी ऑगस्ट, १९३७ मध्ये शरद यांनी पुन्हा काँग्रेसची केपीपीशी युती करून संयुक्त मंत्रिमंडळ स्थापन करण्याचे प्रयत्न काँग्रेस अध्यक्ष नेहरूंच्या नेतृत्वाखालील कार्यकारिणीने धुडकावून लावले.

शरद मात्र या नकाराने शांत बसणार नव्हते. ऑगस्ट, १९३७ मध्ये अंदमान बेटांवर कैदेत असणाऱ्या राजकीय कैद्यांनी आपल्याला भारतात परत पाठवण्याच्या मागणीवरून उपोषण सुरू केले. या घटनेला लवकरच मोठ्या राजकीय मुद्द्याचे स्वरूप आले आणि शरद यांनी अंदमानातील कैदी आणि एकूणच राजकीय बंदी यांच्या समर्थनार्थ देशभर मोहीम सुरू केली. शरद यांनी कैद्यांच्या सुटकेसाठी केलेल्या सातत्यपूर्ण आंदोलनाचा पुरेसे सक्रिय नसलेल्या बंगालमधील मुस्लिम लीग सरकारच्या प्रतिमेवर वाईट परिणाम झाला आणि काही काळासाठी शरद हे बंगालच्या राजकारणातील सर्वांत शक्तिशाली व्यक्तिमत्त्व म्हणून पुढे आले.

याच काळामध्ये शरद यांनी समाजवादी स्वरूपाच्या सामाजिक आर्थिक विकास कार्यक्रमांचे जाहीररीत्या समर्थन करण्यास सुरुवात केली. ऑक्टोबर, १९३८ मध्ये म्हैसूर राज्य विद्यार्थी परिषदेच्या अध्यक्षीय भाषणामध्ये बोलताना शरद यांनी मार्क्सवादी विचारसरणीशी पूर्णपणे सहमत नसल्याचे सांगितले असले, तरी उघडपणे समाजवादावरील आपली श्रद्धा व्यक्त केली होती. ज्याचे स्वरूप पक्के भारतीय असेल, अशा समाजवादाची बाजू शरद यांनी मांडली. नोव्हेंबर, १९३८ मध्ये अनुसुचित जातींमधील बरेच सदस्य आणि केपीपी या पक्षातील मोठा गट काँग्रेस पक्षासोबत संयुक्त सरकार स्थापन करण्यासाठी शरद यांना पाठिंबा देण्यास तयार होता. त्यामुळे डिसेंबर, १९३८ मध्ये शरद पुन्हा एकदा बंगालमधील मुस्लिम लीगचे वर्चस्व असलेले सरकार पाडण्यास उत्सुक होते. याबाबत अमिय सांगतात:

१५ डिसेंबर, १९३८ रोजी शरद हे काँग्रेस कार्यकारिणीच्या बैठकीला उपस्थित राहण्यासाठी, तसेच बंगालमध्ये काँग्रेसचा समावेश असलेले संयुक्त सरकार स्थापन करण्याकरिता गांधी व काँग्रेसच्या इतर नेत्यांचा पाठिंबा मिळवण्यासाठी वर्ध्याला गेले. शरद यांचे वर्ध्यामध्ये आगमन झाल्यानंतर लगेचच कलकत्याचे ख्यातनाम व्यावसायिक जी. डी. बिर्ला आणि नलिनी रंजन सरकार हे गांधींसोबत बंगालमधील परिस्थितीविषयी चर्चा करण्यासाठी वर्धा येथे आले.

शरद बोस यांच्यासारख्या कट्टर समाजवाद्याच्या नेतृत्वाखाली बंगालमध्ये काँग्रेसचे संयुक्त सरकार सत्तेवर येणे, हा कलकत्त्यातील मारवाडी भांडवलवाद्यांना शाप वाटत होता. बंगालच्या विधानसभेतील काँग्रेसच्या गटनेतेपदावरून शरद यांना काढून टाकावे आणि नलिनी यांच्याकडे बंगालमध्ये संयुक्त सरकार स्थापन करण्याची जबाबदारी सोपवावी, असे जी. डी. बिर्ला यांनी गांधी यांना सुचवले.

गांधींनी बिर्ला आणि सरकार यांचे म्हणणे संयमाने ऐकून घेतले आणि त्यांना हा प्रस्ताव काँग्रेस अध्यक्ष आणि काँग्रेसच्या इतर नेत्यांसमोर ठेवण्यास सांगितले, असे वृत्त बहुतांश वृत्तपत्रांनी दिले होते. त्या वेळी सुभाष हे काँग्रेसचे अध्यक्ष असल्याने बिर्ला आणि सरकार यांनी या मुद्द्याचा पाठपुरावा केला नाही. मात्र, बिर्ला यांच्या सांगण्यावरून गांधी यांनी शरद बोस यांचे काँग्रेस सदस्य या नात्याने बंगालमधील मुस्लिम लीगच्या नेतृत्वाखालील सरकार पाडण्याचे प्रयत्न यशस्वीरीत्या हाणून पाडले. बंगालमध्ये मारवाडी भांडवलवाद्यांच्या आर्थिक वर्चस्वाला धक्का लावण्याची इच्छा नसल्यानेच गांधी यांनी शरद यांचे प्रयत्न अलगदपणे उधळून लावले.

ब्रिटिश हिंदू आणि मुस्लिम यांच्यातील परस्परसंबंधांच्या विस्तृत पटलावर १९३७ च्या निवडणुका आणि त्यानंतरच्या घडामोडींमुळे भारतात सर्वत्र खूप नुकसान झाले होते. १९४० पर्यंत जिना हे उघडपणे स्वतंत्र पाकिस्तानचा दृष्टिकोन मांडू लागले होते. हीच संकल्पना त्यांनी काही वर्षांपूर्वी फेटाळून लावली होती. ज्या व्यक्तीला 'हिंदू-मुस्लिम ऐक्याचा दूत'[८] म्हणून नावाजले जायचे, तीच व्यक्ती भारताच्या फाळणीमधील आणि स्वतंत्र पाकिस्तान राष्ट्राच्या निर्मितीमधील सर्वांत शक्तिशाली प्रमुख पात्र बनली, हे कसे घडले?

वादाचे लोकप्रिय मुद्दे आणि तत्कालीन प्रचलित दंतकथा याविरुद्ध जिना यांच्या हृदयपरिवर्तनामागे त्यांच्या व्यक्तिगत महत्त्वाकांक्षा कमी आणि 'काँग्रेसच्या राज्यात मुस्लिमांना अन्याय वागणूक मिळत आहे', ही जाणीव अधिक प्रबळ होती. १९३७ च्या

---

[८] हिंदू-मुस्लिम ऐक्याचा प्रसार करणाऱ्या डिसेंबर, १९१६ च्या लखनौ करारामध्ये जिना यांनी बजावलेल्या महत्त्वाच्या भूमिकेची प्रशंसा म्हणून भारतीय स्वातंत्र्यसैनिक आणि 'भारताच्या नाइटिंगेल' सरोजिनी नायडू यांनी त्यांना दिलेले टोपणनाव.

निवडणुकीनंतर काँग्रेसशासित प्रांतांबद्दल त्यांचे मत खूप नकारात्मक बनत गेले. त्यामुळेच नोव्हेंबर, १९३९ मध्ये काँग्रेसच्या सर्व प्रांतीय सरकारांनी एकत्रितपणे पदत्याग केला, तेव्हा 'भारतातील मुस्लिमांनी त्यांची जुलूमशाही, दडपशाही आणि अन्यायातून झालेली सुटका साजरी करावी', असे उद्गार जिना यांनी काढले होते.

त्यामुळेच अमिय यांना हे पुरेसे सुस्पष्ट झाले होते की,

१९३७ च्या निवडणुकीमध्ये काँग्रेसने मुस्लिम अल्पसंख्याकांचे प्रमाण लक्षणीय असलेल्या भारतातील प्रांतांमध्ये जिनांसोबत सत्ता वाटून घेण्यास नकार दिला होता, त्यानंतरच जिनांच्या कारकिर्दीतील कलाटणी देणारा क्षण आला. जिनांचे व्यक्तिमत्त्व अहंकारी होते आणि त्यांनी काँग्रेसच्या कृतीला स्वतःवरील टीका मानले. त्यांना आणि मुस्लिम लीगला काँग्रेसशासित भारतामध्ये कधीही न्याय्य सौदा मिळणार नाही, याची खात्री पटली. हिंदू-मुस्लिम ऐक्याच्या चळवळीचे माजी प्रमुख, ज्यांनी अवघ्या चार वर्षांपूर्वी पाकिस्तानच्या कल्पनेला 'अशक्य स्वप्न' म्हणून हिणवले होते, तेच आता पाकिस्तानचे कट्टर समर्थक बनले.

जिना यांनी १९३७ च्या निवडणुकीनंतर लगेचच हिंदू आणि मुस्लिम राजकीय नेत्यांमध्ये काही प्रमाणात समेट घडवून आणण्यासाठी गांधी यांच्यासोबत चर्चा करण्याचे केलेले प्रयत्न निष्फळ ठरले. मे, १९३७ मध्ये त्यांनी गांधींसाठी संदेश पाठवला होता, तथापि, २२ मे, १९३७ रोजी त्यांच्याशी चर्चा करण्यास नकार देणारे पत्र त्यांना मिळाले. त्यानंतर जिनांनी पुन्हा एकदा प्रयत्न केला, परंतु या वेळी गांधींनी त्यांना मौलाना आझाद यांच्यासोबत बोलण्यास सांगितले. आझाद हे अनेकांना काँग्रेसची कठपुतळी वाटायचे. त्यामुळे, जिनांनी आपला प्रस्ताव गुंडाळून ठेवला.

सुभाष यांनीही १९३८ मध्ये काँग्रेस अध्यक्ष या नात्याने जिनांशी संपर्क साधून अधिकाधिक त्रासदायक होत चाललेल्या धार्मिक गुंतागुंतीवर तोडगा काढण्याचा प्रयत्न केला होता. सुभाष आणि जिना या दोघांमध्ये झालेला लेखी, तसेच प्रत्यक्ष (मे, १९३८ मध्ये) संवाद हा सर्वार्थाने सभ्य व दोन्ही बाजूंनी आदरपूर्वक होता. विशेषतः जिना आणि नेहरू यांच्या संवादामध्ये आढळणारा द्वेष त्यामध्ये नव्हता. तथापि, या वेळपर्यंत परिस्थिती खूप गुंतागुंतीची बनली होती. मुस्लिम लीग हा पक्ष म्हणजे भारतातील मुस्लिमांचा अधिकृत आणि प्रातिनिधिक आवाज समजला जात असून लीगला काँग्रेसच्या बरोबरीने स्थान मिळण्याचा विचार झाला पाहिजे, या भूमिकेवर जिना ठाम होते.

या वेळपर्यंत काँग्रेस हा हिंदूंचा आवाज असून मुस्लिमांचा नाही, असे जिना यांचे स्पष्ट मत झाले होते. १९३७ मध्ये आपल्या काँग्रेस अध्यक्षपदाच्या काळात नेहरू यांनी 'या देशात दोनच पक्ष आहेत, एक ब्रिटिश सरकार आणि दुसरा काँग्रेस', असे विधान

केले होते ते काही फारसे योग्य नव्हते त्याचीही जिना यांनी सुभाष यांना आठवण करून दिली.

काँग्रेस पक्ष मुस्लिमांचे प्रतिनिधित्व करत नाही आणि करू शकत नाही, हे सुभाष आणि पक्षकार्यकारिणीला मान्य होऊ शकले नाही आणि काँग्रेस अध्यक्ष या भूमिकेतून जिना यांच्याशी जुळवून घेण्याचे सुभाष यांचे प्रयत्न निष्फळ ठरले. काँग्रेसने १९३९ मध्ये सर्व प्रांत आणि राष्ट्रीय सरकारमधून केलेला पदत्याग, १९४० च्या दशकाच्या सुरुवातीस मोठ्या संख्येने काँग्रेसच्या नेत्यांना झालेला तुरुंगवास (यामध्ये सुभाष यांना जुलै, १९४०, शरद यांना डिसेंबर, १९४१ आणि गांधी यांना स्वतःला ऑगस्ट, १९४२ मध्ये तुरुंगवास झाला होता.) आणि भारत छोडो आंदोलनामुळे ऑगस्ट, १९४२ मध्ये काँग्रेसचा ब्रिटिश सरकार आणि साम्राज्यावादी शक्तींशी झालेला संघर्ष, यांमुळे मुस्लिम लीग आणि जिना यांना १९३७ पासून सुरू झालेली फुटिरतावादी चळवळ उभारण्याची आणि अधिक बळकट करण्याची संधी मिळाली.

त्यामुळेच, १९४४ पर्यंत दुसऱ्या महायुद्धाचे पारडे ब्रिटन आणि त्याच्या मित्रराष्ट्रांच्या बाजूने झुकू लागले होते, तोपर्यंत जिना हा विचारात घेण्याजोगा घटक आहे, हे ब्रिटिश अधिकाऱ्यांनी पुरते ओळखले होते. अद्याप ब्रिटिश साम्राज्यामध्ये असलेल्या भारतात भविष्यामध्ये गोष्टी कशाप्रकारे आकार घेऊ शकतील याविषयी जिना आता थेट व्हॉइसरॉय आणि ब्रिटिश सरकारशी संपर्क ठेवून होते. गांधी यांची ६ मे, १९४४ रोजी तुरुंगवासातून सुटका झाली, तोपर्यंत फाळणी हा मुस्लिम लीग आणि काँग्रेस या दोन्ही पक्षांमध्ये राजकीय चर्चेचा विषय बनला होता आणि काँग्रेसचे काही दिग्गज नेते ही संकल्पना या ना त्या प्रकारे अटळ आहे, असे सांगून फाळणीचे सक्रिय समर्थन करत होते.

यामध्ये काँग्रेसचे खंदे नेते आणि गांधी यांचे विश्वासू चक्रवर्ती राजगोपालचारी आघाडीवर होते. राजगोपालचारी यांनी १९४२ पासूनच काँग्रेस आणि मुस्लिम लीग यांच्यामध्ये तोडगा काढण्यासाठी आणि दोन्ही पक्षांची भूमिका सामंजस्याची असावी, यासाठी प्रयत्न सुरू केले होते. गांधींची तुरुंगातून सुटका होण्यापूर्वीच हिंदू आणि मुस्लिमबहुल प्रदेशांमध्ये भारताची फाळणी करण्याबाबत 'सी. आर. फॉर्म्युला' या नावाने ओळखल्या जाणाऱ्या वाटाघाटींवर राजगोपालचारी आणि जिना यांची चर्चा झाली होती आणि त्याला गांधींची मूकसंमती होती. अशाप्रकारे या मुद्द्याने गती पकडल्यामुळे गांधींना त्याचा सामना करण्यावाचून दुसरा कोणता पर्याय शिल्लक राहिला नाही आणि जिनांचे स्थान स्वतंत्र पाकिस्तानच्या मागणीमुळे बळकट झाल्याने गांधींना जिना यांच्याशीच वाटाघाटी कराव्या लागल्या.

शरद दक्षिण भारतातील कूनूर छावणीमध्ये कैदेत असताना केलेल्या लेखनाला ते स्वतः 'स्ट्रे थॉट्स ऑफ माय ओन' (माझे स्वतःचे मुक्त विचार) म्हणतात. यामध्ये ३१

जुलै, १९४४ रोजी केलेल्या लेखनामध्ये शरद यांनी तीव्र पश्चातापाचा सूर लावल्याचे आढळते.[१]

> गांधीजी यांनी राजाजी यांचे सूत्र स्वीकारणे हे भारतीय राजकारणामध्ये एखाद्या शोकांतिकेपेक्षा कमी नव्हते. त्यांनीच खूप पूर्वी भारताची अशी चिरफाड करणे हे पाप आहे, असे जाहीर केले होते आणि आता तेच यासाठी आशीर्वाद देत आहेत! आणि तरीही ते म्हणतात, की ते बदललेले नाहीत! त्यांची जिनांसोबत होणारी आगामी चर्चा ही अपयशी ठरण्याचीच शक्यता अधिक आहे. (गांधी यांनी सप्टेंबर, १९४४ मध्ये जिनांसोबतच्या बैठकीहून परतल्यानंतर 'जिनांकडून काय परत आणले?' या प्रश्नाला त्रोटकपणे व काहीशा पश्चातापाने 'केवळ फुले', असे उत्तर दिले होते.) परंतु, यांमुळे जिनांच्या समाजामध्ये त्यांचे स्थान अधिक बळकट होईल आणि त्यांना अधिक अवास्तव मागण्या करण्यासाठी प्रोत्साहन मिळेल, याबाबत कोणतीही शंका नाही.
>
> गांधींनी १९३७ पासून जवाहरलाल आणि मौलाना आझाद यांच्या सल्ल्यानुसार कृती करून एका मागोमाग एक घोडचुका केल्या आहेत, असे मला वाटते. जर त्यांनी (गांधींनी) १९३७ मध्ये संयुक्त सरकार स्थापन करण्यास संमती दर्शवली असती, तर जिना आणि त्यांच्या अनुयायांचे समाधान झाले असते आणि हिंदू आणि मुस्लिम यांच्यातील मतभेद कमी करता येऊ शकले असते. परंतु, असे घडले नाही, कारण गांधीजींनी जवाहरलाल आणि मौलाना यांच्या मागोमाग जाणेच पसंत केले. यापैकी जवाहरलाल हे गोंधळलेल्या विचारांचे तत्त्वज्ञ, तर मौलाना हे जवाहरलाल यांचेच दुसरे रूप आहेत.
>
> मी गांधीजींना दिल्लीमधील (मला वाटते, ते १९३७ साल असावे) काँग्रेस कार्यकारिणीच्या बैठकीत, त्यांच्या मते समान कार्यक्रम आखून दिल्यास संपूर्णपणे काँग्रेसचे सरकार आणि काँग्रेसप्रणित संयुक्त सरकार यांच्यामध्ये काय फरक असेल, असे विचारले होते. त्यावर त्यांनी 'काहीच नाही', असे उत्तर दिले. तथापि, काँग्रेसप्रणित संयुक्त सरकारच्या बाजूने आपले वजन टाकण्याची त्यांची तयारी नव्हती. त्यांनी मला या मुद्द्यावर राजेंद्रबाबू आणि सरदार यांच्याशी चर्चा करण्यास सांगितले. त्यानुसार मी चर्चा केली, मात्र त्यातून काहीच निष्पन्न झाले नाही.
>
> त्या सर्वांनी संपूर्ण काँग्रेसच्या सरकारला पसंती देण्याचे आपल्या मनात पक्के ठरवले होते. जवाहरलाल नेहमी मी केवळ बंगालच्या विशेष परिस्थितीमुळे काँग्रेसप्रणित संयुक्त सरकारचे समर्थन करत आहे, असा विचार करत असत. मुस्लिमांना काँग्रेसबाबत असलेला संशय आणि त्यांचा काँग्रेसला असलेला विरोध कमी करण्यासाठी याचा चांगला उपयोग होऊ शकतो, असा विचार त्यांनी कधीच केला नाही. महान 'डाव्या विचारसरणीचे'

---

[१] शरदचंद्र बोस स्मृतीग्रंथ खंडातून, पृष्ठ क्र. १८१–१८२.

जवाहरलाल हे गांधीजींच्या सांगण्यावरून मंत्रिपदांचा पदभार स्वीकारण्याला पाठिंबा देण्यास तयार झाले होते. मात्र मी जे पाऊल सूचवत होतो, ते टाकण्याची दूरदृष्टी मात्र त्यांनी दाखवली नाही.

१९३७ मध्ये सरकारमधील पदे स्वीकारणे ही घोडचूक होती. ज्या सात प्रांतांमध्ये काँग्रेसला स्पष्ट बहुमत होते, त्या प्रांतांनी एकत्रितपणे विधिमंडळाचे काम बंद पाडावे आणि १९३५ च्या संविधानाची अंमलबजावणी अशक्य करून टाकावी, हे माझे मत मी वारंवार मांडत होतो. सात प्रांतांमध्ये संविधान मोडकळीस आले असते, तर त्यामुळे ब्रिटिश सरकार खूपच अडचणीत आले असते. त्याला पर्याय म्हणून मी किमान (काँग्रेस) अल्पमतात असलेल्या प्रांतांमध्ये तरी संयुक्त सरकार स्थापन करावे, असा आग्रह धरत होतो. तथापि, या दोन्हीपैकी कोणताच पर्याय स्वीकारण्यात आला नाही. माझ्यामध्ये आणि माझ्या सहकाऱ्यांमध्ये अभेद्य भिंत उभी राहिली होती.

१२ सप्टेंबर, १९४४ रोजी, आझाद हिंद हंगामी सरकारचे प्रमुख आणि बहुधर्मीय, बहुवांशिक, स्त्री आणि पुरुष दोघांचाही समावेश असलेल्या आझाद हिंद सेनेचे सर्वोच्च सेनापती सुभाष यांनी ब्रह्मदेशातून कुठून तरी आपल्या देशवासीय स्त्री व पुरुषांसाठी रणशिंग फुंकणारे भाषण प्रक्षेपित केले.

गांधीजी आणि श्री. जिना हे हिंदू-मुस्लिम प्रश्नाबाबत बॉम्बे येथे चर्चा करत आहेत आणि मुस्लिम लीगची पाकिस्तानची मागणी मान्य करावी लागली, तरी गांधीजींनी लीगसोबत करार करण्याची तयारी केली आहे, हे आपल्या सर्वांना माहीतच आहे. मुस्लिम लीगला शांत करण्याच्या गांधीच्या प्रयत्नांबाबत देशाबाहेर असणाऱ्या आम्हा भारतीयांना काय वाटते, हे जाणून घेण्यास तुम्ही खूप उत्सुक आहात, हे मला माहीत आहे. लीगसोबत वाटाघाटी झाल्यानंतर गांधीजी आणि काँग्रेसचे इतर नेते हे ब्रिटनसोबत तडजोड करण्यास इच्छूक असतील, हे स्पष्ट आहे. ब्रिटनशी तडजोड करण्याची ही संकल्पनाच आम्हाला तिरस्करणीय वाटते. त्यामुळे आपली गुलामगिरीच शाश्वत राहिल, असे आमचे ठाम मत आहे.

मित्रहो, आम्ही अखंड आणि स्वतंत्र भारत निर्माण करण्याचे ठरवले आहे. त्यामुळे भारताची फाळणी करण्याच्या आणि त्याचे तुकड्यांमध्ये विभाजन करण्याच्या सर्व प्रयत्नांना आम्ही विरोध करू. व्यक्तिशः मुस्लिम लीगचे अध्यक्ष असलेले श्री. जिना यांच्याबद्दल मला खूप आदर आहे. मी आणि माझा पक्ष त्यांच्या जवळून संपर्कात राहिलो आहोत आणि आम्ही यापूर्वी लीगसोबत सहकार्यही केले आहे. मी लीगच्या किंवा लीगच्या नामवंत नेत्यांच्या विरोधात नाही. मात्र, आमच्या मातृभूमीची चिरफाड करणाऱ्या पाकिस्तान योजनेला माझा प्रखर विरोध आहे.

या काळापर्यंत फाळणीच्या प्रश्नावर शरद आणि सुभाष यांनी उठवलेला आवाज विरून जात होता. किंबहुना ऑगस्ट, १९४५ मध्ये सुभाष यांच्या बेपत्ता होण्याने त्यांचा आवाज लुप्त झाल्यानंतर शरद हे भारताचे भौगोलिक अखंडत्व वाचवण्याकरिता शक्य ते सर्व काही करण्याची तयारी असलेल्या अनुयायांच्या सातत्याने कमी होत चाललेल्या समूहासोबत एकटेच उरले. जेव्हा हे उद्दिष्ट पुन्हा कधीही साध्य न होण्याइतके हातून निसटले, तेव्हा शरद यांनी आपले परिश्रम हे बंगालची फाळणी रोखण्याच्या निर्वाणीच्या प्रयत्नांवर केंद्रित केले. तथापि, पुढील प्रकरणामध्ये चर्चा केल्याप्रमाणे, आता खूप उशीर झाला होता आणि त्यांचे हे परिश्रमही व्यर्थ गेले.

६ जानेवारी, १९४७ रोजी शरद यांनी अखेर काँग्रेसच्या कार्यकारिणी सदस्यत्वाचा राजीनामा दिला आणि काँग्रेस अध्यक्षांना खालील संदेश पाठवला.[१०]

'कॅबिनेट मिशन'चे निवेदन आणि ही योजना स्वीकारण्यावरून मागील वर्षी मेपासून माझे माझ्या सहकाऱ्यांशी तीव्र मतभेद असतानाही मी कार्यकारिणीमध्ये काम केले आहे. तथापि, यापुढे मी ते करू शकेन, असे मला वाटत नाही. कार्यकारिणीने तयार केलेला ठराव हा काँग्रेसचे हसे करून घेणारा आहे, त्यामुळे राज्यघटना समिती ही सहाय्यक संस्था बनून जाईल, भारताच्या एकतेला अपरिमित हानी पोहोचेल. त्याचप्रमाणे प्रांतांवर कोणतीही बळजबरी किंवा हस्तक्षेप करण्यात येणार नसून त्यांची स्वायत्तता अबाधित राहिल, असा चुकीचा संदेश दिला जात असताना प्रत्यक्षात मात्र प्रांतांना आपल्या इच्छेविरुद्ध वर्गीकरण स्वीकारणे आणि प्रांतिक स्वायत्तता गमावणे भाग पडेल.

ब्रिटिश सरकारच्या अधिकार आणि अन्वयार्थानुसार काम करणारी राज्यघटना समिती ही सार्वभौम, प्रजासत्ताक भारताचे संविधान तयार करू शकत नाही. त्यामुळे मी कार्यकारिणी सदस्यत्वाचा राजीनामा सादर करत आहे.

शरद बोस

शरद यांनी १ ऑगस्ट, १९४७ रोजी सुमारे तीन दशकांच्या सक्रिय सहभागानंतर काँग्रेस सदस्यत्वाचा कायमचा त्याग केला आणि सोशालिस्ट रिपब्लिकन पक्ष स्थापन करत असल्याची घोषणा केली. या दिवसाचे औचित्य साधून काढण्यात आलेल्या प्रसिद्धीपत्रकामध्ये शरद यांनी काँग्रेसच्या अपयशांबद्दल खेद व्यक्त केला होता.[११]

भारतीय लढा हा आता एका नव्या टप्प्यामध्ये प्रवेश करतो आहे. मागील पंचवीस वर्षांमध्ये जनतेने सोसलेल्या यातना व त्याग, यामुळे ब्रिटिश प्रभाव व नियंत्रणापासून मुक्त

---

१० अमियनाथ आणि ज्योत्स्ना बोस यांच्या खासगी संग्रहातून.

११ *सिलेक्टेड स्पीचेस अँड रायटिंग्ज ऑफ शरदचंद्र बोस, १९४७–१९५०,* पृष्ठ क्र. ९–१३.

अशा भारताचे स्वातंत्र्य जवळ आल्याच्या आशा त्यांच्या मनात पल्लवित झाल्या होत्या. देशातील सध्याच्या दोन प्रमुख राजकीय संघटनांनी मात्र, ३ जूनचा आराखडा स्वीकारून या आशा मातीमोल ठरवल्या आहेत. आपण आज भारताचे तुकडे केले आहेत आणि स्वातंत्र्य मिळवण्याऐवजी ब्रिटिश प्रभाव आणि अधिकाराखाली असणाऱ्या घटक देशाचा दर्जा मिळवला आहे.

भारतीय राष्ट्रीय काँग्रेसच्या १९२९ मध्ये लाहोर येथे आयोजित करण्यात आलेल्या अधिवेशनामध्ये स्वातंत्र्याचा ध्वज उलगडण्यात आला होता. या ध्वजाखाली एकत्र येऊन लोकांनी सभा घेतल्या आणि स्वातंत्र्य वास्तवात येण्यासाठी सदैव सर्वोच्च त्याग करण्याची तयारी दाखवली. तरीही आपण अपयशी का ठरलो? आपल्या नेत्यांचा कमकुवतपणा आणि डळमळीतपणा यांमुळे आपण अपयशी ठरलो. त्यांनी भीतीने अगदी मूलभूत मुद्द्यांवरही तडजोड स्वीकारल्याने आपण अपयशी ठरलो. प्रत्येक महत्त्वांच्या क्षणी देशाचे अचूक आणि धाडसीपणे नेतृत्व करण्यात त्यांना अपयश आल्याने आपण अपयशी ठरलो.

शरद यांनी १३ एप्रिल, १९४८ रोजी नवी दिल्ली येथे 'नेताजी' या हिंदी दैनिकाच्या लोकार्पणप्रसंगी 'आय वॉर्न्ड माय कंट्रिमेन' (मी माझ्या देशवासीयांना पूर्वसूचना दिली होती) या नावाने केलेल्या व्याख्यानामध्ये काहीशा पश्चातापाने आपले विचार मांडले आहेत:[१२]

काँग्रेस १९२९ पासून अखंड आणि स्वतंत्र भारतासाठी लढत आहे, हे तुम्हा सर्वांना आठवते. काँग्रेस कार्यकारिणीने १९४५ मध्ये, मी काँग्रेस कार्यकारिणीचा सदस्य असताना प्रसिद्ध केलेल्या जाहीरनाम्यामध्ये काँग्रेस, फाळणी आणि पाकिस्तानच्या निर्मितीला विरोध करेल, हे पूर्णपणे स्पष्ट केले होते. १९४६ मध्ये ब्रिटनचे मंत्रिमंडळ या देशात आल्यानंतर काँग्रेस नेत्यांच्या कमकुवतपणाच्या खुणा दिसू लागल्या. हा कमकुवतपणा महिन्यागणिक वाढतच गेला आणि अखेर १९४७ या वर्षाच्या सुरुवातीस काँग्रेस कार्यकारिणीच्या सदस्यत्वाचा राजीनामा देणे भाग आहे, असे मला वाटले. त्यानंतर काही काळातच, नेमके सांगायचे झाल्यास मार्च, १९४७ मध्ये काँग्रेस कार्यकारिणीने पंजाबचे दोन प्रांतांमध्ये विभाजन करण्याचा ठराव मंजूर केला. यापैकी एक प्रांत हा प्रामुख्याने मुस्लिम, तर दुसरा प्रांत हा प्रामुख्याने बिगरमुस्लिम होता.

१५ मार्च, १९४७ साली मी याविरुद्ध आवाज उठवला आणि पंजाबबाबत काँग्रेस कार्यकारिणीने मंजूर केलेल्या ठरावाविरुद्ध सावधान केले. माझ्या सूचनांकडे कोणीही लक्ष दिले नाही आणि तत्कालीन काँग्रेस कार्यकारिणीच्या सदस्यांनी एका

---

[१२] याच पुस्तकातून., पृष्ठ क्र. ३७–४२.

मागोमाग एक तडजोडी सुचवल्या व अखेर देशाची फाळणी व पाकिस्तानचा स्वीकार केला. १९४७ च्या एप्रिल महिन्यामध्ये किंवा मे महिन्याच्या सुरुवातीस महात्मा गांधी कलकत्त्यामध्ये आले होते आणि मी सोदेपूर येथे त्यांना भेटून देशातील परिस्थितीविषयी त्यांच्याशी चर्चा केली होती. तुमच्यापैकी अनेकांना माहीतच असेल, की गांधीजी हे फाळणीच्या विरोधात होते. त्यांनी स्वतःची भूमिका ठामपणे मांडावी व फाळणीला विरोध करावा, अशी विनंती मी त्यांना पुनःपुन्हा केली.

फाळणी प्रत्यक्षात आल्यास तातडीने दोन गोष्टी घडतील, असे मला स्पष्टपणे दिसत आहे, असे मी त्यांना या चर्चेदरम्यान सांगितले. पहिली गोष्ट म्हणजे वायव्य सरहद प्रांत हा मुस्लिम लीगच्या हातात जाईल आणि दुसरी गोष्ट म्हणजे पाकिस्तान काश्मीरला गिळंकृत करेल. गांधीजी हे फाळणीच्या विरोधात होते, मात्र मी त्यांना सांगितलेल्या या दोन गोष्टी घडतील याच्याशी ते सहमत नव्हते आणि त्यांनी मला ते का असहमत आहेत, याची कारणे दिली.

मे, १९४७ च्या अखेरीस मी दिल्लीला आलो आणि गांधीजी आणि जिना यांच्यासोबत माझी चर्चा झाली. काँग्रेसच्या नेत्यांनी विशिष्ट प्रमाणात मुत्सद्देगिरी दाखवली, तर बंगालची फाळणी रोखता येऊ शकते, याबाबत माझ्या मनात थोडीही शंका नव्हती. पंजाबची फाळणी रोखता येऊ शकली असती का, याबाबत मात्र मी भाष्य करू शकत नाही. त्याबाबत खुद्द पंजाबचे नेतेच सांगू शकतील.

त्यानंतर माऊंटबॅटन योजना म्हणूनही प्रसिद्ध असलेला ३ जूनची योजना मांडण्यात आली. या योजनेच्या घोषणेनंतर मी दिल्लीमध्ये म्हणालो होतो, 'व्हॉइसरॉय यांच्या या योजनेने भारतीय एकात्मता आणि स्वातंत्र्याच्या हेतूला सणसणीत धक्का दिला आहे. या धक्क्यातून अनेक वर्षांनंतरही आपण सावरू शकणार नाही...'

दिल्लीहून कलकत्त्याला परतल्यानंतर मी ८ जून, १९४७ रोजी 'ब्रिटिश साम्राज्यवादी जिंकले', असे सांगणारे निवेदन जाहीर केले होते. विभाजनवाद्यांनी पूर्व बंगालमधील हिंदूंना आणि पश्चिम पंजाबमधील शीखांना व हिंदूंना अनुक्रमे पश्चिम बंगाल व पूर्व पंजाब त्यांच्या वाट्याला येईल, असे सांगणे म्हणजे केवळ लालूच दाखवणे होते, असेही मी त्या निवेदनात पुढे म्हणालो होतो.

त्यानंतर दोन आठवड्यांनी बॉम्बेच्या *फ्री प्रेस जर्नल* या वृत्तपत्राला दिलेल्या संदेशामध्ये मी म्हणालो होतो, '३ जूनची योजना हे ब्रिटिश मुत्सद्देगिरीचे यश आहे आणि काँग्रेसने देशासाठी ब्रिटिश राष्ट्रकुलचा घटक दर्जा स्वीकारला, पाकिस्तानला मान्यता दिली आणि प्रांतांच्या फाळणीची मागणी केली, त्या दिवसाचा काँग्रेसला पश्चाताप झाला असेल.

मी बरोबर होतो की काँग्रेसचे नेते बरोबर होते, याचा निवाडा भारतीय जनतेने करण्याची वेळ आता आली आहे. १५ ऑगस्टनंतर लगेचच संपूर्ण देशभरात जे घडले, त्यावरून मी म्हणालो होतो त्यातील शब्द न् शब्द बरोबर होता, असा दावा मी करू शकतो.

३ जूनची योजना स्वीकारणे हा ब्रिटिश मुत्सद्देगिरीचा विजय आहे, असे मी २४ जून, १९४७ रोजी म्हणालो होतो. त्यातच भर म्हणून या योजनेचा स्वीकार ही भारतीय मुत्सद्देगिरीची दिवाळखोरी आणि काँग्रेसच्या नामवंत नेत्यांनी देशाशी केलेली प्रतारणा आहे, असेही मी म्हणेन.

शरद यांनी अनेक प्रसंगी केवळ फाळणीभोवती घडलेल्या घटनांबाबतच नव्हे, तर नवा भारत व त्याच्या नेत्यांच्या अपयशाबाबत आपल्याला वाटणारी सपशेल व कडवट निराशा व्यक्त केली. कलकत्ता येथे २६ डिसेंबर, १९४९ रोजी आयोजित करण्यात आलेल्या अखिल बंगाल सुभाषवादी विद्यार्थी परिषदेमध्ये त्यांनी आपल्या 'युवा कॉम्रेड्सना' सुभाष यांच्या ब्रिटिश नियंत्रणाचा कलंक नसलेल्या संपूर्ण स्वातंत्र्याच्या स्वप्नाची आणि भारतीय परिस्थितीमध्ये स्वीकारता येण्याजोग्या समाजवादाच्या रूपाची आठवण करून दिली.[१३]

या देशाच्या फाळणीची शोकांतिका आणि द्वेष, मत्सर यांनी ग्रासलेल्या, लाचार आणि तर्कहिन निराशेच्या गर्तेत बुडालेल्या राजकीय नेतृत्वाला कसा त्या विनाशकारी फाळणीमध्ये देशाच्या सर्व दुःखांचा रामबाण उपाय सापडला हे मला या संबंधात पुन्हा आठवावेसे वाटते. मार्च, १९४७ ते ऑगस्ट १९४७ हा प्रचंड प्रमाणावरील राष्ट्रीय आत्महत्येचा काळ होता. या काळामध्ये काँग्रेसमधील आणि आणि काँग्रेसचे सर्व प्रतिगामी घटक, तसेच हिंदू महासभा हे महात्मा गांधींचे सल्ले वाऱ्यावर सोडून स्वतःहून मरण ओढावून घेण्यासाठी आरडाओरडा करत होते. निराशेचे गुंग करणारे मद्य प्यायले असल्याने त्यांनी दिल्या जाणाऱ्या सूचनांकडे लक्ष दिले नाही. त्यांची प्रचारयंत्रणा यशस्वी झाली आणि त्यांनी संपूर्ण देशावर सुरी फिरवण्यासाठी त्याला गुंगी देऊन शल्यविशारदाच्या टेबलावर आणून ठेवले. त्यानंतर घडलेल्या घटना – रक्ताचे सडे, भारताच्या पूर्व व पश्चिमेकडून मोठ्या संख्येने येणारे बेघर निर्वासितांचे लोंढे, हे सगळे आपल्याला आठवतच असेल. मात्र, फाळणीची घटना आता घडून गेली आहे आणि आपल्याला ती स्वीकारून सध्याच्या परिस्थितीत कृतीची दिशा ठरवावी लागेल.

आपल्या देशात गेल्या दोन वर्षांतील काँग्रेसच्या सत्ताकाळात काय प्रलय माजला आहे, याची आपल्याला जाणीव आहे का? १५ ऑगस्ट, १९४७ रोजी भारताने जगातील

---

[१३] याच पुस्तकातून, पृष्ठ क्र. ११८–११९.

> आर्थिकदृष्ट्या सर्वांत भक्कम असलेल्या देशांपैकी एक म्हणून सुरुवात केली होती. मात्र, उधळपट्टी करणारे देशाचे सुपुत्र असलेल्या काँग्रेसच्या नामवंत नेत्यांची बेपर्वा कृत्ये आणि अविचारी निष्क्रियतेमुळे भारताची अवस्था आता सर्वांत गरीब देशांपैकी एक अशी झाली आहे. भारताच्या तिजोरीतील स्टर्लिंग पाउंडचा साठा रिकामा होत आहे, देशातील सर्व विकास प्रकल्प थांबवण्यात आले आहेत. भारत हातात भिकेचा वाडगा घेऊन पाश्चात्य देशांसमोर हात पसरत आहे. देशांतर्गत चित्रही फारसे चांगले नाही. भ्रष्टाचार, पक्षपातीपणा, वशीलेबाजी आणि घराणेशाही जोरात सुरू आहे आणि काळे धंदेवाले, नफेखोर आणि सार्वजनिक नैतिकतेला भ्रष्ट करणारे वाढत असताना सरकार मात्र असहाय्यपणे आणि कीव वाटावी अशा पद्धतीने केवळ पाहात आहे.

स्वतः फाळणीच्या बीजांचा अन्वयार्थ लावताना अमिय, १९३७ मधील घटना आणि त्या काळातील व त्यानंतरच्या प्रमुख व्यक्तींच्या वर्तनावर भर देतात. गांधी, नेहरू आणि पटेल यांनी १९३७ मध्ये शरद आणि मौलाना आझाद यांच्या संयुक्त सरकार स्थापनेच्या तत्त्वाला सहमती दर्शवली असती, तर जिना आणि मुस्लिम लीग यांना लाहोर येथे १९४० मध्ये तथाकथित पाकिस्तान ठराव मंजूर करण्याची गरज भारली नसती, असा युक्तिवाद अमिय यांनी अनेक व्याख्याने आणि मेळाव्यांमधून जोरकसपणे मांडला आहे. त्यामुळे पाकिस्तान हे अस्तित्वातच येऊ शकले नसते. राजमोहन गांधी यांनी लिहिलेल्या आपल्या आजोबांच्या थोर चरित्रामध्ये याविषयीचे विचार मांडले आहेत.[१४]

> गांधी हे नेहमी अतिशय दुःखात असायचे. फाळणीमुळे अधिक हिंसाचार होईल, असे त्यांना वाटत होते. त्यांची कार्यकारिणी व मंत्रिमंडळातील सहयोगी यांचे विचार मात्र विरुद्ध होते. विभाजनाचे तपशील हे काँग्रेस आणि लीगने ब्रिटिशांच्या मध्यस्थीशिवाय आपापसांत ठरवावेत, असे गांधींना वाटत होते, मात्र कार्यकारिणीने यावर असहमती दर्शवली. 'जिना कार्ड' चे भय दाखवून त्यांनी भारतासाठी प्रचंड लष्कर आणि मोठ्या प्रमाणावरील औद्योगिकीकरण निर्माण केले. त्या ओघात चरखा विस्मृतीत गेला. गांधींना अनेक आघाड्यांवर नाकारण्यात आले. त्यांनी सत्तेच्या इच्छेमुळेच फाळणी स्वीकारली आहे, याची गांधींना कल्पना होती. तरीही त्यांचे हे 'सुपुत्र' त्यांच्या तीन दशकांच्या परिश्रमांची पदके व मुकुट गोळा करत असताना गांधींनी त्यांना अडवण्यास नकार दिला आणि ही पारितोषिके काटेरी आहेत, हे सुद्धा गांधींना माहीत होते.

---

[१४] राजमोहन गांधी यांच्या, *'मोहनदास : ट्रू स्टोरी ऑफ ए मॅन, हिज पीपल अँड ॲन एम्पायर'* या पुस्तकातून (पेंग्विन प्रकाशन, युके, २००६) पृष्ठ क्र. ६१३ व ६१७.

नेहरूंनी त्यांच्या बाजूने फाळणीची बहुतांश जबाबदारी गांधींवर ढकलण्याचा प्रयत्न केला. फाळणीनंतर दशकभराने ब्रिटिश लेखक लिओनार्ड मॉसली यांना नेहरू यांनी सांगितले:[१५]

आम्ही दमलेलो होतो आणि इतक्या वर्षांत आमचे वयही वाढत चालले होते, हे सत्य आहे. आमच्यापैकी खूप कमी जण पुन्हा तुरुंगात जाण्याची शक्यता सहन करू शकत होते आणि आम्हाला हवा होता, तशा अखंड भारतासाठी आम्ही प्रतिकार करत राहिलो असतो, तर तुरुंगवास निश्चितपणे आमची वाट पाहात होता. आम्ही पंजाबमध्ये आगी भडकताना पाहात होतो आणि प्रत्येक दिवशी कत्तलींच्या घटना कानावर आदळत होत्या. फाळणीची योजना हा यातून बाहेर पडण्याचा मार्ग होता आणि आम्ही ती स्वीकारली. गांधी यांनी आम्हाला ती स्वीकारू नका, असे सांगितले असते तर आम्ही लढा देत राहिलो असतो आणि प्रतीक्षा करत राहिलो असतो. तथापि, आम्ही योजना स्वीकारली. ही फाळणी तात्पुरती असेल आणि पाकिस्तान पुन्हा आमच्याकडे येईल, अशी आमची अपेक्षा होती.

शरद आणि गांधी हे एकमेकांच्या जवळून संपर्कात राहिले. सप्टेंबर, १९४७ मध्ये कधीतरी त्यांची समोरासमोर अखेरची भेट झाली, त्यावेळी अमियही उपस्थित होते. त्यावेळेसची गांधींची मार्मिक टिप्पणी अमिय यांनी नोंदवली आहे.

माझा अधिकार आता चालत नाही आणि मला हवे असूनही मी फाळणी रोखू शकलो नाही. जे नेहमी मला होकार द्यायचे, त्या सरदार पटेलांनीही मला नकार दिला. मी काहीही म्हणालो, तरी त्यांचा प्रतिसाद नकारार्थी असतो. राजेंद्र बाबू ज्या शिडीवरून चढले, त्या शिडीलाच त्यांनी लाथ मारली आहे. जवाहरलाल यांना तर माझे खंडन करण्यातच आनंद मिळतो.

हिंदू मूलतत्त्ववादी हल्लेखोराच्या हातून ३० जून, १९४८ रोजी गांधींचा अचानक हत्या झाल्यानंतर शरद हे त्याच दिवशी अंत्यविधींसाठी कलकत्याहून दिल्लीला रवाना झाले. तत्पूर्वी, त्यांनी वूडबर्न पार्क येथील घरातून खालील निवेदन प्रसिद्ध केले होते.

दुष्ट हल्लेखोराच्या हातून राष्ट्रपित्यांची हत्या झाल्याचे दुःखद आणि करुण वृत्त ऐकून मला धक्का बसला आहे. या दुष्कृत्याचा कठोर निषेध करण्यासाठी कोणतीच भाषा पुरी पडू शकत नाही. देश अनाथ झाला आहे आणि आमच्यापुढे काय वाढून ठेवले आहे, हे त्या एकट्या विधात्यालाच माहीत असेल. महात्माजींचे निधन झाले आहे. यांसारखे दुसरे पुन्हा केव्हा होतील?

---

[१५] लिओनार्ड मॉसली यांच्या *'दि लास्ट डेज् ऑफ दि ब्रिटिशराज'* या पुस्तकातून (लंडन: विडनफेल्ड अँड निकोल्सन प्रकाशन,१९६१), पृष्ठ क्र. २४८.

त्यानंतर एका महिन्याने २८ फेब्रुवारी, १९४८ रोजी मेरठ येथे आयोजित करण्यात आलेल्या अखिल भारतीय साखर कारखानदार मजूरांच्या परिषदेमध्ये शरद यांनी अध्यक्षीय भाषणात गांधी यांच्या निधनाबद्दल शोक व्यक्त केला:[१६]

आपण एका प्रचंड आपत्तीच्या सावटाखाली भेटत आहोत. राष्ट्रपिता आज आपल्यासोबत नाही आहेत आणि आपण अनाथ झालेले सर्वजण एका पोकळीतून जात आहोत. नैराश्य व वैफल्याच्या वाढत्या भावनांनी आपल्याला पंगुत्व आले आहे. आपल्याला वर्तमानकाळ अंधःकारमय आणि भविष्य धूसर दिसत आहे. तथापि, आपल्याला प्रकाश दाखवण्यासाठी आणि प्रेरणा देण्यासाठी गांधीजींचा अमर आत्मा आहे आणि आपण वैयक्तिक दुःखाच्या भावनेत बुडालो, तर त्यांनी आपल्यावर ठेवलेल्या विश्वासाशी प्रतारणा केल्याचा दोष आपल्याला लागेल.

त्यांचे निधन हा भारताच्या इतिहासातील सर्वांत काळाकुट्ट तास आहे आणि त्याने आपल्यावरील जबाबदाऱ्या अधिकच जड बनवल्या आहेत. कठोर निश्चयाने या जबाबदाऱ्या आपल्या खांद्यावर घेणे आणि भारताला संपूर्ण स्वातंत्र्य मिळवून देण्याचे गांधीजींचे अपूर्ण राहिलेले कार्य पूर्ण करणे, हीच त्या दिवंगत महान व्यक्तीसाठी खरी श्रद्धांजली ठरू शकेल.

याच भाषणात पुढे शरद यांनी संपूर्ण स्वातंत्र्य म्हणजे आपल्याला काय अभिप्रेत आहे, हे स्पष्ट केले आहे.

भारताला अद्याप संपूर्ण स्वातंत्र्य मिळवायचे आहे, या मूलभूत गोष्टीकडे आपण लक्ष दिले पाहिजे. १५ ऑगस्ट, १९४७ चे स्वरूप हे दुःखद शेवटाचे होते. भारताने परदेशी साम्राज्यवादी शक्तींशी अनेक दशके दिलेल्या पराक्रमी लढ्याची पूर्तता त्याने झाली नाही. त्यामुळे केवळ आपण ब्रिटिश राष्ट्रकुल समूहातील एक घटक देश बनण्याच्या लज्जास्पद दर्जाचा स्वीकार केला आणि त्यासाठी आपण भारताची एकात्मता गमावण्याची किंमत मोजली. हा आपल्या पूर्वसुरींच्या महान तत्त्वांचा आणि त्या परदेशी प्रभाव व नियंत्रणापासून मुक्त असलेल्या स्वतंत्र आणि अखंड भारताच्या ज्या तत्त्वासाठी आपण दीर्घकाळ लढलो आणि जे हृदयात जतन केले त्या तत्त्वाचा हा विश्वासघात होता.

आणि सर्वांत दुःखद गोष्ट म्हणजे ज्या काँग्रेसच्या आघाडीच्या नेत्यांनी देशाच्या स्वातंत्र्य चळवळीमध्ये महत्त्वपूर्ण योगदान दिले, त्याच आपल्या नेत्यांनी हा विश्वासघात केला. वचन दिलेल्या स्वातंत्र्यभूमीपर्यंतचा हा प्रवास सुरक्षित असेल, या फसव्या शक्यतेला भुलून त्यांनी भारताच्या फाळणीची आणि दोन घटक देशांच्या सत्ता निर्माण करण्याची मागणी केली. दुर्दैवाने यामुळे धर्म व जातीयवादाची समस्या सुटणार नसून अधिकच गंभीर बनणार आहे, हे समजून घेण्यात ते अपयशी ठरले.

---

[१६] *सिलेक्टेड स्पीचेस अँड रायटिंग्ज ऑफ शरदचंद्र बोस, १९४७-१९५०*, पृष्ठ क्र. २५-२६.

6

स्वतंत्र आणि अखंड बंगाल

बंगाली मुस्लिम, हिंदू, ख्रिश्चन आणि बौद्ध यांची मातृभाषा एक आहे आणि ते वांशिक, सामाजिक, सांस्कृतिक, आर्थिक आणि इतर बंधांनी बांधले गेले आहेत. त्यांच्या सामाजिक, आर्थिक आणि राजकीय प्रगतीसाठी जिथे ते एकमेकांना सहकार्य करू शकतील, असा स्वतंत्र व अखंड बंगाल असणे गरजेचे आहे.

—स्वतंत्र आणि अखंड बंगालच्या
कराराचा मसुदा, २५ मे, १९४७

अखंड भारताची शक्यता मावळण्यास सुरुवात झाली आणि भारतीय उपखंडाची फाळणी भारत आणि पाकिस्तानमध्ये होण्याच्या अपरिहार्यतेचे ढग आकाशात जमू लागले, तेव्हा शरद बोस यांनी आपले लक्ष बंगालचे प्रादेशिक अखंडत्व वाचवण्यावर केंद्रित केले. अखंड व मुस्लिमबहुल असलेला बंगाल प्रांत हा नव्या भारत राष्ट्रामध्ये राहण्याचे हेतू दिसत नसून ते प्रत्यक्षात येणार नाही, हे १९४७ च्या सुरुवातीच्या काळापर्यंत स्पष्ट झाले होते. त्यामुळे भारत आणि पाकिस्तान यांच्यासोबत तिसरे स्वतंत्र व सार्वभौम बंगाल राष्ट्र निर्माण करणे हाच एक पर्याय शिल्लक राहिला होता.

हा खरेच वास्तवदर्शी पर्याय ठरू शकला असता का, याविषयी इतिहासतज्ज्ञ व इतर विश्लेषकांचे दुमत आहे. शरद या मुद्द्याबाबत एकटे पडले होते आणि तोपर्यंत खूप उशीर झाला होता, असेही मत काहीजण व्यक्त करतात. याविरुद्ध, बंगाली लोकांनी धार्मिक भेद असूनही राजकीयदृष्ट्या, तसेच सांस्कृतिक आणि सामाजिक अस्तित्त्व म्हणून एकत्र राहावे, याला बंगाली जनतेकडून म्हणजेच बहुसंख्य मुस्लिमांकडून आणि हिंदूंसारख्या इतर अल्पसंख्याक गटांकडून विस्तृत एकमत व पाठिंब्याचा आधार आहे, असा मुद्दा शरद यांच्यासह अन्य काहीजण मांडत होते. जर हे केवळ सार्वभौम राष्ट्रामध्येच शक्य असेल, तर त्यासाठी तसे राष्ट्र निर्माण करावे, असेही त्यांचे मत होते.

शरद यांच्यासोबत मुस्लिम लीगमधील शाहीद सुहरावर्दी व फझलुल हक, तसेच बंगाल काँग्रेसमधील काही पूर्वीचे सहकारी यांसारख्या संख्येने लहान असलेल्या प्रमुख सहयोग्यांविरुद्ध दोषारोप करण्यासाठी मुस्लिम व हिंदू मूलतत्त्ववादी, दोन्ही गटांमधील राजकीय नेते, नेहरू व पटेल यांसारखे काँग्रेस नेते आणि कलकत्त्यामधील

मारवाडी व्यावसायिक नेते असा 'शक्तिशाली कंपू' उभा ठाकला होता, हे स्पष्ट आहे.

जिना यांनी आपल्या बाजूने दोलायमान भूमिका घेतली असली, तरी पाकिस्तानच्या खूप पूर्वेकडील हा प्रदेश सोबत ठेवणे दीर्घकाळामध्ये व्यवहार्य ठरणार नाही आणि संपूर्ण बंगाल किंवा बंगालचा एक भाग हा नव्या पाकिस्तानच्या शेजारी अस्तित्वात येणाऱ्या नव्या भारत राष्ट्रामध्ये समाविष्ट होण्यापेक्षा अखंड सार्वभौम बंगाल असणे हा अधिक चांगला पर्याय ठरू शकतो, असे त्यांना वाटत होते. त्या काळी प्रामुख्याने मुस्लिमबहुल असणारे कलकत्ता शहर भारतात समाविष्ट होण्याची शक्यता असल्यानेही जिना यांनी असे गणित मांडले असावे. भारतामध्ये किंवा पाकिस्तानमध्ये जावे, अथवा स्वतंत्र राहावे, यासंबंधीचा स्वतःचा संवैधानिक निर्णय घेण्याची क्षमता असलेल्या अखंड व सार्वभौम बंगालला आपण पाठिंबा देणार नसलो, तरी किमान त्याचा स्वीकार करू, असे जिना यांनी शरद यांना जून १९४७ च्या अगदी शेवटी सूचित केले होते.

माऊंटबॅटन योजनेनुसार फाळणीचे वेळापत्रक जवळ येऊ लागले आणि घड्याळाचे ठोके मध्यरात्रीच्या दिशेने पडू लागले, तेव्हा भारतीय उपखंडाच्या नजीक आलेल्या फाळणीच्या विध्वंसातून अखंड बंगालला वाचवण्यासाठी शरद यांनी गांधींजवळ अखेरचे प्रयत्न करून पाहिले.

या काळामध्ये, १९४७ च्या मध्यात अमिय हे सातत्याने आपले वडील शरद यांच्यासोबत असायचे. शरद हे १४ सप्टेंबर, १९४५ मध्ये कैदेतून सुटल्यापासून अमिय हे स्वतः त्यांचे राजकीय स्वीय सहाय्यक, मतप्रदर्शक आणि सल्लागार म्हणून त्यांच्या पाठिशी होते. १९४७ च्या सुरुवातीपासून फाळणीच्या भोवती नाट्यमय, परंतु दुःखद घडामोडी घडण्यास सुरुवात झाली, त्या संबंधात अमिय सांगतात की २२ मार्च, १९४७ मध्ये माऊंटबॅटन व्हॉइसरॉय म्हणून भारतात येण्यापूर्वीच काँग्रेस कार्यकारिणीने ८ मार्च, १९४७ रोजी पंजाबशी संबंधित ठराव मंजूर केला होता. या ठरावानुसार पंजाबची एक प्रामुख्याने मुस्लिम, तर दुसरा प्रामुख्याने बिगरमुस्लिम अशा दोन प्रांतामध्ये फाळणी करण्याची शिफारस करण्यात आली होती. याच दिवशी प्रसारमाध्यमांना मुलाखत देताना काँग्रेसचे अध्यक्ष मौलाना आझाद यांनी या ठरावामध्ये अनुसरण्यात आलेले विभाजनाचे तत्त्व बंगाललाही लागू होत असल्याचे जाहीर केले होते. या ठरावाबाबत १५ मार्च, १९४७ रोजी शरद यांनी आता अनेकदा उद्धृत केले जाणारे आणि भविष्यसूचक असलेले निवेदन प्रसारमाध्यमांना जारी केले.[१]

> मला वाटते, काँग्रेस कार्यकारिणीने पंजाबबाबत संमत केलेल्या ठरावाच्या विरोधात मी आवाज उठवला पाहिजे आणि सावधानतेचा इशारा दिला पाहिजे. या ठरावामध्ये पंजाबचे

---

[१] शरदचंद्र बोस स्मृतीग्रंथ खंडातून (शरदचंद्र बोस अकादमी, कलकत्ता, १९८२), पृष्ठ क्र. ३९३–३९४.

एक मुस्लिमबहुल प्रांत व दुसरा प्रामुख्याने बिगरमुस्लिम प्रांत अशा दोन प्रांतांमध्ये विभाजन करण्याची वादग्रस्त शिफारस करण्यात आली आहे. यानंतर प्रसारमाध्यमांना दिलेल्या मुलाखतीदरम्यान काँग्रेस अध्यक्षांनी या ठरावामध्ये अनुसरण्यात आलेले विभाजनाचे तत्त्व बंगाललाही लागू होत असल्याचे जाहीर केले.

या ठरावामुळे मला खूप आश्चर्य वाटले आहे, हे कबूल केलेच पाहिजे. प्रांतांची विभागणी करण्यासाठी धर्म हा एकमेव आधार असल्याचे स्वीकारून काँग्रेसने आपले तारू धक्क्यापासून दूर लोटले आहे आणि गेली साठ वर्षे काँग्रेस जे कार्य करत आहे, ते जवळपास धुळीस मिळवले आहे. हा वादग्रस्त ठराव म्हणजे काँग्रेसचे आपली परंपरा व तत्त्वांपासून हिंसकरीत्या दूर जाणे आहे आणि हे पराभूत मनोवृत्तीचे द्योतक आहे, असा निष्कर्ष काढणे, मला भाग आहे. आपल्यापैकी अनेकांच्या मनात भयगंडाने अनर्थ माजला आहे.

माझ्या मते धर्माच्या आधारावर प्रांतांचे विभाजन करणे, हा जातीयवादाच्या समस्येवरील उपाय असू शकत नाही. जरी प्रांतांचे विभाजन अशाप्रकारे करण्यात आले, तरी त्यामध्ये हिंदू आणि मुस्लिम एकमेकांशेजारीच राहतील आणि धार्मिक संघर्षाचा धोका कायम असेल. समजा आपण बंगाल आणि पंजाब यांचे धर्माच्या आधारावर विभाजन केले, तर पश्चिम बंगालमधील मुस्लिम आणि पूर्व बंगालमधील हिंदू किंवा पूर्व पंजाबमधील मुस्लिम आणि पश्चिम पंजाबमधील हिंदू व शीख यांचे काय होईल? त्याचप्रमाणे भारताच्या इतर प्रांतांमध्ये राहणाऱ्या धार्मिक अल्पसंख्याक गटांचे काय होईल? आपण देशभरात सर्वत्र हिंदू, मुस्लिम, शीख, बौद्ध, ख्रिश्चन, पारसी आणि अन्य धार्मिक राज्ये किंवा कप्पे तयार करणार आहोत का? काँग्रेस कार्यकारिणीच्या ठरावातून तार्किक निष्कर्ष काढायचा झाल्यास अशाप्रकारची राज्ये किंवा कप्पे निर्माण केले जातील आणि त्यामुळे सशस्त्र धार्मिक संघर्ष आणि दंग्यांचे प्रमाण शंभरपटींनी वाढेल. धर्मनिहाय किंवा धर्मसत्ताक राज्यांची संकल्पना नवी नाही, तथापि जगातील सर्व प्रगत देशांनी ही संकल्पना रद्दबातल ठरवली आहे, अथवा ते त्यातून बाहेर पडले आहेत. आज, १९४७ साली ही संकल्पना स्वीकारणे आणि ती भारतामध्ये अमलात आणणे, याचा अर्थ भारताला पुन्हा मध्ययुगीन काळापर्यंत मागे घेऊन जाणे, असा आहे. हे अर्थातच प्रतिगामी आणि क्रांतिविरोधी पाऊल असून त्याने येणारी अनेक वर्षे भारताच्या प्रगतीला खीळ बसेल. यामुळे जातीयवादाचा प्रश्न आणखी वाढीस लागेल आणि त्यावरील उपाययोजना अशक्य नसल्या, तरी अतिशय कठीण होऊन जातील. भारतातील सगळीकडील लोकसंख्येचे स्वरूप हे संमिश्र आहे आणि अशाप्रकारचा जातीय विभक्तपणा किंवा धार्मिक आधारावर वेगळे करणे आवश्यक नाही आणि ते व्यवहार्यही नाही.

संपूर्ण देशामध्ये लागू करता येईल, असा उपाय आपल्याला शोधावा लागेल. जातीयवाद व धर्मवादाच्या प्रश्नाचे उत्तर हे शेवटी सामाजिक न्यायामध्ये दडलेले आहे आणि आपल्या एकत्रित आयुष्याचा विचार करता हे उत्तर जीवनाचे राजकीय आणि आर्थिक पैलू व आवडीनिवडींवर भर देण्यात आहे, त्याचप्रमाणे ते राजकारण आणि अर्थकारणाला

धर्मापासून वेगळे करण्यातही आहे. आपण हिंदू असू वा मुस्लिम, शीख असू वा ख्रिश्चन, आपल्या सर्वांचे राजकीय व आर्थिक प्रश्न व हितसंबंध सारखेच आहेत. त्यामुळेच या सर्वार्थाने त्रासदायक ठरणाऱ्या जातीयवादाच्या समस्येचा उपाय समाजवादामध्ये आहे. देशाचे किंवा प्रांताचे धर्माच्या आधारावर कोणत्याही प्रकारे विभाजन केले गेल्यास, काँग्रेस अनेक वर्षे ज्याच्या बाजूने उभी राहिली, ते ऐक्य तर सोडाच पण मैत्रीपूर्ण संबंध प्रस्थापित करण्यासही त्याचा उपयोग होणार नाही. अति घाईमध्ये केलेल्या शस्त्रक्रियेचे उपचार हे आपल्याला गोंधळात आणि संकटात टाकतील.

शरद यांचे हे दुःखद भाकीत आणि तेव्हापासून भारतीय उपखंडातील धार्मिक इतिहासाचे चढउतार यांचा उल्लेख करण्यास अमिय कधीही चुकत नव्हते. धार्मिक आधारावर फाळणी केल्यामुळे शांतता प्रस्थापित झालीच नाही तथापि, सीमारेषेच्या पलीकडे शत्रू निर्माण झाले आणि भारतामध्ये हिंदू-मुस्लिम यांच्यातील संघर्ष आणि शत्रुत्व हे नेहमीचेच बनल्याचे निराशाजनक चित्र निर्माण झाले. या प्रश्नांची उत्तरे धार्मिक विभाजनामध्ये नाहीत, तर भारतीय उपखंडात राहणाऱ्या लोकांना सामाजिक न्याय आणि अधिक चांगले आयुष्य मिळवून देण्यात शोधली पाहिजेत, असा आग्रह शरद यांनी त्यांच्या मृत्यूच्या दिवसापर्यंत धरला.

प्रखर विरोध असूनही नेहरू व पटेल यांच्यासारखे काँग्रेसचे नेते, तसेच काही प्रमुख व्यावसायिक नेते हे भारताच्या फाळणीपुढे मान तुकवणार आहेत, याची जाणीव शरद यांना झाली, तेव्हा त्यांनी आपले प्रयत्न बंगालचे अखंडत्व वाचवण्यावर केंद्रित केले. त्यांनी भारत आणि पाकिस्तानपासून स्वतंत्र असलेल्या समाजवादी प्रजासत्ताक 'स्वतंत्र व अखंड बंगाल'ला केंद्रस्थानी आणण्यास व त्याची बाजू मांडण्यास सुरुवात केली.

शरद यांनी १० मे, १९४७ रोजी कलकत्त्याजवळील सोदेपूर येथे दुपारी २ वाजता, अखंड बंगालच्या प्रस्तावावर प्राथमिक चर्चा करण्यासाठी गांधी यांची भेट घेतली. त्याच दिवशी दुपारी ४ ते ६.३० या वेळेत शरद हे कलकत्ता येथील १ वूडबर्न पार्क या त्यांच्या निवासस्थानी बंगाल काँग्रेसचे नेते किरण शंकर रॉय आणि सुरेंद्र मोहन घोष यांच्यासह चर्चा करण्यासाठी उपस्थित होते.

त्याच दिवशी सायंकाळी ७.३० वाजता वूडबर्न पार्क येथे शरद यांनी वर उल्लेख केलेल्या नेत्यांसह बंगाल मुस्लिम लीगचे नेते सुहरावर्दी व अबुल हाशिम, बंगाल काँग्रेसचे ज्येष्ठ नेते सत्य रंजन बक्षी यांच्यासोबत बैठक घेतली. या बैठकीच्या विषयपत्रिकेवर 'अखंड बंगाल' हा एकमेव मुद्दा होता, त्यामुळे याबाबात सविस्तर चर्चा करण्यात आली. वेळ कमी होता, मात्र शरद शक्य तितक्या वेगाने मार्गक्रमण करत होते.

शरद हे आदल्या दिवशी बंगाल काँग्रेस आणि बंगाल मुस्लिम लीगच्या नेत्यांसोबत झालेल्या चर्चेची प्रगती सांगण्यासाठी १३ मे, १९४७ रोजी सायंकाळी ७ वाजता पुन्हा

गांधींना सोदेपूर येथे भेटले. गांधी यांनी या वेळी एक हिंदू व एक मुस्लिम अशा दोन गटांमध्ये झालेल्या चर्चेबाबत समाधान व्यक्त केले आणि 'स्वतंत्र व अखंड बंगालला' आपला पाठिंबा असेल, असे सूचित केले.

यानंतर १५ मे, १७ मे आणि १९ मे, १९४७ रोजी बंगाल काँग्रेस व बंगाल मुस्लिम लीगच्या नेत्यांच्या पुढील बैठका वूडबर्न पार्क येथे घेण्यात आल्या. २० मे, १९४७ रोजी त्यांच्यामध्ये एक ढोबळ करार करण्यात आला व या करारावर अबुल हाशिम आणि बंगाल काँग्रेसच्या वतीने शरद यांनी स्वाक्षऱ्या केल्या. या वेळपर्यंत हाशिम हे मुस्लिम लीगच्या बंगाल शाखेमध्ये सरचिटणीस या सर्वांत वरिष्ठ पदाला पोहोचले होते व त्यांनी लीगच्या वतीने या करारावर स्वाक्षरी केली.

१, वूडबर्न पार्क येथे निश्चित करण्यात आलेल्या या कराराच्या मसुद्यातील अटी खालीलप्रमाणे होत्या:[२]

१. बंगाल हे स्वतंत्र राष्ट्र असेल. स्वतंत्र बंगाल राष्ट्र उर्वरित भारतासोबतच्या संबंधांबाबत निर्णय घेईल.
२. स्वतंत्र बंगाल राष्ट्राच्या संविधानानुसार संयुक्त मतदारसंघ व प्रौढ मताधिकारावर आधारित बंगाल विधानसभेच्या निवडणूका घेण्यात येतील. यामध्ये हिंदू आणि मुस्लिम लोकसंख्येच्या प्रमाणात विधानसभेतील जागांवर आरक्षण असेल. हिंदू आणि हिंदूंमधील अनुसूचित जाती यांच्यातील जागावाटप हे संबंधित लोकसंख्येच्या प्रमाणानुसार किंवा त्यांना मान्य असलेल्या इतर मार्गाने करण्यात येईल. मतदारसंघ हे खुले मतदारसंघ असतील आणि मतांचा एकत्रित विचार न करता, त्यांची विभागणी केली जाईल. ज्या उमेदवाराला निवडणुकीमध्ये आपल्या समाजातील सर्वाधिक मते आणि अन्य समाजातील २५ टक्के मते मिळतील, त्याला विजयी घोषित करण्यात येईल. जर कोणताच उमेदवार या अटी पूर्ण करू शकला नाही, तर आपल्या समाजातील सर्वाधिक मते मिळवणारा उमेदवार निवडून येईल.
३. स्वतंत्र बंगाल राष्ट्राचा प्रस्ताव स्वीकारण्याच्या आणि बंगालची फाळणी केली जाणार नाही या ब्रिटिश सरकारच्या घोषणेनंतर सध्याचे बंगालचे सरकार बरखास्त केले जाईल व नवे हंगामी सरकार अस्तित्त्वात येईल. या सरकारमध्ये समप्रमाणात मुस्लिम आणि हिंदू (अनुसूचित जातीतील हिंदूंसह) असतील, तथापि मुख्यमंत्र्यांना या प्रमाणामध्ये गणण्यात येणार नाही. या सरकारमध्ये मुख्यमंत्री मुस्लिम, तर गृहमंत्री हिंदू असेल.

---

[२] अमियनाथ आणि ज्योत्स्ना बोस यांच्या खासगी संग्रहामध्ये या कराराच्या मूळ स्वाक्षऱ्या असलेल्या प्रती आहेत.

४. नव्या संविधानानुसार अंतिमतः विधिमंडळ व सरकार अस्तित्त्वात येईपर्यंत हिंदूंना (अनुसूचित जातीतील हिंदूंसह) व मुस्लिमांना लष्कर व पोलिस यांसह इतर सेवांमध्ये सारखाच वाटा मिळेल. या सेवा बंगाली लोकांकडूनच चालवल्या जातील.

५. राज्यघटना समितीमध्ये तीस लोकांचा समावेश असेल व यामध्ये १६ मुस्लिम, तर १४ हिंदू असतील. विधिमंडळातील युरोपियन वगळता अन्य मुस्लिम व बिगरमुस्लिम सदस्यांकडून या समितीतील लोकांची निवड केली जाईल.

१, वूडबर्न पार्क, कलकत्ता — स्वाक्षरी – शरदचंद्र बोस

२० मे, १९४७. — स्वाक्षरी – अबुल हाशिम

एकदा स्वाक्षरी झाल्यानंतर हा करार विशेष दूताकरवी गांधी यांना पाठवण्यात आला. जे त्यावेळी पाटणा येथे होते. त्यानंतर, २३ मे, १९४७ रोजी प्रसारमाध्यमांना दिलेल्या मुलाखतीत शरद म्हणाले:[३]

> स्वतंत्र बंगाल राष्ट्र अस्तित्त्वात आले, तर ते प्रजासत्ताक असेल व त्याचे स्वरूप व चारित्र्य समाजवादी असेल. जर बंगालची स्वतःची राज्यघटना समिती असली, तर जेव्हा ती स्थापन होईल तेव्हा समाजवादी प्रजासत्ताक राष्ट्राचे तपशील ठरवण्यात येतील. या विषयाबाबत मागील पाच महिन्यांपासून माझी ज्यांच्याशी चर्चा सुरू आहे, त्यांच्यामध्ये आणि माझ्यात मूलभूत गोष्टींबाबत कोणतेही मतभेद नाहीत.
>
> जातीयवादावरील इलाज जातीयवाद हा नसतो, हे मला बंगालच्या आणि उर्वरित भारताच्या जनतेलाही ठासून सांगायचे आहे. आपण संपूर्णपणे वेगळ्या आणि निरोगी दृष्टिकोनातून गोष्टींना सामोरे गेले पाहिजे आणि हा वेगळा दृष्टिकोन समाजवादी दृष्टिकोन आहे.
>
> समाजवादी प्रजासत्ताक निर्माण करणे हा मी सुचवलेला उपाय आहे. तुम्ही हवे असल्यास त्यांना स्वतंत्र राष्ट्रे म्हणू शकता. आज सकाळी आम्ही प्रसिद्ध केलेल्या कराराच्या अटींमध्येही हीच संज्ञा वापरण्यात आली आहे. स्वतंत्र या शब्दातून मला केवळ राजकीय बंधांतून स्वातंत्र्य अभिप्रेत नाही, तर सामाजिक आणि आर्थिक दास्यापासून स्वातंत्र्यही यामध्ये अध्याहृत आहे.

गांधींनी स्वतःही याला तातडीने प्रतिसाद दिला. २४ मे, १९४७ रोजी गांधींनी पाटण्याहून पत्र लिहून शरद यांना २० मे, १९४७ च्या करारातील मसुद्यामध्ये काही बदल सुचवले. त्यामुळे शरद व त्यांचे बंगाली हिंदू व मुस्लिम सहकारी जो पर्याय समोर ठेवण्याचा प्रयत्न करत होते, त्याबाबत सकारात्मक असल्याचे संकेत गांधी यांनी दिले होते.[४]

---

[३] अमियनाथ आणि ज्योत्स्ना बोस यांच्या खासगी संग्रहातून.

[४] तथैव.

प्रिय शरद,

तुमची चिठ्ठी मला मिळाली. केवळ बहुमताच्या जोरावर कोणतीही कृती करता येणार नाही, अशी कोणतीही अट या मसुद्यात नाही. सरकारची प्रत्येक कृती संमत होण्यासाठी प्रशासन आणि विधिमंडळातील किमान दोन तृतीयांश हिंदू सदस्यांचे सहकार्य आवश्यक असले पाहिजे. बंगालची संस्कृती समान असून बंगाली ही एकच समान भाषा आहे, हे सुद्धा करारामध्ये मान्य करणे आवश्यक आहे. केंद्रीय मुस्लिम लीग या प्रस्तावाच्या विरोधात असल्याचे वृत्त असले, तरी ते या प्रस्तावाला संमती देतील, याची खातरजमा करावी. जर तुमची दिल्लीतील उपस्थिती आवश्यक असेल, तर मी तुमच्याशी तार किंवा दूरध्वनीवरून संपर्क साधेन. काँग्रेसच्या कार्यकारिणीसोबत या मसुद्याची चर्चा करावी, असेही मी सुचवत आहे.

तुमचा
स्वाक्षरी – बापू

गांधींनी २४ मे रोजी पाठवलेले पत्र दुसऱ्या दिवशी २५ मे, १९४७ रोजी मिळाल्यानंतर शरद यांनी त्याच दिवशी तातडीने वूडबर्न पार्क येथे पुढील बैठक बोलावली. गांधींच्या सूचनांनुसार २० मेच्या कराराचा मसुदा काँग्रेस व मुस्लिम लीगच्या प्रतिनिधींनी तत्परतेने सुधारला. सुधारित कराराचा मसुदा खालीलप्रमाणे होता:[५]

कराराचा आधार:

बंगाली मुस्लिम, हिंदू, ख्रिश्चन आणि बौद्ध यांची मातृभाषा समान असून वांशिक, सामाजिक, सांस्कृतिक, आर्थिक आणि इतर बंधांनी ते एकमेकांशी बांधले गेले आहेत. त्यांच्या सामाजिक, आर्थिक आणि राजकीय प्रगतीसाठी ते पूर्णतः परस्पर सहकार्य करू शकतील असा स्वतंत्र व अखंड बंगाल आवश्यक आहे.

अटी:

१. बंगाल हे स्वतंत्र राष्ट्र असेल. बंगालचे स्वतंत्र राष्ट्र उर्वरित भारतासोबतच्या संबंधांबाबतचा निर्णय घेईल. कोणत्या देशामध्ये सामील व्हावे, या प्रश्नावर स्वतंत्र बंगाल राष्ट्राचे विधिमंडळ दोन तृतीयांश बहुमताने निर्णय घेईल.

२. स्वतंत्र बंगाल राष्ट्राच्या संविधानानुसार संयुक्त मतदारसंघ व प्रौढ मताधिकारावर आधारित बंगाल विधानसभेच्या निवडणूका घेण्यात येतील. (लोकसंख्येच्या प्रमाणानुसार विधिमंडळातील जागांवर आरक्षण असेल आणि संबंधित लोकसंख्येच्या प्रमाणात या जागांचे वाटप केले जाईल किंवा त्यांना मान्य असलेल्या इतर मार्गाने करण्यात येईल.) मतदारसंघ हे बहुविभागीय मतदारसंघ असतील आणि मतांचा एकत्रित

---

[५] तथैव.

विचार न करता, त्यांची विभागणी केली जाईल. ज्या उमेदवाराला निवडणुकीमध्ये आपल्या समाजातील सर्वाधिक मते आणि अन्य समाजातील २५ टक्के मते मिळतील, त्याला विजयी घोषित करण्यात येईल. जर कोणताच उमेदवार आधीच्या वाक्यात नमूद केलेल्या अटी पूर्ण करू शकला नाही, तर एकूण मतदानापैकी सर्वाधिक मते मिळवणारा उमेदवार निवडून येईल.

३. जर दोन्ही पक्षांना अट क्र. १ व २ मंजूर असेल, तर सध्याचे बंगालचे सरकार बरखास्त केले जाईल व नवे हंगामी सरकार अस्तित्त्वात येईल. या सरकारमध्ये समप्रमाणात मुस्लिम आणि हिंदू (अनुसूचित जातीतील हिंदूंसह) असतील, तथापि मुख्यमंत्र्यांना या प्रमाणामध्ये गणण्यात येणार नाही. या सरकारमध्ये मुख्यमंत्री मुस्लिम, तर गृहमंत्री हिंदू असेल. ब्रिटिश सरकारकडून या हंगामी सरकारला स्वतंत्र भारतीय सरकार म्हणून वागणूक मिळेल.

४. हंगामी सरकारकडून घेतले जाणारे निर्णय हे केवळ बहुमताने नाही, तर दोन तृतीयांश बहुमताने घेतले जातील. याचप्रमाणे, सध्याच्या बंगाल विधिमंडळामध्येही निर्णय केवळ बहुमताने नाही, तर युरोपियन सदस्य वगळता इतर सदस्यांपैकी दोन तृतीयांश बहुमत असल्यास घेतले जातात.

५. नव्या संविधानानुसार अंतिमतः विधिमंडळ व सरकार अस्तित्त्वात येईपर्यंत हिंदूंना (अनुसूचित जातीतील हिंदूंसह) व मुस्लिमांना लष्कर व पोलिस यांसह इतर सेवांमध्ये सारखाच वाटा मिळेल. या सेवा बंगाली लोकांकडूनच चालवल्या जातील. सेवादलांमध्ये भरती करताना गुणवत्ता हा निर्णायक घटक ठरेल.

६. राज्यघटना समितीमध्ये तीस लोकांचा समावेश असेल व यामध्ये १६ मुस्लिम, तर १४ हिंदू असतील. विधिमंडळातील युरोपियन वगळता अन्य मुस्लिम व बिगरमुस्लिम सदस्यांकडून या समितीतील लोकांची निवड केली जाईल.

७. बंगालपुरता विचार करता ब्रिटिश सरकार परिच्छेद क्रमांक ३ मध्ये नमूद केलेल्या हंगामी सरकारला किंवा परिच्छेद क्रमांक ६ मध्ये नमूद केलेल्या राज्यघटना समितीला सत्तेचे हस्तांतरण करेल.

अशाप्रकारे, २६ मे, १९४७ रोजी शरद बोस यांनी गांधींना सकारात्मक उत्तर दिले आणि सोबत गांधींच्या सूचनांचा समावेश केलेला कराराचा सुधारित मसुदा गांधींना पाठवून दिला:[६]

प्रिय महात्माजी,

तुम्ही २४ तारखेला पाठवलेल्या पत्रांमध्ये केलेल्या सूचनांसाठी मी तुमचा आभारी आहे. हे पत्र काल देवेन डे यांनी माझ्याकडे सुपूर्द केले. आम्ही जवळपास रोज अटींबाबत चर्चा

---

[६] तथैव.

करत आहोत आणि त्या सुधारण्याचा प्रयत्न करत आहोत. परवाच मी, किरण आणि बंगाल विधानसभेतील काही सदस्यांशी प्रदीर्घ चर्चा केली. काल रात्री मी अबुल हाशिम आणि सत्या बाबू यांच्याशी चर्चा केली. या सर्व चर्चांचे फलित म्हणजे मी अटींमधील पहिल्या व दुसऱ्या परिच्छेदाचे पुनर्लेखन केले असून आज सकाळी त्या शाहीद (सुहरावर्दी) यांना पाठवल्या आहेत. या पत्रासोबत परिच्छेद १ व २ च्या सुधारित प्रती तुमच्या विचारार्थ पाठवत आहे.

सरकारच्या प्रत्येक कृतीला प्रशासन व विधिमंडळातील दोन तृतीयांश हिंदू सदस्यांचे पाठबळ लाभले पाहिजे, अशी सूचना तुम्ही सुचवली होती. तथापि, या मुद्द्याबाबत मी शाहीद यांच्याशी चर्चा करू शकलेलो नाही. ते आज दुपारी विमानाने दिल्लीला जात आहेत. जर मी दिल्लीला आलो, तर मी तेथे त्यांच्याशी चर्चा करेन. दरम्यान, तुम्ही त्यांना भेटलात, तर हा मुद्दा तुम्ही त्यांच्यासमोर मांडून त्यांची प्रतिक्रिया विचारू शकता.

बंगालची समान संस्कृती आणि बंगाली ही समान मातृभाषा आहे, याविषयीची मान्यता आवश्यक असल्याच्या तुमच्या सूचनेबाबत मी मागील जानेवारी महिन्यात चर्चा केली होती. तेव्हापासून बंगालची संस्कृती समान आहे आणि मातृभाषा समान आहे, या आधारावर चर्चा करण्यात येत आहे. या चर्चेमध्ये सहभागी झालेल्या सर्व पक्षांनी हा आधार मान्य केला आहे. शाहीद यांच्या मागील महिन्यातील एका निवेदनामध्ये त्यांनी हे मान्य केले होते. त्यामुळे अटींमध्ये ही मान्यता समाविष्ट करण्यास कोणतीही अडचण येणार नाही.

आजसाठी इतके पुरे. प्रणाम.

तुमचा प्रेमळ,

स्वाक्षरी – शरदचंद्र बोस

महात्मा गांधी,

नवी दिल्ली

ता. क. – शाहीद आणि फझलुर रहमान हे जिना व त्यांच्या कार्यकारिणीसोबत अटींविषयी चर्चा करणार आहेत. त्यांच्यासोबत झालेल्या संभाषणातून मला अशी माहिती मिळाली आहे की बंगालमध्ये काँग्रेस आणि मुस्लिम लीग यांच्यामध्ये करार झाल्यास जिना त्याच्या आड येणार नाहीत.

या महत्त्वाच्या कालखंडाविषयीचे विचार आणि नोंदींमध्ये अमिय, मे, १९४७ मध्ये बंगाल काँग्रेसचे बहुतांश सदस्य हे स्वतंत्र व अखंड बंगालच्या बाजूने होते, हा मुद्दा हिरिरीने मांडतात. जे स्वतंत्र व अखंड बंगालच्या बाजूने नव्हते, ते फाळणीच्या बाजूने चाललेल्या प्रचाराच्या प्रभावाखाली होते. या प्रचाराला कलकत्त्यातील प्रभावशाली हिंदू मारवाडी भांडवलदारांकडून अर्थपुरवठा करण्यात येत होता आणि हिंदू महासभेचे श्यामा प्रसाद मुखर्जी हे त्यांचे मुख्य प्रवक्ते होते, असेही अमिय पुढे सांगतात.

मुस्लिम लीगचे बंगालचे अध्यक्ष मौलाना अक्रम खान यांच्या नेतृत्वाखाली लीगमधील एक गटही 'स्वतंत्र व अखंड बंगालच्या' स्थापनेविरोधात होता. तथापि, अबुल हाशिम यांच्यासह बंगाल मुस्लिम लीगमधील इतर बहुतांश नेते हे याच्या बाजूने होते. आणि तसेही लीगपुरता विचार करायचा झाल्यास अंतिम निर्णय हा शेवटी जिना यांच्यावर अवलंबून होता.

आतापर्यंत ब्रिटनमधून ब्रिटिश साम्राज्यवादी शक्ती आणि ब्रिटिश सरकार हे अपेक्षेप्रमाणे घडणाऱ्या घडामोडींवर बारकाईने लक्ष ठेवून होते. ब्रिटनचे पंतप्रधान ॲटली आणि भारताचे व्हॉइसरॉय माऊंटबॅटन यांनी बोलून दाखवल्याप्रमाणे, साम्राज्यवादी सत्ता म्हणून भारतीय उपखंडातून बाहेर पडण्याचा त्यांचा उतावीळपणा ते आता लपवत नव्हते आणि सत्ता हस्तांतरणाचे स्वरूप आणि त्याचे परिणाम काय असतील, याबद्दलची त्यांची धास्ती निःशंकपणे अधिक वाढलेली होती.

बंगालमधील ब्रिटिश गव्हर्नर सर फ्रेडरिक बरोज यांनी २८ मे, १९४७ रोजी माऊंटबॅटन यांना स्वतंत्र व अखंड बंगालच्या प्रस्तावाविषयी प्रदीर्घ पत्र लिहिले होते. खालील पत्र हे गोपनीय दस्तावेजांच्या यादीतून स्वतंत्र करण्यात आले असून ते पूर्ण स्वरूपात पुन्हा छापण्याची परवानगी आहे:

गव्हर्नमेंट हाऊस, कलकत्ता
२८ मे, १९४७
गोपनीय
प्रिय लॉर्ड माऊंटबॅटन,

२ जून रोजी निर्माण होणाऱ्या परिस्थितीचा विचार करता ब्रिटिश सरकारने बंगालबाबतच्या आगामी निवेदनात फेरफार करण्याच्या तुमच्या अधिकारास संमती दर्शवली आहे, हे तुम्ही २३ मे रोजी मला तार करून कळवलेत, तेव्हा मी निश्चिंत आणि आनंदी झालो, असे म्हटल्यास तुमचा माझ्यावर विश्वास बसेल. बंगालमध्ये पक्षांच्या युतीच्या शक्यतेबाबत तुम्हाला माझ्याकडून शक्य तितकी अद्ययावत माहिती देण्याच्या प्राथमिक उद्देशाने मी आता हे पत्र लिहित आहे. मी 'माझ्याकडून शक्य तितकी' असे म्हणतो आहे, कारण सुहरावर्दी आणि किरण शंकर रॉय हे दोघेही हा मुद्दा त्यांच्या पक्षांच्या संबंधित हाय कमांडपुढे मांडण्यासाठी दिल्लीला रवाना झाले आहेत आणि आता पक्षांनी 'युती करावी किंवा न करावी', याविषयीचा अंतिम निर्णय तेथे घेण्यात येणार आहे.

त्यामुळे या आठवड्याच्या अखेरीस ते कलकत्त्याहून दिल्लीसाठी रवाना झाले, तेव्हाची परिस्थिती आणि या शक्यतेबाबतचा माझा स्वतःचा अंदाज, इतकेच मी तुम्हाला सांगू शकेन. सुहरावर्दी यांनी तेथे केलेल्या प्रयत्नांचा अंतिम निकाल सांगण्यासाठी तुम्ही परतल्यानंतर त्यांनी तुमच्याशी वार्तालाप करण्याची विनंती केली आहे. अशाप्रकारे किरण

शंकर रॉय यांनाही तुमची भेट घेण्यास व तुमच्याशी वार्तालाप करण्यास सांगावे का, असे झाले तर तुम्हाला संपूर्ण चित्र समजण्यास मदत होऊ शकेल.

अलीकडे एकाचवेळी स्वतंत्रपणे दोन टप्प्यांवर वाटाघाटी सुरू असल्याचे मला समजते आहे. यातील पहिल्या टप्प्यावर सुहरावर्दी व त्यांचे काही अनुयायी आणि किरण शंकर रॉय व शरद बोस यांच्यामध्ये भविष्यातील युती सरकार स्थापन करण्यासाठी आधारभूत असलेल्या करारातील विशिष्ट मुद्द्यांच्या मांडणीवरून, तसेच स्वतंत्र, सार्वभौम 'स्वतंत्र बंगाल राष्ट्रासाठी' संविधानाचा मसुदा तयार करण्यासाठी या कराराअंतर्गत वेगळी राज्यघटना समिती नेमण्यावरून वाटाघाटी सुरू आहेत. वाटाघाटींच्या दुसऱ्या टप्प्यामध्ये माझ्या माहितीनुसार केवळ सुहरावर्दी आणि किरण शंकर रॉय हे दोघेच पक्षकार आहेत. या वाटाघाटी माझ्या सल्ल्यानुसारच सुरू करण्यात आल्या असून प्रांताच्या भविष्यातील संवैधानिक किंवा 'आंतरराष्ट्रीय' स्थापनेशी कोणत्याही प्रकारे बांधिलकी नसलेले युती सरकार येथे स्थापन करण्याच्या दिशेने या वाटाघाटी सुरू आहेत.

दोन टप्प्यांवरील या वाटाघाटी कोणत्याही प्रकारे परस्परविरोधी नाहीत, तर किंबहुना त्या एकमेकांना पूरक आहेत. दीर्घकालीन वाटाघाटींबाबत निश्चितपणे काही प्रगती झाली आहे, असे मला वाटते. नववर्षापासून या वाटाघाटी प्रगतीपथावर आहेत आणि दोन जून या महत्त्वाच्या तारखेपूर्वी त्यांना अंतिम स्वरूप येणार नाही. ब्रिटिश सरकारने भारताच्या फाळणीच्या निर्णयाशी बांगालच्या विभाजनाची शक्यता जोडण्याचा निर्णय घेतल्याचे एकदा निश्चितपणे माहीत झाले, की या वाटाघाटींचा उद्देशच जवळपास नष्ट होईल, याबाबत आम्हा तिघांचे एकमत आहे. त्यामुळेच ज्या युतीची कोणतीही निश्चित बांधिलकी नसेल, मात्र अर्थात जी शरद बोस आणि पक्ष असलेल्या दोन्ही बाजूंच्या विस्तृत वर्तुळांमध्ये चर्चिल्या गेलेल्या करारामधील विचारांच्या मूकसंमतीवर आधारलेली असेल, अशा युतीची तातडीने स्थापना करण्यासाठी प्रयत्न करण्याचे आम्ही ठरवले आहे. वेळेत युती स्थापन केल्यासच २ जूनच्या निवेदनामध्ये बंगाल विभाजनाच्या शक्यतेचा संदर्भ टाळता येऊ शकतो आणि त्यातून बंगालमध्ये रक्तपात टाळण्याची आशा आपण बाळगू शकतो, हे सुहरावर्दी आणि रॉय यांना पटल्याने ते दोघे माझा हा थोडक्यातला प्रस्ताव मान्य करण्यास प्रवृत्त झाले आहेत.

शरद बोस यांचा सहभाग असलेल्या चर्चा अद्याप प्रक्रियेमध्ये आहेत आणि त्याविषयी प्रसारमाध्यमांमध्येही बरीच चर्चा सुरू असून यातील सर्वच चर्चा त्यांच्या विरुद्ध नाहीत. प्रमुख तीन लोकांमध्ये झालेल्या या कराराचा आशय व्यक्त करणारी कागदपत्रे वेळोवेळी मला दाखवण्यात आली आहेत. त्यापैकी सर्वांत ताजी कागदपत्रे मी १९ मे रोजी माझ्या 'क्र. १२५-सी' या तारेमधून तुम्हाला पाठवली होती. या चर्चांना अद्याप तत्त्वतः अंतिम स्वरूप आले नसले, तरी आता हाय कमांडने मंजुरी दिल्यास त्या आधारावर युतीची स्थापनेचे समर्थन करण्याइतपत सहमती दोन्ही पक्षांत झाली आहे.

अद्याप दोन्हीपैकी कोणत्याच पक्षाच्या बंगालमधील कार्यकारिणीने कराराचे सूत्र प्रस्तावित केले अथवा स्वीकारलेले नाही, हे खरे आहे. एकीकडे महासभेच्या (जी फाळणीसाठी प्रयत्न करत आहे) नियंत्रणाखाली असलेल्या आणि दुसरीकडे सुहरावर्दी यांचे व्यक्तिगत टीकाकार असणाऱ्या गटाचे नियंत्रण असलेल्या वृत्तपत्रांकडून स्वतंत्र व अखंड बंगालची प्रमुख संकल्पना, तसेच करारातील काही तपशील (उदा. संयुक्त मतदारसंघ) या दोन्हीवरही कडाडून टीका करण्यात येत आहे. सुहरावर्दींच्या गोटातील काही 'बंडखोरांनी' किरण शंकर रॉय यांच्याशी संपर्क साधला असून रॉय यांनी सुहरावर्दी यांच्याऐवजी या बंडखोरांशी करार करण्याची तयारी दाखवल्यास भविष्यातील युतीला आधारभूत ठरेल, असा सुहरावर्दी यांच्या प्रस्तावाशी मिळताजुळता प्रस्ताव या गटाने सादर केला आहे, ही बाब मला माहीत आहे. त्याचवेळी सुहरावर्दी हे बंगाल मुस्लिम लीगचे अध्यक्ष व आतापर्यंत त्यांचे विरोधक असलेले मौलान अक्रम खान यांच्याशी चर्चा झाल्याचा दावा करत आहेत. सुहरावर्दी यांना त्यांच्या वैयक्तिक समर्थकांचा लक्षणीय पाठिंबा आहे आणि 'आम्हाला कोणत्याही परिस्थितीत फाळणी टाळायची असल्याने काँग्रेसने योग्य राजकीय खेळी केल्यास स्वतंत्र आणि अखंड बंगालसाठी मी करत असलेल्या राजकीय हालचालींना माझ्या पक्षाचा पाठिंबा मिळवू शकेन, असा मला आत्मविश्वास वाटतो', असे ते सांगतात त्यावर माझा विश्वास आहे. तथापि, किरण शंकर रॉय यांनी आपल्या हाय कमांडच्या परवानगीने अथवा परवानगीशिवाय बंगाल काँग्रेसला सोबत आणू शकतात आणि आणू इच्छितात, याची खात्री पटल्याशिवाय सुहरावर्दी आपले परतीचे दोर कापण्याची तयारी करणार नाहीत. रॉय यांनी आपल्या बाजूने मला व इतरांना इथपर्यंत सांगितले आहे की जर हायकमांडने त्यांचे ऐकले नाही, तर ते काँग्रेस सभागृह नेतेपदाचा राजीनामा देतील, कारण फाळणीचा परिणाम म्हणून होणाऱ्या रक्तपाताची जबाबदारी घेण्याची त्यांची तयारी नाही. तथापि, नेहरू आणि पटेल यांनी हटवादी भूमिका घेतली, तर रॉय त्यांचे मतपरिवर्तन करू शकणार नाहीत आणि नेहरूंच्या अखिल भारतासंबंधी असलेल्या दृष्टिकोनानुसार होणाऱ्या बदलांसाठी बंगालचा बळी दिला जाईल, ही सुहरावर्दी यांना असलेली धास्ती, मला योग्य वाटते, हे मान्य केले पाहिजे.

कोणत्याही निश्चित अटींशिवाय आणि गरज भासल्यास संबंधित पक्षांच्या हाय कमांडच्या विरोधात जाऊन युती स्थापन करण्याची योजना अद्याप पूर्णपणे विकसित झालेली नाही आणि आता प्रांतीय पक्षांशी संपर्कच साधला जात नसल्याने ती विकसित होईल का, याविषयी मला साशंकता वाटते. सुहरावर्दी आणि रॉय हे दोघे जरी दिल्लीमध्ये एकत्र आले, तरी येथे त्यांच्या पक्षाच्या पाठिंब्याची अधिक पक्की खात्री असल्याशिवाय ते दिल्लीमध्ये त्यांच्या संबंधित हाय कमांडच्या विरोधात जातील, असे मला वाटत नाही. तथापि, हाय कमांडने जर एकतर कोणत्याही अटींशिवाय किंवा सुहरावर्दी-रॉय-बोस सूत्रानुसार अशाप्रकारे युती करण्यास संमती दिली, तर सुहरावर्दी आणि रॉय हे येथे आपापल्या पक्ष संघटनेला योग्य शब्दांत समजावू शकतील, असा मला विश्वास वाटतो.

गांधी हे फाळणी टाळण्याच्या बाजूने आहेत आणि या मागील आठवड्यामध्ये हिंदूंच्या (विशेषतः पूर्व बंगालमधील) भावनांमध्येही अचानक बदल घडून आल्याच्या काही खुणा दिसू लागल्या असून फाळणी टाळणे शक्य असल्यास ते फाळणीच्या विरोधात आहेत. मे, १९४६ च्या कॅबिनेट योजनेखेरीज सद्यपरिस्थितीत, काहीही झाले तरी हिंदुस्तान किंवा पाकिस्तानमधून बाहेर राहण्याचा अधिकार अबाधित ठेवल्यासच बंगालची फाळणी टाळता येऊ शकते.

याचे कारण थोडक्यात सांगायचे झाल्यास बंगालमधील हिंदूंना पाकिस्तान केंद्रामध्ये आपल्यावर जबरदस्ती केली जाणार नाही, याची जोपर्यंत खात्री वाटत नाही, तोपर्यंत ते हिंदू केंद्राशी (आणि त्यामुळे हिंदू अल्पसंख्याकांना जे पुरेसे संरक्षण मिळते, असे त्यांना वाटते त्याच्याशी) असलेली त्यांची आदर्श नाळ न तोडण्याबाबत ठाम आहेत. आणि अशी खात्री वाटत नसल्यानेच ते फाळणीची मागणी करत आहेत. दुसरीकडे मुस्लिम हे वायव्य पाकिस्तानामध्ये सहभागी होण्याबाबत फारसे हटवादी नसले, तरी हिंदू नियंत्रित केंद्राअंतर्गत न राहण्याबाबत मात्र ठाम आहेत. तात्पुरत्या काळासाठी हिंदुस्तान किंवा पाकिस्तान या दोन्हींपासून हा प्रदेश स्वतंत्र ठेवणे हेच या दोन समुदायांनी एकत्र येण्याचे एकमेव व्यासपीठ आहे.

...आणि अखंड बंगाल हे युद्धजन्य परिस्थितीत कितीही असुरक्षित ठरणार असले, तरी शांततेच्या काळामध्ये तो व्यवहार्य पर्याय ठरावा. अशाप्रकारे हा प्रांत सर्वाधिक प्रमाणात लोकसंख्येच्या संमतीचे प्रतिनिधित्व करत असल्याने आपण सारासार विचाराने या प्रांताला सत्ता हस्तांतरित करू शकतो आणि सध्या उपलब्ध संधीपैकी शांततामय मार्गाने सत्ता हस्तांतरणाचा हा सर्वोत्तम संधी आहे, असे मला वाटते. याला पर्याय असलेली फाळणी ही राजकीयदृष्ट्या आणि आर्थिकदृष्ट्याही विशेषतः पूर्व बंगालसाठी शोचनीय असण्याची शक्यता आहे. मात्र, सुहरावर्दी आणि रॉय हे फाळणी टाळण्यासाठी युती यशस्वी करून दाखवतील, याची मला खात्री नसल्याने मला आता या शक्यतेला सामोरे जावे लागणार आहे.

आमच्याकडे असलेल्या पुरेशा माहितीच्या आधारे असे दिसते की २ जून रोजी सुरू होणाऱ्या चर्चेच्या निकालांती बंगालवर फाळणी लादण्यात आली किंवा हिंदूंच्या मागणीप्रमाणे त्यांना फाळणी मिळाली, तर मुस्लिम शांत बसणार नाहीत आणि त्याला विरोध करण्यासाठी कोणताही मार्ग अवलंबतील. यामुळे विशेषतः कलकत्त्यामध्ये रक्ताचे पाट वाहतील आणि मालमत्तेचे मोठ्या प्रमाणावर नुकसान होईल. यामध्ये झालेल्या कोणत्याही नुकसानाचा पूर्व भारतातील मुस्लिमांना आर्थिकदृष्ट्या, तसेच त्यांच्या प्रतिष्ठेलाही प्रचंड प्रमाणात फटका बसेल.

नव्याने अभूतपूर्व प्रमाणात जातीय दंगे उफाळून येण्याच्या शक्यतेबाबत सध्या प्रांतामध्ये सामान्यतः निराशावादी आणि जवळपास निमूटपणे सहन करण्याची भावना आहे. त्याचवेळी काही भागांमध्ये शत्रू समुदायाविरुद्ध इशारा मिळताच नियोजित हिंसाचार सुरू करण्याच्या तयारीबाबत रानटी संकल्पनांचा विचार सुरू आहे. प्रामुख्याने कलकत्त्याची

स्थिती 'भयावह' आहे. किरण शंकर रॉय यांनी शनिवारी मला दिलेल्या कागदपत्राची प्रत मी सोबत जोडली आहे. हे कागदपत्र त्यांना एका मुस्लिमाने दिले, अशी टिप्पणीही त्यांनी केली होती. मी या कागदपत्राची आमच्या गुप्तचर विभागाकरवी पडताळणी केली आहे. तेव्हा काँग्रेसने सध्या केवळ कलकत्त्यामध्ये प्रचलित असलेल्या (हिंदूमध्ये आणि मुस्लिमांमध्येही) अफवा या कागदपत्रामध्ये एकत्र केल्या आहेत आणि त्यातील बहुतांश प्रतिपादन हे उघडउघड खोटे आहे, यावर विश्वास ठेवला जाऊ शकतो. तथापि, अशाप्रकारच्या अतिरंजित अफवा मुक्तपणे पसरवल्या जात आहेत आणि दोन्ही बाजूंकडून त्यावर विश्वास ठेवला जात आहे, ही बाब नाकारता येत नाही.

कलकत्त्यामध्ये अन्य काही भयग्रस्त अहवालही नुकतेच निदर्शनास आले आहेत आणि त्यानुसार २ जून ही तारीख (यात काही आधीच्या तारखाही नमूद करण्यात आल्या होत्या. तथापि, त्या दिवशी काहीही न घडल्याने त्या वगळण्यात आल्या.) मुस्लिमांनी कलकत्ता व इतरत्र हिंदू लोकांवर, तसेच हिंदूंच्या मालमत्तेवर नियोजित हल्ला करण्यासाठी निश्चित केली आहे. यामध्ये शांतता राखण्याची शक्यता इतकी धूसर आहे की २ जूनपासून सलग चार दिवस संचारबंदी लागू करण्याबाबत विचार सुरू आहे. या काळात सरकार बरखास्त केले जाईल आणि कायदा व सुव्यवस्था राखण्यासाठी साधारणतः २ जूनपासून ९३ व्या कलमाअंतर्गत नियमांची अंमलबजावणी केली जाईल. (आश्चर्याची गोष्ट म्हणजे, सुहरावर्दी दिल्लीला जाण्यापूर्वी मला भेटले तेव्हा त्यांनी अनपेक्षितपणे आणि काहीही कारण नसताना, सरकार बरखास्त करून ९३ वे कलम लागू करण्यासाठी मी कोणती तारीख निश्चित केली आहे, असे मला विचारले.) अखेरीस एकाचवेळी आगामी घोषणेसह लष्करी राजवट लागू केली जाईल.

जरी किरण शंकर रॉय यांच्या कागदपत्रात नमूद केलेल्या प्रमाणात नसली, तरी दोन्ही बाजूंकडून संकटाची तयारी केली जात आहे, यात कोणतीच शंका नाही आणि आतापर्यंत बंगालच्या धार्मिक संघर्षांमध्ये वापरण्यात आला नसला, तरी बॉम्ब, बंदुका आणि इतर शस्त्रे आदींचा विशिष्ट प्रमाणात साठा दोन्ही बाजूंकडे आहे. माझ्यासाठी यापैकी सर्वांत धोकादायक बाब म्हणजे 'संघर्ष अटळ आहे' ही मानसिकता होय. 'विरोधक' संघर्ष सुरू करण्यासाठी केवळ इशाऱ्याची वाट पाहात आहेत आणि त्यामुळे संघर्षाला तोंड फुटण्याच्या शक्यतेने एखाद्याने रात्रंदिवस दक्ष असले पाहिजे, ही मानसिकताच खूप धोकादायक आहे. अशा वातावरणामध्ये लोकांच्या मते महत्त्वाची तारीख (२ जून) असलेल्या दिवशी छोटीशी घटना घडली, तरी लोक 'हीच ती घटना' असे म्हणतील, वणवा पेटण्यास सुरुवात होईल.

या भयंकर तापलेल्या आणि स्फोटक वातावरणामध्ये जनमत स्थिर करण्याच्या उद्देशाने मला काल रात्री आकाशवाणीवरून भाषण प्रक्षेपित करणे (प्रत सोबत जोडली आहे) आवश्यक वाटले. काही विशिष्ट नेत्यांनीही शांततेचे आवाहन करणारे निवेदन वितरित केले आहे. (पत्रासोबत जोडण्यात आलेले कागदपत्र क्र. ३): या निवेदनाच्या प्रती

काल कलकत्त्यामध्ये सर्वत्र आकाशातून वाटण्यात आल्या. २ जून रोजी आणि त्यानंतर दिल्लीमध्ये घडणाऱ्या घडामोडींना दिल्या जाणाऱ्या प्रसिद्धीमुळे उद्रेक झालाच, तर त्याची तयारी ठेवण्यासाठी आम्ही अर्थातच धोरणीपणे आणि कोणालाही चिथावणी मिळणार नाही, अशा पद्धतीने शक्य ती सर्व काळजी घेत आहोत. पण, येथील परिस्थितीच्या या पैलूबद्दल तुम्हाला माहिती देताना, तुम्हाला बंगालमधील धोक्याची परिस्थिती, दोन्ही बाजूंच्या अखिल भारतीय स्तरावरच्या नेत्यांवर बिंबवण्यासाठी आवश्यक साहित्य (मला वाटते, सुहरावर्दी आणि किरण शंकर रॉय हे या गोष्टींची खातरजमा करू शकतील आणि त्याविषयी अधिक माहिती देऊ शकतील.) उपलब्ध करून द्यावे, असे माझ्या मनात आहे. सद्यपरिस्थितीत अटळ वाटणारा हा धार्मिक संघर्ष सर्वत्र फोफावल्यानंतर जवळपास लगेचच कलकत्तामध्ये, तसेच प्रांतातील (प्रामुख्याने पूर्व बंगालमधील) तुटवडा असणाऱ्या भागांमध्ये अन्नपुरवठ्याची व्यवस्था पूर्णपणे कोलमडून पडेल.

या क्षणी धार्मिक संघर्षांचा गंभीर उद्रेक झाल्याने प्रत्यक्ष दंगलींपेक्षा पुढील काही महिन्यांमध्ये उपासमारीमुळे अधिक जीव जातील. त्यामुळेच, मी या मुद्द्यावर येत आहे की जर भारताचे विभाजन आणि त्याचबरोबर हिंदूंना बंगालची फाळणी करण्याची मिळणारी संधी अटळ असेल, आणि जर हा निर्णय सर्वसंमतीने झाला असेल, किंवा राष्ट्रीय स्तरावरील सर्व नेत्यांनी निदान तो मान्य केला असेल, तरीही शक्य तितक्या लवकर दिल्लीमध्ये घेतलेला निर्णय हा सर्वांना मान्य आहे, याची घोषणा (माझ्या मते विशेषतः जिनांनी) करावी. त्याचबरोबर या निर्णयांची शांततामय मार्गाने अंमलबजावणी होण्यासाठी शक्य तितक्या कठोर शब्दांत आवाहन करणे, मला अतिशय महत्त्वाचे वाटते. गांधी-जिना यांनी हिंसाचाराचा मार्ग त्यागण्याच्या केलेल्या आवाहनाला कलकत्त्यामधून उघडपणे अनुकूल प्रतिसाद मिळालेला नाही, हे खरे असले, तरी मला वाटते की जिनांनी जर आपल्याला हा निर्णय मान्य असल्याचे स्पष्टपणे सूचित केले, (जर ते तसे करू शकले तर) हा आपल्याला मिळू शकणारा सर्वोत्तम निर्णय आहे, हा स्वीकारण्यायोग्य आणि अंमलबजावणी करण्यायोग्य आहे, हा शांतता आणि मैत्रीभाव राखण्याच्या योग्यतेचा आहे, असे सांगितले, तर मुस्लिमांना शांत करण्यासाठी आणि परिणामी हिंदूंची धास्ती शमवण्यासाठी ते सर्वांत परिणामकारक ठरू शकेल.

तुमचा विश्वासू,
एफ. जे. बरोज

दरम्यान, २८ मे, १९४७ याच दिवशी लंडनमध्ये ब्रिटिश मंत्रिमंडळाच्या भारत-ब्रह्मदेश समितीची बैठक झाली. बंगालच्या भवितव्याबाबत चर्चा हा या समितीच्या विषयपत्रिकेवरील मुद्दा होता आणि यासंबंधी ठरावीक निर्णय घेण्यात आले. आता सर्वांसाठी खुल्या करण्यात आलेल्या याविषयीच्या कागदपत्रांनुसार १०, डाउनिंग स्ट्रीट येथे सकाळी ११ वाजता

घेण्यात आलेल्या या बैठकीस पंतप्रधान ॲटली अध्यक्षस्थानी होते, तर सर एस. क्रिप्स, लिस्टोवेलचे अर्ल (ब्रिटिश प्रशासनातील एक पद) श्री. अलेक्झांडर, व्हिसकाउंट (ब्रिटिश प्रशासनातील एक पद) ॲडिसन, श्री. सी. पी. मेह्यू, श्री. ए. जी. बॉटमली, श्री. ए. हेंडरसन आणि लॉर्ड कॉर्ली हे उपस्थित होते. या बैठकीसाठी ब्रह्मदेशाचे रेअर अडमिरल व्हिसकाउंट माऊंटबॅटन, फिल्ड मार्शल सर क्लॉड ऑचिनलेक, सर डी. मॉंटिथ, लॉर्ड इस्मे, लेफ्टनंट कर्नल एर्सकाइन गम, सर एन. ब्रूक, श्री. एस. ई. व्ही. ल्यूक, श्री. जी. एम. विल्सन आणि श्री. एफ. एफ. टर्नबुल (सचिवालय) यांनाही आमंत्रित करण्यात आले होते व ते उपस्थित होते.

या बैठकीत 'बंगालचे भवितव्य' या विषयी झालेल्या चर्चेच्या नोंदी खालीलप्रमाणे आहेत:

> न्यूज क्रॉनिकल या वृत्तपत्राच्या २७ मे रोजीच्या अंकात प्रसिद्ध झालेल्या पंडीत नेहरू यांच्या मुलाखतीच्या वृत्तान्ताकडे व्हिसकाउंट माऊंटबॅटन यांनी समितीचे लक्ष वेधले. या मुलाखतीमध्ये बंगाल पूर्णपणे भारतामध्ये राहणार असेल, तरच अखंड बंगालला काँग्रेस संमती देऊ शकते, असे नेहरू यांनी म्हटले होते. हे विधान भारतामध्ये निःसंशय खूप प्रसिद्धी मिळवेल आणि अशा पद्धतीच्या पुढे माघार घेता येऊ शकणार नाही, अशी जाहीर विधाने करण्याच्या भारतीय नेत्यांच्या प्रवृत्तीचे हे उदाहरण आहे. या घडामोडींकडे पाहता बंगालचे अखंडत्व वाचवण्याच्या आणि भारतातील तिसरी राष्ट्रसत्ता म्हणून त्याची स्थापना करण्याच्या शक्यतेत गंभीर बाधा निर्माण झाली आहे, अशी चिंता व्हॉइसरॉय यांनी व्यक्त केली. किंबहुना, पंडीत नेहरू जर आपल्या म्हणण्यावर पूर्णपणे ठाम असतील, तर जिनांनी हा प्रांत पाकिस्तानमध्ये समाविष्ट करण्याचा दावा सोडून दिला आणि ब्रिटिश राजसत्तेअंतर्गत येणाऱ्या सरकारांना अंशतः स्वातंत्र्य असेल व त्यांचे परस्परांशी जवळचे संबंध असतील, या भूमिकेचा भारतीय राष्ट्राप्रमाणेच स्वीकार केल्यासच बंगालची फाळणी टाळता येऊ शकते, असा विचारही व्हॉइसरॉय यांनी मांडला. बंगाल प्रांताची फाळणी टाळणे अशक्य असेल, तर त्यामुळे पूर्व बंगालच्या भवितव्याविषयी अधिक अवघड समस्या उभ्या राहतील, कारण हा व्यवहार्य घटक नाही, हे स्पष्ट आहे. हा प्रदेश ब्रिटिश सरकारचा पाठिंबा आणि सहकार्य मिळवण्यासाठी स्वतंत्र सत्ता म्हणून मान्यता मिळावी, असा दावा करण्याची शक्यता आहे. बंगालच्या फाळणीच्या घटनेत पूर्व बंगालला एकट्याला राष्ट्रसत्तेचा दर्जा देण्यात येणार नाही, त्याला भारतातील दोनपैकी एका राष्ट्रसत्तेत सामील व्हावे लागेल, यासाठी समितीने सहमती दर्शवली.

म्हणूनच मे, १९४७ च्या अखेरपर्यंत म्हणजेच ब्रिटिश साम्राज्यवादी शक्ती कायमच्या परतण्यासाठी तीन महिन्यांचा कालावधी उरला असताना, फाळणी ही अपरिहार्य बनली

असली, तरी स्वतंत्र अस्तित्व म्हणून अखंड बंगालची शक्यता अद्याप चर्चिली जात होती, असा निष्कर्ष सहजपणे काढता येऊ शकतो. व्हॉइसरॉय माऊंटबॅटन यांनी २८ एप्रिल, १९४७ रोजी गव्हर्नर बरोज यांना पाठवलेल्या अत्यंत गोपनीय तारेमध्ये म्हटले आहे, 'माझ्या आराखड्यामध्ये हिंदुस्तान किंवा पाकिस्तान या दोन्हींमध्ये समाविष्ट नसलेल्या स्वतंत्र व अखंड बंगालसाठी वाव देण्यात आलेला आहे, हे विसरू नका. यावर जिना कोणत्याही प्रकारचा आक्षेप घेणार नाहीत.'

माऊंटबॅटन यांच्या स्वतःच्या नोंदींनुसार समितीची बैठक झाली, त्या दिवशी २८ मे, १९४७ रोजी लंडनमध्ये आकाशवाणीसाठी त्यांनी दोन पर्यायी भाषणे ध्वनिमुद्रित केली होती. यापैकी बंगालच्या फाळणीची शक्यता निर्माण झाल्यास 'ए' हे भाषण प्रक्षेपित करायचे होते व बंगाल हे अखंड राहण्याची शक्यता असल्यास 'बी' या भाषणाचे प्रक्षेपण करायचे होते.

प्रत्यक्षात या दोन्हीपैकी कोणतेच भाषण प्रक्षेपित करण्यात आले नाही आणि १९४७ च्या मेच्या अखेरच्या दिवसांमध्ये व जूनच्या पहिल्या आठवड्यामध्ये शरद यांच्यासह त्यांचे हिंदू व मुस्लिम सहकारी, काँग्रेस आणि लीग यांनी बंगालचे अखंडत्व वाचवण्यासाठी सुरू असलेले शर्थीचे प्रयत्न आता वाढवले होते. ३० मे, १९४७ रोजी दुपारच्या विमानाने शरद हे सत्यरंजन बक्षी यांच्यासह कलकत्त्याहून दिल्लीला रवाना झाले. 'स्वतंत्र व अखंड बंगाल'विषयी गांधीशी पुढील चर्चा समोरासमोर करावी, या हेतूने ते दिल्लीला आले होते.

पुढच्याच दिवशी, ३१ मे, १९४७ रोजी सायंकाळी गांधीची प्रार्थना सभा आटोपल्यानंतर लगेचच दिल्लीतील भांगी कॉलनी येथे या चर्चांना सुरुवात झाली. या प्रार्थना सभेपूर्वीच तेथे काँग्रेस कार्यकारिणीची बैठक झाली होती. यापैकी प्रार्थना सभा आणि काँग्रेस कार्यकारिणीच्या बैठकीचे वृत्त देताना कलकत्त्याच्या हिंदुस्तान स्टँडर्ड या वृत्तपत्राने दुसऱ्या दिवशीच्या १ जून, १९४७ च्या अंकात गांधींचे पाकिस्तानच्या संकल्पनेला कमी लेखणे आणि त्यांची फाळणीविरोधी कणखर भूमिका विशद केली आहे:

> नवी दिल्ली, मे ३१, १९४७. महात्मा गांधी राहात असलेल्या नवी दिल्लीतील भांगी कॉलनी येथे आज दुपारी ३ वाजता काँग्रेस कार्यकारिणीची बैठक झाली. सुमारे तीन तासांच्या चर्चेनंतर कार्यकारिणीची बैठक तहकूब करण्यात आली आणि उद्या पुन्हा दुपारी ३ वाजता भेटण्याचे ठरवण्यात आले. या बैठकीत सर्वसाधारण चर्चा झाली आणि विशेषतः भारताच्या फाळणीबाबत महात्मा गांधींची भूमिका तडजोड न स्वीकारण्याची असल्याने व्हॉइसरॉय यांच्यासोबतच्या आगामी चर्चेमध्ये काँग्रेसने कोणती भूमिका घ्यावी, याभोवती ही चर्चा केंद्रित होती, असे समजते.

त्याच दिवशी सायंकाळी प्रार्थना सभेमध्ये गांधी म्हणाले: 'पूर्ण भारत जरी पेटला, तरी आम्ही पाकिस्तान देणार नाही, मुस्लिमांनी तलवारीच्या धारेवर मागितला तरी नाही.'[७]

शरद यांच्या ३१ मे, १९४७ रोजी सायंकाळी गांधींसोबत झालेल्या बैठकीनंतर १ व ४ जून रोजी पुढील चर्चा झाल्या. यामध्ये गांधी यांच्यासह सुहरावर्दी आणि मौलाना आझाद सहभागी झाले होते. सुहरावर्दी यांनी सुधारित कराराला मान्यता दिली. दरम्यान, सुहरावर्दी यांनी जीनांचा पाठिंबा मिळवण्यासाठी आणि त्यांच्या अंतिम मान्यतेचा मार्ग मोकळा करण्यासाठी जीनांचीही भेट घेतली होती.

शरद स्वतः ५ जून, १९४७ रोजी जिना यांना भेटले. जिना यांनी बंगाल अखंड राहण्याबाबत, तसेच बंगालने स्वतंत्र होऊन स्वतःची राज्यघटना समिती स्थापन करण्याबाबत सहमती दर्शवली. जिना यांना भेटल्यानंतर ६ जून, १९४७ रोजी 'स्वतंत्र व अखंड बंगाल'च्या प्रस्तावाला गांधींनी दिलेल्या पाठिंब्याबद्दल त्यांचे आभार मानण्यासाठी शरद पुन्हा गांधी यांना भेटले.

शरद यांनी त्यानंतर १२ सप्टेंबर, १९४८ रोजी जिना यांच्या निधनानंतर प्रसिद्ध केलेल्या निवेदनामध्ये मुक्तपणे त्यांचे ऋण मानले आहेत.[८]

> जून, १९४७ मध्ये नवी दिल्ली येथे माझे जिनांशी संभाषण झाले, त्यावेळी त्यांनी बंगालने अखंड व स्वतंत्र राहण्यास आणि बंगालने कोणत्या देशासोबत जावे, याविषयीचा निर्णय घेण्यासाठी स्वतःची राज्यघटना समिती स्थापन करण्यास सहमती दर्शवली होती, हे त्यांच्याप्रतिच्या न्यायबुद्धीने मला येथे उघड केले पाहिजे. ते कशाशी सहमत आहेत, हे मी लगेचच महात्मा गांधी यांना कळवले होते आणि ८ जून, १९४७ रोजी गांधी यांनी आपल्या प्रार्थना सभेमध्ये 'या मुद्द्याला आपण दिलेल्या पाठिंब्यामुळे आपल्याला फैलावर घेण्यात आले', असे सांगितले हे नेहमी आठवणीत राहील.

जिनांनी खात्री दिल्याने आणि त्याचबरोबर गांधी यांच्याकडून पूर्ण पाठिंब्याची पोचपावती मिळाल्याने खचितच निश्चिंत झालेले शरद हे शनिवारी ७ जून, १९४७ रोजी सकाळच्या विमानाने दिल्लीहून कलकत्त्यासाठी निघाले. शरद यांना आता बंगाल वाचवण्याच्या शक्यतेबाबत अधिक आत्मविश्वास वाटत होता. शरद हे कलकत्त्यासाठी निघाल्यानंतर जवळपास लागलीच, स्वतंत्र व अखंड बंगालचा घाईघाईने, तरीही काळजीपूर्वक तयार केलेला आराखडा उसवण्यास सुरुवात झाली.

---

[७] मायकेल एडवर्ड्स यांच्या *'दि मिथ ऑफ दि महात्मा : गांधी, दि ब्रिटिश अँड दि राज'* या पुस्तकातून (युके, कॉन्स्टेबल प्रकाशन, १९८६), पृष्ठ क्र. २५०.

[८] अमियनाथ आणि ज्योत्स्ना बोस यांच्या खासगी संग्रहातून.

त्यानंतर दोन दिवसांनी हिंदुस्तान स्टँडर्डच्या ९ जून, १९४७ च्या अंकामध्ये गांधींनी ८ जून रोजी प्रार्थना सभेनंतर केलेल्या विधानाविषयीचा वृत्तान्त वाचून शरद व अमिय यांना खूप धक्का बसला व ते पुरते गोंधळात पडले:

> त्यानंतर अखंड सार्वभौम बंगालच्या हालचालींचा संदर्भ देत या हालचाली भयावह आहेत, असे काही लोकांनी त्यांना सांगितल्याचे गांधी म्हणाले. हिंदू कंटाळलेले आहेत आणि त्यांना पश्चिम बंगाल हा पूर्व बंगालपासून वेगळा झालेला हवा आहे. बंगाल मुस्लिम लीगनेही अखंड बंगालचा आराखडा नाकारला आहे. तथापि, अद्याप काही लोक या मुद्द्यावर अडून आहेत आणि ते (गांधीजी) यांच्या पाठिशी असल्यानेच हे घडत असल्याचे बोलले जात आहे. त्यांनी कोणत्याही संशयास्पद हालचालींना कधीही पाठिंबा दिला नव्हता, हे त्यांना स्पष्ट करायचे होते. अखंड बंगालच्या बाजूने मते विकत घेण्यासाठी पाण्यासारखा पैसा ओतला जात आहे, असे त्यांना सांगण्यात आले. त्यांना अखंडत्व हवे आहे, मात्र सन्मान आणि न्यायाची किंमत मोजून नाही. शरदबाबूंना पाठिंबा दिल्याबद्दल त्यांना फैलावर घेण्यात आले. शरदबाबू हे निःशंकपणे त्यांचे मित्र आहेत. त्यांचा शरदबाबूंशी पत्रव्यवहारही आहे. तथापि, जाहीररीत्या आणि प्रामाणिकपणे जिचे समर्थन केले जाऊ शकत नाही, अशा कोणत्याही गोष्टीस पाठिंबा देण्याचा अपराध त्यांना करायचा नाही. हा त्यांचा सार्वत्रिक व्यवहार आहे. हेतू योग्य असला, तरी त्यासाठी संशयास्पद साधने वापरण्यावर त्यांचा विश्वास नाही.

त्याच दिवशी, ९ जून, १९४७ रोजी शरद यांनी गांधींना खालील तार धाडली:

> अखंड बंगालसाठी पाण्यासारखा पैसा ओतला जात आहे, अशी माहिती आणि त्याबाबतचे तपशील तुम्हाला देणाऱ्या तुमच्या माहितगारांची नावे जाहीर करावी आणि याबाबत सत्याच्या पडताळणीसाठी सार्वजनिक चौकशी करावी अशी विनंती आहे जर ही माहिती खोटी असेल तर माहिती देणाऱ्यांना शिक्षा करावी व माहिती खरी आढळल्यास लाच देण्याऱ्यांना आणि लाच घेणाऱ्यांना शिक्षा करावी. शरद बोस

गांधी यांनी १० जून, १९४७ तारेमधून त्यांचे उत्तर पाठवले:

> नवी दिल्ली, १० जून, शरदचंद्र बोस, वूडबर्न पार्क, कलकत्ता तुमची क्रोधाने पाठवलेली तार मिळाली तुमचा राग अयोग्य आहे याविषयी रविवारी तुम्हाला लिहिले होते नावे जाहीर करता येणार नाहीत न्यायमंडळाच्या जाहीर निकालाशिवाय लाच देणाऱ्या आणि घेणाऱ्यांना खासगी व्यक्तींकडून शिक्षा कशी करता येऊ शकेल शांत रहावे आणि खंबीर राहावे. बापू

यामुळे शांत न राहता शरद यांनी ११ जून, १९४७ रोजी गांधींना उत्तर दिले:

> एक्सप्रेस महात्मा गांधी भांगी कॉलनी नवी दिल्ली मी रागावलेलो नाही आणि मी चिडून तार पाठवलेली नाही मी केवळ विनंती केली होती तुम्ही सत्याची पडताळणी केल्याशिवाय पैशांच्या देवाणघेवाणीच्या अफवा सांगाल असे अपेक्षित नव्हते तुमच्या पत्राची वाट पाहात आहे तुमच्या संमतीशिवाय नावे जाहीर केली जाणार नाहीत. शरद बोस

८ जून, १९४७ रोजी गांधींनी शरद यांना लिहिलेल्या, मात्र शरद यांना १३ जून, १९४७ पर्यंत न मिळालेल्या पत्रामध्ये याहून वाईट गोष्ट होती. नेहरू आणि (सरदार) पटेल हे कोणत्याही परिस्थितीमध्ये सार्वभौम बंगालच्या संकल्पनेच्या ठाम विरोधात असल्याचे माहीत असल्याने शरद यांनी हेतुपुरस्सर त्यांच्याशी चर्चा करण्याचे टाळले होते. गांधी यांच्या या पत्राने शरद यांना या दोघांशी चर्चा करण्याबाबत वाटत असलेल्या शंकेवर शिक्कामोर्तब केले.

> प्रिय शरद,
>
> मी तुमचा मसुदा वाचला. तुमच्या योजनेविषयी मी आता पंडीत नेहरू आणि सरदार या दोघांशी विस्ताराने चर्चा केली. दोघांचाही या प्रस्तावाला ठाम नकार आहे आणि ही केवळ हिंदू आणि अनुसूचित जातींच्या नेत्यांमध्ये फूट पाडण्याची चाल आहे, असे दोघांचेही मत होते. त्यांना याबाबत केवळ संशय वाटत नसून जवळपास खात्रीच वाटते आहे. अनुसूचित जातींची मते मिळवण्यासाठी बेसुमार पैसा खर्च केला जात आहे, असेही त्यांना वाटते. जर हे खरे असेल, तर तुम्ही सध्यातरी हा लढा सोडून दिला पाहिजे, कारण भ्रष्टाचारी मार्गाने अखंडत्व विकत घेणे हे प्रामाणिक फाळणीपेक्षा वाईट आहे आणि हे अखंडत्व मनांमध्ये फूट पाडणारे आणि हिंदूंना दुर्दैवी अनुभव देणारे म्हणून ओळखले जाईल. तसेही भारताच्या दोन भागांव्यतिरिक्त अन्यत्र सत्तेचे हस्तांतरण केले जाईल, अशी शक्यता मला दिसत नाही. त्यामुळे जी काही व्यवस्था होणार असेल, ती काँग्रेस आणि मुस्लिम लीग यांच्यामध्ये मागील करारानुसारच होईल. हे तुम्ही मिळवू शकणार नाही, असे मला दिसते आहे. नपेक्षा तुमचा विश्वासाचा पाया हा भ्रष्टाचारी व्यवहारांच्या भुसभुशीत वाळूवर आणि वर ध्वनित केलेल्या लबाडीवर उभा नसता, तर मी त्याला धक्का लावला नसता. जर यामध्ये संशयास्पद असे काहीही नाही, याबद्दल तुम्हाला पूर्णपणे खात्री असेल, तर तुम्हाला केंद्रीय मुस्लिम लीगचे समर्थन असलेले स्थानिक मुस्लिम लीगचे लेखी हमीपत्र मिळत नाही, तोपर्यंत तुम्ही बंगालच्या अखंडत्वासाठीचा लढा सोडून द्यावा आणि बंगालच्या फाळणीसाठी तयार करण्यात आलेले वातावरण कलुषित करणे थांबवावे.
>
> प्रेम,
>
> बापू

त्यानंतर जवळजवळ लगेचच, १४ जून, १९४७ रोजी शरद यांनी गांधींना उत्तर पाठवले:

प्रिय महात्माजी,

तुम्ही ८ तारखेला पाठवलेले पत्र काल दुपारी माझ्या हातात पडले. जवाहरलाल आणि वल्लभभाई हे दोघांचाही या प्रस्तावाला ठाम नकार आहे, याची दखल मी घेतली आहे. ही केवळ हिंदू आणि अनुसूचित जातींच्या नेत्यांमध्ये फूट पाडण्याची चाल आहे, या त्यांच्या मताशी मात्र मी सहमत नाही. मागील जानेवारीपासून माझा काही मुस्लिम नेत्यांसोबत आणि काँग्रेसच्याही काही नेत्यांसोबत संवाद आहे आणि यामध्ये फसवणुकीसारखे काहीही नाही, हे मी संवेदनशीलतेने आणि निश्चितपणे सांगू शकतो. अनुसूचित जातींची मते मिळवण्यासाठी बेसुमार पैसा खर्च होतो आहे असे जवाहरलाल आणि वल्लभभाई यांनी म्हणण्याचा अर्थ काय, हे मी समजू शकलेलो नाही. तपशील असतील, तर योग्य परामर्श घेणे शक्य असते, मात्र केवळ भावना किंवा संशयाच्या जोरावर काहीही करता येऊ शकत नाही. तरीही मी हे सांगू इच्छितो की अनुसूचित जातींची मते मिळवण्यासाठी पैसा खर्च केला जात असल्याच्या संशयाची भावना ही पूर्णपणे निराधार आहे.

माझा विश्वास अद्यापही अढळ आहे आणि मी माझ्या मार्गाने नम्रपणे बंगालच्या अखंडत्वासाठी प्रयत्न करणार आहे. जरी फाळणीच्या बाजूने जोमाने आणि आवेशपूर्ण प्रचार करण्यात आला, तरीही सार्वमत घेण्यात आल्यास बंगालमधील हिंदू हे मोठ्या मताधिक्याने फाळणीच्या विरोधात कौल देतील, याविषयी मला तिळमात्र शंका नाही. बंगालचा आवाज या क्षणी कोंडलेला आहे, परंतु बंगालला तो पुन्हा गवसेल, अशी मी आशा करतो.

प्रणामांसह,

तुमचा प्रेमळ,
शरदचंद्र बोस

महात्मा गांधी
भांगी कॉलनी,
नवी दिल्ली

ज्या गांधींनी ६ जून, १९४७ पर्यंत स्वतंत्र व अखंड बंगाल चळवळीला पाठिंबा दिला, त्यांनी त्यानंतर दोनच दिवसांनी ८ जून, १९४७ रोजी त्यांच्या प्रार्थना सभेमध्ये आणि त्याच दिवशी शरद यांना लिहिलेल्या पत्रामधून हा पाठिंबा काढून घेण्यासारखे काय घडले असावे, असा प्रश्न या संपूर्ण घटनाक्रमाचे थेट साक्षीदार असणारे अमिय नेहमी उपस्थित करायचे. आपल्या प्रार्थना सभेमध्ये गांधींनी बंगाल मुस्लिम लीगनेही अखंडत्वाची योजना नाकारली असल्याचे सांगितले होते, तथापि हे खरे नसल्याचे अमिय सांगतात. बंगाल मुस्लिम लीगमधील बहुतेक

नेते हे स्वतंत्र व अखंड बंगालच्या बाजूने आहेत, हे गांधींना चांगलेच माहीत होते. मौलाना अक्रम खान यांचा या प्रस्तावाला असलेला विरोध हा प्रत्यक्ष प्रस्तावापेक्षा अधिक सुहरावर्दी यांच्याविषयीच्या वैयक्तिक नावडीमुळे करण्यात आला होता, हेसुद्धा सर्वज्ञात होते.

यापैकी कोणत्याही परिस्थितीत मुस्लिम लीगच्या बाजूने या प्रश्नावरील अंतिम निर्णय हा केवळ, मुस्लिम लीगच्या पक्षसंघटनेमध्ये जवळपास हुकूमशहाप्रमाणे अधिकार असलेल्या जिनांवर अवलंबून होता, हे गांधींसह सर्वांना चांगले माहीत होते, याचा अमिय पुनरुच्चार करतात. जिना हे बंगालने स्वतंत्र व अखंड राहण्याशी सहमत आहेत आणि त्यांनी त्यासाठी बंगाल मुस्लिम लीगला आवश्यक सूचना देण्यासही संमती दर्शवली आहे, हे गांधींना त्यांच्या शरद यांच्याशी ६ जून, १९४७ रोजी भेटीतून थेट समजले होते. जर त्यांना (गांधींना) काही शंका होत्या, तर त्यांनी दिल्ली येथील भेटीवेळीच शरद यांना 'केंद्रातील मुस्लिम लीगचा पाठिंबा असलेले लेखी हमीपत्र स्थानिक मुस्लिम लीगकडून मिळवण्याबाबत का सांगितले नाही?'

विरोधाभास म्हणजे, फाळणीच्या मुद्द्याबाबत गांधीच्या भूमिकेतील या आमूलाग्र बदलाची अद्याप कल्पना नसताना ९ जून, १९४७ रोजी शरद यांनी जिनांना पत्र लिहिले. या पत्रामध्ये जिनांचे आभार मानतानाच शरद यांनी बंगाल विधानसभेतील मुस्लिम सदस्यांबाबत जिनांचा व्यूहरचनात्मक दृष्टिकोन काय असावा, यासंबंधीही सल्ला दिला आहे:[९]

> प्रिय जिना,
>
> तुम्ही माझ्याप्रति दाखवलेले सौजन्य व प्रेमभाव आणि माझ्या सूचनांचा केलेला विचार यासाठी मला तुमचे मनापासून आभार मानले पाहिजेत. बंगाल त्याच्या इतिहासातील सर्वांत संकटमय काळातून जात आहे, तरीही त्याला वाचवले जाऊ शकते. तुम्ही बंगाल विधानसभेतील मुस्लिम सदस्यांना खालील सूचना दिल्या, तर बंगालला वाचवता येणे शक्य आहे:
>
> (i) बंगालने अखंड राहायचे ठरवल्यास भारत व पाकिस्तान या दोन्हीपैकी कोणत्या देशाच्या राज्यघटना समितीमध्ये प्रांत सहभागी होईल, याविषयी निर्णय घेण्यासाठी विधानसभेच्या सर्व सदस्यांची (युरोपियन सदस्य वगळता) बैठक आयोजित करण्यात आली, तर त्यांनी भारतीय राज्यघटना समिती आणि पाकिस्तान राज्यघटना समिती या दोन्हीपैकी कोणाच्याच बाजूने मतदान करू नये आणि विधानसभेमध्ये अथवा प्रसारमाध्यमांमध्ये किंवा अन्यत्र निवेदन प्रसिद्ध करून ते एकमताने बंगालची स्वतःची राज्यघटना समिती असण्याच्या बाजूने आहेत, हे स्पष्ट करावे.

---

[९] शरदचंद्र बोस स्मृतिग्रंथ खंडातून, पृष्ठ क्र. ८५–८६.

(ii) विधानसभेच्या दोन भागांतील सदस्यांच्या स्वतंत्रपणे बैठका घेण्यात आल्या आणि त्यांना प्रांताची विभागणी करावी किंवा नाही, यावर मतदान करण्याचा अधिकार देण्यात आला, तर त्यांनी एकमताने फाळणीच्या विरुद्ध मतदान करावे.

आपण भेटलो असताना तुम्ही माझ्याकडे जी मते मांडली होती, त्यानुसारच मी ही विनंती तुम्हाला करत आहे. तथापि, तुम्ही केवळ तुमची मते तुमच्या सदस्यांसमोर मांडली व त्यांनी कसे मतदान करावे, याविषयीच्या निश्चित सूचना दिल्या नाहीत, तर परिस्थितीवर नियंत्रण मिळवता येणार नाही. बंगाल अखंड राहावे आणि ते मुक्त व स्वतंत्र राष्ट्र बनावे, यासाठी तुमच्या अधिकारात असलेले सर्व काही तुम्ही कराल, अशी मला आशा आहे.

परिच्छेद क्रमांक १ वर २ मध्ये नमूद केल्याप्रमाणे बंगाल विधानसभेतील मुस्लिम सदस्यांनी एकमताने मतदान केले, तर लॉर्ड माऊंटबॅटन यांना विधानसभेच्या सर्व सदस्यांची (युरोपियन सदस्य वगळता) आणखी एक बैठक बोलावणे भाग पडेल, असे मला वाटते. या बैठकीमध्ये अखंड बंगाल प्रांताला स्वतःची राज्यघटना समिती स्थापन करण्याची इच्छा आहे का, या मुद्द्यावर निर्णय घेण्यात येईल.

मी पुन्हा १३ किंवा १४ तारखेस दिल्लीला येत आहे आणि मी १४ किंवा १५ तारखेस तुमच्याशी संपर्क साधेन.

तुम्हाला विनम्रतापूर्वक धन्यवाद.

तुमचा विश्वासू,

शरदचंद्र बोस.

कायदे आझम एम. ए. जिना

बॅरिस्टर ॲट लॉ

१०, औरंगजेब मार्ग,

नवी दिल्ली

मुस्लिम लीग आणि काँग्रेसच्या विविध नेत्यांशी अखंड बंगाल चळवळीशी संबंधित वाटाघाटी करण्यामध्ये जवळून सहभाग असलेले अमिय हे गांधीच्या 'अखंड बंगालच्या बाजूने मते विकत घेण्यासाठी पाण्यासारखा पैसा खर्च केला जात आहे', या आरोपामध्ये सत्याचा लवलेशही नसल्याचे खात्रीपूर्वक सांगतात.

त्याचप्रमाणे अमिय यांच्या मते नेहरू व पटेल यांचा अखंड सार्वभौम बंगालला नकार असल्याचे गांधी यांना नेहमीच माहीत होते आणि त्यांचा विरोध असूनही गांधींनी ६ जून, १९४७ पर्यंत या चळवळीला पाठिंबा दिला होता. मग, ८ जूनला असे घुमजाव करण्यामागे काय कारण असावे?

गांधी हे इतक्या महत्त्वाच्या मुद्द्यावर इतक्या कमी वेळात आपली भूमिका बदलू शकतात, याचा स्वीकार करणे अमिय यांच्यासाठी कठीण होते. नेहरू आणि पटेल यांच्या सर्वज्ञात असलेल्या विरोधामुळेच गांधीना अचानकपणे 'स्वतंत्र व अखंड बंगालविषयी' आपली राजकीय भूमिका बदलावी लागली असावी, असा संशय अमिय व्यक्त करायचे. त्याहीपेक्षा गांधींच्या मनपरिवर्तनाचे खरे कारण हे त्या काळात प्रामुख्याने कलकत्यामध्ये व त्याच्या आसपासच्या भागात गुंतवणूक केलेल्या हिंदू बिगरबंगाली भांडवलदारांच्या गटाने त्यांच्यावर टाकलेल्या दबावामध्ये सापडते, असे अमिय यांना वाटते.

या भांडवलदार समाजाचे नेते हे राजकीय धोरणांच्या आखणीवरील आपला प्रभाव गमावू इच्छित नव्हते. कारण, तसे झाल्यास त्यांच्यावर व त्यांच्या हितसंबंधांवर त्याचे आर्थिक व वित्तीयदृष्ट्या विपरित परिणाम होतील, असे त्यांना वाटत होते. आपल्या आर्थिक वर्चस्वाला धोका उत्पन्न होईल, असे मुक्त, अखंड व समाजवादी बंगाल अस्तित्त्वात येणे त्यांना निश्चितच नको होते. बंगालची फाळणी ही त्यांच्या आर्थिक हितसंबंधांसाठी सर्वोत्तम असल्याचे अनुमान त्यांनी काढले व त्यानुसार पावले उचलली.

फाळणीच्या मंचावर असलेल्या इतर नायकांमध्ये जिना हे अमिय यांच्यामते पहिले आणि आघाडीचे व्यवहारक्षम राजकारणी होते. १९४७ मध्येही जिना यांनी पाकिस्तानला दीर्घकाळ पूर्व पाकिस्तानातील प्रांतावर नियंत्रण ठेवणे शक्य होणार नाही, ही बाब मान्य केली होती. माऊंटबॅटन यांनीही असाच अंदाज व्यक्त केला होता. त्यामुळेच जिना यांनी स्वतंत्र व अखंड बंगालला पाठिंबा दिला होता. यामागे त्यांच्या मनाचे औदार्य नव्हते, तर प्राथमिकतः त्यांचा वास्तववादी दृष्टिकोन होता, असे अमिय यांना वाटते. जिनांनी भारताच्या फाळणीसाठी केलेल्या अविरत प्रचाराकडे पाहता त्यांना १९४७ मध्ये अखंड बंगाल भारताला बहाल करणे शक्य नव्हते. स्वतंत्र आणि अखंड बंगालची स्थापना हा त्यांच्यासाठी या अडचणीतून बाहेर पडण्याचा मार्ग होता. त्यामुळे त्यांनी या प्रस्तावाचे स्वागत केले.

इतर राजकारण्यांचा विचार करता नेहरू आणि पटेल यांची मते निर्णायक ठरली. भारत आणि पाकिस्तान यांसोबत आणखी एका तिसऱ्या सार्वभौम राष्ट्राच्या निर्मितीस त्यांचा कडाडून विरोध होता. त्यांनी या मुद्द्यावर काँग्रेस कार्यकारिणीला आपल्यासोबत घेतले व त्यामुळे गांधी व काहीसे नाखूष असलेले माऊंटबॅटन हे व्यर्थ हातपाय हलवत व त्यांच्यासोबत राहण्यासाठी धडपडत राहिले. १४ जून, १९४७ रोजी गांधी यांनी नवी दिल्लीमध्ये अखिल भारतीय काँग्रेस समितीच्या (एआयसीसी) बैठकीत केलेल्या भाषणामध्ये काँग्रेसला भारताची फाळणी स्वीकारण्याची आणि 'एआयसीसी'च्या याविषयीच्या ठरावास पाठिंबा देण्याची विनंती केली.

बंगाल राष्ट्रीय विधानसभेच्या सध्या अस्तित्त्वात असलेल्या विधिमंडळामार्फतच बंगाली जनतेला नव्याने निर्माण होत असलेल्या भारत आणि पाकिस्तान या दोन्हीपैकी एका राष्ट्रामध्ये

सहभागी होण्याच्या निवडीचा हक्क द्यावा अथवा बंगालचे दोन भागांमध्ये विभाजन करावे आणि एका मुस्लिमबहुल भागाने पाकिस्तानमध्ये, तर दुसऱ्या हिंदूबहुल भागाने भारतामध्ये सामील व्हावे, या नेहरू आणि पटेल यांच्या आग्रहाचा स्वीकार करायला लावण्यात ते यशस्वी ठरले होते. या अखेरच्या टप्प्यामध्ये बंगालचा पूर्व भाग हा पाकिस्तानसोबत जाईल आणि कलकत्त्यासह बंगालचा पश्चिम भाग हा भारतामध्ये राहील, याबाबत कोणताच संदेह उरला नव्हता.

त्यानंतरही भारत आणि बंगालला वाचवण्यासाठी शरद यांनी एक आवेशपूर्ण प्रयत्न केला आणि १ जुलै, १९४७ रोजी सर्व क्रांतिकारी आणि डाव्या विचारसरणीच्या शक्तींना एकत्रित येण्याचे आवाहन केले, तसेच पुढील कृती आराखडा तयार करण्यासाठी ११ व १२ जुलै, १९४७ रोजी बैठक बोलावण्यात येणार असल्याचे जाहीर केले. याविषयीचे परिपत्रक खालीलप्रमाणे होते.

तार क्र. २२४८

१, वूडबर्न पार्क
कलकत्ता २०
१ जुलै, १९४७

प्रिय मित्रांनो,

देशातील दोन प्रमुख राजकीय संघटनांनी ३ जूनच्या योजनेचा (माऊंटबॅटन योजना) स्वीकार केल्यामुळे अशी परिस्थिती निर्माण झाली आहे की सर्व डाव्या विचारसरणीच्या आणि क्रांतिकारी शक्तींनी एकत्र येणे आवश्यक बनले आहे. भारताची फाळणी होत आहे आणि भारताच्या दोन प्रमुख प्रांतांचे विभाजन करण्यात येत आहे. ब्रिटिश राष्ट्रकुल समूहातील घटक राष्ट्रे या नावाखाली ब्रिटिश साम्राज्यवादी शक्तींचे भारताच्या या दोन भागांवरील वर्चस्व व त्यांच्याकडून होणारे शोषण सुरूच राहणार आहे, तथापि आता ते अधिक कपटीपणे व हुशारीने होण्याची शक्यता आहे.

भारताच्या अखंडत्व आणि स्वातंत्र्यासाठी जनतेने भोगलेली दुःखे व केलेला त्याग, तसेच भारताच्या सीमेबाहेरून नेताजी सुभाषचंद्र बोस यांच्या नेतृत्वाखाली भारताच्या मुक्ततेसाठी भारतीय सैनिक व नागरिकांनी दिलेला पराक्रमी लढा याचे अपेक्षित परिणाम हाती आलेले नाहीत.

या महत्त्वाच्या क्षणी शांत बसणे आपल्याला परवडणारे नाही. आपण शक्य तितक्या लवकर भेटले पाहिजे, परिस्थितीचा आढावा घेतला पाहिजे, विचार व संकल्पनांची देवाणघेवाण केली पाहिजे आणि देशाला स्वातंत्र्य व अखंडत्व मिळवून देईल, असा निश्चित कृतीआराखडा ठरवला पाहिजे, असे मला व माझ्या अनेक समविचारी मित्रांना वाटते. याच हेतूने कलकत्त्यातील बेल्गाचिया व्हिला, ६४, बेल्गाचिया मार्ग (तार क्र.

बीबी१०४०) या ठिकाणी ११ व १२ जुलै, १९४७ रोजी लहानशी परिषद आयोजित करण्यात आली आहे.

मी तुम्हाला या परिषदेस उपस्थित राहण्यासाठी आमंत्रित करत असून तुम्ही माझे आमंत्रण स्वीकारल्यास मी ऋणी राहीन. इतका कमी कालावधी शिल्लक असताना हे निमंत्रण दिल्याबद्दल तुम्ही मला क्षमा कराल आणि या परिषदेस उपस्थित राहाल, अशी मी आशा करतो.

लवकरात लवकर उत्तर पाठवण्याची कृपा करावी. विनम्रतापूर्वक धन्यवाद.

तुमचा विश्वासू,

स्वाक्षरी – शरदचंद्र बोस

ही परिषद प्रत्यक्षात झाली का, किंवा या परिषदेमध्ये काय घडले, याच्या नोंदी अद्याप सापडलेल्या नाहीत. यापैकी काहीही घडले असले, तरी जे व्हायचे तेच झाले आणि शरद आणि इतरांच्या भगीरथ प्रयत्नांनंतरही १४ व १५ ऑगस्ट, १९४७ रोजी बंगाल विसाव्या शतकाच्या सुरुवातीस जसे होते, त्याचप्रमाणे त्याचे पुन्हा विभाजन करण्यात आले. तथापि, त्यावेळी झाले होते, तसे काही वर्षांमध्ये बंगालचे पुन्हा एकत्रीकरण झाले नाही आणि ऐतिहासिक बंगालचा बहुतांश भाग हा १९७१ मध्ये स्थापन झालेल्या बांगलादेश या सार्वभौम राष्ट्रामध्ये आणि भारतातील पश्चिम बंगाल या राज्यामध्ये विभागला गेला.

शरद यांना केवळ ब्रिटिशकालीन भारताच्या अशा चिरफाडीमुळेच नाही, तर फाळणीपासून बंगालला वाचवण्यात अपयश आल्यामुळेही अतीव दुःख झाले. काँग्रेस हायकमांडच्या हा मुद्दा हाताळण्याच्या पद्धतीमुळे त्यांचा सर्वाधिक भ्रमनिरास झाला होता व यामुळे काँग्रेस संपूर्ण स्वातंत्र्य मिळवण्याच्या आपल्या मूलभूत तत्त्वावर व निष्ठेवर कायम राहण्यात अपयशी ठरली आहे, असे त्यांना वाटत होते. मागील प्रकरणामध्ये नमूद केल्याप्रमाणे, याच मुद्द्यावरून त्यांनी ६ जानेवारी, १९४७ रोजी काँग्रेस कार्यकारिणीचा, तर १ ऑगस्ट, १९४७ रोजी काँग्रेस पक्षाच्या सदस्यत्वाचा राजीनामा दिला. त्यानंतर, काँग्रेसोत्तर राजकीय जीवनामध्ये शरद यांनी डाव्यांचे ऐक्य दृढ करण्यावर व त्याचा प्रसार करण्यावर लक्ष केंद्रित केले.

* * *

१ ऑगस्ट, १९४७ रोजी प्रसिद्ध केलेल्या वृत्तपत्रामधे प्रसिद्ध झालेल्या निवेदनानुसार शरद यांनी काँग्रेसबरोबरचे सर्व संबंध कायमचे तोडले. मागील प्रकरणात हे निवेदन देण्यात आले आहे. त्यानंतर, दुर्दम्य शरद यांनी त्याच दिवशी सोशालिस्ट रिपब्लिकन पार्टी (समाजवादी प्रजासत्ताक पक्ष) या पक्षाची स्थापना केली. (त्याआधी अगदी बीजावस्थेत आझाद हिंद पक्ष स्थापन करण्यात आला होता. या पक्षामध्ये प्रामुख्याने आझाद हिंद सेनेतून परतलेल्या

सैनिकांना सामावून घेण्याचा प्रयत्न होता. तथापि, त्यानंतरच्या घडामोडींनी या पक्षाची जागा घेतली.) सोशालिस्ट रिपब्लिकन पक्ष संपूर्ण स्वातंत्र्यासाठी, तसेच विशेषतः भारतीय परिस्थितीशी जुळवून घेणारे समाजवादी विचारसरणीचे सरकार स्थापन करण्यासाठी लढा सुरू ठेवणार होता:

> १९३९ सालापासून जे घडत आले, ते पाहता ३ जूनच्या योजनेमुळे भारताला संकटाने ग्रासणे पूर्णपणे अनपेक्षित होते असे म्हणता येणार नाही. हे स्थित्यंतराच्या काळातील संकट आहे, असेही म्हटले जाते. मात्र, आपल्याला गाठलेल्या या संकटावर आपण मात केली पाहिजे आणि त्यासाठी या देशातील सर्व क्रांतिकारी व डाव्या विचारसरणीच्या शक्ती दृढ व बळकट केल्या पाहिजेत. खऱ्या डाव्या व क्रांतिकाऱ्यांना आपण ढोंगी डाव्या व क्रांतिकाऱ्यांपासून वेगळे काढले पाहिजे. नेताजींची विचारधारा आणि त्यांचा कार्यक्रम याला केवळ मौखिक पाठिंबा देणारे आणि नेताजींच्या विचारधारेवर खरोखरची निष्ठा असलेले व त्यांचे अपूर्ण कार्य पूर्ण करण्याची तयारी दाखवणारे यांच्यातील फरक आपण ओळखला पाहिजे. हिंदू, मुस्लिम, शीख, ख्रिश्चन, बौद्ध आणि इतर या सर्व समाजातील लोकांना आपण एकत्र आणले पाहिजे. आपण कोणत्याही प्रकारे व कोणत्याही स्वरूपात जातीयवादाला थारा न देता समाजवादाच्या आधारावर देशाला पुन्हा एकत्र आणण्याच्या कार्याची तयारी केली पाहिजे.
>
> भारत जिवंत रहायचा असेल, तर आपल्या मनात उतरलेले जातीयवादाचे विष पूर्णपणे काढून टाकले पाहिजे. आपल्याला भेडसावणाऱ्या सर्व समस्यांकडे आपण राष्ट्रवादी आणि समाजवादी दृष्टिकोनातून पाहिले तरच हे करता येईल. त्यासाठी आपल्याला नेताजींची विचारसरणी व कार्यक्रम आमलात आणण्याच्या हेतुने शिस्तबद्ध व योग्य बांधणी असलेल्या सोशालिस्ट रिपब्लिकन पक्षाशी स्वतःला संलग्न करून घ्यावे लागेल. मी तातडीने असा पक्ष स्थापन करण्याचे ठरवले आहे आणि मी आज सोशालिस्ट रिपब्लिकन पार्टी या नावाने असा पक्ष स्थापन करत असल्याची घोषणा करतो.
>
> माझे देशभरातील मित्र आणि सहकाऱ्यांनी, तसेच जे भारताचे भाग्यविधाते आहेत व भविष्यातही असतील, त्या देशातील लोकांनी या पक्षात हजारांच्या आणि दहा हजारांच्या संख्येने सहभागी होऊन स्वातंत्र, लोकशाही आणि समाजवाद या उद्दिष्टांसाठी दृढ विश्वास व निष्ठेने काम करावे, असे आवाहन मी करत आहे.

नव्या पक्षाची ध्येयं व उद्दिष्टे आणि पक्षाचा जाहीरनामा हा २१ ऑक्टोबर, १९४८ रोजी आझाद हिंद सेनेच्या हंगामी सरकारच्या पाचव्या वर्धापनदिनाचे औचित्य साधून सिंगापूर येथे *'व्हॉट वी बिलिव्ह'* नावाच्या पुस्तिकेच्या रूपाने प्रसिद्ध करण्यात आला. भारताला ब्रिटिश किंवा अन्य कोणत्याही परदेशी प्रभाव व नियंत्रणापासून 'संपूर्ण स्वातंत्र्य' मिळवून देण्याची

भूमिका घेण्याबरोबरच सोशालिस्ट रिपब्लिकन पक्षाने भारतीय राज्यांमधील हुकूमशाही अंमल संपुष्टात आणून भाषिक समूहांच्या आधारावर समाजवादी प्रजासत्ताक राज्य निर्माण करण्याची आणि त्याचबरोबर भारतामध्ये समाजवादी प्रजासत्ताक संघटना स्थापन करण्याची गरज व्यक्त केली होती.

शरद यांनी गेल्या काही काळापासून या नव्या, सर्वांना समान मानणाऱ्या समाजवादी भारताच्या संकल्पनेवर गांभीर्याने विचारमंथन केले होते आणि २९ जानेवारी, १९४४ मध्ये कूनूर येथील कारागृहात असताना आपल्या रोजनिशीमध्ये याविषयीचे विचार मांडले होते:

> माझा देश हा समाजवादी प्रजासत्ताक राज्यांचे संघराज्य असावे, असा विचार मी केला आहे. हा देश वितळणाऱ्या मातीच्या भांड्याप्रमाणे असावा, ज्यामध्ये राहणाऱ्या सर्व वंशांची आणि राष्ट्रीयत्वांची वैशिष्ट्ये मिसळून जावीत आणि त्यातून एक नवा 'वैश्विकवाद' उदयास यावा. या वैश्विकवादात कोणत्याही सीमा, कोणतेही वंश आणि कोणताही वर्गाला स्थान नसावे.

पक्षाची तत्त्वे अधोरेखित करतानाच जाहीरनाम्यामध्ये सर्वांना विकासाचे स्वातंत्र्य, सर्वांना विशेषतः भारतीय महिलांना समानाधिकार, सार्वत्रिक शिक्षण, धर्माचे स्वातंत्र्य आणि अन्न व निवाऱ्याचा मूलभूत अधिकार आदींचा समावेश करण्यात आला होता. नेताजी सुभाषचंद्र बोस यांच्या विचारधारेचा पक्षाने 'विनाअट' स्वीकार केला होता आणि आपल्या राजकीय, सामाजिक आणि आर्थिक कृतींमधून त्यांचे अपूर्ण राहिलेले कार्य पूर्ण करणे हा पक्षाचा मुख्य उद्देश होता.

येथून शरद यांनी देशातील सर्व समाजवादी शक्तींना एका छत्राखाली आणणे, हा आपल्या रणनीतीचा पुढचा टप्पा सुरू केला. 'एखाद्या मूलभूत आधारावर' देशातील सर्व समाजवादी, डाव्या व प्रागतिक पक्षांना एका व्यासपीठावर आणता येऊ शकले, तर प्रतिगामी शक्ती आणि त्यांच्यासोबत वैयक्तिक हितसंबंध गुंतलेल्या परदेशी आणि स्थानिक शक्तींना पराभूत करता येऊ शकेल, यावर शरद यांचा दृढविश्वास होता.

या काळपर्यंत शरद यांचा त्यांचे समर्थक व डाव्या राजकीय पंक्तितील सहप्रवाशांसोबत नव्या भारतामध्ये आता सत्ताधारी असलेल्या काँग्रेस पक्षाशी संघर्ष सुरू झाला होता. १५ ऑगस्ट, १९४७ रोजी सत्ता हस्तांतरणापूर्वी लगेचच आणि हस्तांतरणानंतर बरीच वर्षे काँग्रेस पक्ष आपली दिशा पूर्णपणे बदलून धक्कादायकरीत्या उजव्या विचारसरणीकडे झुकला होता. पश्चिम बंगाल राज्यामध्ये मुख्यमंत्री डॉ. प्रफुल्ल चंद्र घोष यांच्या नेतृत्वाखाली सत्तेवर आलेल्या नव्या काँग्रेस प्रांतीय सरकारचाही यामध्ये समावेश होता. नागरी हक्कांची पायमल्ली करणाऱ्या कायद्याच्या (विशेषाधिकार विधेयक) आधारे राजकीय आंदोलनांचा सामना करण्याचा या सरकारचा प्रयत्न होता.

यामुळे विरोधी चळवळ उभी राहिली आणि त्यासाठी फॉरवर्ड ब्लॉक, भारतीय कम्युनिस्ट पक्ष (सीपीआय) यांसह अन्य डावे पक्ष शरद यांच्या सोशालिस्ट रिपब्लिकन पक्षासोबत एकत्र आले. ६ डिसेंबर, १९४७ रोजी शरद यांनी मध्य कलकत्त्यातील श्रद्धानंद पार्क येथे आयोजित केलेल्या विराट मोर्चाचे नेतृत्व केले. काँग्रेसच्या पश्चिम बंगालमधील जनताविरोधी धोरणांचा निषेध करण्यासाठी हा मार्चा आयोजित करण्यात आला होता. शरद यांच्यासह या मोर्चात पश्चिम बंगाल विधानसभेतील सीपीआयचे तरुण आमदार ज्योती बसू आणि सुभाष व शरद यांचे जुने मित्र व राजकीय सहकारी सत्य रंजन बक्षी यांनीही भाषणे केली.

राष्ट्रीय स्तरावर शरद यांच्यासमोरील आणि त्यांचे कोणी राजकीय मित्र असल्यास त्यांच्यासमोरील आव्हाने अधिक कठीण होताना दिसत होती. १५ ऑगस्ट, १९४७ नंतरच्या काही वर्षांमध्ये शरद यांनी सातत्याने काँग्रेसला सत्ताकाळात चिकटलेल्या भ्रष्टाचार, घराणेशाही, वशिलेबाजी, पक्षपातीपणा या दोषांबाबत आवाज उठवला. काँग्रेसच्या उजव्या विचारसरणीच्या नेतृत्वाची अविचारी आणि चुकीची धोरणे देशाला एका प्रकारच्या दास्यातून दुसऱ्या प्रकारच्या दास्यात घेऊन चालली आहेत आणि याचा परिणाम म्हणून देशाचा राजकीय व आर्थिक विनाश ओढावेल, असेही शरद यांना वाटत होते.

पश्चिम बंगाल विधानसभेच्या जून, १९४९ मध्ये झालेल्या निवडणुकीच्या प्रचारासाठी काढलेल्या जाहीरनाम्यामध्ये शरद यांनी स्वातंत्र्यानंतरच्या मागील दोन वर्षांविषयी आपले विचार मांडले आहेत. हा जाहीरनामा याच प्रकरणात पुढे अधिक विस्ताराने देण्यात आला आहे:

> भारताने १५ ऑगस्ट, १९४७ रोजी ब्रिटिश राष्ट्रकुल समुहातील घटक राष्ट्राचा दर्जा मिळवल्यापासून आपल्या केंद्रीय आणि प्रांतिक विधिमंडळांचे कामकाज मी बारकाईने आणि चिंतातूरपणे पाहात आहे. तेव्हापासून आपल्या केंद्रीय व प्रांतिक प्रशासनाची अधोगती वाढत चालली असून घराणेशाही, वशिलेबाजी आणि भ्रष्टाचार यांमध्ये वेगाने वाढ होत असल्याचेही मी भयचकित होऊन पाहात आहे. राष्ट्राची व्यवस्था ही काही हाताच्या बोटांवर मोजता येणाऱ्या भांडवलदारांकडून चालवली जात आहे आणि जे कालपर्यंत प्रतिगामी व शोषणकर्ते होते, तेच आता आपले मालक व उपकारकर्ते झाले आहेत. त्यामुळे काळे धंदे, नफेखोरी आणि गैरव्यवहार कैकपटींनी वाढले आहेत, यात कोणतेच आश्चर्य नाही. प्रसारमाध्यमांचे तोंड बंद केले जात आहे, जनतेचे नागरी हक्क व स्वातंत्र्य निर्दयीपणे दडपले जात आहेत आणि शोषितांच्या, वंचितांच्या व दुर्लक्षितांच्या मागण्यांना ब्रिटिश काळाप्रमाणेच लाठ्या, अश्रुधूर, दंडुके, संगिनी आणि बंदुकीच्या गोळ्यांनी उत्तरे दिली जात आहेत. महागाईवर नियंत्रण ठेवले जात नाही, जीवनावश्यक वस्तुंच्या किंमती गगनाला

> भिडलेल्या आहेत आणि अन्न व वस्त्रांचे भाव हे गरीब व मध्यमवर्गीयांच्या आवाक्याबाहेर गेले आहेत. आपले केंद्रातील व प्रांतातील एकपक्षीय विधिमंडळ हे केवळ काही निवडक उच्चभ्रू व शक्तिशाली लोकांच्या हुकूमांची तामिली करत आहे. त्यांच्याकडे विचारशील मन नाही, रचनाशील बुद्धिमत्ता नाही आणि निर्मितीक्षम शक्ती नाही.

याच पार्श्वभूमीवर, डाव्या आणि प्रगतीशील शक्तींचा आवाजाची दखल घेतली जाण्याबाबत अतिशय सजग असणाऱ्या शरद यांनी १ सप्टेंबर, १९४८ रोजी *'दि नेशन'* हे नवे दैनिक वृत्तपत्र सुरू केले. भांडवलवादी शक्तींचे वर्चस्व असलेल्या आणि घराणेशाही व भ्रष्टाचाराच्या रोगांनी ग्रस्त अशा नव्या भारतामध्ये असे आवाज पोहचवण्याचे माध्यम म्हणून ते या वृत्तपत्राकडे पाहात होते.

या वृत्तपत्राच्या निर्मितीमध्ये सर्वांत महत्त्वाचा सहभाग असणाऱ्या शरद यांना त्यांच्या सहकाऱ्यांनी 'दि नेशन' या वृत्तपत्राच्या पहिल्या अंकाचे संपादकीय लिहिण्यासाठी आमंत्रित केले. या संपादकीय लेखात सोशालिस्ट रिपब्लिकन पक्षाच्या जाहीरनाम्याचे सखोल प्रतिबिंब पाहायला मिळते.

> नव्या वृत्तपत्राची का आवश्यकता आहे, असे मला विचारण्यात आले. यावर आधुनिक भारताच्या इतिहासामध्ये कधीही नव्हती इतकी मुक्त व स्वातंत्र्यप्रिय प्रसारमाध्यमे आज आवश्यक आहेत, असे माझे उत्तर आहे. हा देश सध्या भयंकर संकटातून गेला आहे आणि जात आहे. आपल्या देशासमोर आजवर आल्या, त्यापेक्षा मोठ्या व प्रचंड समस्या उपायांच्या शोधात आ वासून उभ्या आहेत.
>
> ब्रिटिश साम्राज्यवादी शक्तींशी केलेल्या वाटाघाटींचा परिणाम म्हणून आपण जे स्वातंत्र्य मिळवले, ते सामान्य माणसासाठी त्रासदायक मृगजळ ठरल्याचे मागील बारा महिन्यांमध्ये सिद्ध झाले आहे. भ्रष्टाचार, लाचखोरी, घराणेशाही, नफेखोरी आणि काळे धंदे या सर्वांनी आपल्या जनतेचे आयुष्य चिरडून टाकण्यासाठी अभद्र कारस्थान रचले आहे. आपल्या सत्ताधाऱ्यांकडून वेळोवेळी तुताऱ्या-कर्ण्यांच्या निनादात वाजतगाजत घोषणा करण्यात येणाऱ्या पुनर्बांधणीच्या लहानसहान योजनाही अपयशी ठरल्या आहेत.
>
> केवळ स्वतंत्र आणि निर्भिड प्रसारमाध्यमेच सध्या देश ज्या कठीण स्थितीत आहे, त्या स्थितीतून त्याला मुक्त करण्यासाठी, टीका करण्याचे धाडस आणि देशबांधणीसाठी लागणारी बुद्धिमत्ता, दूरदृष्टी आणि सुज्ञता दाखवू शकतील. भारतातील सध्याची वृत्तपत्रे ही या चाचणीवर खरी उतरण्यास अपयशी ठरली आहेत. देशाच्या या टोकापासून त्या टोकापर्यंत सर्वत्र बातम्या आणि दृष्टिकोनांमध्ये कंटाळवाणा एकसारखेपणा आणि केवळ नोंदी घेण्याची शिस्त दिसते. 'दि नेशन' हे वृत्तपत्र भारतातील वृत्तपत्र माध्यमाचे गतवैभव पुन्हा मिळवण्याचा व ते पुनर्प्रस्थापित करण्याचा प्रयत्न करेल.

'दि नेशन'ची भूमिका काय? हे वृत्तपत्र भारताच्या संपूर्ण स्वातंत्र्यासाठी भूमिका घेईल. असे स्वातंत्र्य जे सघन आणि निर्दोष असेल, ब्रिटिश किंवा इतर कोणत्याही परदेशी प्रभाव व नियंत्रणापासून मुक्त असेल आणि पृथ्वीवर कोणत्याही शक्तीच्या आवाक्यापलीकडचे असेल. राष्ट्रकुल समुहातील घटक राष्ट्राचा दर्जा हा आपल्या पायातील फास आहे, असे हे वृत्तपत्र मानते आणि जनतेने या अमिषाला भुलून देशाला दुःख भोगायला लावू नयेत, याची सूचना हे वृत्तपत्र अखंडपणे देत राहिल. या वृत्तपत्राचा स्त्री-पुरुष समानतेवर आणि आपल्या स्त्रियांना देशाच्या सामाजिक, सांस्कृतिक, आर्थिक आणि सार्वजनिक आयुष्यामध्ये त्यांचा हक्क व योग्य स्थान मिळण्याच्या अधिकारावर विश्वास आहे. सर्वांना धार्मिक स्वातंत्र्य, धर्मनिरपेक्ष शिक्षण आणि नागरी जीवनात आचार स्वातंत्र्य मिळण्याची हमी असेल, अशा राष्ट्राची मागणी हे वृत्तपत्र करते. अखेरीस, मुक्त आणि स्वतंत्र भारतामध्ये प्रत्येकाने समाजाला दिलेल्या योगदानाच्या बदल्यात त्याला अन्न व निवारा मिळण्याचा अधिकार असावा, अशी मागणी हे वृत्तपत्र करते.

* * *

शरद यांनी १२ जून, १९४९ रोजी दक्षिण कलकत्ता मतदारसंघाची निवडणूक लढवण्याचा घेतलेला निर्णय ही डाव्यांच्या ऐक्याची ताकद आजमावणारी पहिली मोठी चाचणी होती. वस्तुतः सर्व डावे पक्ष त्यांच्या पाठिशी उभे होते आणि त्यांच्या या भक्कम पाठिंब्याचा उल्लेख करताना शरद हे स्वित्झर्लंडमधील ग्लिऑन येथून ३ जानेवारी, १९६९ रोजी प्रसिद्ध केलेल्या निवडणूक प्रचार जाहीरनाम्यामध्ये म्हणतात:

सरकारला कुठूनतरी माझ्या आजारपणाविषयी आणि मला पुढील उपचार व शुश्रूषेसाठी तातडीने स्वित्झर्लंडला जाण्याबाबत देण्यात आलेल्या वैद्यकीय सल्ल्याविषयी माहिती मिळाली असावी (शरद यांना एप्रिल १९४९ मध्ये हृदयविकाराचा झटका आला होता.) आणि त्यामुळेच सरकारने अखेर बऱ्याच कालावधीनंतर या रिक्त जागेच्या पोटनिवडणुकीची घोषणा केली असावी, असे मला वाटते. मात्र, या घोषणेनंतर आठवड्याभरातच मी कलकत्ता सोडणार असलो आणि ही निवडणूक माझ्या अनुपस्थितीतच होणार असली, तरी ती लढवण्याचा निर्णय घेण्यास मला एका क्षणाचाही अवधी लागला नाही. देशातील प्रगतीशील आणि डाव्या विचारसरणीच्या शक्तींच्या मदत व सहकार्याच्या जोरावर मी जो लढा १९ ऑगस्ट, १९४७ पासून लढत आहे, त्यामध्ये आपल्याला विजय मिळवून देण्यासाठी तो विधिमंडळामध्येही नेला पाहिजे, असे मी ठरवले आहे.

शरद हे वैद्यकीय उपचारांसाठी स्वित्झर्लंडमध्ये असल्याने निवडणुकीस अनुपस्थित असले, तरी अमिय हे मायदेशी राहून सर्व महत्त्वाच्या समर्थकांमध्ये दुवा साधण्याचे आणि प्रचारामध्ये

समन्वय साधण्याचे काम करत होते. शरद यांचा या निवडणुकीमध्ये स्पष्ट बहुमताने विजय झाला. (शरद यांना १९,०३० मते पडली, तर त्यांचे स्पर्धक उमेदवार काँग्रेसचे सुरेश दास यांना ५,७८० इतकी मते मिळाली.) अर्थातच *'दि नेशन'*चा अपवाद वगळता मुख्य प्रवाहातील सर्व वृत्तपत्रांनी अपेक्षेप्रमाणे शरद यांच्याविरोधात आघाडी उघडून त्यांच्यावर हल्ला चढवला होता. या वृत्तपत्रांनी तावातावाने काँग्रेस उमेदवाराला पाठिंबा दिला होता, त्यामुळे निकालानंतर ही वृत्तपत्रे उघडी पडली. *'दि नेशन'* वृत्तपत्राने खालील मथळे देऊन शरद यांचा विजय साजरा केला होता: **'पुनरुत्थान झालेल्या जनतेचा हाय कमांडला नकार; शरद बोस यांचा निर्णायक विजय'** आणि **'काँग्रेस उमेदवाराची धूळधाण'**.

शरद यांनी जून, १९४९ च्या *'दि नेशन'*च्या अंकात आपल्या मार्मिक विनोदबुद्धीने काँग्रेस उमेदवाराच्या जबरदस्त पराभवाचा उल्लेख करताना म्हटले होते, 'दोज हू आर लेफ्ट, आर राईट आणि दोज हू आर राइट, आर लेफ्ट बिहाइंड.' (जे डावे आहेत, ते बरोबर आहेत, आणि जे उजवे आहेत, ते मागे पडले आहेत.)

शरद हे तन-मनाने डाव्यांना एकत्र आणण्याच्या प्रक्रियेत स्वतःला झोकून देण्यासाठी २१ जानेवारी, १९४९ रोजी भारतात परतले. त्यांच्या सातत्यपूर्ण प्रयत्नांमुळेच बॉम्बे येथे ८ व ९ एप्रिल, १९४९ रोजी बॉम्बे येथे परिषद आयोजित करण्यात आली.[१०] शरद यांनी या परिषदेचे अध्यक्षपद भूषवले. या परिषदेसाठी सोशालिस्ट रिपब्लिकन पक्ष व फॉरवर्ड ब्लॉकसह देशभरातील डाव्या विचारसरणीच्या पक्षांचे ७५ प्रतिनिधी उपस्थित होते.

देशभरातील या डाव्या पक्षांमध्ये समन्वय साधू शकणाऱ्या पद्धती व मार्ग निश्चित करणे, तसेच सत्ताधारी काँग्रेस सरकारला परिणामकारक विरोध करणे, हे या बैठकीचे दोन प्रमुख उद्देश होते. शरद यांच्या देखरेखीखाली हंगामी डावी समन्वयक समिती तयार करण्यात आली. परिषदेत सहभागी झालेल्या प्रतिनिधींनी शरद यांच्या अध्यक्षतेखाली ही समिती निवडून दिली होती. देशभरात डाव्यांच्या कार्यांमध्ये ताळमेळ निर्माण करणे आणि अस्तित्त्वात असलेल्या विविध डाव्या पक्षांसाठी आंतरप्रांतीय व सहकारी तत्त्वावर समान सर्वसाधारण कार्यक्रम तयार करणे हे या समितीचे दोन प्रमुख उद्देश होते.

या काळापर्यंत शरद यांनी व्यावसायिक व राजकीय जीवनामध्ये पकडलेल्या भयानक वेगाचा परिणाम त्यांच्या आरोग्यावर होऊ लागला होता आणि पत्नी विभावती, अमिय व इतरांना त्यांच्याबद्दल काळजी वाटू लागली होती. बॉम्बेतील परिषद आटोपून शरद कलकत्याला परतताच त्यांच्या छातीत वेदना होऊ लागल्या व यातूनच एप्रिल, १९४९

---

[१०] अंजन बेरा संपादित *इंटरप्रिटिंग अ नेशन* या पुस्तकातून (कलकत्ता, नेताजी इन्स्टिट्यूट फॉर एशियन स्टडीज, २००१) परिचय – पृष्ठ क्र. ३.

च्या उत्तरार्धात त्यांना हृदयविकाराचा झटका आला. ख्यातनाम हृदयविकारतज्ज्ञ असलेले लहान बंधू सुनील यांच्या आग्रही सल्ल्यामुळे शरद ११ मे, १९४९ रोजी कलकत्त्याहून स्वित्झर्लंडमधील ग्लिऑन येथील क्लिनिक वॉलमाँटसाठी रवाना झाले व काही दिवसांनी तेथे पोहोचले. (आधीच नमूद केल्याप्रमाणे शरद यांनी येथूनच जून, १९४९ मध्ये झालेल्या दक्षिण कलकत्ता पोटनिवडणुकीसाठी यशस्वी प्रचार केला.)

क्लिनिक येथे काही आठवडे उपचार व सुश्रुषा घेतल्यानंतर ९ जुलै, १९४९ रोजी शरद तेथून लंडनला रवाना झाले. तेथे हृदयरोगतज्ज्ञांनी त्यांना आता कोणताही धोका नसल्याचा निर्वाळा केला. बॉम्बे येथे २३ जुलै, १९४९ रोजी झालेल्या डाव्यांच्या समन्वय समितीच्या दुसऱ्या आढावा बैठकीपूर्वी ते जिनिव्हामार्गे ते भारतात परतले. स्वित्झर्लंड येथील गुणकारी उपचार व शुश्रूषा आणि लंडनमधील डॉक्टरांचे सकारात्मक निदान यांमुळे निश्चिंत झालेले शरद हे आपल्या आरोग्याकडे पुरेसे लक्ष न देता आणि आपल्या जवळच्या कुटुंबीयांच्या सूचनांकडे दुर्लक्ष करत पुन्हा पूर्वीप्रमाणे काम करू लागले. भारतातील डाव्या पक्षांना एकत्र आणणे, सत्ताधारी काँग्रेसच्या विरुद्ध शक्ती निर्माण करणे आणि त्यायोगे शरद यांच्यामते काँग्रेसकडून सुरू असलेल्या लुटालुटीपासून देशाला वाचवणे या आपल्या ध्येयाप्रति त्यांनी पुन्हा आस्थेवाईकपणे प्रयत्न सुरू केले.

२० ऑगस्ट, १९४९ रोजी त्यांच्यासाठी कलकत्त्यामध्ये आयोजित केलेल्या भव्य सार्वजनिक स्वागत समारंभादरम्यान त्यांना दुसरा तीव्र हृदयविकाराचा झटका आला. यामुळे अमिय यांच्यासह त्यांच्याभोवती असलेल्यांना धक्का बसला व चिंता वाटू लागली. या हृदयविकाराच्या झटक्याचा परिणाम म्हणून शरद आता अंथरुणाला खिळले होते, तरीही त्यांच्या कामाचा वेग मंदावला नव्हता. जुलै महिन्यात जिनिव्हा येथून त्यांनी लवकरात लवकर संयुक्त समाजवादी परिषद आमंत्रित करण्याचा आणि त्यानंतर संयुक्त समाजवादी काँग्रेस स्थापन करण्याचा निर्णय जाहीर केला होता. बहुतांश डाव्या पक्षांच्या प्रतिनिधींशी चर्चा केल्यानंतर नागपूरमध्ये होणाऱ्या या परिषदेसाठी २५ ते २७ सप्टेंबर या तारखा निश्चित करण्यात आल्या होत्या. ही परिषद आता पुढे ढकलण्यात आली, मात्र फार काळासाठी नाही.

संघटित समाजवादी परिषद ही यथावकाश २८ ते ३० ऑक्टोबर, १९४९ दरम्यान कलकत्त्यामधील ३८/२ एल्गिन मार्ग येथील जानकीनाथ व कुटुंबीयांच्या घरी आयोजित करण्यात आली होती. शरद यांनी आपला बेपत्ता भाऊ सुभाष यांच्या नावाने या घराचे नेताजी भवन असे पुनर्नामकरण केले होते. या प्रसंगी शरद उपस्थित राहू शकले नाहीत. अशक्त प्रकृतीमुळे व वैद्यकीय उपचार सुरू असल्याने त्यांना घरीच राहावे लागले. भारतभरातील डाव्या पक्षांच्या सुमारे ३०० हून अधिक प्रतिनिधींनी हजेरी लावलेल्या या परिषदेचे निमंत्रक म्हणून शरद यांनी लिहिलेले अध्यक्षीय भाषण संयोजन समितीचे सदस्य त्रिदीप चौधरी यांनी वाचून दाखवले. त्यानंतर व्यासपीठ प्रतिनिधींसाठी खुले करण्यात आले.

आपल्या भाषणामध्ये सहभागी प्रतिनिधींचे स्वागत करताना, आतापर्यंत झालेल्या घटनांचा आढावा घेताना आणि पुढील मार्गाची रूपरेषा निश्चित करताना शरद यांनी संयुक्त समाजवादी सभा किंवा युनायटेड सोशालिस्ट ऑर्गनायझेशन ऑफ इंडिया (यूएसओआय) या संघटनेची मूलभूत ध्येय व उद्दिष्टे काय आहेत, याकडे उपस्थितांचे लक्ष वेधले. शरद या संघटनेचे पहिले अध्यक्ष होते.

अपेक्षेप्रमाणे यूएसओआयचा कार्यक्रम परिषदेत संमत झाला. हा कार्यक्रम शरद यांच्या सोशालिस्ट रिपब्लिकन पक्षाशी जवळपास मिळताजुळता होता. यामध्ये सामाजिक न्याय व मानवी हक्क या वैश्विक तत्त्वांवर, तसेच भारतीय परिस्थितीमध्ये अंगिकारता येणाऱ्या समाजवादी कार्यक्रमावर भर देण्यात आला होता. जेथे देशांतर्गत आणि देशाबाहेरील शोषणापासून मुक्त असलेल्या भारताच्या भविष्यातील वाटचालीमध्ये 'प्रत्येकाच्या क्षमतेनुसार' पासून ते 'प्रत्येकाच्या गरजेनुसार' हे तत्त्व केंद्रस्थानी असेल, असा महान भारत घडवणारी समाजवादी प्रजासत्ताक राज्यांची संघटना स्थापन करण्यात येणार होती.

राष्ट्राकडून अपेक्षित असलेल्या सकारात्मक कृतींमध्ये (अ) सर्व सार्वजनिक आरोग्यसेवांचे सामाजिकीकरण आणि सर्वांसाठी वैद्यकीय मदतीची तरतूद, (ब) संपूर्ण रोजगार हमी आणि दारिद्र्य निर्मूलन, तसेच असल्यास बेरोजगारी, वृद्धत्व, आजारपण, अपंगत्व, प्रसुती, अनाथ आदि कारणांसाठी सामाजिक सुरक्षेची तरतूद, (क) सर्व धर्मनिरपेक्ष संस्थांचे सामाजिकीकरण व धर्मनिरपेक्षीकरण आणि सर्वांना मोफत शिक्षणाची तरतूद (ड) विचार व धर्माचरण स्वातंत्र्य (ई) सांस्कृतिक स्वायत्तता (फ) अस्पृश्यता व यांसारख्या इतर वर्गभेद व वांशिक पूर्वग्रहांचे समूळ उच्चाटन आणि सर्वांना समानाधिकार (ग) संपूर्ण लैंगिक समानता आणि (ह) सर्वांना नागरी स्वातंत्र्य, आदींचा समावेश होता.

अशाप्रकारे यूएसओआयची सुरुवात आश्वासक झाली होती आणि परिषदेत स्थापन करण्यात आलेल्या हंगामी सर्वसाधारण समितीची बैठक ४ ते ६ डिसेंबर, १९४९ दरम्यान तीन दिवस शरद यांच्या नेतृत्वाखाली १, वूडबर्न पार्क येथे झाली. यावेळी राष्ट्रीय व प्रांतिक स्तरावरील कार्यक्रमाची रचना व समन्वय याविषयी चर्चा होऊन निर्णय घेण्यात आले आणि लवकरच त्यानुसार कार्यक्रम सुरू करण्यात आला. मजूर व शेतमजूर संघटना, नागरी स्वातंत्र्याचे संरक्षण आणि प्रसारमाध्यमांचे स्वातंत्र्य यावर सर्वप्रथम लक्ष केंद्रित करण्यात आले.

* * *

दरम्यान, समाजवादी लोकशाहीवादी भारत आणि त्याचे आशियामध्ये, तसेच जगामधील स्थान यांविषयी शरद यांच्या असणाऱ्या भव्य दृष्टिकोनातून त्यांनी संपूर्ण सार्वभौम भारत राष्ट्राने आंतरराष्ट्रीय संबंध कसे हाताळावेत, यावर आपले लक्ष जातीने केंद्रित केले. फाळणीचे

महाभयानक संकट येण्यापूर्वीच शरद यांनी भारतीय उपखंडातील देश व त्यांच्या शेजारी राष्ट्रांना प्रादेशिक व आंतरराष्ट्रीय प्रश्नांसंबंधी समान उद्दिष्टे बाळगून काम करण्यास प्रोत्साहन मिळेल व त्याद्वारे अमेरिका आणि सोव्हिएत रशिया या नव्या जागतिक व्यवस्थेवर वर्चस्व असणाऱ्या राष्ट्रसत्तांच्या हातातील प्यादे बनणे टाळता येईल, अशा मार्गांचा विचार करण्यास सुरुवात केली होती. ऑगस्ट १९४७ मध्ये सत्तेचे हस्तांतरण झाल्यानंतर पंतप्रधान नेहरूंच्या नेतृत्वाखालील भारताने (आणि पाकिस्ताननेही) ब्रिटिश राष्ट्रकुल समुहातील घटक राष्ट्र असण्याचा दर्जा स्वीकारल्याबद्दल शरद यांना चिंता वाटत होती व यामुळे भारत अद्यापही ब्रिटिशांच्या गुलामगिरीखाली आहे, असे त्यांचे मत होते.

प्रादेशिक ऐक्य आणि बड्या राष्ट्रसत्तांच्या वर्चस्वापासून संरक्षण, याविषयीच्या शरद यांच्या विचारांतून युनायटेड नेशन्स ऑफ साऊथ एशिया (यूएनएसए) म्हणजेच दक्षिण आशियाई संयुक्त राष्ट्रांची संकल्पना आकाराला येण्यास सुरुवात झाली आणि ४ जानेवारी, १९४८ रोजी ब्रह्मदेशाच्या स्वातंत्र्यदिनाचे औचित्य साधून त्यांनी हे विचार शब्दबद्ध केले व आपल्या भविष्यवेधी दृष्टिकोन अभिव्यक्त केला:[११]

> आजचा दिवस हा ब्रह्मदेशाच्या इतिहासातील अतिशय मंगल दिवस आहे. या दिवसाने ब्रह्मदेशाच्या स्वातंत्र्यलढ्याची पूर्तता झाली आहे. या लढ्यामध्ये नेताजींच्या नेतृत्वाखाली लढलेल्या भारतीयांनीही लक्षणीय भूमिका निभावली आहे. आज या निमित्ताने आम्ही नेताजी यांचे आणि आता दुर्दैवाने आपल्यामध्ये नसलेले ब्रह्मदेशाचे शूरवीर सुपुत्र जनरल आंग सान यांच्याशी आणि ब्रह्मदेशाच्या स्वातंत्र्यसैनिकांशी असलेल्या सहयोगाचे अभिमानाने स्मरण करतो.
>
> नव्याने स्थापन झालेला प्रजासत्ताक ब्रह्मदेश हा शांतता निर्माण करेल, आपल्या शेजारी देशांशी लष्करीदृष्ट्या व इतर क्षेत्रांमध्येही मैत्रीपूर्ण संबंध प्रस्थापित करेल, तसेच व्यापार, म्हणजे केवळ सर्वसामान्यपणे हा शब्द ज्यासाठी वापरला जातो, तेवढ्यापुरताच मर्यादित न राहता बौद्धिक व सांस्कृतिक आदानप्रदान आणि ज्ञानप्रसार करेल, अशी आम्ही आशा करतो आणि त्यासाठी शुभेच्छा देतो.
>
> सर्वसामान्य चिंतेच्या सर्व मुद्द्यांबाबत, तसेच आपल्या देशांवर व आपल्याला लागून असलेल्या दक्षिण आशियाई देशांवर आज व भविष्यामध्ये सखोल परिणाम करणाऱ्या मुद्द्यांबाबत ब्रह्मदेशाच्या जनतेला सहकार्य करण्याची आमची इच्छा आहे. इतर गोष्टींबरोबरच, मी आताच ज्याचा उल्लेख केला त्या देशांच्या परराष्ट्र धोरणांना आकार देण्यामध्ये नम्र योगदान देण्याचा आमचा प्रयत्न असेल. पौर्वात्य आणि पाश्चिमात्य शक्तींशी मैत्रीपूर्ण संबंध निर्माण करण्याचा भारताचा हेतू आहे आणि ब्रह्मदेशाचाही हाच हेतू असेल,

---

[११] शरदचंद्र बोस स्मृतीग्रंथ खंडातून, पृष्ठ क्र. ३९९ ते ४०१.

याविषयी मला संशय नाही. तथापि, जगावर प्रभुत्व मिळवण्यासाठी स्पर्धा करणाऱ्या सत्तांसोबत केवळ मैत्री व तटस्थतेच्या धोरणाची घोषणा करून आपल्याला भागणार नाही.

सध्याच्या जागतिक परिस्थितीच्या पार्श्वभूमीवर तटस्थता हे निःसंशय आमच्या देशासाठी सर्वांत सुज्ञ धोरण आहे आणि तुमच्या देशासाठीही हेच सर्वांत सुज्ञ धोरण ठरेल, असे म्हणण्याचे धाडस मी करत आहे. मात्र, अशी तटस्थ भूमिका घेण्यासाठी आपण आपल्या देशाला सज्ज करावे लागेल. आमच्या देशात आणि तुमच्या देशातही तटस्थतेच्या धोरणाला आवश्यक कृतींचे पाठबळ असणे गरजेचे आहे. भारतातील काही गट हे भारताने अँग्लो-अमेरिकन गोटात सामील व्हावे, अशी बाजू मांडत आहेत. जवळच येऊन ठेपलेल्या तिसऱ्या महायुद्धामध्ये भारताने सोव्हिएत महासंघाच्या बाजूने उभे राहिले पाहिजे, असे आमच्या देशातील अन्य काही गटांना वाटते. माझ्या माहितीप्रमाणे तुमच्या देशातही यासारखेच गट अस्तित्त्वात आहेत.

आपली तटस्थता कायम ठेवायची असेल, तर आतापासूनच आपल्याला या सर्व देशांना परराष्ट्र धोरणांचा विचार करता समान व्यासपीठावर आणण्यासाठी आणि प्रादेशिक आधारावर दक्षिण आशियाची आंतरराष्ट्रीय संघटना स्थापन करण्यासाठी प्रयत्न केले पाहिजेत. या संघटनेला 'युनायटेड नेशन्स ऑफ साउथ एशिया' असे म्हणता येईल आणि भारत, पाकिस्तान, नेपाळ, ब्रह्मदेश आणि श्रीलंका हे या संघटनेचे घटक सदस्य असतील. युनायटेड नेशन्स ऑफ साउथ एशिया एक तटस्थतावादी गट म्हणून काम करेल आणि अँग्लो-अमेरिकन गट व सोव्हिएत गट यापैकी कोणालाच ही संघटना लष्करी सहकार्य करणार नाही. अर्थात यूएनएसएचे घटक सदस्य असलेल्या देशांनी परस्परांसोबत लष्करी मित्रसंबंध जपणे आवश्यक आहे. तथापि, यूएनएसएचा कोणत्याही एका सदस्याला संघटनेच्या बाहेरील सत्तेशी किंवा सत्तांशी लष्करी सहकार्य करार करण्याची परवानगी नाही, असा निर्णय यूएनएसला घ्यावा लागेल.

हिंदी महासागरासाठी ज्याप्रमाणे मन्रो प्रणाली आहे, काहीशा त्याच धर्तीवर यूएनएसएनेही तत्त्वप्रणाली मांडणे आवश्यक आहे. याद्वारे यूएनएसएच्या सदस्य देशांव्यतिरिक्त कोणत्याही सत्तेला संघटनेच्या घटक सदस्यांच्या देशांमध्ये नाविक अथवा लष्करी तळ बाळगण्याची किंवा त्यावर नियंत्रण ठेवण्याची परवानगी नसेल. मी आता नमूद केलेल्या प्रादेशिक गटाच्या आधारावर आपण सीमाशुल्क संघटना स्थापन करू शकलो, तर आपल्या तटस्थतावादी धोरणासाठीही त्याची मदत होईल. यूएनएसएच्या सदस्यांना परदेशी व्यापार व देवाणघेवाणीसाठी प्रोत्साहन देणे हे आपले उद्दिष्ट असले पाहिजे व त्यासाठी आपण प्रयत्न केले पाहिजेत. यातून यूएनएसए ही अधिकाधिक आर्थिकदृष्ट्या स्वावलंबी संघटना बनू शकेल.

मी या रूपरेषेमध्ये ज्या गोष्टी सूचित केल्या आहेत, त्या आपल्या देशांच्या संयुक्त राष्ट्र संघटनेचे (यूनो) सदस्य म्हणून असलेल्या अधिकार व कर्तव्यांच्या आड येत नाहीत,

> असे मला वाटते. मी सुचवलेल्या रूपरेषेनुसार स्थापन झालेल्या प्रादेशिक आंतरराष्ट्रीय संघटना या शांती व प्रगतीचा मार्ग आखून देतील आणि यूनोने जाहीर केलेल्या धोरणांची परिणामकारकपणे व मोठ्या प्रमाणावर अंमलबजावणी करू शकतील, असे मला वाटते.
>
> जर आपल्याला मुक्त करण्यात आले, तर आपला मार्ग हा शांतीचा मार्ग असेल, तो स्वार्थी हितसंबंध आणि क्षुद्र सत्तेचा विचार करणार नाही, तर मानवांना त्यांच्या स्वतःच्या सर्वोत्तम उर्मीप्रमाणे आणि त्यांच्या अवस्थेनुसार जसे आयुष्य जगण्याचा अधिकार आहे, तसे त्यांनी जगणे आणि त्याचवेळी आपल्यामध्ये जे सर्वोत्तम आहे, त्यानुसार जगाला योगदान देणे, याचा विचार करणारा तो मार्ग असेल. दक्षिण आशियातील इतर राष्ट्रेही सारख्याच हेतूने आणि तितकीच आशा बाळगून या कार्याला सामोरे जातील, असे मला वाटते आणि याच दृढविश्वासामुळे आपण एकमेकांना मदत करू शकतो, याची मला खात्री आहे.

त्यानंतर एका वर्षाने ३ जानेवारी, १९४९ रोजी पत्नी विभावती व दोन मुली (रोमा व चित्रा) यांच्यासह युरोप दौरा आटोपून परतत असताना शरद लंडन येथे थांबले होते. त्यावेळी त्यांनी लंडन येथे ब्रिटीश व परदेशी पत्रकारांच्या संमेलनामध्ये भारतातील सर्व डाव्या राजकीय संघटनांना एकत्र पाहण्याच्या आणि त्याद्वारे भारतातील काँग्रेसशासित सरकारच्या विरोधात तुल्यबळ असा विरोधी गट मजबूत करण्याच्या आपल्या महत्त्वाकांक्षेविषयी माहिती दिली. 'यूएनएसए'ची स्थापना करणे आपल्यासाठी कसे महत्त्वाचे आहे आणि भारत, पाकिस्तान, नेपाळ, ब्रह्मदेश आणि सिलोन यांनी भविष्यातील 'युनायटेड नेशन्स ऑफ एशिया'चा पाया रचण्यासाठी तातडीने यूएनएसएची स्थापना केली पाहिजे, असेही शरद यांनी संमेलनातील उपस्थित पत्रकारांना सांगितले. याचा अर्थ भारत सध्या अस्तित्त्वात असलेल्या संयुक्त राष्ट्र संघटनेतून बाहेर पडण्याच्या बाजूने आहे, असा नाही, तर यूएनएसए ही जगात शांतता प्रस्थापित करण्यासाठी युनोच्या हातात हात देऊन काम करेल. 'युनो' हे आजपर्यंत सत्तेच्या राजकारणातील साधन बनत आलेले असून केवळ केवळ भक्कम, सशक्त व प्रभावशाली आशियाई गटच युनोला असे साधन बनण्यापासून रोखू शकतो, असेही त्यांनी सांगितले. (असा वृत्तान्त *'दि नेशन'* मध्ये प्रसिद्ध करण्यात आला होता.)

शरद यांना या काळामध्ये नव्याने स्वतंत्र झालेल्या ब्रह्मदेशाविषयी आणि त्याचे स्वातंत्र्यपूर्व काळातील पंतप्रधान व राष्ट्रवादी नेते डॉ. बा मॉऊ यांच्याविषयी विशेष आपुलकी निर्माण झाली. डॉ. बा मॉऊ हे आता ब्रह्मदेशाच्या राजकीय केंद्रापासून दूर होते. सुभाष युद्धकाळादरम्यान ब्रह्मदेशात वास्तव्यास असताना ते व डॉ. बा मॉऊ हे चांगले मित्र झाले होते आणि जपानचे पंतप्रधान जनरल हिदेकी तोजो यांनी नोव्हेंबर, १९४३ मध्ये टोकिओ येथे आयोजित केलेल्या पूर्व आशियाई देशांच्या परिषदेमध्ये या दोघांनी आपापल्या देशांचे प्रतिनिधित्व केले होते. डॉ. बा मॉऊ यांनी सुभाष यांना पूर्णपणे पाठिंबा दिला होता आणि

त्यांच्या सन्मानार्थ मॉऊ यांनी आपल्या एका मुलाचे नाव नेता (नेताजी या शब्दावरून) असे ठेवले होते.[१२]

डॉ. बा मॉऊ यांनी शरद यांना १७ मे, १९४९ रोजी व शरद यांनी डॉ. बा मॉऊ यांना १६ नोव्हेंबर, १९४९ रोजी पत्र लिहिले. या पत्रांमध्ये दोघांनी शरद यांच्या *'दि नेशन'* या वृत्तपत्राचा प्रभाव व महत्त्व याविषयीचे आपले विचार व्यक्त केले आहेत, तसेच त्यांना स्वारस्य असलेल्या आपापल्या देशांतील घडामोडी, कलकत्ता येथे ऑक्टोबर १९४९ मध्ये झालेली संयुक्त समाजवादी परिषद आणि भारतीय संयुक्त समाजवादी संघटनेचा (यूएसओआय) जन्म आदींबाबतही एकमेकांना माहिती दिली आहे. डॉ. बा मॉऊ हे *पडॉक* (ब्रह्मदेशातील एक वृक्ष) नावाच्या इंग्रजी नियतकालिकाच्या प्रकाशनासाठी प्रयत्नशील असताना त्या माध्यमातून बातम्या, माहिती व मते यांचे आदानप्रदान करून एकमेकांना मदत करण्याविषयीही दोघांमध्ये चर्चा झाली.[१३]

शरद यांच्या जीवनकाळामध्ये आणि त्यानंतरचीही काही दशके त्यांचे 'यूएनएसए'चे ध्येय प्रत्यक्षात येऊ शकले नाही. १९५५ मध्ये भारत आणि ब्रह्मदेश यांच्या सक्रिय सहभाग व नेतृत्वामुळे इंडोनेशिया, घाना आणि युगोस्लाव्हिया या देशांसह तटस्थता चळवळ (नॉन अलाइन्ड मूव्हमेंट) उभी करण्यात आली, हे खरे आहे. तथापि, प्रादेशिक सहकार्यासाठी आणि एकीकरणासाठीही गट स्थापन करण्याची संकल्पना आफ्रिका आणि लॅटिन अमेरिकेसारख्या अन्य प्रदेशांमध्ये जितकी स्वीकारली गेली तितकी कदाचित दक्षिण आशियामधील नेत्यांना आणि लोकांना ती स्वीकारार्ह वाटली नाही.

उलट, भारत आणि पाकिस्तानमधील संबंध हे तणावपूर्ण आणि लष्करी संघर्षाच्या चढाओढीचे राहिले. यामध्ये पूर्व पाकिस्तानातील उठावाच्या कालखंडात झालेल्या संघर्षाचाही समावेश होता आणि यातूनच १९७१ मध्ये बांगलादेशचा जन्म झाला. पुढे डिसेंबर, १९८५ मध्ये दक्षिण आशियाई प्रादेशिक सहकार्य संघटना (सार्क) स्थापन करण्यात आली. बांगलादेश, भूतान, भारत, मालदीव्ज, नेपाळ, पाकिस्तान आणि श्रीलंका या देशांचा समावेश या संघटनेमध्ये होतो. या संघटनेचे एक निश्चित असे मूल्य आहे, परंतु शरद यांनी केलेल्या विचारांच्या कसोटीवर ती अपुरी ठरते.

अमिय यांनी स्वतः आपल्या व्याख्यान व चर्चांमधून प्रादेशिक सहकार्याच्या संकल्पनेचा प्रचार केला होता आणि १९७६-७७ च्या दरम्यान, त्यांनी आता इंग्लडमध्ये हॅम्पशायरमधील ब्रॉडलँड्स येथील घरी निवृत्त आयुष्य जगत असलेल्या लॉर्ड माउंटबॅटन यांच्याशी संपर्क

---

[१२] एडवर्ड एम. लॉ-योन यांच्या 'डॉ. बा मॉऊ ऑफ बर्मा – *ॲन ॲप्रिसिएशन*' मधून, *कॉंट्रिब्युशन्स टू एशियन स्टडिज्*, खंड सोळा (१९८१), पृष्ठ क्र. ७.

[१३] अंजन बेरा, *इंटरप्रिटिंग अ नेशन*, पृष्ठ क्र. ४२–४३.

प्रस्थापित केला. ऑक्टोबर, १९७६ मध्ये कधीतरी माउंटबॅटन यांनी अमिय यांना त्यांच्या लंडन येथील घरी वैयक्तिक भेटीसाठी बोलावले होते. त्यानंतर अमिय यांनी २ डिसेंबर, १९७६ रोजी माउंटबॅटन यांना पत्र लिहिले आणि त्यावर माउंटबॅटन यांनी खालील उत्तर पाठवले:

ब्रॉडलँड्स
रॉमसी
हॅम्पशायर
एसओ५ ९झेडडी

३ जानेवारी, १९७७

प्रिय श्री. अमियनाथ बोस,

तुम्ही मला २ डिसेंबर रोजी लिहिलेल्या पत्राबद्दल आणि तुमचे वडील दिवंगत शरदचंद्र बोस यांनी ब्रह्मदेशाच्या स्वातंत्र्यदिनी ४ जानेवारी, १९४८ रोजी कलकत्ता येथे दिलेल्या भाषणाची प्रत मला पाठवल्याबद्दल मी तुमचा खूप ऋणी आहे. मला तो प्रसंग चांगला आठवतो आणि त्याच दिवशी मी दिल्लीमध्ये साजऱ्या केल्या जाणाऱ्या आनंदोत्सवात सहभागही घेतला होता. तुमच्या वडिलांनी काय म्हटले होते हे मी अतिशय आवडीने वाचले आणि तुम्ही तुमच्या वडिलांनी सुचवलेल्या मार्गावर काम करत आहात, याचा मला आनंद आहे.

मी तुम्हाला आपल्या चर्चेवेळी म्हणालो त्याप्रमाणे, भारत आणि पाकिस्तान यांच्यादरम्यान संयुक्त संरक्षण समिती स्थापन करण्यामध्ये माझा महत्त्वाचा सहभाग होता. या दोन घटक राष्ट्रांचे (त्या वेळी ही घटक राष्ट्रे होती) गव्हर्नर जनरल हे योग्यतेनुसार या समितीचे अध्यक्षपद भूषवणार होते. माझ्या जिना यांच्याशी झालेल्या प्रत्येक भेटीमध्ये, अगदी पाकिस्तानमध्ये आम्ही भेटलो त्या वेळीही त्यांनी मला या समितीचे अध्यक्षपद भूषवण्याचा आग्रह केला होता.

प्राथमिकतः फाळणीनंतर भारतीय उपखंड संरक्षण आणि परराष्ट्र धोरणांच्या मुद्द्यावर भरकटू नये, याची खातरजमा करण्यासाठी ही संयुक्त संरक्षण समिती स्थापन करण्यात येणार होती आणि त्याबाबत सर्व काही योग्य दिशेने चालले होते. तथापि, स्थलांतरितांचे लोंढे, दंगे आणि कत्तली हाताबाहेर गेल्या आणि आदिवासी लोकांनी काश्मीरमध्ये घुसखोरी केली, तेव्हा ही बोलणी फिसकटली.

संयुक्त संरक्षण समिती व्यवस्था पुन्हा निर्माण करणे हा समस्यांना नव्याने भिडण्याचा सर्वोत्तम मार्ग आहे, हे माझे मत आजही कायम आहे. या संयुक्त संरक्षण समितीमध्ये बांगलादेशलाही प्रवेश देता येईल आणि त्यामुळे तीन देशांची ही समिती पूर्वीचा ब्रिटिश

भारतीय प्रदेश सामावून घेऊ शकेल. एक मात्र निश्चित आहे की जर भारतीय उपखंडाची अशा परस्परांशी जवळून संपर्कात नसणाऱ्या आणि एकमेकांमध्ये समजुतीचे वातावरण नसणाऱ्या स्वतंत्र राष्ट्रांमध्ये शकले होऊ लागली, तर ती शोकांतिका ठरेल.

तुम्ही तुमचे स्वतःचे विचार विकसित करताना माझ्याशी संपर्क कायम ठेवाल, अशी मी आशा करतो. दरम्यान, १९७७ या नववर्षासाठी तुम्हाला माझ्याकडून खूप शुभेच्छा आणि तुम्ही पाठवलेल्या शुभेच्छा पत्रासाठी धन्यवाद.

तुमचा विश्वासू,
ब्रह्मदेशाचा माउंटबॅटन

शरद यांनी आपल्या बाजूने, त्यांना प्रिय असणाऱ्या बंगालच्या एकता व अखंडत्वासाठी, तसेच हिंदू आणि मुस्लिम या दोन समाजांमध्ये एकोपा निर्माण करण्यासा अथकपणे कसोशीने प्रयत्न करणे सुरूच ठेवले. हे प्रयत्न स्वातंत्र्यानंतरही, सुमारे दोन वर्षे २० फेब्रुवारी, १९५० रोजी त्यांचे निधन होईपर्यंत सुरू होते. १९५० च्या सुरुवातीस पूर्व पाकिस्तानमध्ये हिंदू अल्पसंख्याकांविरोधात धार्मिक हिंसाचार उसळल्याच्या पार्श्वभूमीवर शरद यांनी पुन्हा आपले बंगाली मुस्लिम सहकारी अबुल हाशिम आणि फझलुल हक यांच्यासोबत वाटाघाटी सुरू केल्या. या वेळी पूर्व पाकिस्तानला एक स्वतंत्र राज्य म्हणून भारतीय राष्ट्राअंतर्गत आणण्याच्या उद्देशाने या वाटाघाटी सुरू होत्या.

शरद यांनी 'दि नेशन' वृत्तपत्रात यासंबंधीच्या वृत्तांमधून या प्रक्रियेला सुरुवात करावी, असे त्यांच्यामध्ये ठरले. त्यानुसार १, वूडबर्न पार्क येथील घरी मध्यरात्रीच्या सुमारास निधन होण्यापूर्वी अगदी अर्धा तास त्यांनी दुसऱ्या दिवशीच्या *'दि नेशन'*च्या अंकासाठी 'भारत आणि पाकिस्तानला आवाहन' (अन अपील टू इंडिया अँड पाकिस्तान) या नावाने संपादकीय लिहून पूर्ण केले. भारताच्या आणि बंगालच्या फाळणीची वेदना अखेरच्या श्वासापर्यंत त्यांच्यासोबत होती आणि बंगालच्या आणि भारताच्या या महान सुपुत्राने लिहिलेले अखेरचे शब्द हा फाळणीच्या दुभंगापासून किमान काहीतरी वाचवण्यासाठी आपल्यापरीने केलेल्या अखेरच्या प्रयत्नाकडे मुख्यत्वे प्रतिकात्मक दृष्टीने पाहिले गेले. हे संपादकीय खालीलप्रमाणे होते:

याच्या मागील शनिवारी, या महिन्याच्या ११ तारखेला तीव्र वैयक्तिक दुःखाच्या सावटाखाली (प्रिय भावाचे निधन) लिहिताना मी पूर्व आणि पश्चिम बंगालमधील माझ्या बंगाली बांधवांना शांतता, सन्मानपूर्वक शांतता, सारासार विवेकाचा, स्थितप्रज्ञतेचा आणि समजूतदारपणाचा सन्मान राखण्याचे आवाहन केले होते. सर्व पवित्र देवतांना स्मरून, बंगालच्या भूतकाळाला स्मरून, जो मैत्रीभाव आहे आणि राहिल त्याला स्मरून, मानवतेला स्मरून त्यांनी हिंसाचाराच्या तत्त्वांचा त्याग करावा, स्थितप्रज्ञता आणि समजूतदारपणा

पुन्हा मिळवावा आणि धार्मिक शांतता व सलोखा पुनर्प्रस्थापित करावा, असे आवाहन मी त्यांना केले होते. मार्गदर्शक प्रकाशासाठी त्यांनी दिल्लीकडे अथवा कराचीकडे डोळे लावून बसू नये, कारण प्रकाश तेथून येणार नाही. त्याऐवजी त्यांच्या अंतःकरणात असलेल्या प्रकाशाचे मार्गदर्शन घ्यावे, असे मी सांगितले होते.

सध्याच्या परिस्थितीवर काय उपाय असू शकेल, याचा मी मागील अकरा दिवसांपासून सखोल विचार करत आहे. पूर्व बंगालमधील हिंदूंचे मोठ्या प्रमाणावर स्थलांतर करावे किंवा बंगालच्या दोन भागांमध्ये लोकसंख्येची अदलाबदल करावी, यांसारख्या विविध कानाकोपऱ्यातून देण्यात येणाऱ्या सल्ल्यांचा मी विचार करत आहे. सखोल विचार आणि प्रगल्भ चिंतन केल्यानंतर यापैकी कोणताच उपाय असू शकत नाही, या निष्कर्षाप्रत मी आलो आहे. पंजाबमध्ये आणि पंजाबमधून बाहेर सक्तीने मोठ्या प्रमाणात स्थलांतर केले गेल्याने अनेक समस्या मागे राहिल्या आहेत आणि यातील प्रत्येक समस्या आजही उपायांना आह्वान देत आहे, याची मी भारत आणि पाकिस्तानातील जनतेला आठवण करून देणे गरजेचे आहे.

पूर्व बंगालने भारत राष्ट्रामध्ये वेगळे स्वतंत्र राज्य म्हणून सहभागी व्हावे आणि भारत आणि पाकिस्तानातील जनतेने हे शक्य तितक्या लवकर घडून येण्यासाठी आपापल्या सरकारवर दबावगट निर्माण करावा, असा उपाय मी भारत आणि पाकिस्तानच्या जनतेसमोर स्वीकारण्यासाठी ठेवत आहे. प्रांताचे विभाजन झाले असले, तरी माझ्या मते धार्मिक आधारावर प्रांताची फाळणी करणे हा उपाय असू शकत नाही, हे मी मागील तीन वर्षांमध्ये वारंवार सांगत आहे. हिंदू आणि मुस्लिमांना तरीही एकमेकांशेजारीच राहावे लागणार आहे आणि जातीय वर्गीकरण किंवा धर्माच्या आधारावर वेगळे करणे हे आवश्यकही नाही आणि व्यवहार्यही नाही.

हे माझे राजकीय मत आहे आणि मी माझ्या आयुष्यात कधीही हिंदू आणि मुस्लिम यांच्यामध्ये अखंड बंगालमध्ये किंवा विभाजित बंगालमध्येही फरक केलेला नाही. दोन्ही बंगालमधील लोकसंख्या आधीप्रमाणेच आताही संमिश्र आहे. अगोदरच घडून गेलेल्या बंगालच्या फाळणीला धक्का लावण्याची माझी इच्छा नाही. नजीकच्या भूतकाळात पूर्व बंगालच्या जनतेमध्ये वैफल्याची भावना निर्माण झाली आहे आणि फाळणीची मागणी करण्यामागे तेही एक कारण आहे, याची मला चांगलीच जाणीव आहे.

मी जो उपाय सुचवतो आहे, त्यामुळे सध्याच्या परिस्थितीमध्ये शक्य तितका कमी हस्तक्षेप करण्यात येईल. एक वेगळे व स्वतंत्र राज्य म्हणून पूर्व बंगालने जगावे व समृद्ध व्हावे परंतु, दोन्ही बंगालमध्ये राहणाऱ्या समाजांच्या भविष्यातील उत्कर्षासाठी. मी आधी म्हणालो त्याप्रमाणे बंगालचे दोन्ही भाग एकमेकांपासून अविभाज्य आहेत, त्यांचे एकमेकांशी हाडामांसाचे नाते आहे. त्यामुळे भारतीय राष्ट्राच्या पालकत्वामध्ये पूर्व बंगालने राहावे व आपली भरभराट करावी.

> 'दि नेशन' वृत्तपत्रातील माझ्या सहकाऱ्यांच्या नावाने आणि त्यांच्या वतीने, तसेच माझ्या वतीनेही मी भारत आणि पाकिस्तानच्या जनतेसमोर हा उपाय विचारार्थ आणि स्वीकारार्थ ठेवत आहे. हा उपाय केवळ दोन बंगालमध्येच नाही, तर भारत आणि पाकिस्तानमध्येही शांतता व समृद्धी आणण्याच्या दृष्टीने हितावह आहे, असे 'दि नेशन' या वृत्तपत्राला वाटते आणि सर्व शांततामय आणि कायदेशीर मार्गांनी वेगाने उपाय शोधण्याच्या कार्यात हे वृत्तपत्र स्वतःला समर्पित करते.

शरद यांच्या अचानक व अकाली निधनामुळे पूर्व पाकिस्तानने भारतीय राष्ट्राअंतर्गत एक राज्य बनण्याची कल्पना जन्मतःच मरून गेली. अनेक कारणांसाठी पूर्व पाकिस्तान हा व्यवहार्य पर्याय ठरणार नाही, असा अंदाज शरद व अगदी माउंटबॅटन यांच्यासह अनेकांनी त्याच वेळी व्यक्त केला होता व जिनांनाही ही भीती वाटत होती. त्यानंतर पाव दशकाच्या आतच १९७१ मध्ये रक्तरंजित क्रांती आणि अराजकानंतर बांगलादेश हे नवे सार्वभौम राष्ट्र उदयास आले, तेसुद्धा भारत राष्ट्राने हस्तक्षेप व लष्करी सहकार्य केल्यानंतरच, हे येथे नमूद केले पाहिजे.

शरद यांच्या निधनानंतरही काही काळ 'यूएसओआय' टिकून होती. मात्र, शरद यांच्या प्रभावशाली नेतृत्वाखाली या संघटनेने जी लक्षणीय गती पकडली होती, ती कायम राहू शकली नाही. भारतात अस्तित्वात असलेल्या अनेक डाव्या घटकांना एकत्र आणून परिणामकारक राजकीय लढा देणारी शक्ती निर्माण करण्याचे प्रयत्न आजपर्यंत सुरू आहेत. भारतात डाव्या आघाडीचे सरकार असणाऱ्या काही राज्यांमध्ये पश्चिम बंगाल हे एक होते आणि भाकपाचे (मार्क्सवादी) नेते ज्योती बसू हे फॉरवर्ड ब्लॉकसह स्थापन केलेल्या सरकारमध्ये तीन दशकांहून अधिक काळ मुख्यमंत्री होते, ही बाब कदाचित प्रतिकात्मकच म्हणावी लागेल.

बंगाल एकेकाळी स्वातंत्र्यपूर्व काळामध्ये ज्याप्रमाणे राष्ट्रीय राजकीय चर्चेमध्ये प्रामुख्याने सहभागी होता, त्याप्रमाणे स्वातंत्र्यानंतर पश्चिम बंगाल राहिला नाही, हे सुद्धा दखल घेण्याजोगे आहे. शरद यांचे १९५० मध्ये निधन झाल्यानंतर कोणताही प्रमुख बंगाली राष्ट्रीय नेता सी. आर. दास, सुभाष आणि शरद यांच्या प्रभाव, परिणाम आणि करिष्म्याच्या जवळपासही पोहचू शकला नाही. तो काळ अजून अवतरायचा आहे.

उपसंहार

सुभाष

कलकत्त्याच्या कुडकुडणाऱ्या हिवाळ्यात १६ जानेवारी, १९४१ रोजी दुपारच्या सावल्या लांब होऊ लागल्या, तेव्हा 'भटक्यांचे राजपुत्र' सुभाष (शरद यांनी सुभाष यांना 'प्रिन्स ऑफ व्हेगाबाँड' हे टोपणनाव दिले होते.) हे एल्गिन मार्गावरील आपल्या घरामधून आणि त्यांनीच स्वतःला बंद करून घेतलेल्या खोलीमधून पलायन करण्याची अंतिम तयारी करत होते. १७ जानेवारी, १९४१ रोजी पहाटे सुभाष निसटले आणि कारमधून, रेल्वेमधून आणि पायी प्रवास करून पूर्व भारतातून उत्तरेला आणि तेथून पुढे वायव्येला अफगाणिस्तानातील काबूल येथे पोहोचले. काबूलहून कार आणि रेल्वेमधून त्यांनी मॉस्कोपर्यंतचा प्रवास केला. मॉस्कोहून विमानाने ते अखेर एप्रिल, १९४१ च्या सुरुवातीस बर्लिन येथे पोहोचले.

भाऊ शरद आणि जवळच्या कुटुबींयामधील निवडक लोकांसह सुभाष यांनी काळजीपूर्वक ही योजना तयार केली होती. त्यामुळेच सुभाष यांना त्यांच्यावर पाळत ठेवून असलेल्या ब्रिटिश हस्तकांना हुलकावणी देण्यात यश आले आणि या वेळी भारताबाहेरून लष्करी बळाचा वापर करून त्यांच्या मते भारतीय स्वातंत्र्यलढ्यातील पुढच्या व अखेरच्या टप्प्याची सुरुवात करता आली.

बर्लिन येथे आगमन झाल्यापासून सुभाष यांनी आपला वेळ जर्मन फौजांसह लढू शकेल आणि अंतिमतः पश्चिमेकडून ब्रिटिश भारतावर हल्ला करू शकेल, असे भारतीय सैन्य उभारण्यात व ते अधिक बळकट करण्यात घालवला, हे आता आपल्याला माहीत झाले आहे. हिटलरच्या नेतृत्वाखालील जर्मन राजवट आणि भारतीय स्वातंत्र्याला पाठिंबा देण्याविषयीची त्यांची अनिच्छा, यांबाबत सुभाष यांचा भ्रमनिरास वाढू लागला होता, हेसुद्धा आपल्याला माहीत आहे. हिटलर आणि त्यांच्या समर्थकांकडून सांगितल्या जाणाऱ्या आर्य वंशाचे सिद्धान्त सुभाष यांना पटत नव्हते. हिटलर यांच्या 'माएन कुम्फ' या पुस्तकामध्ये भारताविषयी करण्यात आलेली विशिष्ट आक्षेपार्ह टिप्पणी काढून टाकण्यात यावी, अशी मागणी सुभाष यांनी अनेकदा आणि खुद्द हिटलर यांच्याशी थोडक्यात झालेल्या भेटीवेळीही केली होती. तथापि, ते घडले नाही.

जर्मनीने जून, १९४१ मध्ये त्यांचे पूर्वीचे मित्र राष्ट्र असलेल्या सोव्हिएत युनियनविरुद्ध आघाडी उघडल्यानंतर सुभाष हे खासकरून निराश झाले व गांगरले होते. सुभाष यांचा नेहमीच सोव्हिएत रशियकडे कल होता आणि ब्रिटिश साम्राज्याविरुद्धच्या लष्करी लढ्यामध्ये सोव्हिएतकडून सहकार्य मिळेल, अशी आशा त्यांनी बाळगली होती. १५ ऑगस्ट, १९४१ रोजी नाझी जर्मन राजवटीच्या मध्यभागी बर्लिनमध्ये राहणाऱ्या सुभाष यांनी जर्मनीचे परराष्ट्र मंत्री जे. वॉन रिबेनट्रॉप यांना पत्र लिहून 'जर्मन फौजांनी पूर्वेकडे कूच केल्याने मित्र नाही, तर शत्रू नजीक आल्याचे मानले जाईल', असे कळवले होते.

नपेक्षा, १९ फेब्रुवारी, १९४२ रोजी सुभाष हे प्रक्षेपित झालेल्या जाहीर भाषणातून प्रथमच लोकांसमोर आल्यानंतर, ते बर्लिन येथून ब्रिटिशविरोधी व साम्राज्यशाहीविरोधी भाषणे प्रक्षेपित करण्यासाठी जर्मन अधिकाऱ्यांची परवानगी मिळवण्यात यशस्वी झाले. तोपर्यंत सुभाष ऑरलँडो मॅझोटा या टोपण नावाने भाषणे करत होते.

त्या वेळी लंडन येथे असलेले अमिय यांना युरोप खंडातून हवेतील तरंगलहरींमार्गे येणारा आवाज ओळखण्यासाठी बीबीसीने त्यांच्या स्टुडिओला भेट देण्याची विनंती केली. अमिय यांना हा आवाज ओळखणे जराही कठीण गेले नाही आणि हे अन्य कोणीही नसून खुद्द सुभाष आझाद हिंद रेडिओवरून बोलत आहेत, यावर अमिय यांनी शिक्कामोर्तब केले. किंबहुना अमिय यांनी प्रामुख्याने सुभाष काकांची प्रक्षेपित होणारी भाषणे ऐकण्यासाठी आपल्या खोलीमध्ये रेडिओ संचही ठेवला होता. अमिय यांनी त्यांच्या खोलीमध्ये सुभाष यांचे मोठे छायाचित्र लावले असल्याचा दावाही ब्रिटिशांच्या टेहाळणी पथकाच्या अहवालात करण्यात आला होता!

१९४३ च्या सुरुवातीपर्यंत जपानी फौजांचा विजयी वारु दक्षिण आशियाच्या बहुतांश भागात, तसेच पश्चिम प्रशांत महासागरात चौखूर उधळला होता. लष्करी शक्तीच्या जोरावर भारतीय स्वातंत्र्यासाठी करण्यात येणाऱ्या प्रयत्नात आपण जपान्यांसोबत युती करून अधिक महत्त्वाची भूमिका बजावू शकतो, असे जर्मन सत्ताधाऱ्यांना पटवून देण्यात सुभाष यांना यश आले. तोपर्यंत जपानी सत्ताधाऱ्यांनी आशिया-पॅसिफिक युद्धाच्या मंचावर सुभाष यांची आवश्यकता व्यक्त करणारा संदेश जर्मन सत्ताधाऱ्यांपर्यंत पोहोचवला होता, त्याचीही मदत झाली. आधी टोकिओस्थित भारतीय क्रांतिकारी राश बिहारी बोस यांनी स्थापन केलेल्या, परंतु सध्या गटांगळ्या खात असलेल्या आझाद हिंद सेनेच्या पुनरुज्जीवनाच्या प्रयत्नांचे नेतृत्व करण्यासाठी सुभाष यांना बोलावण्यात आले.

अशाप्रकारे, या वेळी सुभाष यांनी ८ फेब्रुवारी, १९४३ रोजी ऐन महायुद्धाच्या मध्यात युरोपपासून ते आग्नेय आशियापर्यंत धोकादायक प्रवास पाणबुडीमधून केला. त्यांनी सर्वप्रथम यू-बोट या पाणबुडीमधून जर्मनांसोबत हिंदी महासागरातील मादागास्करपर्यंतचा प्रवास केला.

या प्रवासात त्यांचे सहकारी अबिद हुसेन त्यांच्यासोबत होते. तेथे त्यांना समुद्रामध्येच जपानी पाणबुडीत हलवण्यात आले. या पाणबुडीने त्यांना आज इंडोनेशियामध्ये असलेल्या सुमात्रा बेटावरील सबान येथे पोहचवले. तेथून जपानी लष्कराच्या विमानातून ते टोकिओला पोहोचले.

त्यानंतर ते सिंगापूर येथे गेले. जपान सरकारच्या पाठिंब्याने ते अतिशय अल्पावधीत २१ ऑक्टोबर, १९४३ रोजी सिंगापूरच्या महत्त्वपूर्ण अशा कॅथे इमारतीमध्ये हंगामी आझाद हिंद सरकार स्थापन करू शकले. जपानी लष्करासोबत प्रत्यक्ष युद्धात लढणाऱ्या पुनरुज्जीवित व नवप्रेरित अशा आझाद सेनेचे सर्वोच्च सेनापती म्हणून त्यांनी नेतृत्व केले आणि अगदी कमी काळासाठी का होईना, पण पुन्हा एकदा ते आपल्या प्रिय भारताच्या मातीला स्पर्श करू शकले.

युरोपातून नव्हे, तर सिंगापूर, टोकिओ, रंगून आणि अग्नेय आशियातील जंगलांमधून आता स्वातंत्र्य आणि मुक्तीचे रणशिंग फुंकण्यात आले होते. याद्वारे, ब्रिटिशांकडे विनाशर्त भारत सोडण्याची मागणी करण्यात आली होती, देशवासीय बंधूभगिनींना 'स्वातंत्र्य येत आहे, एकता कायम ठेवा', असे सांगण्यात आले होते, तर आझाद हिंद सेनेच्या सैनिकांना 'चलो दिल्ली!'चा नारा देण्यात आला होता.

सुभाष यांच्या नेतृत्वाखालील आझाद हिंद सेनाही एक आविष्कार असल्याचे सिद्ध झाले. परिस्थितीमुळे आणि सरस असणाऱ्या शत्रूफौजांकडून त्यांना युद्धात पराभव पत्करावा लागला असला, तरी ब्रिटिशांना दुसऱ्या महायुद्धात विजय मिळवल्यानंतरही 'भारत आता ब्रिटिश साम्राज्याच्या मुकुटातील शिरोमणी राहिला नाही' ही जाणीव होण्यामध्ये आझाद हिंद सेना हा महत्त्वाचा घटक ठरला. आपण ब्रिटिश भारतीय फौजांची निष्ठा गमावली असून आपण यापुढे भारतावर नियंत्रण ठेवू शकणार नाही, हे ओळखणे ब्रिटिशांना भाग पडले. उल्लेखनीय बाब म्हणजे दुसऱ्या महायुद्धातील प्रमुख विजेत्यांपैकी एक असूनही ऑगस्ट १९४५ मध्ये युद्ध समाप्त झाल्यानंतर वर्षा-दोन वर्षांतच ब्रिटिशांना भारतीय उपखंडातून काढता पाय घ्यावा लागला.

आझाद हिंद सेनेपुरता विचार करायचा झाल्यास ब्रिटिश भारतीय सैन्यातील आपले आप्तेष्ट आणि मलाया, सिंगापूर, ब्रह्मदेश, थायलंड येथे वास्तव्यास असलेले आपले भारतीय बांधव स्त्री व पुरुष दोघेही आपल्यासाठी लढत आहेत आणि त्यांनी साम्राज्यवादी पर्वत भेदला आहे, हे माहीत झाल्यानंतर ब्रिटिशकालीन भारताच्या शहर व गावांमध्ये राहणारे भारतीय लोक थक्क व सद्गदित झाले होते. ही क्रांतिकारी भारतीय सेना पूर्णपणे आणि जाणीवपूर्वक धर्मनिरपेक्ष आहे आणि सुभाष यांच्या नेतृत्वाखालील व्यूहरचना ठरवणाऱ्या वरिष्ठ फळीमध्ये हिंदू, मुस्लिम आणि शीखांचा समावेश आहे, हे समजल्याने भारतीय जनता विलक्षण आश्चर्यचकित झाली होती.

आझाद हिंद सेनेतील तीन वरिष्ठ अधिकारी प्रेम सेहगल (हिंदू), शाह नवाझ खान (मुस्लिम) आणि जी. एस. धिल्लन (शीख) यांच्याविरुद्ध खटल्याच्या सुनावणीस ब्रिटिशांनी १९४६ च्या सुरुवातीस दिल्लीतील लाल किल्ल्यावर सुरुवात केली, त्या वेळी एका लखख क्षणी सुभाष यांनी प्रत्यक्षात आणलेले धर्मनिरपेक्षतावादाचे हे झळाळते उदाहरण बोस बंधूच्या भविष्यवेधी विचारांतील नव्या, अखंड भारताकडे जाण्याचा मार्ग दाखवेल असे वाटले होते. दुर्दैवाने त्यानंतर घडलेल्या घटनांनी सिद्ध केल्याप्रमाणे असे झाले नाही, आणि छाटलेला भारत व तुटलेला पाकिस्तान यांचा उदय रोखण्यासाठी, तसेच फाळणीच्या वेळी झालेला राक्षसी रक्तपात रोखण्यासाठी तोपर्यंत दुर्दैवाने खूप उशीर झाला होता.

स्वतः विजय होवो अथवा पराभव, आझाद हिंद सेनेचे पुन्हा भारतामध्ये नेतृत्व करण्याचा त्यांचा विचार सुभाष प्रत्यक्षात आणू शकले असते, तर काय घडले असते, हे इतिहासामध्ये अज्ञात राहिलेल्या महान प्रकरणांपैकी एक आहे आणि राहील. निश्चितपणे सांगायचे झाल्यास भारतीय उपखंडाची चिरफाड करण्याविरुद्धचा लढा त्यांनी सुरू ठेवला असता आणि त्यांच्या परतण्याने फाळणी ही सत्तेसाठी मोजावी लागलेली किंमत आहे, हे स्वीकारलेल्या 'वृद्ध, थकलेल्या लोकांमध्ये' कदाचित नवी उमेद जागृत झाली असती. १९३० च्या सुरुवातीपासून काँग्रेस नेतृत्वाकडून सतत टिकेची झोड व अपमान झेलत आलेल्या जिना यांच्याशी सुभाष कदाचित अधिक विधायकरीत्या वाटाघाटी करू शकले असते. माउंटबॅटन यांनी ज्यांना देशद्रोही म्हणून हिणवले, त्या सुभाष यांच्यासोबत माउंटबॅटन यांना गांभीर्याने वाटाघाटी कराव्या लागल्या असत्या, असे मानले तर निश्चितपणे सुभाष यांनी माउंटबॅटन यांचा अनुनय करण्यास कडवा विरोध केला असता. परिस्थितीने कदाचित माउंटबॅटन यांचे हात बांधलेले असते.

प्रशांत क्षेत्रातील युद्ध संपुष्टात आल्यानंतर काही दिवसांतच १८ ऑगस्ट, १९४५ रोजी सुभाष राजकीय आणि सामरिक पटलावरून बेपत्ता झाल्यामुळे दुर्दैवाने यापैकी काहीच घडले नाही. मंचुरियाला निघालेले बॉम्बहल्ला करणारे जपानी विमान इंधन भरण्यासाठी फोर्मोसा (सध्याच्या तैवानमधील) येथील हवाई तळावर थांबले होते. उड्डाण करताना या विमानाला झालेल्या अपघातामध्ये त्या दिवशी दुपारी उशीरा सुभाष यांचा मृत्यू झाला, असा आरोप केला जातो. जपानी लष्कराच्या सहाय्याने सुभाष यांनी १६ ऑगस्ट, १९४५ रोजी सिंगापूर ते बँकॉक या आपल्या हवाई प्रवासाला सुरुवात केली. बँकॉक येथे त्यांनी रात्र घालवली. दुसऱ्या दिवशी १७ ऑगस्ट, १९४५ रोजी ते सेईगॉन (आताचे हो चि मिन्ह सिटी हे शहर) येथे पोहचले व त्या रात्री तेथेच राहिले. दुसऱ्या दिवशी ते तेथून फोर्मोसाला रवाना झाले.

विमान अपघाताच्या या कथेवर आजपर्यंत वाद घातला जातो. पुन्हा एकदा निसटून जाण्यासाठी आणि या वेळी मंचुरिया येथील विजयी ठरलेल्या सोव्हिएत महासंघाच्या

फौजांशी जोडले जाण्यासाठी त्यांनी योजलेली ही आणखी एक क्लृप्ती होती, असे अनेकांना वाटते यात कोणतेच आश्चर्य नाही. याप्रकरणी भारताच्या केंद्र सरकारने आजवर एकूण तीन अधिकृत चौकशी समित्या नेमल्या आहेत.

विशेषतः काँग्रेस पक्षाने कालौघात वेळोवेळी स्पष्ट केलेल्या स्वतःच्या कारणांमुळे सुभाष यांच्याबाबतची ही विमान अपघाताची कथा स्वीकारून सुभाष यांच्या मृत्यूवर कायमचा पडदा टाकण्याचा निश्चय केला आहे. जर याप्रकरणी आणखी स्पष्टता आणायची असेल, तर ब्रिटन, रशिया, अमेरिका, जपान आणि भारत येथील आतापर्यंत प्रसिद्ध करण्यात न आलेल्या दस्तावेजांमध्ये त्याची उत्तरे शोधावी लागतील.

दरम्यान, विमान अपघाताच्या कथेविषयी सातत्याने उपस्थित केल्या जाणाऱ्या संशयामुळे भारत आणि आशियाच्या स्वातंत्र्यलढ्यातील या महान व्यक्तिमत्वाभोवतीचे गूढतेचे वलय अधिकच वाढले आहे. ते रशियामध्ये पोहोचले आणि तेथे अज्ञात कारणाने त्यांचा मृत्यू झाला, ते माओ त्से तुंग यांच्या चीनमध्ये पोहोचले आणि माओ हे १ ऑक्टोबर, १९४९ रोजी चीनच्या सत्तेवर आल्यानंतर शरद यांनी त्यांना अभिनंदनाचा संदेश पाठवला होता, तेव्हा माओ यांनी शरद यांना पाठवलेल्या उत्तरामध्ये सुभाष यांचा हात आहे, असे शरद यांना वाटले होते. ते गुपचूप भारतात परतले आणि साधू बनले, ते अनेकदा रेल्वेतून प्रवास करताना, आश्रमांमध्ये व इतरत्र आढळून आले, असे नवनवीन तर्कवितर्क त्यांच्या अदृश्य होण्याविषयी लढवले जातात.

या सर्व गोष्टींमधे एक गोष्ट निश्चित आहे आणि त्याबाबत वाचक खात्री बाळगू शकतील ती म्हणजे, सुभाष यांनी प्रज्वलित केलेली ज्योत विझली नाही आणि विझणारही नाही. ते अनेकांची कल्पनाशक्ती चेतवत राहतील आणि येणाऱ्या पिढ्यांना प्रेरित करत राहतील.

शरद

सुभाष १७ जानेवारी, १९४१ रोजी कलकत्त्याच्या अंधाराच्या आच्छादनात विरघळून गेल्यानंतर शरद यांनी पुन्हा त्यांना पाहिले नाही. या योजनेचा भाग म्हणून आणि पाळत ठेवून असलेल्या पोलिसांच्या हस्तकांना संशय येऊ नये म्हणून सुभाष रात्रीच्या वेळी पळून गेल्याच्या दुसऱ्या दिवशी शरद व पत्नी विभावती हे कलकत्त्याबाहेर हुगळी नदीकाठी असलेल्या रिश्रा येथील त्यांच्या आवडत्या ठिकाणी गेले होते. ते त्यानंतर ते शांतपणे १, वूडबर्न पार्क येथील घरी परतले आणि सुरू असलेल्या गोंधळामध्ये निष्पापणे सहभागी झाले. ब्रिटिश अधिकाऱ्यांनी पत्र वाचण्याची शक्यता असल्याने शरद यांनी त्या वेळी लंडनमध्ये

असलेल्या अमिय यांना पाठवलेल्या खासगी पत्रामध्ये सुभाषकाका 'बेपत्ता' झाल्याचे म्हटले होते. सुभाष यांनी स्वतः कलकत्त्याहून पलायन करण्याच्या काही दिवस आधी अमिय यांना तार पाठवली होती – 'हळूहळू प्रकृती सुधारत आहे. काळजी करू नकोस. सुभाष.'

त्रिपुरी येथील १९३९ च्या अधिवेशनात व त्यानंतर घडलेल्या घटनांच्या पार्श्वभूमीवर शरद आणि सुभाष यांना या काळापर्यंत काँग्रेसच्या प्रशासन समितीवरून निलंबित करण्यात आले होते. ब्रिटिश भारतात सर्वत्र प्रांतीय आणि केंद्रीय विधिमंडळामध्ये काँग्रेसच्या मंत्र्यांनी राजीनामे दिले आणि ही पोकळी भरून काढण्यासाठी मुस्लिम लीग जिना यांच्या धूर्त व अधिकाधिक आक्रमक होत चाललेल्या नेतृत्वाखाली ब्रिटिश राजवटीसोबत वाटचाल करत होती. यामध्येच गांधींच्या ऑगस्ट, १९४२ मध्ये सुरू झालेल्या आणि काहीशा विलंबानेच बोस बंधूंच्या उदार भूमिका ओळखणाऱ्या 'छोडो भारत' चळवळीची बीजे पेरली गेली होती.

सुभाष हे एप्रिल, १९४१ पासून तात्पुरते बर्लिन येथे स्थायिक झाले होते तेव्हा शरद यांनी आपले लक्ष बंगालच्या राजकारणाकडे आणि पुन्हा एकदा आपला कुरूप चेहरा दाखवण्यास सुरुवात केलेल्या जातीयवादाच्या काळ्या पिशाच्चाकडे वळवले. १९३७ मध्ये बंगाल आणि इतर प्रांतांमध्ये काँग्रेसने इतर पक्षांसोबत संयुक्त सरकार स्थापन करण्याची आवश्यकता गांधी व काँग्रेस कार्यकारिणीला पटवून देण्यात शरद आणि सुभाष अपयशी ठरले, हे आपण यापूर्वी पाहिले आहे. याचा अटळ परिणाम म्हणून १९३७ ते १९४१ या काळात बंगालमध्ये मुस्लिम लीगचे वर्चस्व असलेल्या मंत्रिमंडळाची सत्ता होती आणि धार्मिक तणाव पुन्हा डोके वर काढू लागले होते.

त्यामुळेच आता काँग्रेसमधून निलंबित झालेल्या शरद यांनी वादविवादामधील आपले जुने सहकारी व काही काळासाठी राजकीय सोबती असलेल्या, तसेच आता जिना आणि मुस्लिम लीग यांच्यापासून फारकत घेतलेल्या फझलुल हक यांना साथीला घेऊन एकत्रितपणे नव्या बंगाल पुरोगामी आघाडीची स्थापना केली व हक यांच्याकडे या आघाडीचे नेतृत्व सोपवले. १९४१ च्या अखेरीस बंगालची सत्ता हाती घेणाऱ्या नव्या धर्मनिरपेक्ष सरकारचे हिंदू आणि मुस्लिमांनी स्वागत केले, तसेच तेव्हा जपानकडून प्रशांत महासागरात, आग्नेय आशियामध्ये ब्रिटिश व अमेरिकन फौजांवर भयानक हल्ले सुरू झाले होते.

ब्रिटिशांनी व अमेरिकनांनी ७ व ८ डिसेंबर, १९४१ रोजी जपानविरुद्ध तातडीने युद्ध घोषित केल्याच्या काही दिवसांमध्येच ११ डिसेंबर, १९४१ रोजी शरद यांना ब्रिटिशांकडून अटक करण्यात आली. शरद यांचे जपान्यांशी जवळचे संबंध असून ते ब्रिटिशांच्या हितसंबंधांना धोका निर्माण करू शकतात, असे कारण या अटकेसाठी देण्यात आले होते. शरद यांच्या अटकेसाठी हे मुद्देही कारणीभूत असले, तरी हक यांच्या नेतृत्वाखालील नव्या संयुक्त सरकारमध्ये प्रभावशाली मंत्री म्हणून शरद बोस 'त्रासदायक' ठरण्याची शक्यता

ब्रिटिशांना आवडली नव्हती व ते यामुळे चिंताग्रस्त झाले होते, असे त्यांचा कागदपत्रांवरून दिसते.

शरद यांना पुढील जवळपास चार वर्षे ब्रिटिशांच्या नियंत्रणाखाली असलेल्या कारागृहांमध्ये घालवावी लागली. यापैकी बहुतांश काळ ते बंगालपासून दूर भारताच्या दक्षिणेला असलेल्या उष्ण व आर्द्र तमिळनाडूमधील कूनूर येथे होते. १४ सप्टेंबर, १९४५ रोजी त्यांची सुटका करण्यात आली तोपर्यंत महिन्याभरापूर्वीच १४ ऑगस्ट, १९४५ रोजी जपानने शरणागती पत्करली होती आणि १८ ऑगस्ट, १९४५ रोजी सुभाष यांच्या बेपत्ता होण्याचा घणाघाती प्रहार सहन करावा लागला होता. आतापर्यंत शरद यांची शारीरीक प्रकृती खालावलेली असली, तरी त्यांचे दुर्दम्य मन शाबूत होते.

कारागृहातून सुटल्यानंतर लागलीच शरद सर्व आघाड्यांवर काम करण्यासाठी सज्ज झाले. यापैकी अग्रक्रमाचे काम म्हणजे त्यांच्या मोठ्या कुटुंबाचे व त्यांच्यावर अवलंबून असलेल्या लोकांचे पालनपोषण करण्यासाठी, त्याचप्रमाणे ते कारागृहात असताना वाढत गेलेली कर्जे फेडण्यासाठी वकिली पुन्हा सुरू करणे हे होते.

शरद यांच्या कारावासाच्या अखेरच्या काही महिन्यांमध्ये गांधींनी त्यांना काँग्रेसमध्ये परतण्याची विनंती केली होती. यापूर्वी नमूद केल्याप्रमाणे, डिसेंबर, १९४४ मध्ये ब्रिटनहून परतलेल्या अमिय यांच्या मध्यस्थीची मदत घेऊन गांधी यांना प्रामुख्याने ही विनंती पोहचवली होती. गांधी यांनी मे, १९४५ मध्ये पुणे येथे निसर्गोपचार केंद्रामध्ये वास्तव्यास असताना अमिय यांना आमंत्रित केल्याचे अमिय यांनी त्यांच्या अप्रकाशित चरित्रामध्ये नमूद केले आहे. अमिय हे एक आठवडा गांधी व इतर लोकांसह पुण्यामध्ये राहिले. या दरम्यान शरद यांना काँग्रेसमध्ये पुन्हा सहभागी होण्यासाठी आपल्याकडे परतण्याची विनंती करणारे पत्र गांधी यांनी सांगून लिहून घेतले. ब्रिटिशांना देशाबाहेर हाकलण्याकरिता पुन्हा सुरू करण्यात येणाऱ्या राजकीय व संवैधानिक लढ्यामध्ये सर्व राष्ट्रवादी शक्ती एकत्र आल्या पाहिजेत, या विचाराने गांधी यांनी ही विनंती केली होती.

शरद पुन्हा काँग्रेसमध्ये सहभागी झाले, तथापि आपल्या वडिलांना अधिक पुरोगामी व क्रांतिकारी पर्यायी मार्गावरून विचलित करण्यामध्ये भूमिका बजावल्याचा अमिय यांना नंतर पश्चाताप झाला. हा मार्ग नुकताच आकाराला येऊ लागला होता आणि शरद यांनी त्या दिशेने काम केले असते, तर हा मार्ग कदाचित भारतीय उपखंडाच्या फाळणीची महाभयंकर शोकांतिका रोखू शकला असता आणि अखंड व स्वतंत्र भारत मिळवून देऊ शकला असता.

आता मुलगा अमिय सल्लागार आणि विश्वासू म्हणून भक्कमपणे त्यांच्यासोबत असताना शरद यांनी आपल्या उल्लेखनीय आयुष्याच्या पुढील व अखेरच्या टप्प्यामध्ये प्रवेश केला. आपल्या सुटकेनंतर लागलीच त्यांनी सुभाष यांच्या नेतृत्वाखालील आझाद

हिंद सेनेला भारताच्या सर्वजनिक जीवनात व राजकारणामध्ये सामावून घेण्याच्या आणि आतापर्यंत अंधारात राहिलेल्या त्यांच्या पराक्रमांचा प्रचार करण्याच्या आह्वानापासून सुरुवात केली.

त्यानंतर शरद हे कलकत्ता मतदारसंघातून डिसेंबर, १९४५ मध्ये दिल्लीच्या केंद्रीय संसद मंडळासाठी निवडून आले. तेथे जानेवारी, १९४६ च्या मध्यापर्यंत ते काँग्रेसच्या संसदीय समितीचे नेते, म्हणजेच प्रत्यक्षात संसद मंडळातील विरोधी पक्षनेते होते. २ सप्टेंबर, १९४६ रोजी, मागील महिन्यात कलकत्त्यामध्ये मोठ्या प्रमाणावर झालेल्या कत्तलींच्या पार्श्वभूमीवर शरद यांचे व्हॉइसरॉयनी नेमलेल्या हंगामी सरकारमधील सदस्यत्व निश्चित करण्यात आले आणि त्यांची कार्मिक, खाणकाम आणि उर्जा या खात्यांच्या मंत्रिपदी नियुक्ती करण्यात आली. (शरद यांच्या मंत्रिमंडळातील समावेशाबद्दल व्हॉइसरॉय व्हेवेल यांच्या मनात शंका होती, तथापि, काँग्रेसच्या आग्रहामुळे त्यांचा समावेश करण्यात आला, असे म्हणतात.) शरद यांचे मंत्रिपद अवघ्या काही आठवड्यांचे ठरले. कारण, हंगामी सरकारमध्ये आपले प्रतिनिधी असावेत, या मुस्लिम लीगच्या आडमुठ्या भूमिकेमुळे शरद यांना राजीनामा द्यावा लागला व त्यानंतर मुस्लिम लीगच्या प्रतिनिधींच्या समावेशामुळे हंगामी सरकार लुळे पडले.

शरद हे त्यानंतर काही काळ पंधरा सदस्यांच्या काँग्रेस कार्यकारिणीमध्ये राहिले. तथापि, १९४६ च्या अखेरीस घडलेल्या घटना व फाळणीच्या मुद्द्यावर काँग्रेसकडून घेण्यात येणारी भूमिका यांमुळे शरद यांचा इतका भ्रमनिरास झाला की ६ जानेवारी, १९४७ रोजी त्यांनी काँग्रेस कार्यकारिणीचा राजीनामा दिला. त्यानंतर १ ऑगस्ट, १९४७ रोजी भारत आणि बंगालच्या फाळणीची भयावह शक्यता आता जवळपास अटळ असल्यामुळे शरद यांनी ४० वर्षांहून अधिक काळाच्या सेवेनंतर काँग्रेस सदस्यत्वाचा राजीनामा दिला.

त्या दिवशी बोस कुटुंबामध्ये कोणताही आनंदोत्सव साजरा करण्यात आला नाही, आणि त्यानंतर दोन आठवड्यांनी १५ ऑगस्ट, १९४७ रोजी जेव्हा भारत आणि पाकिस्तानचा जन्म झाला आणि बंगाल पूर्व व पश्चिम अशा दोन भागांमध्ये दुभंगून एक भाग नव्या पाकिस्तानात, तर दुसरा भारतामध्ये समविष्ट झाला, तेव्हाही नाही.

आता काँग्रेसमधून बाहेर पडलेल्या, फाळणीच्या मुद्द्यावर सपशेल पराभूत झालेल्या आणि काँग्रेसचे वर्चस्व असलेल्या नव्या भारतातील पश्चिम बंगाल प्रांताच्या राजकारणामध्ये एकट्या पडलेल्या शरद यांना युद्धभूमीतून माघार घेतल्याबद्दल त्यांना क्षमा करता येऊ शकली असती. तथापि, आपल्या स्वतःच्या आणि मोठ्या विस्तारित कुटुंबाची काळजी घेण्यासाठी त्यांना वकिली सुरू ठेवावी लागली आणि १९४६ च्या सुरुवातीपासून त्यांनी पूर्वी आझाद हिंद सेनेमध्ये असलेल्या आणि आता ब्रिटिश युद्धकैदी म्हणून किंवा सुटका होऊन भारतात

परतणाऱ्या सैनिकांच्या पुनर्वसन व कल्याणाच्या कामात स्वतःला झोकून दिले. काँग्रेसच्या आश्रयाखाली त्यांनी माजी सैनिकांसाठी भारतभरामध्ये आधार केंद्र उभारण्यात मध्यवर्ती भूमिका बजावली. बंगालमध्ये अमिय यांच्या सहकार्याने मदतकार्य सुरू करण्यात त्यांचा विशेष सहभाग होता.

आझाद हिंद सेनेचे सैनिक व त्यांच्या कुटुंबीयांना शिक्षण व रोजगार संधींसह सर्वप्रकारचा आधार मिळाला पाहिजे, यासाठी शरद व अमिय या पिता-पुत्र जोडीने कसोशीने प्रयत्न केले. त्याचबरोबर ऑगस्ट, १९४७ मध्ये स्वातंत्र्य मिळाल्यानंतर लगेचच व त्यानंतरची काही वर्षे पूर्व बंगाल/पूर्व पाकिस्तानातून येणारे हिंदू निर्वासितांचे लोंढे आणि पूर्व पाकिस्तानात राहिलेल्या हिंदू समाजाच्या यातना या वाढत चाललेल्या प्रचंड आह्वानाशी सामना करण्यात ते गढून गेले.

सहाव्या प्रकरणात सांगितल्याप्रमाणे, १ ऑगस्ट, १९४७ रोजी काँग्रेसचा त्याग केल्यानंतर शरद यांनी त्याच दिवशी सोशालिस्ट रिपब्लिकन पक्ष स्थापन करत असल्याची घोषणा केली होती. त्यानंतर जवळपास वर्षभराने नव्या भारतातील डाव्या विचारसरणीच्या आणि समाजवादी शक्तींना आवाज मिळवून देण्यासाठी त्यांनी १ सप्टेंबर, १९४८ रोजी *'दि नेशन'* हे नवे वृत्तपत्र सुरू केले. १४ जानेवारी, १९४९ मध्ये ते वैद्यकीय उपचारांसाठी युरोपमध्ये असताना त्यांच्या अनुपस्थितीत अमिय यांनी मायदेशात राहून पश्चिम बंगाल विधानसभेतील दक्षिण कलकत्ता मतदारसंघाच्या पोटनिवडणुकीच्या प्रचाराचा समन्वय साधला. ही निवडणूक शरद यांनी काँग्रेस उमेदवाराचा पराभव करून मोठ्या मताधिक्याने जिंकली.

त्यानंतर दोन महिन्यांनी कलकत्त्याला परतल्यानंतर २० ऑगस्ट, १९४९ रोजी झालेल्या जाहीर स्वागत समारंभामुळे आत्मविश्वास वाढलेल्या शरद यांनी २८ ऑक्टोबर, १९४९ रोजी भारतीय संयुक्त समाजवादी संघटना (यूएसओआय) स्थापन करण्यामध्ये मध्यवर्ती भूमिका बजावली. भारताच्या राजकीय पटलावर तथाकथित डाव्या शक्तींना एकत्रित करण्यासाठी अनेक वर्षे करण्यात येत असलेल्या प्रयत्नांच्या साखळीतील हा त्या काळातील सर्वांत ताजा प्रयत्न होता. शरद यांच्या निधनानंतर 'यूएसओआय'ने फार काळ तग धरला नसला, तरी शरद यांच्याकडून यासाठीच्या प्रयत्नात, कल्पनाक्षमतेत आणि निष्ठेत कोठेही कसूर राहिली नव्हती.

* * *

वैयक्तिक आणि कौटुंबिक स्तरावरही शरद यांचे आयुष्य काही कमी घटनामय आणि कमी आह्वानात्मक नव्हते. १९३४ च्या मध्यापासून युरोपमध्ये काही काळ सुभाष यांच्या

सचिव म्हणून काम करणाऱ्या, जन्माने ऑस्ट्रियन असलेल्या एमिली शेंक्ल यांनी १२ मार्च, १९४६ रोजी शरद यांना पत्र लिहिले. सुभाष व शेंक्ल यांनी बर्लिनमध्ये जानेवारी १९४२ मध्ये विवाह केल्याचे व त्या वर्षी नोव्हेंबरमध्ये त्यांची मुलगी अनिता हिचा जन्म झाल्याचे त्यांनी या पत्राद्वारे समजावून सांगण्याचा प्रयत्न केला होता.

> प्रिय सर,
>
> तुम्हाला अज्ञात असलेल्या व्यक्तीकडून पत्र आल्याचे पाहून तुम्हाला आश्चर्य वाटेल. मी बराच काळ संकोच केल्यानंतर अखेर तुमच्या आणि माझ्या कुटुंबाशी संबंधित असलेल्या मुद्द्यावर तुम्हाला पत्र लिहिण्याचा निर्णय घेतला आहे. पुढील पत्रामध्ये मी तुमच्यासमोर हे मुद्दे स्पष्ट करणार आहे.
>
> तुमचे दिवंगत बंधू सार्जंट सुभाषचंद्र बोस हे १९३४ मध्ये "दि इंडियन स्ट्रगल" हे पुस्तक लिहित असताना मी त्यांच्यासोबत त्यांची सचिव म्हणून काम करण्यास सुरुवात केली. ते जेव्हा कधी युरोपमध्ये असायचे, तेव्हा मी त्यांच्यासोबत काम केले आहे, हे कदाचित तुम्हाला माहीत असेल.
>
> तुमचे बंधू पुन्हा १९४१ मध्ये युरोपात आले आणि मी बर्लिन येथे येऊन त्यांच्यासोबत काम करू शकेन का, अशी विचारणा त्यांनी केली. मी त्यांना होकार दिला आणि एप्रिल १९४१ मध्ये मी त्यांच्या कामात सहभागी झाले. १९४२ च्या शरद ऋतुपर्यंत आम्ही एकत्र काम केले.
>
> मी बर्लिनमध्ये असताना, मी त्यांचा विवाहाचा प्रस्ताव स्वीकारू शकेन का, असे तुमच्या बंधूंनी विचारले. त्यांना मी बरीच वर्षे ओळखत होते व ते चारित्र्यवान आहेत, हे मला माहीत होते. त्याचप्रमाणे आमच्यामध्ये परस्पर सामंजस्य होते व आम्हाला एकमेकांविषयी जिव्हाळा वाटत होता. त्यामुळे मी या विवाहप्रस्तावास होकार दिला. जर्मन सरकारकडून विवाहासाठी आवश्यक परवानगी मिळवणे ही आमच्यापुढील एकच समस्या होती. मी जन्माने ऑस्ट्रियन असले, तरी तोपर्यंत जर्मन झाले होते आणि त्यामुळे मला जर्मन कायद्याचे पालन करावे लागणार होते. आणि जर्मन व्यक्तीला परदेशी व्यक्तीसोबत विवाह करण्याची परवानगी मिळणे खूप अवघड होते. आम्हाला दोघांनाही उपकारासाठी कोणापुढे हात पसरायचे नव्हते आणि या प्रकरणाचा गाजावाजाही होऊ द्यायचा नव्हता. त्यामुळे आम्ही आपल्यातच यातून मार्ग काढायचे ठरवले आणि हिंदू रिवाजांप्रमाणे जानेवारी, १९४२ मध्ये विवाहबद्ध झालो. ही संपूर्ण बाब गुप्त ठेवण्यात आली होती आणि केवळ दोघा मित्रांना याबाबत माहीत होते.
>
> २९ नोव्हेंबर, १९४२ रोजी आम्हाला मुलगी झाली. जर्मन अधिकाऱ्यांशी याबाबतची अनावश्यक चर्चा व त्यांतील संभाव्य अडचणी टाळण्यासाठी मी अगोदरच सप्टेंबरमध्ये व्हिएन्ना येथे परतले होते. त्यामुळेच मी माझे मूळ नाव आणि राष्ट्रीयत्त्व कायम ठेवले.

आमच्या मुलीचे नाव अनिता ब्रिगिट असे आहे. आम्ही खरेतर तिच्यासाठी अमिता हे नाव ठरवले होते. मात्र, जर्मन अधिकाऱ्यांनी निश्चितपणे या वेगळ्या नावाबाबत आक्षेप घेतला असता. त्यामुळे आम्ही जवळपास अमितासारखेच भासणारे अनिता हे नाव निश्चित केले. ब्रिगिट हे मी निवडलेले आडनाव आहे, कारण जर्मन भाषेत त्याचे संक्षिप्त रूप 'गीता' असे होते. दुर्दैवाने तुमच्या बंधूंनी त्यांच्या मुलीला ती चार आठवड्यांची असताना केवळ एकदाच पाहिले होते. १९४३ मध्ये युरोप सोडण्यापूर्वी त्यांना पुन्हा एकदा आपल्या मुलीला पाहण्यासाठी व्हिएन्नाला यायचे होते. मात्र, त्यांना अचानक युरोपमधून जावे लागल्याने मुलीला पुन्हा पाहता आले नाही. त्यांनी युरोप सोडण्यापूर्वी मी तीन आठवडे त्यांच्यासोबत राहिले होते. तथापि, मी अनिताला माझ्यासोबत नेऊ शकले नाही.

पूर्वेकडे रवाना होण्याच्या आदल्या दिवशी त्यांनी तुमच्यासाठी एक पत्र लिहिले होते. मी त्या पत्राची फोटो-कॉपी (पत्राची छायाचित्रित प्रत) काढावी आणि त्यांचे काही बरे-वाईट झाल्यास तुम्हाला पाठवावी, असे त्यांनी मला सांगितले होते. हे पत्र बंगाली भाषेत लिहिले आहे आणि त्यामध्ये त्यांनी तुम्हाला विवाह व मुलीच्या जन्माविषयी माहिती दिली आहे. दुर्दैवाने सद्यस्थितीत कोणालाही परदेशांमध्ये छायाचित्रे अथवा कागदपत्रे पाठवण्यास परवानगी नाही. त्यामुळेच, तुम्हाला व्यक्तिशः पत्र लिहून या सर्व गोष्टी कळवाव्यात एवढा एकच पर्याय माझ्यासमोर शिल्लक होता. भविष्यात जेव्हा छायाचित्र पाठवण्यास परवानगी मिळेल, तेव्हा मी वर उल्लेख केलेल्या पत्राची फोटो-कॉपी, तसेच आमच्या मुलीची काही छायाचित्रे तुम्हाला पाठवेन. त्यावरून तुम्हाला किमान ती कशी दिसते, याची कल्पना येऊ शकेल.

तुमच्या भावाच्या मुलीचे संगोपन कसे होईल, हे तुम्हाला समजण्यासाठी मी येथे माझ्या चरितार्थाविषयी माहिती देत आहे. काही झाले तरी, मी तुमच्याकडून किंवा तुमच्या कुटुंबीयांकडून कोणतीही आर्थिक मदत मागत नाही आहे, हे मला येथे स्पष्ट करायचे आहे. हे पत्र लिहिण्याचा उद्देश तुम्हाला या मुलीची माहिती असावी हा आहे, जेणे करून भविष्यात मला काही झाल्यास तिला मदत मिळू शकेल. परंतु, अनिता मोठी होईपर्यंत आणि स्वतःची काळजी घेण्यासाठी सक्षम होईपर्यंत मी जगावे आणि मला कमावणे शक्य व्हावे, अशी मी मनापासून आशा करते.

मी सध्या व्हिएन्ना येथील दूरध्वनी कार्यालयात लिपिक पदावर कार्यरत असून इंग्रजी व फ्रेंच भाषांची दुभाषक म्हणून काम करते. माझी मासिक कमाई २०० शिलिंग (ऑस्ट्रियन चलन) इतकी आहे. मी माझ्या आईसोबत राहाते व माझ्या दिवंगत वडिलांचे निवृत्तीवेतन महापालिकेतर्फे माझ्या आईला मिळते. त्यामुळे आम्हाला आर्थिक समस्या नाहीत. अन्य समस्यांमध्ये अन्न व वस्त्रांची समस्या ही केवळ जगभरात असलेल्या तुटवड्यामुळे भेडसावते आहे. अनिता अद्याप शाळेत जाण्याइतकी मोठी झालेली नाही. ती सहा वर्षांची होईल, तेव्हा तिला प्राथमिक शाळेत प्रवेश घ्यावा लागेल. त्यानंतर तिला चांगले शिक्षण देण्यासाठी माझ्या पातळीवर मला शक्य असेल, ते सर्व मी करेन. ती हुशार मुलगी आहे

आणि तिच्या भावी आयुष्याचा मार्ग सोपा व्हावा, यासाठी मी तिला मदत करू शकेन, अशी आशा करते.

तुमच्या भावाच्या इच्छेप्रमाणे तिचे अद्याप ख्रिस्तीकरण केलेले नाही, कारण एके दिवशी आम्हाला दोघींना भारतात घेऊन जावे आणि हिंदू मुलीचे संस्कार करून तिला वाढवण्यात यावे, अशी त्यांची इच्छा होती. तथापि, भविष्यात ती जेव्हा शाळेत जायला सुरुवात करेल, तेव्हा मला कदाचित तिला ख्रिश्चन बनवावे लागेल. कारण, ती यापुढेही युरोपमध्येच राहण्याची शक्यता सर्वाधिक आहे आणि धर्म नसणे, हे भविष्यात तिला अपंगत्वाची जाणीव करून देणारे ठरू शकते.

अनिता ही हुबेहूब आपल्या वडिलांसारखी दिसते, हे ऐकून तुम्हाला कदाचित आनंद होईल. तिचे डोळे, तिचे तोंड आणि तिचे नाक त्यांच्यासारखे आहे. केवळ तिच्या डोळ्यांचा रंग तिच्या वडिलांच्या डोळ्यांपेक्षा काहीसा फिक्कट आहे आणि तिचे केस तपकिरी रंगाचे आहेत. (किंवा तुम्ही त्यांना सोनेरी रंगाचे म्हणू शकता.) तिची कांतीही आपल्या वडिलांपेक्षा अधिक उजळ आहे, मात्र ती युरोपियन नाही हे कोणीही एका कटाक्षामध्ये ओळखू शकते.

तीन वर्षांच्या मुलीच्या स्वभावाबद्दल जितके सांगता येईल, त्यानुसार ती खूप चांगल्या मनाची आहे, हे मला सांगितले पाहिजे. ती खूप हळव्या मनाची आहे, मदतशील आहे आणि प्रेमळ आहे. मात्र, त्याचवेळी तिच्यामध्ये खूप प्रबळ इच्छाशक्ती आहे. तिचा स्वभावही आपल्या वडिलांशी पुरेपूर मिळताजुळता आहे, असे मी म्हणेन. ती खूप श्रद्धाळू आहे आणि तिला प्रार्थना करायला आवडते. कारण, सुरुवातीपासूनच देव अस्तित्त्वात आहे, असे तिला शिकवण्यात आले आहे. तिच्यामध्ये निश्चितच काही त्रुटी आहेत. मात्र, या जगात कोणामध्ये त्रुटी नसतात? तुम्ही या पत्राची दखल घेऊन उत्तरादाखल काही ओळी लिहिल्या, तर मी ऋणी राहीन. तुम्ही आणि तुमचे कुटुंबीय कसे आहात, याविषयीही तुम्ही मला माहिती देऊ शकाल का? तुमच्या आदरणीय मातोश्री कशा आहेत? तुम्ही सांगू शकलात, तर कृपया त्यांना माझे व माझ्या मुलीचे प्रणाम सांगा. तुमचा मुलगा अमिय कसा आहे? तो सध्या भारतात आहे की इंग्लंडमध्ये आहे?

भारतातील सध्याच्या परिस्थितीविषयी आम्ही वृत्तपत्रातून खूप वाचतो आणि आकाशवाणीवरही खूप ऐकतो. मला हे वाचायला व ऐकायला आवडते, पण त्याचवेळी ऑस्ट्रियाप्रमाणेच भारतालाही युद्धोत्तर समस्यांमधून जावे लागते आहे, याचा मला खेद वाटतो. भारतामध्ये उपासमार सुरू आहे, असे ऐकिवात आले. तुमची व तुमच्या कुटुंबीयांची अवस्था तितकी वाईट नसेल, अशी आशा करते.

मी तुमच्या भावाच्या मृत्यूचे वृत्त ऐकले, हे सुद्धा मला येथे नमूद करायचे आहे. मला हे ऐकून खूप धक्का बसला आणि दुःख झाले. कारण, त्यांच्या मृत्यूमुळे मी या जगातील ज्या एकमेव व्यक्तीवर प्रेम केले होते व ज्याविषयी आदर बाळगला होता, ती व्यक्ती

मी गमावली. दुर्दैवाने मी पतीच्या मृत्यूनंतर भारतीय विधवेप्रमाणे आयुष्य जगू शकत नाही. कारण, मला युरोपमध्ये रहावे लागणार आहे आणि चरितार्थासाठी येथील लोकांमध्ये मिसळणे भाग आहे. मी येथे जाहिररीत्या दुःख व्यक्त करू शकत नाही, कारण त्यांना माझ्या भावना समजणार नाहीत. त्याशिवाय, अद्यापही हे पूर्ण प्रकरण गुप्त ठेवण्यात आले आहे. तथापि, माझ्या स्मृतींमध्ये मी त्यांचे मंदिर उभारले आहे आणि त्यांच्या मुलीच्या रूपाने ते माझ्यासाठी सदैव जिवंत असतील.

तुम्हाला मुलीबद्दल काही सल्ले द्यायचे असल्यास किंवा तुमच्या मनात अन्य काही प्रश्न असल्यास कृपया मला कळवावे आणि मी आनंदाने त्याची उत्तरे किंवा तुम्हाला हवी असलेली माहिती देईन. याबरोबरच तुम्ही मला भविष्यात कधी काही कौटुंबिक छायाचित्रे पाठवू शकाल का, असे मला विचारायचे आहे. मी ती छायाचित्रे अनिता मोठी होईपर्यंत जपून ठेवेन आणि त्यातून तिला आपल्या वडिलांची व त्यांच्या कुटुंबीयांची कल्पना येईल.

तुमच्याप्रति व तुमच्या कुटुंबीयांप्रति माझ्या शुभेच्छांचा आणि माझ्या विनम्रतापूर्वक स्नेहादराचा कृपया स्वीकार करावा.

तुमची विश्वासू,
एमिली शेंक्ल

शरद यांच्याकडून कोणताही प्रतिसाद न आल्यामुळे एमिली यांनी १५ मे व १ ऑगस्ट, १९४६ रोजी पुन्हा या पत्राच्या प्रती पाठवल्या. तथापि, या वेळीही शरद यांच्याकडून उत्तर आले नाही. यापैकी कोणतेच पत्र आपल्याला मिळाले नाही, असे शरद यांनी नंतर सांगितले.

दरम्यान, व्हिएन्ना येथे राहणारे भारतीय डॉक्टर अकमत आणि त्यांची पत्नी हे एमिली आणि अनिता यांना ओळखत होते व त्यांनी स्वतःहून १९४७ च्या मध्यास सुभाष यांची पत्नी व मुलगी व्हिएन्ना येथे राहात आहेत, याकडे नेहरू आणि सरदार पटेल यांचे लक्ष वेधले. या दोघींची परिस्थिती कठीण असल्याचा दावाही डॉ. अकमत यांनी केला होता. ११ आणि १३ ऑगस्ट, १९४७ रोजी, म्हणजे अक्षरशः स्वातंत्र्याच्या दोन दिवस आधी शरद यांना अनुक्रमे नेहरू आणि पटेल यांनी डॉ. अकमत यांच्या पत्राच्या प्रती पाठवल्या. ही माहिती खरी असल्यास सुभाष यांच्या अनुपस्थितीत त्यांच्या कुटुंबीयांची काळजी घेण्यास आपण समर्थ आहोत, अशी कडवट प्रतिक्रिया शरद यांनी यावर दिली.

अशाप्रकारे, ऑगस्ट १९४७ मध्ये फाळणीचा संकट आणि विभाजित बंगालच्या शोकांतिकेशी झगडत असताना शरद यांना आता त्यांचे राजकीय शत्रू असलेल्या लोकांकडून युरोपमध्ये सुभाष यांच्यामागे त्यांची पत्नी व मुलगी असण्याची शक्यता समजली. त्या वेळी भारताच्या राजकीय पटलावर सुभाष परतण्याची भीती बाळगणारे, याप्रकरणी त्यांची बदनामी करण्याची संधी सोडणार नाहीत, याचीही शरद यांना स्पष्ट कल्पना असावी.

उघडपणे, भारतीय राजकीय वर्तुळामध्ये हे प्रकरण चिघळण्यास सुरुवात झाली आणि १० एप्रिल, १९४८ रोजी, अद्याप एमिली यांनी १२ मार्च, १९४६ रोजी त्यांना पाठवलेल्या पत्राबाबत कल्पना नसलेल्या शरद यांनी एमिली यांना खालील पत्र लिहिले:

प्रिय मॅडम शेंक्ल,

हे पत्र पाहून कदाचित तुम्हाला आश्चर्य वाटेल. आपण कधीही भेटलेलो नाही, तथापि आपण निश्चितच एकमेकांना अनोळखी नाही, याची मला खात्री आहे.

डॉ. अब्दुल हफीझ अकमत यांनी तुमच्याविषयी पंडीत जवाहरलाल नेहरूंना लिहिलेले पत्र त्यांनी ११ ऑगस्ट, १९४७ रोजी मला पाठवले. त्यानंतर, दोनच दिवसांनी मला सरदार वल्लभभाई पटेल यांच्याकडून याच पत्राची प्रत मिळाली. मी १४ ऑगस्ट, १९४७ रोजी या दोघांना लिहिलेल्या पत्रामध्ये डॉ. अकमत यांनी नेहरू व पटेल यांना व कदाचित इतर काही जणांना पत्र पाठवूनही, व्यक्तिशः मला त्या पत्राची प्रत न पाठवल्याबद्दल मी आश्चर्य व्यक्त केले होते.

त्यांच्या पत्रामध्ये सरदार वल्लभभाई पटेल यांनी म्हटले होते, 'मी येथे सुभाष यांच्याविषयी मला मिळालेली काही माहिती पाठवत आहे. बेल्जियममध्ये असलेल्या नथालाल यांना मी याबाबत चौकशी करण्यास व ही माहिती खरी असल्यास सुभाष यांच्या कुटुंबीयांना मदत करण्याविषयी लिहिले आहे.' सरदार वल्लभभाई पटेल यांना १४ ऑगस्ट, १९४७ रोजी लिहिलेल्या पत्रात मी म्हटले होते, 'तुम्ही पाठवलेल्या पत्रासोबत जोडलेली माहिती मी काळजीपूर्वक वाचली. मला वाटते, तुम्ही नथालाल यांना पत्र पाठवण्यापूर्वी मला या विषयाबाबत माहिती द्यायला हवी होती. अशा स्वरूपाची चौकशी करण्यासाठी आवश्यक प्रशिक्षण नथालाल यांच्याकडे आहे, असे मला वाटत नाही आणि त्यांच्या चौकशी करण्यामुळे चांगल्यापेक्षा वाईटच घडण्याची शक्यता अधिक आहे. अखेरीस, सुभाष यांच्यामागे त्यांचे कुटुंब असेल, तर मी त्यांना मदत केली पाहिजे, नथालाल यांनी नाही.'

सरदार वल्लभभाई पटेल यांनी मी १४ ऑगस्ट रोजी पाठवलेल्या पत्राला १८ ऑगस्ट रोजी उत्तर दिले. त्यामध्ये ते म्हणतात, 'मी याप्रकरणी नथालाल यांना पत्र लिहून चूक केली असेल, तर मला क्षमा करा. खरे सांगायचे झाल्यास, सुभाष यांची कथित विधवा पत्नी व मुलगी यांच्या दुःखाची कथा वाचून मी वाहावत गेलो, हे मी कबूल करतो आणि मला वाटले की ही कथा खरी असल्यास नथालाल जवळ असल्याने त्यांच्यामार्फत तातडीने मदत करणे योग्य ठरेल.'

पंडीत जवाहरलाल नेहरू यांनी २२ ऑगस्ट, १९४७ रोजी पुन्हा पत्र लिहिले आणि त्यासोबत श्री. ए. सी. एन. नाम्बियार यांचे पत्र जोडले होते. यानंतर, तुम्ही ओळखत असलेला माझा मुलगा अमिय याला मी नम्बियार यांच्याशी पत्रव्यवहार करण्यास सांगितले होते आणि तुमच्यासाठी व त्यांच्यासाठी काही पैसेही नम्बियार यांना पाठवण्याकरिता मी

त्याच्या हातात दिले होते. दुर्दैवाने सरकारने घातलेल्या काही निर्बंधांमुळे हे पैसे बँकेने परत केले व त्यामुळे पाठवता येऊ शकले नाहीत.

१५ नोव्हेंबर, १९४७ रोजी मला नथालाल पारिख यांचे पत्र मिळाले. या पत्रासोबत त्यांनी माझ्या भावाने माझ्यासाठी लिहिल्यासारखे भासणाऱ्या पत्राची फोटोकॉपी जोडण्यात आली होती. त्यानंतरही माझा नथालाल यांच्याशी काही पत्रव्यवहार झाला, त्यापैकी एका पत्रात त्यांनी मला सांगितले की व्हिएन्ना येथील एका स्थानिक छायाचित्रकाराकडून तुम्ही त्या पत्राची फोटोकॉपी मिळवली होती आणि त्यांनी त्या पत्राची दुसरी एक प्रत सरदार वल्लभभाई पटेल यांना पाठवली होती. तेव्हापासून मी तुम्हाला पत्र लिहिण्याचा विचार करत आहे, तथापि या ना त्या कारणाने यापूर्वी मी हे लिहू शकलो नाही. हा विलंब तुम्ही मनावर घेणार नाही, अशी आशा करतो.

या वर्षाच्या अखेरीस कधीतरी युरोपला येण्याची माझी इच्छा आहे आणि मला शक्य झाल्यास मी निश्चितपणे व्हिएन्नाला येऊन तुम्हाला भेटेन. दरम्यान, तुम्हाला मला काही सांगायचे असेल अथवा मी माझ्या बाजूने काही करू शकत असेन, तर कृपया मला पत्र लिहून कळवा.

आजच्या काळात बऱ्याच लोकांवर विश्वास ठेवणे कठीण झाले आहे. काँग्रेसमधील बहुतांश दिग्गज नेते हे माझ्या भावाचे राजकीय वैरी होते आणि त्यांनी आपल्यापरीने त्याच्यावर विनाकारण टीका करण्याचा सर्वोत्तम प्रयत्न केला. १९४१ पासून इतके सगळे घडून गेल्यानंतरही अद्याप त्यांच्या भूमिकेत फारसा बदल झाला आहे, असे वाटत नाही. माझा भाऊ जेव्हा जेव्हा बॉम्बेला जायचा, तेव्हा नथालाल पारिख हे त्याचे यजमान असायचे. मात्र, १९४५ मध्ये ते दुसऱ्या गटात सहभागी झाले. त्यामुळेच मी थेट तुम्हाला पत्र लिहिणे पसंत केले आहे.

खूप शुभेच्छांसह,
तुमचा विश्वासू
(शरदचंद्र बोस)

एमिली यांनी १७ मे, १९४८ रोजी पाठवलेले पत्र शरद यांना २७ मे, १९४८ रोजी मिळाले. त्याला उत्तर म्हणून शरद यांनी ८ जुलै, १९४८ रोजी पाठवलेल्या दुसऱ्या पत्रामध्ये अखेरीस एमिली यांनी दोन वर्षांपूर्वी पाठवलेले मूळ पत्र शरद यांच्यापर्यंत न पोहोचल्याने निर्माण झालेला संभ्रम दूर झाला. हे कोडे सुटल्यामुळे शरद यांनी या पत्रामध्ये एमिली आणि त्यांची मुलगी अनिता यांचे बोस कुटुंबामध्ये स्वागत केले आणि त्याचवेळी आपल्या भावाचे राजकीय शत्रू असलेल्या काँग्रेसच्या दिग्गज नेत्यांकडून पसरवण्यात येणाऱ्या खोट्या प्रचारापासून सावध करण्याचीही सूचना केली:

प्रिय मॅडम शेंक्ल,

तुम्ही या वर्षी १७ मे रोजी पाठवलेले पत्र मला २७ मे रोजी मिळाले आणि हे पत्र खरंच खूप स्वागतार्ह होते. १९४६ मध्ये ऑक्टोबर महिन्यापर्यंत मी बराच काळ कलकत्त्याबाहेर होतो आणि एका ठिकाणाहून दुसऱ्या ठिकाणी प्रवास करत होतो. माझी पत्नी आणि मुली माझ्यासोबत होत्या. त्या वेळी कलकत्त्यामध्ये माझा कोणीही स्वीय सहाय्यक नव्हता, त्यामुळे तुम्ही मला १९४६ मध्ये लिहिलेली पत्रे ज्या लोकांच्या हाती पडली असतील, त्यांनी ती वाचून खिशात ठेवून दिली असल्यास मला नवल वाटणार नाही. माझ्या भावाशी संबंधित कोणतीही गोष्ट माझ्यासाठी आत्यंतिक महत्त्वाची होती आणि आहे, हे मी सांगण्याची आवश्यकता नाही. त्याच्यात आणि माझ्यात असलेल्या नात्याविषयी तुम्ही त्याच्याकडून अनेकदा ऐकले असण्याची शक्यता आहे.

कर्नल हबीब-उर-रेहमान यांच्याकडून ऑगस्ट, १९४६ मध्ये मला सुभाष यांच्या विमान अपघाताची कथा समजली. त्या कथेला विरोध करणाऱ्या कोणत्याही बाबी माझ्याजवळ नसल्या, तरी या विमान अपघाताच्या कथेची सत्यता मला पटलेली नाही, हे मी तुम्हाला सांगितले पाहिजे. मला असे नेहमीच वाटत होते आणि आहे की माझा भाऊ जिवंत आहे, मात्र ही केवळ माझी भावना आहे.

तुमच्या १७ मे रोजी पाठवलेल्या पत्राला मी यापूर्वी उत्तर दिले नाही, कारण बॉम्बेला जाऊन तेथे माझ्या भावाविरुद्ध केल्या जाणाऱ्या प्रचाराचे स्वरूप काय आहे, हे आपणहून जाणून घ्यावे व तुम्हाला त्याविषयी माहिती द्यावी, असा माझा हेतू होता. तुमचे पत्र मिळेपर्यंत कलकत्त्याला आलेल्या बॉम्बेमधील माझ्या काही मित्रांकडून मी या प्रचाराबाबत ऐकले होते. मी आणि माझी पत्नी मागील महिन्यात बॉम्बेला गेलो आणि या महिन्याच्या ४ तारखेला कलकत्त्यामध्ये परतलो. बॉम्बेमध्ये कपटी प्रचार केला जात असून माझ्या भावाने पाप करून तुम्हाला निराधार सोडून दिले, असे त्यातून सुचवले जात आहे. सरदार पटेल हे तुमच्या मदतीला धावले आणि त्यांनी तुम्हाला १८,००० रुपये दिले, असेही बॉम्बेमध्ये पसरवले जात आहे. हा पूर्णपणे खोटा प्रचार आहे, हे मला माहीत आहे. तथापि, याची माहिती तुम्हाला देणे ही माझी जबाबदारी आहे, असे मला वाटले. अर्थातच, माझ्या भावाचे राजकीय शत्रू असलेले काँग्रेसमधील उच्चपदस्थ नेते आणि सप्टेंबर, १९४५ मध्ये त्यांना सामील झालेले नथालाल पारिख यांच्याकडून याहून चांगली अपेक्षाही मी केली नव्हती.

डॉ. अकमत यांची कृती मात्र आश्चर्यजनक होती. त्यांची भावना कदाचित चांगली असेल, मात्र त्यांनी निश्चितच नेहरू आणि सरदार यांना पत्र लिहिण्यापूर्वी मला पत्र लिहायला हवे होते.

तुम्ही तुमच्याविषयी लिहिलेल्या सर्व गोष्टींचा, तसेच सध्या कोणताही आधार वा मदत न स्वीकारण्याबद्दल तुम्ही दिलेल्या कारणांचा मी पूर्णपणे आदर करतो. तुम्ही तुमचा चरितार्थ

चालवण्यासाठी पुरेशी कमाई करत आहात, हे समजल्याने मला खूप समाधान आणि निश्चिंत वाटले.

माझा पुतण्या अरविंदने तेथे असताना काढलेली तुमची काही छायाचित्रे अद्याप त्याने मला दिलेली नाहीत. मात्र, मागील महिन्यात बॉम्बे येथे असताना तेथील काहीजणांना त्याने ही छायाचित्रे दाखवली असल्याचे मला समजले. तुमच्या सोयीनुसार तुम्ही तुमची व मुलीची काही छायाचित्रे पाठवू शकता का?

आणखी एक माहिती मला हवी आहे. माझ्या भावाने केंब्रिजमध्ये असताना १९२० साली मला पाठवलेली पत्रे मी जतन केली होती. १९३८ मध्ये ही पत्रे मी त्याला पाठवली. यापैकी काही पत्रे त्याने त्याच्या आत्मचरित्रामध्ये वापरली आहेत. तथापि, त्या मूळ पत्रांचा काही माग लागू शकला नाही. त्याने ती पत्रे युरोपमध्येच सोडून दिली. तुम्हाला त्या पत्रांचा माग काढणे शक्य आहे का? जर तुम्ही तसे करू शकलात, तर कृपया मी युरोपला येईपर्यंत ही पत्रे स्वतःजवळ ठेवावी. या वर्षी सप्टेंबर किंवा ऑक्टोबर महिन्यात माझा व माझ्या पत्नीचा युरोपला येण्याचा बेत आहे. जर हा बेत प्रत्यक्षात आला, तर आम्ही निश्चितपणे व्हिएन्नाला येऊन तुम्हाला व मुलीला भेटू. तसे झाल्यास तुमच्याशी व माझ्याशी संबंधित असलेल्या अनेक गोष्टींविषयी संवाद साधण्याच्या पुरेशा संधी आपल्याला मिळतील. दरम्यान, आपण एकमेकांशी पत्रव्यवहार करत राहू.

प्राध्यापक डेमेल हे सध्या व्हिएन्नामध्ये आहेत का? तुम्ही त्यांना भेटलात, तर कृपया त्यांच्याप्रति माझा स्नेहादर कळवा.

नाम्बियार हे काल कलकत्त्यामध्ये आले आहेत. या क्षणी ते या घरामध्ये आहेत. ते कलकत्त्यामध्ये एखाददोन दिवस राहणार आहेत, मात्र युरोपसाठी निघण्यापूर्वी पुन्हा एकदा कलकत्त्यामध्ये येण्याचा त्यांचा बेत आहे.

हे पत्र मिळेल तेव्हा तुमचे सर्व क्षेमकुशल असावे, अशी आशा करतो. अनेक शुभेच्छांसह,

तुमचा विश्वासू,
(शरदचंद्र बोस)

एमिली यांना लिहिलेल्या पत्रात आश्वासन दिल्याप्रमाणे शरद यांनी पत्नी विभावतीसोबत एमिली आणि मुलगी अनिता यांना भेटण्यासाठी शक्य तितक्या लवकर युरोपला जाण्याचे ठरवले. त्या वर्षी शरद ऋतुमध्ये शरद व विभावती आपल्या तीन मुलांसह (शिशिर, रोमा आणि चित्रा) व्हिएन्ना येथे हृद्य कौटुंबिक संमेलनामध्ये एमिली आणि अनिता यांना भेटले. त्यांच्यामध्ये लगेचच आणि उत्स्फूर्तपणे नातेबंध निर्माण झाले आणि अखेर ८ फेब्रुवारी, १९४३ रोजी प्रिय भाऊ सुभाषने आपल्य हस्ताक्षरात बंगालीमधून शरद यांच्यासाठी लिहिलेले पत्र एमिली यांनी त्यांना दिले. एमिली या शरद यांच्याशी काही वर्षे व त्यांच्यानंतर

शरद यांच्या मुलांशी व त्यांच्या कुटुंबियांशी आपल्या निधनापर्यंत जवळून संपर्कात होत्या. सुभाष बेपत्ता होण्याच्या सुमारे अर्धशतकानंतर १३ मार्च, १९९६ रोजी एमिली यांनी जगाचा निरोप घेतला.

* * *

शरद यांना १९४८ आणि नंतर पुन्हा १९४९ मध्ये युरोपमध्ये घेतलेले वैद्यकीय उपचार व शुश्रूषेमुळे त्यांची प्रकृती सुधारल्यासारखी वाटत होती. ते आता एखाद्या युवकाप्रमाणे तंदुरुस्त आहेत, असे त्यांच्या लंडन येथील हृदयरोग तज्ज्ञांनी त्यांना सांगितले होते म्हणे! तथापि, दुर्दैवाने प्रिय भावाचे बेपत्ता होणे, दोन प्रदीर्घ कारावासांमध्ये आरोग्याची झालेली हेळसांड, भारताच्या राजकीय जीवनातील दाहक निराशा आणि त्यांच्या स्वतःच्या कामाचे प्रचंड धकाधकीचे वेळापत्रक या सर्वांचा परिणाम म्हणून तुलनेतने कमी वयात, साठाव्या वर्षी त्यांचे अकाली आणि लवकर निधन झाले.

त्यांचे निधन झाले, त्या २० फेब्रुवारी, १९५० च्या दिवशीचा त्यांचा दिनक्रम पाहिला, तरीही याची लक्षणे सापडतील. त्या दिवशी त्यांनी बराचसा वेळ मुलगा अमिय यांच्यासोबत हायकोर्टामध्ये घालवला. या प्रसंगी अमिय प्रतिपक्षाच्या बाजूने कोर्टात उभे होते. सायंकाळचा बराचसा वेळ त्यांनी *'दि नेशन'* या वृत्तपत्राचा अग्रलेख लिहिला. बंगाल पुन्हा एकत्र करण्याची आणि आवश्यकता भासल्यास त्यासाठी भारतीय लष्कराला पाचारण करण्याची मागणी त्यांनी या अग्रलेखातून केली होती. अग्रलेख लिहून पूर्ण झाल्यानंतर काही वेळातच मध्यरात्रीच्या सुमारास त्यांचे निधन झाले. त्या वेळी पत्नी विभावती आणि कुटुंबातील निवडक सदस्य त्यांच्याजवळ होते. आपल्या वडिलांचा अखेरचा दिवस आठवताना अमिय सांगतात:

> २० फेब्रुवारी, १९५० रोजी वडील त्यांच्या नेहमीच्या वेळी जागे झाले. यापूर्वी काही वेळा हृदयविकाराचे झटके आल्यामुळे त्यांची प्रकृती उत्तम नव्हती, तरीही ते त्यांच्या व्यावसायिक व सार्वजनिक कार्यामध्ये पूर्णपणे व्यस्त होते. किंबहुना बंगालच्या चिरफाडीचे भीषण परिणाम सौम्य करण्यासाठी त्यांच्या अखेरच्या मोठ्या प्रयत्नाला सुरुवात झाली होती.
>
> त्या दिवशी उच्च न्यायालयामध्ये त्यांची दोन प्रकरणे होती. मुख्य न्यायाधीश ट्रेव्हर हॅरिस यांच्या अध्यक्षतेखालील खंडपीठासमोर अर्जाची सुनावणी आणि जस्टिस श्री. एस. आर. सेनगुप्ता यांच्या न्यायालयात अर्ज दाखल करणे. मुख्य न्यायाधीश हॅरिस यांच्यापुढील प्रकरण सकाळी सुनावणीसाठी घेण्यात आले आणि वडील जवळपास दिवसभर त्या सुनावणीत व्यस्त होते. न्यायमूर्ती दासगुप्ता यांच्यापुढे झालेल्या सुनावणीत मी त्यांच्या विरोधात उभा होतो. श्री. एस. के. बसू हे याप्रकरणी त्यांचे कनिष्ठ वकील म्हणून बाजू

पाहात होते. मुख्य न्यायाधीशांच्या कोर्टातील सुनावणी संपल्यानंतर ते सुमारे ३.३० वाजता न्यायमूर्ती दासगुप्ता यांच्या कोर्टात दाखल झाले. कोर्टाचे कामकाज बंद होण्यापूर्वी आमचे प्रकरण निकाली निघाले.

त्या दिवशी १ वूडबर्न पार्क येथील घरी परतताना वडिलांनी अनेकदा फझलुल हक आणि अबुल हाशिम यांच्यासोबत चर्चिलेल्या आराखड्याच्या परिपूर्तीसाठी त्याच सायंकाळी पावले उचलली पाहिजेत, असे त्यांनी मला सांगितले. फझलुल हक आणि अबुल हाशिम हे दोघेही आपल्या समर्थकांसह पूर्व पाकिस्तानामध्ये हंगामी सरकार स्थापन करण्यासाठी प्रयत्न करतील आणि त्यानंतर भारतात प्रवेश करण्यासाठी प्रयत्न करण्यात येतील, यावर सहमती झाल्याचे वडिलांनी सांगितले. भारताने या सरकारचा भारतामध्ये प्रवेश करण्याचा प्रस्ताव स्वीकारला नाही आणि त्यांना तातडीने लष्करी सहकार्य केले नाही, तर हे हंगामी सरकार फार काळ टिकणार नाही, हे सर्वांना माहीत होते.

त्यानंतर, पूर्व बंगाल हे वेगळे व स्वतंत्र राज्य म्हणून भारतीय राष्ट्रामध्ये समाविष्ट होईल, यावरही त्यांच्यामध्ये सहमती झाली होती. वडिलांनी 'दि नेशन' या त्यांच्या वृत्तपत्रातून पश्चिम आणि पूर्व बंगालमधील जनतेला हाताबाहेर चाललेल्या या जातीयवादाच्या समस्येवरील उपाय म्हणून हा नवा आराखडा स्वीकारण्याचे आवाहन करावे, असे फझलुल हक व अबुल हाशिम यांनी सुचवल्याचेही वडिलांनी सांगितले.

घरी पोहोचल्यानंतर त्यांनी 'दि नेशन' चे संपादक मोहित कुमार मोईत्रा यांना रात्री ९ च्या आसपास वूडबर्न पार्क येथे येण्याची विनंती केली. रात्रीचे जेवण झाल्यानंतर वडिलांनी त्यांचे स्वीय सचिव ई. भास्करन यांना उतरवून घेण्यासाठी अग्रलेख सांगण्यास सुरुवात केली. ठरल्याप्रमाणे मोहित मोईत्रा वूडबर्न पार्क येथे आले आणि टाइप (टंकलिखित) केलेला अग्रलेख माझ्या वडिलांना सुधारणांसाठी आणि संमतीसाठी दाखवण्यात आला. आम्ही पहिल्या मजल्यावरील त्यांच्या कार्यालयात कच्च्या अग्रलेखावर काम करत असताना माझ्या वडिलांना श्वसनाचा त्रास सुरू झाला. त्यांनी या खर्ड्यामध्ये काही सुधारणा सुचवल्या आणि भास्करन यांना तो पुन्हा टाइप करण्यास सांगितले.

सुधारित खर्डा वडिलांपुढे आणण्यात आला, तोपर्यंत त्यांचा श्वसनाचा त्रास अधिकच बळावला होता. त्यांना पुन्हा हृदयविकाराचा झटका येत असल्याची भीतीदायक जाणीव मला झाली. मी माझ्या आईला याविषयी सांगितले आणि ख्यातनाम हृदयविकारतज्ज्ञ असलेले माझे काका डॉ. सुनील बोस यांना सूचना देऊन घरी बोलावून घेण्यात आले. वडिलांनी अंतिम खर्ड्याची वाट पाहिली, अग्रलेखावर स्वाक्षरी केली आणि दुसऱ्या दिवशी हा अग्रलेख छापण्यासाठी तो 'दि नेशन'च्या कार्यालयात घेऊन जाण्यास मोहितबाबू यांना सांगितले. आई आणि मी त्यांना अधिक वेळ न दवडता बेडरूममध्ये जाण्याची विनंती करत होतो आणि ते कसेबसे आईच्या व माझ्या आधाराने त्यांच्या खोलीपर्यंत चालत आले.

आमची त्रेधा तिथेच थांबली नाही. कारण, बेडरूममध्ये पोहोचताच वडिलांनी पुन्हा कार्यालयात परतण्याचा आग्रह धरला. त्यानुसार ते पुन्हा कार्यालयात आले आणि गोपनीय कागदपत्रे ठेवलेल्या कप्प्याला त्यांनी कुलूप लावले. तपशीलांबाबत सावध आणि जबाबदार असण्याची त्यांची सवय शेवटपर्यंत कायम होती. त्यानंतर आईला आणि मला त्यांना जवळपास उचलूनच त्यांच्या खोलीत न्यावे लागले व तेथे लवकरच ते कोसळले. त्यांच्या डॉक्टर भावाने त्यांना वाचवण्यासाठी शर्थीचे प्रयत्न केले. तथापि, वडिलांचे निधन झाले होते. आश्चर्याची गोष्ट म्हणजे त्याचवेळी माझा आठ महिन्यांच्या लहान मुलाने अचानक जोरजोरात रडण्यास सुरुवात केली. काही क्षण मला डोळ्यासमोर अंधारी आल्यासारखे वाटत होते. माझ्या आजूबाजूला केवळ अंधकार होता. मला शक्तिपात आणि उर्जापात झाल्यासारखे वाटत होते.

२४ फेब्रुवारी १९५० रोजी अमिय यांनी पंतप्रधान नेहरू यांना पत्र लिहिले,

माझ्या वडिलांनी निधनाच्या केवळ अर्ध्या तासापूर्वी लिहिलेला 'दि नेशन' या वृत्तपत्राचा त्यांचा अखेरचा अग्रलेख तुम्ही पाहिला असेल. दुसऱ्या दिवशी तुम्हाला व सरदारजींना पत्र लिहून तातडीने पूर्व पाकिस्तानामध्ये लष्कर पाठवावे व पूर्व बंगालमधील प्रशासन ताब्यात घ्यावे, असे सूचवणार असल्याचे हा अग्रलेख सांगत असताना ते आम्हाला म्हणाले होते. या विषयासंबंधीच्या त्यांच्या संकल्पना तुमच्यापर्यंत पोहचवण्यासाठी वडील आता जिवंत नाहीत. त्यामुळेच ते त्यांच्या आयुष्याच्या अखेरच्या काही तासांमध्ये काय विचार करत होते, हे तुमच्यापर्यंत पोहोचवणे मी माझे कर्तव्य समजतो. केवळ पूर्व बंगाल भारतीय राष्ट्रामध्ये समाविष्ट झाल्यानंतरच पाकिस्तान सरकारसोबतच्या वाटाघाटींना सुरुवात करता येऊ शकते, असे त्यांना वाटत होते. काश्मीरसंबंधी वडिलांची मते तुम्हाला माहीत आहेत. ते काश्मीरच्या विभाजनाच्या नेहमीच विरोधात होते, हे खरे आहे. तथापि, पूर्व बंगाल एक वेगळे व स्वतंत्र राज्य म्हणून भारत राष्ट्रामध्ये समाविष्ट करून घेण्यासाठी काश्मीरच्या मुद्द्यावर काही गोष्टी मान्य केल्या जाऊ शकतात, असे त्यांना वाटत होते. माझ्या वडिलांच्या अखेरच्या इच्छांचा तुम्ही गांभीर्याने विचार कराल, ही आशा बाळगून मी तुमच्यापर्यंत हे पोहचवत आहे.

नेहरू यांनी लवकरच याला उत्तर दिले. २८ फेब्रुवारी, १९५० मध्ये पाठवलेल्या पत्रात हा प्रस्ताव फेटाळताना पंतप्रधानांनी म्हटले होते, 'तुमच्या वडिलांनी लिहिलेल्या सर्व गोष्टींचा अर्थातच गांभीर्याने विचार झाला पाहिजे. पूर्व पाकिस्तानातील घडामोडींचा आम्ही बारकाईने अभ्यास करत आहोत, हे तुम्हीला माहीतच आहे. तथापि, तुमच्या वडिलांनी केलेल्या सूचनेमुळे गंभीर धोका व समस्या निर्माण होईल, अशी भीती मला वाटते.'

अमिय

वडिलांच्या निधनावेळी अमिय आणि ज्योत्स्ना यांच्या विवाहाला जेमतेम दोन वर्षे झाली होती आणि त्यांना सूर्या हा लहान मुलगा होता. अमिय स्वतः केवळ ३४ वर्षांचे होते आणि वकिली करण्याबरोबरच डिसेंबर, १९४४ मध्ये इंग्लंडहून परतल्यानंतर विद्यापीठ स्तरावर अर्थशास्त्र विषयाचे अध्यापन करत होते. आपल्या वडिलांप्रमाणेच अमिय हे कलकत्ता उच्च न्यायालयामध्ये आपला दबदबा निर्माण करण्याच्या प्रयत्नात असतानाच एकावेळी अनेक भूमिका निभावत होते. सप्टेंबर, १९४५ मध्ये शरद यांची तुरुंगातून सुटका झाल्यानंतर ते जवळपास लगेचच कोलाहलपूर्ण राजकीय घडामोडींच्या भोवऱ्यात खेचले गेले आणि वडिलांचे जवळचे विश्वासू सहकारी म्हणून अमिय अखेरपर्यंत यांच्यासोबत राहिले.

२१ फेब्रुवारी, १९५० पासून अमिय तातडीने आणि अग्रक्रमाने यांना कर्जफेडीची क्षमता सिद्ध करण्याच्या घातक व अटळ आह्वानाचा सामना करावा लागला. शरद यांच्या निधनावेळी त्यांचे 'दि नेशन' या वृत्तपत्राने डाव्यांचा बुलंद आवाज म्हणून स्वतःला सिद्ध केले असले, तरी या वृत्तपत्रावर बऱ्यापैकी कर्जाचा डोंगर होता. हे कर्ज व इतर कर्जे फेडण्याची पहिली जबाबदारी अमिय यांच्यावर येऊन पडली. त्याचवेळी आपले जवळचे कुटुंब व आई विभावती यांच्याबरोबर १ वूडबर्न पार्क येथील विस्तारित कुटुंबाला (लहानमोठी भावंडे, त्यांच्या पत्नी व मुले) आधार देण्यात व त्यांचे पालनपोषण करण्यातही अमिय यांना प्रमुख भूमिका बजावावी लागली.

शरद यांच्या स्थावरजंगमापैकी काही मालमत्ता व जमीन विकून कर्जाचा काही भाग फेडण्यात आला आणि उर्वरित कर्जासाठी अमिय यांच्या खासगी वकिलीतून होणाऱ्या कमाईचा विशिष्ट भाग प्रतिमहिना कर्जदारांना देण्याचे ठरवण्यात आले. अखेर ही सर्व कर्जे फेडण्यात आली आणि *दि नेशन* हे वृत्तपत्र सुरू ठेवण्यासाठी अमिय यांनी प्रयत्नांची पराकाष्ठा केली असली, तरी त्या वर्षाअखेरीस हे वृत्तपत्र बंद करण्यात आले.

शरद यांच्या अकाली निधनामुळे आपल्यावर आलेल्या जबाबदाऱ्यांचा रेटा अमिय आणि त्यांच्या तरुण पत्नी ज्योत्स्ना यांनी कोणतीही तक्रार न करता स्वीकारला. शरद यांच्या निधनानंतर दशकाहूनही अधिक काळ विस्तारित कुटुंबातील सदस्यांना आधार द्यावा लागला आणि घरातील प्रमुख खर्च हे अमिय यांच्या वकिलीतून होणाऱ्या कमाईमधून भागवले जात होते.

शरद यांनी १९२२ मध्ये कुर्सेआँगमधील गिड्डापहाड येथील टेकडीवर घेतलेले घर आपल्या विस्तारित कुटुंबासाठी राखण्यात अमिय यांना येनकेन प्रकारे यश आले. याच घरामध्ये विविध कालखंडात शरद आणि सुभाष यांनी गृहकैदेचा काळ घालवला होता.

१९७० च्या दशकापर्यंत गिड्डापहाड येथील घर जतन करण्याची जबाबदारी अमिय यांनी एकट्याने उचलली आणि दरवर्षी सुट्टीतील काही आठवडे ते तेथे घालवत असत. त्यानंतरच्या वर्षांमध्ये या मालमत्तेच्या इतर वारसदारांकडून कोणतीच देखभाल करण्यात न आल्याने डागडुजीअभावी या घराची दुरवस्था झाली आणि अखेर १९९० च्या दशकाच्या मध्यात पश्चिम बंगाल सरकारने हे घर आपल्या ताब्यात घेतले. आज या मालमत्तेचे पुनर्निर्माण करण्यात आले आहे आणि १ वूडबर्न पार्क येथे स्थापन करण्यात आलेल्या नेताजी इन्स्टिट्यूट ऑफ एशियन स्टडिज या संस्थेच्या छत्राखाली त्याची व्यवस्था पाहण्यात येते. अमिय व त्यांच्या तीन भावांसोबत झालेल्या करारानुसार लाक्षणिक भरपाई देऊन सरकारी यंत्रणेने १९७० च्या दशकात १ वूडबर्न पार्कचा ताबा घेतला व ही वास्तू पश्चिम बंगाल सरकारच्या देखरेखीखाली आली.

अमिय आणि ज्योत्स्ना यांनी कोणताही वेगळा विचार न करता विस्तारित कुटुंबाची जबाबदारी आणि त्यासोबत येणारे खर्च उचलले, यासाठी मित्र व सहकाऱ्यांकडून त्यांना मोठ्या प्रमाणावर नावाजण्यात येते. अमिय आणि त्यांच्या पत्नीच्या कर्तव्याच्या जाणिवेचा आणि त्यांच्या औदार्याचा फायदा झालेल्या विस्तारित कुटुंबातील विशिष्ट मंडळींनी त्याची अल्प जाण ठेवली किंवा ठेवली नाही आणि काही बाबतींत विनाकारण शत्रुत्व पत्त्करले, तरीही अमिय व ज्योत्स्ना नाऊमेद झाले नाहीत.

त्याचवेळी इतकी स्थितप्रज्ञता असूनही, ज्या आप्तस्वकियांनी अमिय यांच्या औदार्याचा पुरेपूर फायदा घेतला होता, त्यांनीच नियोजनबद्ध रीतीने नेताजी रिसर्च ब्युरो (एनआरबी) आणि नेताजी हॉल सोसायटी या संस्थांमधून अमिय यांची हकालपट्टी केल्याने झालेली विश्वासघाताची भावना अमिय लपवू शकले नाहीत. या संस्थांची स्थापना आणि त्यांच्या वाढीमध्ये अमिय यांचे वैयक्तिक प्रयत्न, पुढाकार आणि व्यवस्थापनाचा महत्त्वाचा वाटा होता.

शरद यांच्या निधनानंतर काही काळातच अमिय यांनी स्वाभाविकपणे एमिली आणि अनिता यांच्यासोबतचे नातेसंबंध दृढ करण्याकडे लक्ष दिले. एप्रिल, १९४८ मध्ये शरद आणि विभावती यांनी एमिली व अनिता यांच्याशी संपर्क निर्माण झाल्यापासून हे नातेसंबंध जपले होते. ऑक्टोबर-नोव्हेंबर, १९५० मध्ये अमिय व ज्योत्स्ना व्हिएन्नाला गेले. त्यावेळी एमिली यांच्यासोबत घालवलेल्या दिवसांच्या प्रेमळ आठवणी ज्योत्स्ना यांनी जपल्या आहेत. या भेटीदरम्यान त्यांनी व्हिएन्नामधील प्रसिद्ध कॅफे आणि रेस्तराँमध्ये जाण्याचा आनंद लुटला. एमिली यांनीही या वेळचे आनंददायी किस्से लक्षात ठेवले होते. व्हिएन्नाजवळच्या टेकडीवरून हिमवर्षाव पाहताना ज्योत्स्ना यांना झालेला अत्यानंदाचा प्रसंगही एमिली यांच्या आठवणीत कोरला गेला होता.

अर्थात, अमिय हे एमिली यांना खूप वर्षांपूर्वी डिसेंबर, १९३७ मध्ये भेटले होते. इंग्लंडमध्ये केंब्रिज विद्यापीठात विद्यार्थी असताना अमिय यांना सुभाषकाकांनी नाताळाच्या काळात ऑस्ट्रियामधील बॅडगेस्टाइन येथे येऊन आपल्यासोबत राहायला येण्यास बोलावले होते. त्या वेळी एमिली तेथे सुभाष यांच्या सहाय्यक सचिव म्हणून *'ॲन इंडियन पिलग्रिम'* या त्यांच्या आत्मचरित्राची तयारी करत होत्या. अमिय यांच्या आठवणीप्रमाणे ते बॅडगेस्टाइन येथे जाऊन रेल्वे स्थानकावर एमिली व सुभाष यांना भेटले, तोपर्यंत सुभाष यांनी (दोन नोंदवह्यांमध्ये) लेखनाला सुरुवात केली होती आणि एमिली या हस्तलिखिताच्या प्रत्येकी दोन प्रती तयार करत होत्या. असेच काम त्यांनी १९३४ मध्ये व्हिएन्ना येथे *'दि इंडियन स्ट्रगल'* या पुस्तकावेळी केले होते.

हे पुस्तक 'माझ्या तात्त्विक श्रद्धा', 'माझ्या आर्थिक श्रद्धा', 'माझ्या राजकीय श्रद्धा' अशा तीन प्रकरणांमध्ये संपवण्याचा आपला मानस असल्याचे सुभाष यांनी अमिय यांना सांगितले होते. प्रत्यक्षात सुभाष यांनी ठरवलेल्या या तीन प्रकरणांपैकी केवळ एकच प्रकरण ते पूर्ण करू शकले. अमिय यांच्या मते सुभाष यांच्या लेखनावर फ्रेडरिक एन्जल यांचा खूप प्रभाव होता. सुभाष यांनी पुढील वर्षी १९३८ मध्ये हरिपुरा काँग्रेस अधिवेशनामध्ये केलेल्या पथदर्शी अध्यक्षीय भाषणातील काही पैलूंवरही हा प्रभाव जाणवत असल्याचे अमिय नमूद करतात.

बॅडगेस्टाइन येथे १९३७ च्या नाताळच्या वेळच्या झोंबणाऱ्या थंडीत जमलेल्या सुभाष यांच्या निवडक मित्रांच्या उपस्थितीचीही त्यांच्या या आत्मचरित्राच्या कामामध्ये मदत होत होती. भारताचा स्वातंत्र्यलढा आणि त्यानंतरच्या भारतीय समाजाच्या घडणीविषयी शेकोटीभोवती चालणाऱ्या आनंदी चर्चांमध्ये हे सर्वजण सहभागी व्हायचे.

अमिय यांच्या आगमनाच्या दुसऱ्याच दिवशी ए. सी. एन. नाम्बियार हे प्रागहून बॅडगेस्टाइनला आले. प्रागमध्ये सुभाष यांनी त्यांना चेकोस्लोव्हाकियाच्या तत्कालीन अध्यक्षांशी संपर्क साधण्यासाठी मदत केली होती. हंगेरीचे प्रसिद्ध ऑपेरा कलावंत फ्रॉ हेडी फुलोप मिलर, ख्यातनाम ऑस्ट्रियन लेखक रेने फुलॉप मिलर यांच्या पूर्व पत्नी, रोम येथील डॉ. रिश्टर व त्यांच्या पत्नी हे सुद्धा तेथे उपस्थित होते.

सुभाष यांनी आणखी एका कारणासाठी अमिय यांना बॅडगेस्टाइन येथे बोलावले होते. जानेवारी १९३८ मध्ये सुभाष हे इंग्लंड दौरा करणार होते आणि त्याची सर्व व्यवस्था व तयारी सुभाष यांनी विश्वासाने अमिय यांच्यावर सोपवली. नाताळानंतर काही दिवसांनी अमिय लंडनला परतले आणि प्रभावशाली नेते श्री. कृष्णा मेनन व त्यांच्या इंडिया लीगसोबत सावध हातमिळवणी करत त्यांनी पुढील कार्यक्रम आखला.

९ जानेवारी, १९३८ रोजी सुभाष यांचे लंडनमधील व्हिक्टोरिया स्थानकावर रेल्वेतून आगमन झाले, त्या वेळी त्यांचे स्वागत करण्यासाठी मोठा जनसमुदाय जमला होता, असेही

अमिय सांगतात. भारताला परतण्यापूर्वी पुढील दहा दिवस सुभाष विद्युतवेगाने आपले काम पूर्ण करण्याच्या मागे लागले. त्यांनी मजूर व लिबरल पक्षाच्या क्लेमेंट ॲटली, आर्थर ग्रीनवूड, ॲन्यूरिन बेविन, सर स्टॅफर्ड क्रिप्स आणि सर हेरॉल्ड लॅस्की या नेत्यांच्या भेटी घेतल्या. त्यांनी लंडनस्थित भारतीय समुदायाने आयोजित केलेल्या विशाल संमेलनांमध्ये भाषणे केली, तसेच लंडन, केंब्रिज आणि ऑक्सफर्ड येथे व्याख्याने दिली. त्यांनी लंडनमधील चॅथम हाऊस येथेही भाषण केले होते.

लंडनमधील कॅक्सटन हॉल येथे मजूर पक्षातील माननीय नेते आर्थर ग्रीनवूड यांच्या अध्यक्षतेखाली झालेल्या दौऱ्यातील अखेरच्या जाहीर सभेमध्ये उपस्थितांना संबोधित करत असताना सुभाष यांना भारतातून पंडीत जवाहरलाल नेहरू यांनी पाठवलेली तार देण्यात आल्याचे अमिय यांना आठवते. सुभाष यांची भारतीय राष्ट्रीय काँग्रेसच्या अध्यक्षपदी एकमताने निवड करण्यात आली असून पुढील महिन्यात, फेब्रुवारी १९३८ मध्ये हरिपुरा येथे होणाऱ्या अधिवेशनात नेहरू यांच्याकडून सुभाष अध्यक्षपदाचा पदभार स्वीकारतील, हे निश्चित झाल्याचे या तारेमधून कळवण्यात आले होते.

सुभाष यांची लंडनमधील ही अखेरची बैठक तशीच होती. त्यांनी १८–१९ जानेवारी, १९३८ रोजी पिकॅडली हॉटेलमध्ये आयर्लंडचे अध्यक्ष इमॉन डि व्हेलेरा यांची भेट घेतली. या हॉटेलमध्ये व्हेलेरा वास्तव्यास होते. त्या सायंकाळी सुभाष भोजनासाठी सर स्टॅफर्ड क्रिप्स यांच्या निवासस्थानी गेले होते. तेथूनच त्यांनी अमिय यांना डि व्हेलेरा यांच्यासोबत त्याच सायंकाळी भेट निश्चित करण्याची सूचना देऊन पाठवले. कारण दुसऱ्या दिवशी सुभाष यांना भारतात परतायचे होते.

अमिय हे पिकॅडेली हॉटेलमध्ये ८ च्या सुमारास आले, तेव्हा डि व्हेलेरा यांनी व्यक्तिशः त्यांना आमंत्रित केले. सर स्टॅफर्ड यांच्यासोबतच्या भोजनबैठकीहून सुभाष परतण्याची त्यांनी प्रतीक्षा केली. सुभाष हे सुमारे ११ वाजता परतले आणि त्यापुढील पाच तास त्यांनी एकट्यानेच समोरासमोर आयर्लंडच्या अध्यक्षांसोबत चर्चा केली. या बैठकीनंतर बोस यांची मते व त्यांच्या हेतुंविषयी अध्यक्षांच्या मनात कोणतीही शंका शिल्लक राहणे शक्य नव्हते!

सुभाष १९ जानेवारी, १९३८ रोजी पहाटे चार वाजता अध्यक्षांच्या कक्षातून बाहेर आले आणि जवळच आर्टिलरी मॅन्शन्स येथील अमिय यांच्या भाड्याच्या घरात परतले. तेथे त्यांनी आपले सामान बांधले आणि भारतात जाणारे विमान पकडण्यासाठी ते दक्षिण लंडनमधील क्रॉयडन येथे रवाना झाले.

विमानात चढण्यापूर्वी सुभाष यांनी अमिय यांना मागील महिन्यात बॅडगेस्टाइन येथे लिहिलेल्या अपूर्ण आत्मचरित्राचे हस्तलिखित असलेल्या दोन वह्या दिल्या. निरोप घेताना सुभाष म्हणाले होते, 'अमि, मी विमान अपघातात मृत्युमुखी पडलो, तर हे काम पूर्ण कर.'

सुभाष यांचे हे आत्मचरित्र कधीच पूर्ण झाले नाही; ऑगस्ट १९४५ पूर्वीही नाही आणि ते बेपत्ता झाल्यानंतरही नाही. त्यानंतर दोन वर्षांनी, २१ ऑक्टोबर, १९४७ रोजी शरद यांचे जवळचे मित्र सत्य रंजन बक्षी संपादक असलेल्या आणि सोशालिस्ट रिपब्लिकन पक्षाचे मुखपत्र म्हणून ओळखल्या जाणाऱ्या *'दि सोशालिस्ट रिपब्लिकन'* या साप्ताहिकातून लेखमाला स्वरूपात हे आत्मचरित्र प्रसिद्ध करण्यात आले.

विमान अपघाताच्या कथेविषयी वाढती अनिश्चितता आणि सुभाष हे अद्याप जिवंत आहेत, यावर विश्वास ठेवण्याची तीव्र इच्छा या पार्श्वभूमीवर या लेखमालेविषयी आत्यंतिक काळजी घेण्यात आली होती आणि ही लेखमाला म्हणजे नेताजी यांचे' अद्याप पूर्ण न झालेले आत्मचरित्र' आहे, असे स्पष्ट करण्यात आले होते. अमिय यांनी आपल्याजवळ ठेवलेले हस्तलिखित अखेर ३८/२ एल्गिन मार्ग येथील वडिलोपार्जित घरात शरद यांनी १९४६ मध्ये स्थापन केलेल्या नेताजी भवन वस्तू व साहित्य संग्रहालयाकडे विश्वासाने सोपवले.

त्यानंतर, २३ जानेवारी, १९४८ रोजी सुभाष यांच्या जयंतीचे औचित्य साधून *'ॲन इंडियन पिलग्रिम'* चे प्रकाशन करण्यात आले. *'नेताजीज् लाइफ अँड रायटिंग्ज'* या नावाने बोस कुटुंबीयांनी सुरू केलेल्या प्रकाशनमालेचा पहिला भाग म्हणून हे पुस्तक प्रकाशित करण्यात आले होते. सुभाष यांचे ज्येष्ठ बंधू सुरेश यांचे सुपुत्र अरविंद आणि कल्याण बोस यांनी १९४७ मध्ये *'ॲन इंडियन पिलग्रिम'* चे हस्तलिखित मिळवले आणि नेताजी पब्लिकेशन सोसायटी ही संस्था स्थापन केली. या संस्थेकडे कलकत्त्यातील ठक्कर अँड स्पिंक कंपनी लिमिटेडतर्फे (१९३३) प्रकाशित करण्यात येणाऱ्या सर्व साहित्याचे अधिकार होते. आझाद हिंद सेनेतील शाह नवाझ खान आणि लक्ष्मी सेहगल या दिग्गज लोकांना या संस्थेचे सदस्य म्हणून समाविष्ट करून घेण्यात आले. *'नेताजीज् लाइफ अँड रायटिंग्ज'* च्या दुसऱ्या भागामध्ये २ जुलै, १९४८ रोजी *'दि इंडियन स्ट्रगल १९२०–१९३४'* या पुस्तकाचे प्रकाशन करण्यात आले. यापूर्वी हे पुस्तक इंग्लंडमधील लॉरेन्स अँड विशआर्ट या प्रकाशन संस्थेने जानेवारी, १९३५ मध्ये प्रकाशित केले होते आणि आतापर्यंत भारतात या पुस्तकावर बंदी होती.

दरम्यान, शरद आणि एमिली यांच्याकडून पूर्णपणे मान्यता मिळाल्याने अमिय यांनी *'ॲन इंडियन पिलग्रिम'* चे सुभाष यांनी त्यांच्याकडे विश्वासाने सोपवलेले हस्तलिखित बंगाली भाषेत अनुवादित करून घेतले आणि कलकत्त्यातील सिग्नेट प्रेसतर्फे प्रकाशित केले. जून, १९४८ मध्ये याची पहिली आवृत्ती प्रसिद्ध झाली. पुढे चित्रपट निर्माते व दिग्दर्शक म्हणून आंतरराष्ट्रीय स्तरावर नाव कमावलेले बंगाली सहकारी सत्यजित रे यांनी त्याचे मुखपृष्ठ तयार केले होते. याचे संपूर्ण स्वामित्वहक्क अमिय यांनी स्वतःजवळ ठेवले होते. अमिय यांनी मार्च, १९४८ मध्ये *'दि इंडियन स्ट्रगल १९२०–१९३४'* या पुस्तकाचा बंगाली अनुवाद प्रकाशित करण्याबाबतही सिग्नेट प्रेसला सांगितले.

त्यानंतर काही वर्षांनी १९५२ मध्ये अमिय यांनी *'दि इंडियन स्ट्रगल १९३५–१९४२'* हा पुस्तकाचा दुसरा भाग इंग्रजीतून कलकत्त्यातील चक्रवर्ती चटर्जी अँड कंपनी या प्रकाशन संस्थेतर्फे प्रकाशित केला. सुभाष यांनी जर्मनीतून पूर्वेकडे रवाना होण्यापूर्वी काही काळ जानेवारी, १९४३ मध्ये या भागाचे लेखन केले होते आणि त्याचे हस्तलिखित एमिली यांच्याकडे होते. त्याच्या पुढील वर्षी, २३ जानेवारी, १९५३ रोजी पुन्हा सुभाष यांच्या जयंतीदिनी अमिय यांच्या देखरेखीखाली या पुस्तकाचा बंगाली अनुवाद प्रकाशित करण्यात आला. या पुस्तकाला शरद यांच्या विधवा पत्नी विभावती यांनी प्रस्तावना लिहिली होती.

अशाप्रकारे यापूर्वीच इंग्रजीत उपलब्ध असलेले सुभाष यांचे आत्मचरित्र आणि *'दि इंडियन स्ट्रगल'* या पुस्तकाचे कालानुक्रमे १९२० ते १९४२ हा काळ सामावून घेणारे दोन खंड हे आता प्रथमच बंगालीमध्येही उपलब्ध झाले. सर्वांत महत्त्वाचे म्हणजे आता ही पुस्तके अधिक व्यापक अशा बंगाली वाचकवर्गापर्यंत पोहोचणे शक्य झाले. ही पुस्तके अधिकाधिक वाचकांपर्यंत पोहचणे शक्य व्हावे, यासाठी पुस्तकाच्या किंमती अतिशय वाजवी ठेवण्यात आल्या होत्या.

बोस बंधूंचे लेखन, भाषणे, निवेदने याबरोबरच मित्र, राजकीय सहकारी आणि कुटुंबीय यांच्यासोबत त्यांचा असलेला कालसुसंगत पत्रव्यवहार आदींचे प्रकाशन व प्रसार करण्याचे काम दि शरद बोस अकादमीतर्फे (नेताजी भवन येथे १९५२ मध्ये स्थापन करण्यात आलेल्या) सरचिटणीस अमिय यांच्या मार्गदर्शनाखाली हाती घेण्यात आले. दि शरद बोस अकादमीने बोस बंधूंचे कार्य व जीवन रेखाटणाऱ्या स्थायी स्वरूपातील छायाचित्र प्रदर्शनाची रचना व मांडणी केली होती. हे प्रदर्शन नेताजी भवनातील वस्तु व साहित्य संग्रहालयाचे एक वैशिष्ट्य बनून गेले.

मुंबईस्थित एशिया पब्लिशिंग हाऊसतर्फे १९६४ मध्ये सुभाष यांच्या *दि इंडियन स्ट्रगल १९२०–१९४२* हा पुस्तकाचा दोन्ही काळ सामावून घेणारा एकत्रित खंड प्रकाशित करण्यात आला. १९६१ मध्ये यापूर्वीच स्थापन झालेले नेताजी वस्तु व साहित्य संग्रहालय आणि दि शरद बोस अकादमी यांच्या सोबतीने नेताजी भवन येथे एनआरबीची (नेताजी रिसर्च ब्युरो) अधिकृत नोंदणी करण्यात आली. या संस्थेकडे प्रामुख्याने सुभाष यांच्याशी संबंधित लेखनाचे संशोधन व प्रकाशन सुरू ठेवण्याची जबाबदारी देण्यात आली होती.

संपूर्ण दशकात जयश्री प्रकाशनासारख्या संस्थांतर्फे सुभाष यांचे महत्त्वाचे लेखन प्रकाशित करण्यात आले आहे. सुभाष यांनी स्थापन केलेल्या फॉरवर्ड ब्लॉक या राजकीय पक्षानेही सुभाष यांचा संदेश अधिकाधिक वाचकांपर्यंत पोहोचण्याचे आणि भारताच्या जनतेमध्ये त्याविषयी जागरुकता निर्माण होण्याचे आह्वान ओळखले आहे आणि त्यांच्याकडूनही सुभाष यांचे साहित्य माफक दरात प्रकाशित आणि वितरित करण्यात येत असते.

* * *

नेताजी भवन

३८/२ एल्गिन मार्गावरील वडिलोपार्जित नेताजी भवन येथील संस्थेच्या रचनेस सप्टेंबर, १९४५ मध्ये शरद यांची कारागृहातून सुटका झाल्यानंतर सुरुवात झाली. वडील जानकीनाथ यांनी १९०९ मध्ये बांधलेले वडिलोपार्जित घर हे येथून पुढे आपल्या बेपत्ता भावाच्या स्मृत्यर्थ सुभाष आणि त्यांच्या बरोबरीनेच शरद यांनीही जपलेल्या तत्त्व व आदर्शांविषयीचे संशोधन, विश्लेषण आणि प्रसार यांसाठी वापरण्यात यावे, असे शरद यांनी सुटकेनंतर थोड्या दिवसांमध्येच ठरवले. म्हणूनच वडील जानकीनाथ यांच्याकडून वारसा हक्काने मालकी म्हणून आलेल्या चार भावांकडून (यापैकी एक भाऊ सुभाष हे बेपत्ता होते) १९४६ मध्ये या घराचा ताबा घेतल्यानंतर शरद यांनी ३८/२ येथे नेताजी भवनचे उद्घाटन केले आणि आपल्या भावाच्या सन्मानार्थ नेताजी वस्तू व साहित्य संग्रहालय या संशोधन केंद्राची मुहूर्तमेढ रोवली.

सर्वांत महत्त्वाचे बोस यांचे निवासस्थान हे भारताच्या जनतेसाठी उपलब्ध असावे आणि ते 'सार्वजनिक व सेवाभावी हेतूंसाठी' वापरण्यात यावे, ही शरद यांची इच्छा होती. आझाद हिंद रुग्णवाहिका दलाने नेताजी भवन येथून त्या काळी राजरोजपणे घडणाऱ्या जातीय दंग्यांमधील बळी व सर्व दिशांनी कलकत्त्यामध्ये येण्यास सुरुवात झालेले निर्वासितांचे लोंढे यांच्यासह इतरांना अत्यावशक वैद्यकीय सेवा पुरवण्यास सुरुवात केली.

त्यानंतर काही वर्षांतच १९५० मध्ये शरद यांचे निधन झाल्यानंतर अमिय यांनी शरद यांचे मित्र, नामवंत इतिहास संशोधक, पत्रकार, न्यायाधीश आणि वकील यांच्या सहकार्याने १९५२ मध्ये नेताजी भवन येथे दि शरद बोस अकादमी स्थापन करण्यात महत्त्वाची भूमिका बजावली. नेताजी भवन हे राष्ट्रीय व आंतरराष्ट्रीय स्तरावरील महत्त्वाच्या मुद्द्यांसंबंधी माहितीची आदानप्रदान करणारे संशोधन केंद्र, कला, संगीत आणि भाषा आदींचा प्रसार करणारा दीपस्तंभ आणि सार्वजनिक सेवा केंद्र म्हणून विकसित करण्याची महत्त्वाकांक्षी योजना प्रत्यक्षात आणणे हा या अकादमीचा प्राथमिक उद्देश होता. त्याचवेळी नेताजी भवन हे शरद आणि सुभाष यांच्या विचार व कार्याचे आणि त्यांच्याशी संबंधित सर्व प्रकारची कागदपत्रे, दस्तावेज व प्रकाशित साहित्य यांचे संग्रहालय बनू शकेल, असा विचार मांडण्यात आला.

या अकादमीने इतक्या वर्षांमध्ये अनेक उत्साही आणि निष्ठावान कार्यकर्त्यांना आपल्याजवळ ओढले. यामध्ये सेवाव्रत घोष, सुशील कुमार रॉय, सधन नियोगी, शांतीमय गांगुली आणि सुप्रकाश मझुमदार यांचा प्रामुख्याने उल्लेख करावा लागेल. या सर्वांनी शरद बोस अकादमी आणि संपूर्ण नेताजी भवनचा उद्देश साध्य करण्यासाठी आपला वेळ व उर्जा खर्च केली.

त्यामुळेच १९५० चे दशक हे नेताजी संग्रहालय व शरद बोस अकादमीच्या उर्जितावस्थेचे आणि प्रगतीचे दशक होते. शरद आणि सुभाष यांचे लेखन, व्याख्याने, निवेदने, त्याचप्रमाणे त्यांचा राजकीय व खासगी पत्रव्यवहार यांसारखी अनेक महत्त्वाची कागदपत्रे जमा करून अकादमीच्या विद्यमाने प्रकाशित करण्यात आली.

१९५० च्या दशकाच्या अखेरीस सर्व प्रकारच्या साहित्याच्या संग्रहामध्ये इतकी वाढ झाली की 'नेताजींचे जीवन व कार्य याचा पद्धतशीर अभ्यास' हाती घेण्यासाठी एक स्वतंत्र संस्था निर्माण करण्याची संकल्पना आकाराला येऊ लागली. यातूनच १९५७ मध्ये नेताजी भवनातील संस्थात्रयींमधील तिसऱ्या संस्थेची स्थापना झाली आणि त्याचे एनआरबी असे नामकरण करण्यात आले. इंग्रजी विषयातून पदवी शिक्षण घेतलेल्या व एकेकाळी शरद यांची वैयक्तिक सचिव म्हणून काम केलेल्या अमिय यांच्या कनिष्ठ भगिनी गीता बिस्वास यांनी या नव्या कार्यालयातील कामाचे व्यवस्थापन करण्यास सुरुवात केली. चित्रा घोष आणि सुब्राता यांच्यासह अमिय यांची इतर भावंडेही वेगाने वाढत असलेल्या केंद्राच्या विकासामध्ये सक्रिय झाली.

पुढे १९६१ च्या मध्यात एनआरबीची अधिकृत नोंदणी करण्यात आली आणि शरद व सुभाष यांचे दीर्घकाळ मित्र व सहकारी असलेले सत्य रंजन बक्षी हे त्याचे सुरुवातीचे अध्यक्ष बनले. प्रख्यात इतिहासतज्ज्ञ डॉ. रमेश चंद्र मझुमदार आणि अमिय, तसेच इतर दिग्गज लोकांची पहिल्या कार्यकारिणीचे सदस्य म्हणून नेमणूक करण्यात आली. १९५७ ते १९६० या काळात बालरोगांविषयी पुढील शिक्षण घेण्यासाठी अमेरिकेला गेलेले अमिय यांचे लहान बंधू शिशिर हे परतल्यानंतर त्यांची या संस्थेच्या सरचिटणीसपदी नियुक्ती करण्यात आली.

त्या वर्षाच्या सुरुवातीस २३ जानेवारी, १९६१ रोजी विस्तारित नेताजी वस्तू व साहित्य संग्रहालय बहुसंख्य व ख्यातनाम लोकांच्या उपस्थितीत झालेल्या सोहळ्यात अधिकृतरीत्या लोकांसाठी खुले करण्यात आले. ब्युरोच्या वतीने अमिय यांनी पाहुण्याचे स्वागत केले आणि नामवंत इतिहासतज्ज्ञ डॉ. रमेश चंद्र मझुमदार यांनी संग्रहालयाचे उद्घाटन केले.

नेताजी संग्रहालय, शरद बोस अकादमी आणि एनआरबी या नेताजी भवनचे तीन स्तंभ यापुढे बोस बंधूंचा वारसा जतन करणे व त्याचा प्रसार करणे, आणि त्याचसोबत त्यांची स्वप्ने आणि आकांक्षा काय होत्या हे जाणून घेण्यासाठी बिनीचे शिलेदार म्हणून काम करणार होते.

नेताजी भवन हे केवळ एक संग्रहालय व स्मारक बनून राहू नये, तर त्याने कलकत्त्याच्या, बंगालच्या आणि त्या पलीकडच्याही सामाजिक, शैक्षणिक आणि सांस्कृतिक जीवनाची स्पंदने टिपावीत, हे शरद यांचे विचार प्रत्यक्षात उतरवण्याची तयारी आता झाली होती. १९६४ मध्ये अमिय यांनी कलकत्त्यामधील व अन्य ठिकाणांहूनही ख्यातनाम भारतीय लोकांच्या भक्कम पाठिंब्याच्या जोरावर नेताजी हॉल सोसायटी स्थापन करण्यात मध्यवर्ती

सहभाग घेतला. भारताचे माजी सरन्यायाधीश जस्टिस सुधी रंजन दास हे या सोसायटीचे पहिले अध्यक्ष होते, तर अमिय हे सोसायटीचे पहिले सरचिटणीस आणि आजीवन सदस्य होते.

नेताजी भवनच्या आणि त्याच्या शेजारी असलेल्या जमिनीच्या महत्त्वाकांक्षी विकासावर देखरेख करण्यासाठी ही सोसायटी आश्रयदाती संघटना म्हणून काम करेल, असे आधीच ठरवण्यात आले होते. ही जमीनही शरद यांनी आधीच आपल्या चार मुलांच्या भविष्यातील कौटुंबिक निवासस्थानासाठी घेऊन ठेवली होती आणि त्या जागेवर आता प्रेक्षागृह, प्रदर्शन सभागृह, व्याख्यान सभागृह, परिसंवाद व परिषदांसाठी खोल्या, सार्वजनिक वाचनकक्ष व उपहारगृह बांधण्यात येणार होते. या आराखड्यानुसार भूखंडावर बहुमजली इमारत प्रस्तावित होती आणि आता चौघा भावांच्या मालकीच्या असलेल्या या भूखंडावर पाच वर्षांच्या आत इमारत उभी राहिली पाहिजे अशी अट घालण्यात आली होती. अन्यथा या जमिनीची मालकी पुन्हा चार भावांकडे वर्ग करण्यात येणार होती.

अमिय यांच्या आमंत्रणावरून पंतप्रधान नेहरू यांनी डिसेंबर, १९६१ मध्ये नेताजी भवनला भेट दिली आणि अमिय यांनी ही संधी साधून या वेळी अगदी सुरुवातीच्या अवस्थेत असलेल्या नेताजी भवनच्या विस्ताराची योजना जाहीर केली. नेहरूंनी त्याला प्रतिसाद म्हणून भारत सरकारतर्फे आर्थिक मदत देऊ केली. १९६४ मध्ये सोसायटी स्थापन झाल्यानंतर यासाठी निधी उभारण्याचे प्रयत्न सुरू झाले, तेव्हा नेहरूंनी पुन्हा पत्र लिहून त्याला आपला तत्त्वतः पाठिंबा व्यक्त केला होता. तथापि, या पत्रामध्ये त्यांनी आधी केलेल्या १० लाख रुपयांच्या मदतीच्या आश्वासनाचा कोठेही उल्लेख नव्हता. त्यानंतर थोड्याच दिवसांत २७ मे, १९६४ रोजी नेहरूंचे झालेले निधन ही या प्रकल्पाच्या आर्थिक व्यवहार्यतेच्या दृष्टीने घडलेली दुर्दैवी घटना होती.

१९४६ पासून पुढील वीस वर्षांच्या काळामध्ये नेताजी भवनाच्या बहुआयामी संस्थात्मक रचनेसह बोस यांचा वारसा जतन करण्याची गती कायम राखण्यासाठी भक्कम पायाभरणी झाली आहे, असे १९६० च्या दशकाच्या मध्यापर्यंत अमिय यांना वाटले होते. दुर्दैवाने पुढील काही निर्णायक वर्षांमध्ये या रचनेचे धागे उसवण्यास सुरुवात झाली.

१९६७ च्या सार्वत्रिक निवडणुकीमध्ये अमिय यांनी आरामबाग या ग्रामीण मतदारसंघातून मोठ्या मताधिक्याने विजय मिळवून लोकसभा या भारताच्या केंद्रीय संसदेच्या सभागृहामध्ये काम करण्याची आपली महत्त्वाकांक्षा पूर्ण केली. डाव्या पक्षांच्या पाठिंब्यावर अपक्ष उमेदवार म्हणून उभे असणाऱ्या अमिय यांनी या निवडणूकीमध्ये ज्येष्ठ बॅरिस्टर सहकारी आणि मित्र, तसेच काँग्रेसच्या केंद्र सरकारमध्ये अर्थमंत्री असणारे सचिन चौधरी यांचा पराभव केला.

अमिय यांनी पुढील काही वर्षे लोकसभेमध्ये काम केले. त्या काळी संसद सदस्यांना मिळणारे मानधन यथातथाच असल्याने त्यांनी दिल्लीमध्ये सर्वोच्च न्यायालय आणि

कलकत्त्यामध्ये उच्च न्यायालयात आपली खासगी वकिली सुरूच ठेवली. संसदपटूच्या भूमिकेतून अमिय यांनी बोस बंधूंची विचारधारा आणि समाजवादी तत्त्व, समता, न्याय आणि धार्मिक एकोपा या मुळांवर उभ्या असलेल्या स्वतंत्र भारताविषयीचे त्यांचे विचार याचा प्रचार करणे सुरू ठेवले.

याच काळात कधीतरी १९६७/१९६८ मध्ये शरद बोस अकादमी बेघर झाली. एके दिवशी सकाळी अकादमीचे पदाधिकारी नेताजी भवनच्या परिसरात आले, तेव्हा त्यांच्या कार्यालयांना मोठे टाळे ठोकलेले होते. त्यानंतर, शरद बोस अकादमीचे पदाधिकारी आणि एनआरबीचे तत्कालीन संचालक डॉ. शिशिर कुमार बोस यांच्यामध्ये वाद झाले आणि परिणामी त्यांच्यापैकीच एका सदस्याच्या घरी अकादमी हलवावी लागली. या काळापर्यंत आझाद हिंद रुग्णवाहिका सेवाही लुप्त झाली होती.

शरद बोस अकादमीची नेताजी भवनमधून झालेली हकालपट्टी, नेताजी रिसर्च ब्युरोची 'एकमेव' होण्याच्या दिशेने सुरू असलेली वाटचाल आणि नेताजी हॉल सोसायटीचे संस्थापक व पाठिराखे असलेल्या अनेकांचे भ्रमनिरास झाल्याने निघून जाणे, या सर्वांचा परिणाम म्हणून नेताजी भवन आणि सोसायटीचा देदीप्यमान दृष्टिकोन संपुष्टात आला.

८ ऑक्टोबर, १९७७ रोजी, म्हणजेच अमिय यांची ब्रह्मदेशातील भारताचे राजदूत म्हणून नियुक्ती होण्याच्या काही महिने आधी, त्यांचे स्वप्न अचानक व अनपेक्षितपणे भंग पावले. त्या दिवशी नेताजी हॉल सोसायटीचे सदस्य असलेले अमिय यांचे बंधू शिशिर यांनी सोसायटीची बैठक बोलावली होती. या बैठकीमध्ये जी सोसायटी निर्माण करण्यासाठी अमिय यांनी इतके काही केले होते, त्या सोसायटीमधून त्यांच्या अनुपस्थितीतच त्यांची हकालपट्टी करण्यात आली.

* * *

अमिय यांनी त्यानंतर बोस बंधूंचा संदेश जपण्यासाठी आणि त्याचा प्रसार करण्यासाठी इतर मार्गांचा अवलंब केला. १९७७ ते १९८० या काळात ब्रह्मदेशातील भारताचे राजदूत म्हणून काम करताना त्यांनी भारताच्या स्वातंत्र्यलढ्यामध्ये महत्त्वाची भूमिका बजावणाऱ्या ब्रह्मदेशासोबतचे भारताचे संबंध दृढ करण्यासाठी उल्लेखनीय योगदान दिले. त्यांनी सुभाष यांच्या काळातील रंगून आणि ब्रह्मदेशातील लोकस्मृती, तसेच एकीकडे शरद व सुभाष आणि दुसरीकडे ब्रह्मदेशाचे महान राष्ट्रवादी नेते व क्रांतिकारी जनरल आंग सान आणि युद्धकाळातील ब्रह्मदेशाचे पंतप्रधान डॉ. बा माऊ यांच्यादरम्यान असलेले जवळचे संबंध पुनरुज्जीवित केले.

एरवी मोकळीक न देणाऱ्या आणि गोपनीयता बाळगणाऱ्या जनरन ने विन यांच्या लष्करी राजवटीने अमिय आणि ज्योत्स्ना यांना ब्रह्मदेशात सर्वत्र फिरण्याची मुभा दिली. यामध्ये

सुभाष यांना जेथे कैदेत ठेवले होते, ते मंडाले कारागृह आणि सुभाष यांनी एकदा आझाद हिंद सेनेला जेथून सूचना दिल्या होत्या, त्या मंडालेच्या वरच्या बाजूस असलेल्या मायम्यो या डोंगराळ ठिकाणावरील ब्रह्मदेशीय शैलीच्या झोपडीलाही अमिय यांनी भेट दिली. रंगून येथील तळ्याकाठी असलेल्या घरात निवृत्त जीवन जगणाऱ्या आंग सान यांच्या विधवा पत्नीसोबतही अमिय यांनी काही काळ आनंदात घालवला.

ब्रह्मदेशात असतानाही उपयुक्त साहित्य व इतर माहिती मिळवण्याचा प्रयत्न अमिय यांनी सुरू ठेवला. आझाद हिंद सेना आणि तिचे सर्वोच्च सेनापती नेताजी यांच्यासोबत काम केलेल्या स्थानिक रहिवाशांना शोधण्यात अमिय यशस्वी झाले. भारतीय स्वातंत्र्याचे अखेरचे युद्ध लढताना जिवंत राहिलेल्या आणि मृत्युमुखी पडलेल्या भारतीय सैनिकांच्या झालेल्या शोषणाविषयी युद्धातून बचावचलेल्या ब्रह्मदेशातील स्थानिक रहिवाशांकडून अमिय यांना प्रत्यक्षदर्शी माहिती मिळू शकली. आझाद हिंद सेनेचे लष्करी मानचिन्हे, सैनिकांच्या खातेवह्या, *दि इंडियन स्ट्रगल* या पुस्तकाची मलाया भाषेतून प्रकाशित झालेली प्रत, सुभाष यांनी ज्यावर बसून हंगामी सरकारचे अध्यक्षपद भूषवले होते, ती खुर्ची यांसारख्या अनेक संग्राह्य वस्तू विश्वासाने अमिय यांच्याकडे सोपवण्यात आल्या. ही खुर्ची आता औपचारिकपणे दिल्लीतील लाल किल्ल्यामध्ये ठेवण्यात आली आहे.

ब्रह्मदेशातून परतल्यानंतर अमिय यांनी आतापर्यंत असलेल्या नेताजी भवनमधील संस्थांच्या पाठिंब्याशिवायच देशात व परदेशांत मोठ्या प्रमाणावर व्याख्यानांच्या कार्यक्रमांना सुरुवात केली. भारतीय स्वातंत्र्याच्या अखेरच्या लढ्यामध्ये एक निरीक्षक व एक सहभागी म्हणून अनेक संस्मरणीय घटनांविषयीची आपली भूमिका मांडताना अमिय यांनी ऐतिहासिक पार्श्वभूमीवर बोस बंधूंचे प्रयत्न व त्यांचे यश दाखवण्याची आणि त्यांचा वारसा संरक्षित करण्यासाठी जे शक्य ते सर्व काही करण्याची आपली दीर्घकालीन मोहीम सुरू ठेवली.

अमिय यांनी १९८० मध्ये व्याख्याने देण्यासाठी युरोपचा विस्तारित दौरा केला आणि पुन्हा १९८९–९० मध्ये असाच दौरा केला. १९८० मध्ये त्यांना व्हिएन्ना येथील व्हिन इंटरनॅशनल सेंटरमध्ये 'वसाहतकालीन इतिहासाच्या पार्श्वभूमीवर आजचा ब्रह्मदेश' या विषयावर व्याख्यान देण्यासाठी आमंत्रित करण्यात आले होते. जर्मनीमध्ये हिडेलबर्ग आणि स्टटगार्ट युनिव्हर्सिटीजमध्ये त्यांनी भारत आणि ब्रह्मदेश या दोन्ही देशांवर व्याख्याने दिली. लंडन स्कूल ऑफ ओरिएंटल अँड आफ्रिकन स्टडिज् (एसओएएस) या संस्थेचे प्राध्यपक ह्युज टिंकर यांच्या आमंत्रणावरून अमिय यांनी 'भारताची फाळणी व त्याचे परिणाम' या विषयावर विस्तृत व्याख्यान दिले. त्यानंतर, १९९० साली केलेल्या युरोप दौऱ्यामध्ये अमिय यांनी जिनिव्हा येथील एशियन सेंटर ऑफ दि ग्रॅज्युएट इन्स्टिट्यूट ऑफ इंटरनॅशनल स्टडीज् या संस्थेमध्ये व्याख्यान दिले होते.

कलकत्त्यामधील टॉलिगंज येथील घरी २७ जानेवारी, १९९६ च्या पहाटे अमिय यांना शांत मृत्यू आला. त्याच्या तीन दिवसांपूर्वीच त्यांनी कलकत्त्यातील प्रेसिडेन्सी महाविद्यालयात 'माझे सुभाषकाका' या विषयावर व्याख्यान दिले होते. आपले वडील शरद व काका सुभाष या बोस बंधूंची ज्योत पुढील पिढ्यांसाठी तेवत ठेवण्याच्या आणि भारताच्या भविष्यासाठी बोस बंधूंचा वारसा अधिक भक्कम करण्याच्या अमिय यांच्या अविरत प्रयत्नांचे हे आणखी एक सादरीकरण होते.

एक अतिशय आदरणीय वकील, संसदेतील लोकनियुक्त प्रतिनिधी, परदेशामधील आपल्या देशाचा राजदूत आणि एकनिष्ठ कुटुंबवत्सल व्यक्ती म्हणून अमिय यांचे या उपक्रमातील योगदानही काही थोडेथोडके नाही. कुटुंबीय, मित्र आणि सहकारी त्यांना एक निष्पाप प्रामाणिक, तत्त्वनिष्ठ, उदार मनाचे आणि नेहमीच आपल्याला पटलेल्या गोष्टींच्या बाजूने उभे राहण्याचे धाडस दाखवणारे म्हणून ओळखायचे.

३० जानेवारी, १९९६ रोजी अमिय यांच्या शोकसभेमध्ये बोलताना पश्चिम बंगालचे ॲडव्होकेट जनरल माननीय एन. एन. गुप्तू म्हणाले,

> आणखी एका वर्षामध्ये आपण वसाहतवादाच्या बेड्यांतून स्वतंत्र झाल्याची पन्नास वर्षे साजरी करणार आहोत. परंतु, आज आपला देश चिंताजनक कालखंडातून जात असताना लोकशाही आणि धर्मनिरपेक्षतेवर अतूट निष्ठा असणाऱ्या अमियनाथ बोस यांच्यासारख्या सार्वजनिक व्यक्तिमत्त्वांची उणीव प्रकर्षाने जाणवेल. आपण सर्वांनी त्यांचे अपूर्ण कार्य पूर्ण करण्यासाठी स्वतःला समर्पित करणे हाच या महान व्यक्तिमत्वाला परिणामकारक श्रद्धांजली अर्पण करण्याचा मार्ग आहे. सार्वजनिक कार्याप्रति समर्पणाचा समृद्ध वारसा अमियनाथ बोस यांनी मागे ठेवला आहे आणि आपण त्यांचा हा विचार अधिक संपन्न करण्याची गरज आहे.

* * *

शब्दार्थ

खुरो	काका
छोटोदादा	भावंडांपैकी सर्वांत मोठा नसलेला, परंतु आपल्यापेक्षा मोठा भाऊ
जेठाबाबू	मोठे काका
दादाभाई	बोस कुटुंबातील आजोबांचे – वडिलांच्या वडिलांचे टोपणनाव
ब्राह्मो समाज	हिंदू धर्मातील सुधारणावादी चळवळ
मा–जननी	बोस कुटुंबातील आजीचे – वडिलांच्या आईचे टोपणनाव
माम	मामा शब्दाचे संक्षिप्त रूप
मेजदादा	भावंडांमध्ये आपल्यापेक्षा मोठा असलेला दुसऱ्या क्रमांकाचा भाऊ
मेजोबोदीदी	दुसऱ्या भावाची पत्नी
मेजोमामी	दुसऱ्या मामाची पत्नी

लेखिकेविषयी

माधुरी बोस या कलकत्त्यामध्ये जन्मल्या व वाढल्या. त्या अमियनाथ आणि ज्योत्स्ना बोस यांचे द्वितीय अपत्य, शरदचंद्र बोस यांची नात आणि त्यांचे कनिष्ठ बंधू असलेल्या सुभाषचंद्र बोस यांच्या नातपुतणी आहेत. भारतीय स्वातंत्र्यलढ्यामध्ये महत्त्वपूर्ण योगदान देणाऱ्या प्रतिष्ठित बोसबंधुंविषयी आपले वडील अमिय यांनी सांगितलेल्या आठवणी या माधुरी यांचा बालपणीचा ठेवा होता व त्याच आठवणी या पुस्तकाचे उगमस्थान आहेत.

माधुरी यांनी कलकत्ता विद्यापीठ आणि जादवपूर विद्यापीठातून पदवी आणि पदव्युत्तर शिक्षण घेतल्यानंतर स्वित्झर्लंडमधील जिनिव्हा येथे 'ग्रॅज्युएट इन्स्टिट्यूट ऑफ इंटरनॅशनल स्टडीज' या संस्थेमधून पदव्युत्तर संशोधन पूर्ण केले. मानवाधिकार वकील म्हणून तीन दशकांहून अधिक काळाच्या कारकिर्दीमध्ये त्यांनी जिनिव्हातील आंतरराष्ट्रीय मजूर संघटना, पूर्व आफ्रिकेतील संयुक्त राष्ट्रांचे विकास कार्यक्रम आणि लंडन येथील राष्ट्रकुल सचिवालय येथे काम केले आहे. आपल्या व्यावसायिक कारकिर्दीमध्ये माधुरी यांनी मानवाधिकाराशी संबंधित विषयांवर विपुल लेखन केले असून आफ्रिका, आशिया आणि युरोपातील देशांमध्ये प्रवासही केला आहे.

Made in United States
North Haven, CT
22 August 2025

72014598R00173